ಪಾರ್ವತಿ ಪಿಟಗಿ

ಹುಟ್ಟೂರು ರಾಮದುರ್ಗ.
ಪ್ರಕಟಿತ ಕೃತಿಗಳು ಒಟ್ಟು: 13.
ಕಾದಂಬರಿಗಳು: ಬದುಕು, ಬಾಲ್ಯಸ್ನೇಹ, ಮಿಲನ, ಹಾವುಏಣಿ, ನಧೀಂ ಧೀಂ ತನ, ಅಪರಿಚಿತ, ಹೀಗೊಂದು ಗ್ರಾಮಾಯನ, ಚಂದ್ರಯಾನ.
ಕಥಾ ಸಂಕಲನ: ಅದೃಷ್ಟ, ಆಯ್ಕೆ, ಸುಳಿ
ಲೇಖನ ಸಂಕಲನ: ಸಪ್ತಧ್ವನಿ, ಸಮಾಜ ಸ್ಪಂದನ
ಪ್ರಬಂಧ ಸಂಕಲನ: ಹೃದಯದ ಮಿಡಿತ ಕಡಲಿನ ಭೋರ್ಗರೆತ.

ಪ್ರಶಸ್ತಿ ಪುರಸ್ಕಾರಗಳು:
ಮಾತೋಶ್ರೀ ರತ್ನಮ್ಮ ಹೆಗ್ಗಡೆ ಪ್ರಶಸ್ತಿ, ಸಿರಿಗನ್ನಡ ಪುಸ್ತಕ ಪ್ರಶಸ್ತಿ, ದೇವರ ದಾಸಿಮಯ್ಯ ಪ್ರಶಸ್ತಿ, ಚೆನ್ನಶ್ರೀ ಪ್ರಶಸ್ತಿ, ಚಿಂತನಶ್ರೀ ಪ್ರಶಸ್ತಿ, ಬೆಳಗಾವಿ ಜಿಲ್ಲಾ ಲೇಖಕಿಯರ ದತ್ತಿನಿಧಿ ಪ್ರಶಸ್ತಿ, ಮುಂತಾದ ಪ್ರಶಸ್ತಿಗಳು ಲಭಿಸಿವೆ.

ಪಠ್ಯ:
"ನನ್ನೊಳು ನದಿಯೋ ನದಿಯೊಳು ನಾನೋ" ಎಂಬ ಪ್ರಬಂಧವು ಬೆಳಗಾವಿಯ ರಾಣಿ ಚೆನ್ನಮ್ಮ ವಿಶ್ವವಿದ್ಯಾಲಯದ ಬಿ.ಎಸ್‌ಸಿ. 1 ತರಗತಿಗೆ ಪಠ್ಯವಾಗಿದೆ.

ಕರ್ನಾಟಕ ಸಾಹಿತ್ಯ ಅಕಾಡೆಮಿಯ ಸದಸ್ಯೆ (2019–2022).

ಕಥೆ, ಕಾದಂಬರಿಗಳು, ಲೇಖನಗಳು, ಪ್ರಬಂಧಗಳು ನಾಡಿನ ಪ್ರಮುಖ ಪತ್ರಿಕೆಗಳಾದ ಸುಧಾ, ಮಯೂರ, ಪ್ರಜಾವಾಣಿ, ಉತ್ಥಾನ, ಕರ್ಮವೀರ, ತುಷಾರ, ಉದಯವಾಣಿ, ತರಂಗ, ವಿಜಯವಾಣಿ, ವಿಜಯಕರ್ನಾಟಕ, ಸಂಯುಕ್ತ ಕರ್ನಾಟಕ, ಮಂಜುವಾಣಿ ಮುಂತಾದ ಪತ್ರಿಕೆಗಳಲ್ಲಿ ಪ್ರಕಟಗೊಂಡಿವೆ.

parvatipit@gmail.com

ಕಾದಂಬರಿ

ಪುನರುತ್ಥಾನ

ಪಾರ್ವತಿ ಪಿಟಗಿ

ವೀರಲೋಕ

207, 2ನೇ ಮಹಡಿ, 3ನೇ ಮೇನ್
ಚಾಮರಾಜಪೇಟೆ, ಬೆಂಗಳೂರು–560018
ಮೊಬೈಲ್: 70221 22121, 88612 12172
ಇಮೇಲ್: veeralokabooks@gmail.com
ವೆಬ್‌ಸೈಟ್: www.veeralokabooks.com

PUNARUTHANA
A novel written by **Parvathi Pitagi**

Published by:
VEERALOKA BOOKS PVT. LTD.
207, 2nd Floor, 3rd Main
Chamarajpet, Bengaluru-560018

Mobile: +91 7022122121, 8861212172
E-mail: veeralokabooks@gmail.com
Website: www.veeralokabooks.com

Price: Rs. 200/-
Pages: x + 158 = 168
First Impression: May 2024

Paper used: 70 GSM NS Maplitho
Book size: 1/8th Demy

ISBN: 978-81-972006-9-4

crew
Anand Rach
Anantha Kunigal
Raju Vishnu
Govind Vishnu
Vishwajith
Mamatha
Parvathi
Punith

Cover page illustration by:
Godavari D S

Inner pages design by:
Vijaya Vikram

Printer:
Regal Print Service
Bengaluru-560026

ಅರ್ಪಣೆ

ಶ್ರಮಜೀವಿ, ಪರೋಪಕಾರಿ, ನಿಷ್ಠಾವಂತರೂ
ಪ್ರಾಮಾಣಿಕರಾಗಿ ಸಮಾಜ ಸೇವೆಗೈದ
ಉನ್ನತ ವ್ಯಕ್ತಿತ್ವದ ಮಾವನವರಾದ
ಶ್ರೀ ರಾಮಪ್ಪ ಸಿದ್ದಪ್ಪ ಪಿಟಗಿ
ಇವರಿಗೆ

ಮನದ ಮಾತು

'ಪುನರುತ್ಥಾನ' ಇದು ನನ್ನ ಹದಿನಾಲ್ಕನೇ ಕೃತಿ ಹಾಗೂ ಎಂಟನೆಯ ಪ್ರಕಟಿತ ಕಾದಂಬರಿ. ಮನದಲ್ಲಿ ಕಾದಂಬರಿ ಕಥೆ ಆವರಿಸಿ, ಕೆಲವೊಂದಿಷ್ಟು ಸಾಲುಗಳನ್ನು ಬರೆದ ನಂತರ, ಆ ಸಾಲುಗಳ ಮೇಲೆಯೇ ಕಥೆ ಹುಟ್ಟುತ್ತಾ, ಪಾತ್ರಗಳು ಗಟ್ಟಿಗೊಳ್ಳುತ್ತ ಸಾಗಿ, ಮುಂದೆ ನೂರಾರು ಸಾವಿರಾರು ಸಾಲುಗಳಾಗಿ ಪೂರ್ಣಗೊಳ್ಳುವ ಪರಿ ನಿಜಕ್ಕೂ ಕಾದಂಬರಿಕಾರರಿಗೆ ಒಂದು ಅನನ್ಯ ಅನುಭವವೇ ಸರಿ. ಅಂತಹ ಅನುಭವವನ್ನು ಸುಖವನ್ನು ಈ ಕಾದಂಬರಿ ಹುಟ್ಟಿನಲ್ಲಿಯೂ ಬೆಳವಣಿಗೆಯಲ್ಲಿಯೂ ಕೂಡ ನಾನು ಪಡೆದಿದ್ದೇನೆ.

ನಮ್ಮ ಬೆಳಗಾವಿಗೆ ಹತ್ತಿರದ ಸ್ಥಳ ವಂಟಮುರಿ ಎಂಬ ಸಂಸ್ಥಾನ ಮುಳುಗಡೆಯಾಗಿ ಈಗ ಆ ಹಾಳೂರಿನಲ್ಲಿ ಬರೀ ಕಲ್ಲು ಮಣ್ಣನ್ನು ಮಾತ್ರ ಕಾಣಬಹುದಾದ ಪ್ರದೇಶವನ್ನು ಬಹಳ ವರ್ಷಗಳ ಹಿಂದೆ ನಾನು ಕಂಡಿದ್ದುದರ ಪರಿಣಾಮವೇ ಈ ಪುನರುತ್ಥಾನ. ಅತ್ಯಂತ ಶ್ರಮ ಜೀವಿ ನಮ್ಮ ಮಾವನವರಾದ ರಾಮಪ್ಪ ಪಿಟಗಿಯವರೂ ಕೂಡ ಅಂತಹ ಸುಂದರ ಸಂಸ್ಥಾನದಲ್ಲಿ ಒಂದಿಷ್ಟು ದಿನ ಬಾಲ್ಯವನ್ನು ಕಳೆದಿದ್ದರಂತೆ. ಅವರು ಹೇಳುವ ಅಲ್ಲಿಯ ಬದುಕನ್ನು ಕಾದಂಬರಿಯನ್ನಾಗಿಸಬಾರದೇಕೆ? ಎಂಬ ಆಲೋಚನೆ ಅವರು ಬದುಕಿರುವಾಗಲೇ ಹುಟ್ಟಿತ್ತು. ಆದರೆ ಸ್ಪಷ್ಟ ಚಿತ್ರಣ ಸಿಕ್ಕಿರಲಿಲ್ಲ. ಅಂದರೆ ಸ್ವತಂತ್ರ ಪೂರ್ವ ಕಾಲದ ಬದುಕನ್ನು ಹೆಣೆಯುವುದು ಕಷ್ಟವೆನ್ನಿಸಿತು. ಆಗಲೇ ಕಾದಂಬರಿಯನ್ನು ಬರೆಯಲಿಲ್ಲವಾದರೂ ಆಗಾಗ ಆ ಆಲೋಚನೆ ನನ್ನಲ್ಲಿ ಸುಳಿಯುತ್ತಿತ್ತು. ಹೀಗೆ ಬಹಳ ವರ್ಷಗಳಿಂದ ನನ್ನಲ್ಲಿ ಅವಿತು ಕುಳಿತ ಕಥೆ ಒಂದೊಮ್ಮೆ ಹೊರಬಂದು ನನ್ನಿಂದ ಬರೆಸುತ್ತಾ ಸಾಗಿ ತಡವಾದರೂ ಪೂರ್ಣವಾಯಿತು. ಇದಕ್ಕೆ ಇನ್ನಷ್ಟು ಸಮಯ ನೀಡಿ ಮತ್ತಷ್ಟು ಅಧ್ಯಯನ ಮಾಡಿದ್ದಲ್ಲಿ ಕಾದಂಬರಿ ಪರಿಪೂರ್ಣವಾಗುತ್ತಿತ್ತೇನೋ ಎನ್ನಿಸಿತು. ಆದರೆ ಅದು ನನ್ನಿಂದಾಗದ ಕೆಲಸ. ಏಕೆಂದರೆ ನನ್ನ ಮನೆಯಲ್ಲಿಯೂ ಆಫೀಸಿನಲ್ಲಿಯೂ ಕೆಲಸದ ಒತ್ತಡ ಜೊತೆಗೆ ಹೊಸ ಕಥೆಗಳ ತರಾತುರಿ! ಮುಂದೆ ಓಟಕೀಳುವ ಅವಸರ. ಈ ಅವಸರದಲ್ಲಿ ಮುಗ್ಗರಿಸಿದ್ದೂ ಇದೆ. ಚಿಂತೆ ಇಲ್ಲ ನನಗಂತೂ

ನನ್ನ ಬರವಣಿಗೆ ಇನ್ನಿಲ್ಲದ ತೃಪ್ತಿಯನ್ನು ನೀಡುತ್ತದೆ. ಬದುಕಿಗೆ ಉತ್ಸಾಹವನ್ನು ಎರೆಯುತ್ತದೆ.

ಈ ಕಾದಂಬರಿಯನ್ನು ಕೈಗೆತ್ತಿಕೊಂಡು ಅತ್ಯಂತ ಸುಂದರವಾಗಿ ಪುಸ್ತಕ ರೂಪದಲ್ಲಿ ಪ್ರಕಟಿಸಿದ ವೀರಲೋಕದ ವೀರಕಪುತ್ರ ಎಂ ಶ್ರೀನಿವಾಸ್ ಅವರಿಗೆ ಅತ್ಯಂತ ಗೌರವಗಳಿಂದ ಕೃತಜ್ಞತೆಗಳನ್ನು ಸಲ್ಲಿಸುವೆ. ಅದೇ ರೀತಿ ಅನಂತ ಕುಣಿಗಲ್, ಮುಖಪುಟವನ್ನು ಸುಂದರವಾಗಿ ವಿನ್ಯಾಸಗೊಳಿಸಿದ ಗೋದಾವರಿಯವರಿಗೂ ಒಟ್ಟಿನಲ್ಲಿ ವೀರಲೋಕ ಪುಸ್ತಕ ಪ್ರಕಟಣಾ ಬಳಗಕ್ಕೆ ತುಂಬು ಹೃದಯದ ಕೃತಜ್ಞತೆಗಳನ್ನು ಸಲ್ಲಿಸುವೆ.

ಕಾದಂಬರಿಗೆ ಸಲಹೆ ಸೂಚನೆ ನೀಡುವುದರೊಂದಿಗೆ ಕಾದಂಬರಿಯನ್ನು ಮತ್ತಷ್ಟು ಅರ್ಥಪೂರ್ಣವನ್ನಾಗಿಸಿದ ಆತ್ಮೀಯರಾದ ಕಥೆಗಾರ ಪ್ರೇಮಶೇಖರ ಅವರಿಗೆ ಹಾಗೂ ವಂಟಮುರಿ ಸಂಸ್ಥಾನದ ಬದುಕಿನ ಚಿತ್ರಣವನ್ನು ನೀಡಿ ಕಾದಂಬರಿಯ ಬರೆಯಲು ಸಹಾಯ ಮಾಡಿದ ನಮ್ಮ ಅತ್ತೆ ಶಾಂತವ್ವ ರಾಮಪ್ಪ ಪಿಟಗಿ, ವಂಟಮುರಿಯ ಹಿರಿಯರಾದ ಶ್ರೀ ಗೋಪಾಲ ಶಿಲೇದಾರ, ನಮ್ಮ ದೊಡ್ಡ ಮಾವನವರಾದ ದಿ. ಮಾರುತಿ ಪಿಟಗಿ ಅವರಿಗೂ ಅನಂತ ಕೃತಜ್ಞತೆಗಳನ್ನು ಸಲ್ಲಿಸುವೆ. ನನ್ನ ಬರವಣಿಗೆಯ ಶಕ್ತಿಯನ್ನು ಅರಹುತ್ತಾ ನನ್ನಲ್ಲಿ ಮತ್ತಷ್ಟು ಬರೆಯುವ ಪ್ರೇರಣೆ ನೀಡುವ ಹಿರಿಯ ಪತ್ರಕರ್ತ, ಸಾಹಿತಿ ಲಕ್ಷ್ಮಣ ಕೊಡಸೆ ಅವರಿಗೂ ಕೂಡ ಗೌರವ ಸಲ್ಲಿಸುವೆ.

ಇನ್ನು ನನ್ನನ್ನು ಹಾಗೂ ನನ್ನ ಬರವಣಿಗೆಯನ್ನು ಪ್ರೀತಿಸುವ ನಮ್ಮ ಬೆಳಗಾವಿ ಜಿಲ್ಲಾ ಲೇಖಕಿಯರನ್ನು ನೆನಪಿಸಿಕೊಳ್ಳದಿರಲಾರೆ. ಹಾಗೇ ನನ್ನ ದೊಡ್ಡದಾದ ಅವಿಭಕ್ತ ಕುಟುಂಬಕ್ಕೂ ಅದರಲ್ಲಿಯೂ ಪತಿ ಅಶೋಕ, ಮಗಳು ಅಪೂರ್ವಾ ಮಗ ಪ್ರಸಾದ ಇವರಿಗೆ ನನ್ನ ಪ್ರೀತಿಯ ನೆನೆಕೆಗಳು. ಹಾಂ, ಸುಪುತ್ರ ಪ್ರಸಾದ ಪಿಟಗಿ ಇತ್ತೀಚೆಗಷ್ಟೇ ಬರವಣಿಗೆ ಲೋಕಕ್ಕಿಳಿದಿದ್ದಾನೆ. ಇದು ನಾನು ಮತ್ತಷ್ಟು ಖುಷಿಪಡಲು ಕಾರಣವಾಗಿದೆ.

ಓದುಗ ಆತ್ಮೀಯರು ಹಿತೈಷಿಗಳೆಲ್ಲರೂ ಈ ಕಾದಂಬರಿಯನ್ನು ಇಷ್ಟಪಡುವಿರಿ ಎಂಬ ನಂಬುಗೆಯಿಂದ ತಮ್ಮ ಕೈಗೆ ಇಡುತ್ತಿರುವೆ.

–ಪಾರ್ವತಿ ಪಿಟಗಿ

ಪ್ರಕಾಶಕರ ಮಾತು

ಕನ್ನಡ ಸಾಹಿತ್ಯಕ್ಕಿರುವ ಬಹುದೊಡ್ಡ ಕೊರತೆ ಅಂದರೆ, ಓದುವ ಸುಖವನ್ನು ಓದುಗ ದೊರೆಗೆ ತಲುಪಿಸೋದು ಹೇಗೆ ಎನ್ನುವುದು. ಸಮೃದ್ಧ ಸಾಹಿತ್ಯದ ತವರೂರು ಕನ್ನಡ. ಇಲ್ಲಿ ಲೇಖಕರೂ ಹೇರಳ. ಒಂದೊಳ್ಳೆ ಓದಿಗೆ, ಓದುಗ ದೊರೆ ಕಾಯುತ್ತಾನೆ ಎಂಬುದಕ್ಕೆ ವೀರಲೋಕ ಪುಸ್ತಕಗಳೇ ಸಾಕ್ಷಿಯಾಗಿವೆ. ಆದರೂ, ನಮ್ಮಲ್ಲಿ ಪುಸ್ತಕಗಳ ವಿತರಣಾ ಜಾಲವಿಲ್ಲ ಎಂಬುದು ಅತ್ಯಂತ ಖೇದಕರ. ಪುಸ್ತಕ ವಿನ್ಯಾಸ, ಮುಖಪುಟ, ಕರಡು ತಿದ್ದುವಿಕೆಯಾಗಿ ಸರ್ವಾಂಗ ಸುಂದರವಾಗಿ ಮುದ್ರಣಗೊಂಡು ಬಿಡುಗಡೆಗೊಳ್ಳುವ ತನಕದ ಪುಸ್ತಕ ಲೋಕದಲ್ಲಿ ಪ್ರತಿ ಕೆಲಸವೂ ಅತ್ಯಂತ ವೃತ್ತಿಪರತೆಯಿಂದ ನಡೆಯುತ್ತದೆ. ಆದರೆ ಅಲ್ಲಿಂದಾಚೆಗೆ ಅದು ಯಾರನ್ನು ತಲುಪಬೇಕು ಎಂಬ ವಿಷಯದಲ್ಲಿ ಇಂದಿಗೂ ಸ್ಪಷ್ಟಮಾರ್ಗಗಳಿಲ್ಲ. ರಾಜ್ಯದಾದ್ಯಂತ ಸಾವಿರಾರು ಪ್ರಕಾಶಕರಿದ್ದರೂ ಪುಸ್ತಕ ಮಾರಾಟ ಕೇಂದ್ರಗಳು ಬೆರಳೆಣಿಕೆ. ಅವರುಗಳೂ ಬಿಡುಗಡೆಗೊಳ್ಳುವ ಎಲ್ಲಾ ಕನ್ನಡ ಪುಸ್ತಕಗಳನ್ನು ಖರೀದಿಸುವುದಿಲ್ಲ. ಹಾಗಾದರೆ ಕನ್ನಡ ಪುಸ್ತಕಗಳು ಓದುಗರನ್ನು ತಲುಪುವ ಬಗೆ ಹೇಗೆ? ಅಚ್ಚರಿ ಎಂದರೆ ಪುಟ್ಟದೊಂದು ಚಾಕೋಲೇಟ್, ಶಾಂಪೂ, ಗೋಲಿ ಸೋಡಾಗಿರುವ ನೆಟ್‌ವರ್ಕ್ ಕನ್ನಡ ಪುಸ್ತಕಗಳಿಗಿಲ್ಲ. ಡಿಸ್ಟ್ರಿಬ್ಯೂಶನ್ ಜಾಲವೇ ಇಲ್ಲದ ಏಕೈಕ ಪ್ರಭಾವಿ ಕ್ಷೇತ್ರವೆಂದರೆ ಅದು ಸಾಹಿತ್ಯಲೋಕ. ಹೀಗೆ ಹೇಳೋಕೆ ಅತ್ಯಂತ ನೋವಾಗತ್ತೆ. ಇಂಥದ್ದೊಂದು ನೋವೇ ಪುಸ್ತಕ ಸಂತೆ ಆಯೋಜನೆಗೆ ಕಾರಣವಾಗಿತ್ತು. ವೀರಲೋಕ ಆಯೋಜಿಸಿದ ಪುಸ್ತಕ ಸಂತೆ ಒಂದಷ್ಟು ಹೊಸ ಭರವಸೆ ಮೂಡಿಸಿದ್ದು ಸುಳ್ಳಲ್ಲ. ವೀರಲೋಕದ ಇದುವರೆಗಿನ ಎಲ್ಲಾ ಕೆಲಸಗಳದ್ದೂ ಒಂದು ತೂಕವಾದರೆ ಪುಸ್ತಕಸಂತೆಯದ್ದೇ ಪ್ರತ್ಯೇಕ ತೂಕ. ಕನ್ನಡೇತರರು ಹೆಚ್ಚಿರುವ ಹೆಚ್‌ಎಸ್‌ಆರ್ ಬಡಾವಣೆಯಲ್ಲಿ ಆಯೋಜಿಸಿದ್ದಂತಹ ಈ ಪುಸ್ತಕ ಸಂತೆಯಲ್ಲಿ ಎಪ್ಪತ್ತೈದಕ್ಕೂ ಹೆಚ್ಚು ಪುಸ್ತಕ ಮಳಿಗೆಗಳು ಇದ್ದವು, ಇಪ್ಪತ್ತು ಸಾವಿರಕ್ಕೂ ಹೆಚ್ಚು ಸಾಹಿತ್ಯಾಸಕ್ತರು ಭಾಗವಹಿಸಿದ್ದರು ಎನ್ನುವುದು ಹೆಗ್ಗಳಿಕೆ.

ಪುಸ್ತಕ ಸಂತೆಯ ಮಹಾನ್ ಯಶಸ್ಸು, ಪುಸ್ತಕ ಮಾರಾಟವನ್ನು ಹೆಚ್ಚಿಸುವ ಮತ್ತು ಎಲ್ಲಾ ಓದುಗರನ್ನು ತಲುಪುವಂತಹ ಭರವಸೆ ಮೂಡಿಸಿದೆ. ಅದು ನೀಡಿದ ಸ್ಫೂರ್ತಿಯಿಂದಾಗಿ ರಾಜ್ಯದಾದ್ಯಂತ ಪ್ರತಿ ಎರಡು ತಿಂಗಳಿಗೊಮ್ಮೆ ಪುಸ್ತಕ ಸಂತೆಯನ್ನು ಆಯೋಜಿಸುವ ಪ್ರಯತ್ನಕ್ಕೆ ವೀರಲೋಕ ಮುಂದಾಗಿದೆ. ಈ ವರ್ಷ ಬೀದರ್ ಮತ್ತು ಬೆಂಗಳೂರಿನಲ್ಲಿ ಎರಡು ಪುಸ್ತಕ ಸಂತೆಗಳು ನಡೆಯಲಿವೆ. ಓದುಗ, ಲೇಖಕ ಮುಖಾಮುಖಿಯಾಗಿ ಅದು ಪುಸ್ತಕ ಕೊಳ್ಳಲು ಪ್ರೇರಣೆಯಾಗಲಿ ಎನ್ನುವುದು ಅದರ ಹಿಂದಿರುವ ಉದ್ದೇಶಗಳಲ್ಲೊಂದು.

ಈ ಪುಸ್ತಕ ಸಂತೆಯನ್ನು ಅಂದಗೊಳಿಸೋದು ಮತ್ತದೇ ಪುಸ್ತಕಗಳು. ಹೊಸ ಹೊಸ ಪುಸ್ತಕಗಳನ್ನು ಕೊಡುವ ನಮ್ಮ ಜವಾಬ್ದಾರಿ ಮುಂದುವರೆದಿದೆ. ಇದರ ಭಾಗವಾಗಿ ವೀರಲೋಕವು ಪಾರ್ವತಿ ಪಿಟಗಿ ಅವರ 'ಪುನರುತ್ಥಾನ' ಕಾದಂಬರಿಯನ್ನು ಹೊರತರುತ್ತಿದೆ. ಈ ಕೃತಿಯು ಹಳ್ಳಿಗಳನ್ನು ವೃದ್ಧರ ಕೇಂದ್ರಗಳನ್ನಾಗಿಸುತ್ತಿರುವ ಯುವಕರ ಮನಸ್ಥಿತಿ ಮತ್ತು ಪರಿಸ್ಥಿತಿಗಳತ್ತ ಬೀಸುವ ಬಿರುಸಿನ ಚಾಟಿ ಏಟಾಗಿದೆ. ಹಾಗಂತ ನೀವು ಅಷ್ಟಕ್ಕೇ ಇದನ್ನು ಸೀಮಿತಗೊಳಿಸುವ ಹಾಗಿಲ್ಲ! ಇಲ್ಲಿ ಸ್ವಾತಂತ್ರ್ಯಪೂರ್ವ ಕಾಲದ ಘಟನಾವಳಿಗಳ ಸಾರ್ಥಕ ನೇಯ್ಗೆ ಇದೆ. ಮನೋಭಾವಗಳ ತಾಕಲಾಟದ ಕಥೆಯಿದೆ. ಹಣ, ಆದರ್ಶಗಳ ನಡುವಿನ ಹಗ್ಗಜಗ್ಗಾಟವಿದೆ. ಅಲ್ಲಲ್ಲಿ ನಾವು ನೀವೂ ಇದ್ದೇವೆ. ಇನ್ನ್ಯಾಕೆ ತಡ..

ಈ ಕೃತಿಯನ್ನು ಓದುವ ಸುಖ ನಿಮ್ಮದಾಗಲಿ..

ವೀರಕಪುತ್ರ ಶ್ರೀನಿವಾಸ
ಪ್ರಕಾಶಕ, ವೀರಲೋಕ ಬುಕ್ಸ್

ಪುನರುತ್ಥಾನ

ಅಧ್ಯಾಯ-1

ಆ ರಣಗುಡುವ ಬಿಸಿಲಿನಲ್ಲಿ ಆ ಸ್ಥಳ ಬರಿದಾಗಿ ಭಣಗುಡುತ್ತಿತ್ತು. ಅಲ್ಲಿ ಮನೆಗಳಿದ್ದವು ಎನ್ನುವ ಕುರುಹಾಗಿ ಅಡಿಪಾಯಗಳ ಕಲ್ಲುಸಾಲುಗಳು ಅಣಕಿಸುವಂತೆ ಬಿದ್ದುಕೊಂಡಿದ್ದವು. ಒಂದು ನರಪಿಳ್ಳೆಯೂ ಇಲ್ಲದ ನೀರವತೆ. ಉಗ್ರ ಬಿಸಿಲು.

ಬಿಸಿಗಾಳಿ ಆಗಾಗ ಆ ಬಟಾಬಯಲಿನಲ್ಲಿ ತೂರಿಕೊಂಡು ಬರುತ್ತಿತ್ತು. ಅದರೊಂದಿಗೆ 'ಸೊಂಯ್' ಎಂಬ ಶಬ್ದದೊಂದಿಗೆ ಹಾರಿಕೊಂಡು ಬರುತ್ತಿದ್ದ ಮಣ್ಣಿನ ಹುಡಿ ಒಂದು ಬಗೆಯ ವಿಷಣ್ಣತೆಯನ್ನು ಹುಟ್ಟಿಸುತ್ತಿತ್ತು.

ಒಂದು ಕ್ಷಣ ಆತನಿಗೆ ಆ ಸ್ಥಳದಲ್ಲಿಯ ರಾಜನ ಆಳ್ವಿಕೆಯಲ್ಲಿ ಗತವೈಭವದ ದೃಶ್ಯ ನೆನಪಿನಾಳದಿಂದ ಹೊರಬಂದು ಮಿಂಚಿ ಮಾಯವಾಗಿ ಅರಿಯದೇ ಕಣ್ಣಂಚಿನಲ್ಲಿ ನೀರು ಜಿನುಗಿತು...

ಮೈತುಂಬ ಮನತುಂಬ ವೇದನೆ ಹುಟ್ಟಿಕೊಂಡಿತು. ಮತ್ತೆ ಮತ್ತೆ ತಾನು ಹುಟ್ಟಿ ಬೆಳೆದ ಆ ಸ್ಥಳದಲ್ಲಿನ ಅಂದಿನ ಬಾಲ್ಯವನ್ನು ನೆನೆದುಕೊಂಡ. ಇಂದು ಆ ಸ್ಥಳ ಸ್ವಲ್ಪವಾದರೂ ತನ್ನ ಕುರುಹನ್ನು ಕೂಡ ಉಳಿಸದೇ ಎಲ್ಲ ಮಂಗಮಾಯವಾದುದು ಆತನ ವೇದನೆ ಸಂಕಟವನ್ನು ಇಮ್ಮಡಿಸಿತ್ತು.

ತನ್ನ ಬದುಕಿನ ಅಂತಿಮ ದಿನಗಳನ್ನು ತಾನು ಹುಟ್ಟಿ ಬೆಳೆದ ನೆಲದಲ್ಲಿಯೇ ಕಳೆಯಬೇಕೆಂದು ಬಂದವನಿಗೆ ಆ ದೃಶ್ಯದಿಂದ ಬರಸಿಡಿಲು ಬಡಿದಂತಾಗಿತ್ತು. ಆದರೂ ಜನ್ಮಭೂಮಿಯ ಮೋಹ ಬಿಡಲೊಲ್ಲದು. ಮತ್ತೆ ಮತ್ತೆ ಸುತ್ತ ಸುಳಿದು ಆ ನೆಲಕಚ್ಚಿದ ಮನೆಗಳ ಕಲ್ಲುಗಳಿಂದಲೇ ಇದು ಅವರ ಮನೆಯಾಗಿತ್ತು, ಇಲ್ಲಿ ಎಣ್ಣೆಗಾಣ, ಅಲ್ಲಿ ಅಂಗಡಿ, ಅದೋ ರಾಜನ ಅರಮನೆ! 'ಅಯ್ಯೋ! ಯಾವ ಕಾಲಕ್ಕೂ ಯಾವ ಶಕ್ತಿಯೂ ಅಲ್ಲಾಡಿಸದಂತಿದ್ದ ಗಟ್ಟಿಮುಟ್ಟಾದ ಅರಮನೆ

ಮಂಗಮಾಯವಾಗಿದೆ! ಅದೋ ಕುದುರೆಗಳನ್ನು ಕಟ್ಟುತ್ತಿದ್ದ ಸ್ಥಳ, ಕುದುರೆ ಬೇಲಿ. ಈಚೆಯದು ಆನೆ ಕಟ್ಟುವ ಜಾಗ, ಆನೆಬೇಲಿ.

ಇದು ಬಣಜಿಗರ ಓಣಿ, ಇದು ಬ್ರಾಹ್ಮಣರ ಕೇರಿ. ಇದೇ ಇದೇ ನಮ್ಮ ಮನೆ. ಎಲ್ಲಿ ಕಳೆದುಹೋಯ್ತು? ನನ್ನವ್ವ ನನ್ನ ಒಡಹುಟ್ಟಿದವರು ಏನಾದರು?' ಎಂದು ಚಡಪಡಿಸಿದ ಆತನಿಗೆ, ಇಷ್ಟೊಂದು ವರ್ಷಗಳ ಬಳಿಕ ತನ್ನ ಮನೆ ಉಳಿದಿರಬಹುದೇ? ಎಂಬ ಸಂಶಯವಿತ್ತು ಆದರೆ ಇಲ್ಲಿ ಬಂದು ನೋಡಿದರೆ, ಆತನ ಮನೆ ಒಂದುಕಡೆ ಇರಲಿ, ಇಡೀ ಊರಿಗೆ ಊರೇ ಇಲ್ಲ. ತಮ್ಮ ರಾಮನಿಲ್ಲದಿದ್ದರೂ, ಕೊನೆಪಕ್ಷ ತಂಗಿ, ತಂಗಿಯ ಮಕ್ಕಳನ್ನು ನೋಡುವ ಹಂಬಲದಿಂದ ಬಂದಿದ್ದ. ಆಕೆಗೆ ತಾನು ಊರು ಬಿಟ್ಟು ಹೋಗುವಾಗ ಎರಡು ವರ್ಷದ ಮಗಳಿದ್ದಳು. ನಂತರ ಎಷ್ಟು ಮಕ್ಕಳು ಹುಟ್ಟಿದರೋ ಈಗ ಆಕೆಯ ಮಕ್ಕಳಿಗೆ ಮದುವೆಯೂ ಆಗಿ ಮಕ್ಕಳೂ ಹುಟ್ಟಿರಬಹುದು ಎಂದುಕೊಂಡ. ಹಾಗೆ ಮಡದಿ ಭಾರತಿಯ ನೆನಪಾಗಿ ಕಂಪಿಸಿದ್ದ. ತನ್ನ ಎಲ್ಲ ಸಂಬಂಧಿಕರನ್ನು ನೆನೆಯುತ್ತಾ ಪ್ರೀತಿ ಹಾಗೂ ಕುತೂಹಲ ಹೊತ್ತು ಬಂದವನಿಗೆ ಕಾಣಿಸಿದ್ದು ಎಲ್ಲವೂ ಬಟಾಬಯಲು!

'ನನ್ನವರು ಎಲ್ಲಿ ಎಂದು ಯಾರನ್ನು ಕೇಳುವುದು? ಮಣ್ಣನ್ನಾ ಕಲ್ಲನ್ನಾ? ಅಷ್ಟೊಂದು ದೂರದಿಂದ ತಾನು ಈ ಹಾಳು ಸುರಿವ ಭೂಮಿಯನ್ನು ನೋಡಲು ಬಂದಿರುವೆನೆ?' ಎನಿಸಿದ್ದೇ ನಿರಾಸೆ, ನೋವು ಸಂಕಟಗಳು ಮತ್ತೆ ಮೈದಳೆದು ಕಣ್ಣುಗಳು ಹನಿಗೂಡಿದವು.

ಈ ಪಾಳು ಬಿದ್ದ ಹಾಳು ಊರಿನಲ್ಲಿ ಇವರದೇನು ಕೆಲಸ ಎಂಬುದನ್ನೇ ಅರಿಯದ ಕಾರುಡ್ರೈವರ್, ಆತನನ್ನು ಹುಡುಕುತ್ತಾ ಬಂದ. ಯಾವುದೋ ಒಂದು ಆಳವಾದ ನೋವನ್ನು ಅನುಭವಿಸುತ್ತಾ, ಒಬ್ಬನೇ ಹುಚ್ಚನಂತೆ ಕಣ್ಣೀರಿಡುತ್ತಿದ್ದುದನ್ನು ಕಂಡ ಡ್ರೈವರ್ "ಸಾಹೇಬ್ರ ಏನಾತ್ರಿ? ಹಿಂಗ್ಯಾಕ ನಿಂತಿರಿ?" ಎಂದು ದಿಗಿಲು ಬಡಿದು ಕೇಳಿದ್ದ. "ಏನಂತ ಹೇಳಲಿ? ನಾ ಯಾವುದಂತ ಹೇಳಲೆಪಾ ನಿನಗ?" ಎಂದಷ್ಟೇ ನುಡಿದು ಮುಂದೆ ಕಾಣುವ ನದಿಯತ್ತ ಸಾಗಿದ. ಕಾರು ಚಾಲಕ ಆತನನ್ನು ಹಿಂಬಾಲಿಸಿದ.

'ಏನೇ ಆದರೂ ಯಾವುದೇ ಅಳಿದರೂ ತಾನು ಮಾತ್ರ ಖಂಡಿತವಾಗಿಯೂ ಉಳಿಯುವೆ, ತನಗೆ ಸಾವೇ ಇಲ್ಲ ತಾನು ಅಜರಾಮರ' ಎಂದು ಸಾರುವಂತೆ ತುಂಬಿ ಹರಿಯುತ್ತಿರುವ ಘಟಪ್ರಭಾ ನದಿ, ಬರಗಾಲದ ಹೊಡೆತಕ್ಕೆ ಸಿಲುಕಿ ನೀರಿನ ಮಟ್ಟ ತಗ್ಗಿ ಮಧ್ಯದಲ್ಲಿ ಮಾತ್ರ ಹರಿದು ಆ ಹಾಳೂರು ಕಣ್ಣಿಗೆ ಕಾಣಿಸುವಂತಾಗಿತ್ತು.

ಆ ಹರಿಯುತ್ತಿರುವ ನೀರಿಗಿಳಿದು ಕೈಕಾಲು ತೊಳೆದುಕೊಳ್ಳುತ್ತಲೇ ಬಾಲ್ಯದ ಬದುಕಿಗೆ ಜಿಗಿದಿದ್ದ. ಹರಿವ ಘಟಪ್ರಭೆ ನದಿಯೊಂದಿಗಿನ ಒಡನಾಟದ ನೆನಪು

ಉಕ್ಕಿ ಹರಿಯಿತು. ಬಟ್ಟೆ ಒಗೆಯಲು ಬರುತ್ತಿದ್ದ ಅವ್ವನೊಂದಿಗೆ ಆತನೂ ಬಂದು ಅವ್ವ ಎಷ್ಟು ಕೂಗಾಡಿದರೂ ನೀರಿನಲ್ಲಿ ಕುಳಿತವನು ಮೇಲೇಳುತ್ತಿರಲಿಲ್ಲ.

ಅದೇ ಆ ಘಟಪ್ರಭೆ ನದಿಯ ತಟದಲ್ಲಿಯೇ ಜಯದೇವನ ಶಾಲೆ. ನೇಕಾರ ಶೆಂಕ್ರೆಪ್ಪ, ಲಿಂಗಾಯತ ಶಿವರುದ್ರ ಹನಗಿ ದೇವೇಂದ್ರ, ಹಣಬರ ಹನುಮಂತಾ, ಹಾರೂರ ಶ್ರೀನಿವಾಸಾ, ಶೆಟ್ಟರ ಕುಬೇಂದ್ರಾ, ಬಡಿಗೇರ ಬಾಳಣ್ಣ, ಕುಂಬಾರ ಕಾಶಪ್ಪ, ಮೋಹನಾ, ರಮೇಶ ಮುಂತಾದವರು ಜಯದೇವನ ಸ್ನೇಹಿತರು ಅವರೆಲ್ಲ ಒಂದೇ ತರಗತಿಯಲ್ಲಿ ಓದುತ್ತಿದ್ದರು. "ಸಾಹೇಬ್ರ ಮತ್ತ ಇನ್ನೆಲ್ಲಿ ಹೋಗುದ್ರಿ?" ಪ್ರಶ್ನೆಯಿಂದ ಆತ ಕಾಣುತ್ತಿದ್ದ ಕನಸಿಗೆ ಭಂಗ ಬಂದು ನೆನಪಿನಾಳದಿಂದ ಎಚ್ಚೆತ್ತು "ಹಂ, ಎಲ್ಲಿಗೆ? ಇನ್ನೆಲ್ಲಿಗೆ ಹೋಗುದು? ಹೋಟೇಲಿಗೆ" ಆತನ ನೀರಸ ಉತ್ತರ ಆತನ ನಿರಾಸೆಯನ್ನು ಎತ್ತಿ ತೋರಿಸುತ್ತಿತ್ತು.

ಕಾರು ಆ ಹಾಳೂರಿನಿಂದ ಸ್ವಲ್ಪ ದೂರ ಚಲಿಸಿದಾಗ, ಹೊಲಗದ್ದೆಗಳು ಕಾಣಿಸತೊಡಗಿದವು. ರೋಡಿನ ಪಕ್ಕದಲ್ಲಿಯೇ ಇದ್ದ ಒಂದು ಹೊಲದಲ್ಲಿ 5–6 ಜನ ಕೆಲಸ ಮಾಡುತ್ತಿದ್ದರು. ಅಲ್ಲಿ ಕಾರು ನಿಲ್ಲಿಸಿ ಜಯದೇವಪ್ಪ ಕೆಳಗಿಳಿದು ಆ ಹಾಳೂರಿನತ್ತ ಕೈ ಮಾಡಿ ತೋರಿಸುತ್ತ, "ದೇಸಾಯಿಪುರಕ್ಕೆ ಏನಾತು? ಹಂಗ್ಯಾಕ ಹಾಳಾಗೇತಿ?" ಎಂದು ವಿಚಾರಿಸಿದಾಗ, ಅವರು ದೂರದಲ್ಲಿ ಮರದ ಬುಡದಲ್ಲಿ ಕುಳಿತ ಹಿರಿಯರೊಬ್ಬರನ್ನು ಕರೆದರು. ಮಾರವಾಡಿಯಂತೆ ಕಾಣುವ ಜಯದೇವನನ್ನು ಕಂಡು ಆ ಹಿರಿಯ ಮನುಷ್ಯ "ನೀವು ಎಲ್ಲಿಯಾರರಿ ಸಾಹೇಬ್ರ?" ಎಂದು ಕೇಳಿದ. "ನಾವು ಇಲ್ಲಿಯವರ ಆದರೆ ವಿಧಿ ನನ್ನ ದೂರ ಗುಜರಾತಕ್ಕ ಕರಕೊಂಡ ಹೋತು. ಇರಲಿ ಈ ದೇಸಾಯಿಪುರ ಏನಾತು? ಎಲ್ಲಿ ಹೋತು?" ಎಂದು ಕೇಳಿದ ಆತುರಾತುರವಾಗಿ. "ಅದು ನಿಂತಕೊಂಡ ಹೇಳುವಂತಾದ್ದು ಅಲ್ರಿ. ಅಲ್ಲೇ ಗಿಡದ ನೆಳ್ಳಿಗೆ ಕುಂತ ಮಾತಾಡೂಣ" ಎಂದು ಗಿಡದ ಬುಡಕ್ಕೆ ಆ ಹಿರಿಯ ವ್ಯಕ್ತಿ ಜಯದೇವನನ್ನು ಕರೆದೊಯ್ದ.

ಆ ದೇಸಾಯಿಪುರವೆಂಬ ರಾಜವಾಡೆ ಘಟಪ್ರಭೆ ನದಿಗೆ ಡ್ಯಾಮ್ ಕಟ್ಟಿದ ಪರಿಣಾಮದಿಂದ ಡ್ಯಾಮ್‌ನ ಹಿನ್ನೀರಿನಲ್ಲಿ ಮುಳುಗಿಹೋಯಿತು. ಅದಕ್ಕೂ ಪೂರ್ವದಲ್ಲಿಯೇ ಅರಸೊತ್ತಿಗೆ ಮುಕ್ತಾಯವಾಗಿತ್ತು. ಊರು ಮುಳುಗಡೆಯಾಗುವ ಮೊದಲೇ ವ್ಯಾಪಾರ ವಹಿವಾಟು ಸಾಕಷ್ಟು ಬದಲಿಯಾಗಿ ಅದೆಷ್ಟೋ ಜನರು ಪರ ಊರುಗಳಲ್ಲಿ ಸ್ಥಳಾಂತರಗೊಂಡಿದ್ದರು. ಸರಕಾರವೇ ಇಡೀ ಊರನ್ನು ಬೇರೆಡೆ ಸ್ಥಳಾಂತರಿಸಿ ಇಲ್ಲಿನ ಸ್ವಂತ ಮನೆ ಹೊಲ ಇದ್ದವರಿಗೆ ಸುಮಾರು ಹತ್ತು ಸಾವಿರ ರೂಪಾಯಿಗಳಿಂದ ಹನ್ನೊಂದು ಸಾವಿರ ರೂಪಾಯಿಗಳವರೆಗೆ ಪರಿಹಾರಧನ ನೀಡಿದ್ದಲ್ಲದೇ, ಅಲ್ಲಿಂದ ಸುಮಾರು ಇಪ್ಪತ್ತೈದು ಕಿಲೋ ಮೀಟರುಗಳಾಚೆ ಇರುವ ಜಾಗದಲ್ಲಿ ಹೊಸ ಊರು

ಹೊಸ ದೇಸಾಯಿಪುರವನ್ನು ಸೃಷ್ಟಿಮಾಡಿ ಅಲ್ಲಿ ಅವರಿಗೆ ನಿವೇಶನಗಳನ್ನೂ ನೀಡಿದಾಗ, ಅಲ್ಲಿನ ಜನರು ಹೊಸದೇಸಾಯಿಪುರಕ್ಕೆ ಸ್ಥಳಾಂತರಗೊಂಡರು. ಮುಳುಗಡೆಗೆ ಮೊದಲೇ ಉದ್ಯೋಗ ಕೆಟ್ಟಿದ್ದರಿಂದ ಕೆಲವೊಂದಿಷ್ಟು ನೇಕಾರರು ಊರು ಬಿಟ್ಟು ಬೆಳಗಾವಿಗೆ ಹಾಗೂ ಹತ್ತಿರದ ಊರುಗಳಾದ **ಹೆದ್ದೂರು** ಹಾಗೂ ಹುದಲಿ, ಚಂದೂರಿಗೆ ಸ್ಥಳಾಂತರಗೊಂಡಿದ್ದರು. ಹಾಗೆ ಮೊದಲೇ ಸ್ಥಳಾಂತರಗೊಂಡವರ ಕಡೆಗೆ ಮುಳುಗಡೆ ಆದ ಮೇಲೆ ಅವರ ಸಂಬಂಧಿಕರೂ ಕೂಡ ಅಲ್ಲಿಗೇ ಹೊರಟುಹೋದರು. ಎಂದೆಲ್ಲ ಸಂಕ್ಷಿಪ್ತವಾಗಿ ಹೇಳಿ ಮುಗಿಸಿ, ನದಿಯ ಆಚೆ ದಡದಲ್ಲಿ ಒಂದು ಗುಡಿಯನ್ನು ಕಟ್ಟಿರುವುದಾಗಿ ಹೇಳಿದಾಗ ಜಯದೇವಪ್ಪನಿಗೆ ಕುತೂಹಲ ಕೆರಳಿ 'ಅಲ್ಲಿ ತನಗೇನಾದರೂ ದೇಸಾಯಿಪುರದ ಕುರುಹು ಸಿಗಬಹುದೇನೋ' ಎಂದುಕೊಂಡು ಆ ಗುಡಿಯತ್ತ ಮುಖಮಾಡಿದ.

ಆ ಜನರು ತಿಳಿಸಿದಂತೆ, ಅಲ್ಲಿಂದ ಸುಮಾರು ಒಂದೂವರೆ ಕಿಲೋ ಮೀಟರ್ ಚಲಿಸಿದ ನಂತರ ಒಂದು ಸೇತುವೆ ಕಾಣಿಸಿತು. ಜಯದೇವಪ್ಪ ಆ ಸೇತುವೆ ದಾಟಿ ಗುಡಿ ಇರುವ ಸ್ಥಳಕ್ಕೆ ಧಾವಿಸಿದ.

ಸಣ್ಣದಾದ ಒಂದು ಮಂದಿರ ಆ ಮಂದಿರದ ಸುತ್ತಲೂ ಹುಲ್ಲು ಹಾಗೂ ಸಣ್ಣಪುಟ್ಟ ಗಿಡಗಳನ್ನು ಬೆಳೆಸಿದ್ದರು. ಆ ಎತ್ತರದ ಪ್ರದೇಶದಲ್ಲಿದ್ದ ಮಂದಿರದ ಪಶ್ಚಿಮ ಭಾಗದ ಕೆಳಭಾಗದಲ್ಲಿ ಕೊಂಚ ದೂರದಲ್ಲಿ ಜುಳು ಜುಳು ಹರಿವ ನದಿ. ಪೂರ್ವಭಾಗದಲ್ಲಿ ಬಾಳೆ ತೋಟ. ಒಟ್ಟಿನಲ್ಲಿ ಒಂದು ಸಲ ಅಲ್ಲಿಯ ಆ ಸುತ್ತಲಿನ ಜಾಗವನ್ನು ನೋಡಿದಾಗ ಆಹ್ಲಾದಕತೆ ಹುಟ್ಟಿಕೊಳ್ಳುತ್ತಿತ್ತು. ಆ ಸ್ಥಳ ಬಳಲಿದ ಜಯದೇವಪ್ಪ ಸ್ವಲ್ಪ ಚೇತರಿಸಿಕೊಳ್ಳುವಂತೆ ಆತನ ಮನಕ್ಕೆ ಮುದ ನೀಡಿತು.

ಮಂದಿರದ ಹೊರಬಾಗಿಲ ಚಿಲಕ ಹಾಕಲಾಗಿತ್ತು. ಒಂದು ಕ್ಷಣ, ಜಯದೇವಪ್ಪ ಬಾಗಿಲನ್ನು ತೆರೆಯಲೋ ಬೇಡವೋ ಎಂದುಕೊಳ್ಳುತ್ತಿರುವಾಗಲೇ ಯಾರೋ ಒಬ್ಬ ಮನುಷ್ಯ ಬಂದು ಬಾಗಿಲು ತೆರೆದು ಒಳಗೆ ಬರಲು ತಿಳಿಸಿದ. ಆ ಮನುಷ್ಯನನ್ನು ಹಿಂಬಾಲಿಸಿ ಒಳನಡೆದಾಗ, ಅಲ್ಲಿ ಗಣಪತಿ ವಿಗ್ರಹವನ್ನು ನೋಡಿ ಅನುಮಾನಗೊಂಡು ದಿಟ್ಟಿಸಿದ. 'ಹೌದು' ಅದು ಖಂಡಿತವಾಗಿಯೂ ದೇಸಾಯಿಪುರದ ವಿಗ್ರಹವಾಗಿತ್ತು. ಅದನ್ನು ನೋಡಿ ಅಪಾರ ನಿಧಿ ಸಿಕ್ಕಂತಾಗಿ ಒಮ್ಮೆಲೇ ದಿಗ್ಭ್ರಾಂತನಾಗಿ "ತಂದೆ ಭಗವಂತಾ" ಎಂದು ಕಿರುಚಿದ. ಆತನ ವಿಚಿತ್ರ ವರ್ತನೆಯಿಂದ ಆ ಮನುಷ್ಯ "ಸರ್ ಎಲ್ಲಿಯಾರರಿ?" ಎಂದು ಕೇಳಿದ. ಹೆಚ್ಚಿಗೆ ಏನೂ ಹೇಳಲಿಚ್ಛಿಸದೇ, "ಹಾಂ, ಗುಜರಾಥ" ಎಂದ. "ಮತ್ತ ಇಲ್ಲಿ ಹ್ಯಾಂಗ ಬಂದರಿ?" ಎಂದು ಮತ್ತೆ ಪ್ರಶ್ನಿಸಿದಾಗ, ಸಂಕ್ಷಿಪ್ತವಾಗಿ ಹೇಳಿ ಮುಗಿಸಿದ.

ಆ ಮನುಷ್ಯ ಮಂದಿರದ ಬಗ್ಗೆ ವಿವರಿಸುತ್ತ ಹಾಗೇ ಆ ಮಂದಿರದಲ್ಲಿ ದೇವತೆಯಂತೆ ಕಂಗೊಳಿಸುತ್ತಿದ್ದ ಬುದ್ಧವ್ವಳ ಫೋಟೋ ತೋರಿಸುತ್ತ ಆಕೆಯ ಅನನ್ಯ ಸೇವೆಗಾಗಿಯೇ ಆಕೆಯ ನೆನಪಿಗಾಗಿ ಗುಡಿ ಕಟ್ಟಿದ್ದನ್ನು ಹೇಳಿದಾಗ, ಯಜದೇವ ಆಶ್ಚರ್ಯ ಹಾಗೂ ಆನಂದದಿಂದ, ಪ್ರಶಾಂತ ಹಾಗೂ ಕಾಂತಿಯುತ ಮುಖಹೊತ್ತ ಆ ಬುದ್ಧವ್ವಳ ಫೋಟೋ ಕಂಡು ತನಗೆ ಅರಿವಿಲ್ಲದೇ ತಲೆಬಾಗಿ ಕೈಮುಗಿದ.

** ** **

ಜಯದೇವಪ್ಪ, ಬೆಳಗಿನಿಂದಲೇ ಬೆಳಗಾವಿಯಲ್ಲಿ ಇಳಿದುಕೊಂಡಿದ್ದ ಹೋಟೆಲ್ ತೊರೆದು, ತಾನು ಹುಟ್ಟಿಬೆಳೆದ ಊರನ್ನು ಹುಡುಕುತ್ತಾ ಸಾಗಿ ಕೊನೆಗೆ ತನ್ನ ಊರಿನ ದೃಶ್ಯ ನೋಡಿ ಕಂಗಾಲಾಗಿಹೋಗಿದ್ದ. ಹೋಗುವಾಗಿನ ಹುರುಪು ಹುಮ್ಮಸ್ಸು ಸೋರಿಹೋಗಿ ಬರುವಾಗ ನೋವು ನಿರಾಸೆಗಳೇ ತುಂಬಿಹೋಗಿದ್ದವು. ಹೀಗಾಗಿ ಆಯಾಸ ಇಮ್ಮಡಿಸಿ ರೂಮಿಗೆ ಬಂದವನೇ ಬೆಡ್ ಮೇಲೆ 'ದೊಪ್' ಎಂದು ಬಿದ್ದುಕೊಂಡ. ನೆತ್ತಿಯ ಮೇಲೆ ತಿರುಗುತ್ತಿದ್ದ ಫ್ಯಾನ್‌ನ್ನು ದಿಟ್ಟಿಸಿದ. ಗಿರಗಿರನೇ ತಿರಗುತ್ತಿರುವ ಆ ಫ್ಯಾನ್ ಹಿಂದಕ್ಕೆ ತಿರುಗಿದಂತಾಗಿ ಆತನಿಗೆ ಆತನ ಗತಕಾಲದ ನೆನಪನ್ನು ತೆರೆದಿಟ್ಟಿತು.

ದೇಸಾಯಿಪುರ ಸ್ವತಂತ್ರಪೂರ್ವ ಭಾರತದ 596 ಸಂಸ್ಥಾನಗಳಲ್ಲಿಯೇ ಒಂದು ಪ್ರಮುಖ ಹಾಗೂ ಸಂಪದ್ಭರಿತ ಸಂಸ್ಥಾನವಾಗಿತ್ತಲ್ಲದೇ ಅದು ನದಿ ತಟದಲ್ಲಿರುವುದರಿಂದ ಹಚ್ಚಹಸಿರಿನಿಂದ ಕಂಗೊಳಿಸುತ್ತಿತ್ತು. ಸುಮಾರು 24 ಹಳ್ಳಿಗಳನ್ನು ಒಳಗೊಂಡ ಆ ಸಂಸ್ಥೆಯನ್ನು ದೇಸಾಯಿ ಮನೆತನದವರು ಆಳುತ್ತಿದ್ದರು.

ದೇಸಾಯಿಪುರ ನಾಲ್ಕೂದಿಕ್ಕಿಗೂ ನಾಲ್ಕು ಅಗಸಿ ಬಾಗಿಲುಗಳನ್ನು ಹೊಂದಿತ್ತು. ಊರಿನ ಪಶ್ಚಿಮ ದಿಕ್ಕಿನಲ್ಲಿ ದಕ್ಷಿಣೋತ್ತರವಾಗಿ ಘಟಪ್ರಭೆ ಹರಿಯುತ್ತಿದ್ದಳು. ಪೂರ್ವ ದಿಕ್ಕಿನ ಎತ್ತರ ಪ್ರದೇಶದಲ್ಲಿ ಸುಂದರವಾದ ಹಾಗೂ ಸುಸಜ್ಜಿತವಾದ ಮೂರು ಅಂತಸ್ತಿನ ದೇಸಾಯಿಯವರ ರಾಜವಾಡೆ ರಾರಾಜಿಸುತ್ತಿತ್ತು.

ಅರಮನೆಯ ಸುತ್ತ ಬ್ರಾಹ್ಮಣರು. ಅವರ ನಂತರ ಬಣಜಿಗರು ನಂತರ ಬಡಿಗ. ಕುಂಬಾರ, ಕಮ್ಮಾರ ಮತ್ತು ನೇಕಾರರು. ನದಿಯ ಉದ್ದಕ್ಕೂ ವ್ಯವಸಾಯಗಾರರು, ನದಿಯ ಆಚೆ ದಡದಲ್ಲಿ ಮಾದಿಗರು, ಕಾಳಿಸಿಂಗೆ ಕಿಡಬುಡಿಕೆಗಳು ವಾಸವಾಗಿದ್ದರು. ಹೀಗೆ ಶ್ರೇಣಿಕೃತ ಓಣಿಗಳನ್ನು ಊರು ಹೊಂದಿತ್ತು.

ಅರಮನೆಯ ಮೇಲ್ಗಡೆ ವೆಂಕಟೇಶ್ವರ ದೇವಾಲಯ, ಬ್ರಾಹ್ಮಣ ಓಣಿಯಲ್ಲಿ ರಾಘವೇಂದ್ರ, ಬಣಜಿಗರ ಓಣಿಯಲ್ಲಿ ಶಂಕರಲಿಂಗ, ಮಹಾಲಕ್ಷ್ಮಿ ದೇವಸ್ಥಾನ, ಬಡಿಗ ಕಂಬಾರ ಓಣಿಯಲ್ಲಿ ಕಾಳಿಕಾದೇವಿ, ನೇಕಾರ ಓಣಿಯಲ್ಲಿ ಬನಶಂಕರಿ ದೇವಸ್ಥಾನಗಳು ಇನ್ನುಳಿದಂತೆ ವೀರಭದ್ರ ಗಣಪತಿ ದೇವಸ್ಥಾನಗಳು ಊರಹೊರಗಡೆಗಿದ್ದವು. ಇನ್ನು ಹನುಮಂತ ದೇವರ ಗುಡಿ ಎತ್ತರದಲ್ಲಿ ಗುಡ್ಡದ ಮೇಲೆ ಇತ್ತು.

ರಾಜಾ ವೀರನಗೌಡ ರಸಿಕ, ಕಲಾಪೋಷಕನಾಗಿದ್ದರಿಂದಲೂ, ಸಾಹಿತ್ಯ ಸಾಂಸ್ಕೃತಿಕ ಕಾರ್ಯಕ್ರಮಗಳನ್ನು ಪ್ರೋತ್ಸಾಹಿಸುತ್ತಿದ್ದುದರಿಂದಲೂ ಸಂಸ್ಥಾನದಲ್ಲಿ ಒಳ್ಳೊಳ್ಳೆಯ ಕಲಾವಿದರು ವಾಸಿಸುತ್ತಿದ್ದರು. ಅವರೆಲ್ಲರನ್ನೂ ಒಳ್ಳೆಯ ಆದರದಿಂದ ರಾಜಾ ಪೋಷಿಸುತ್ತಿದ್ದ.

ಪ್ರಖ್ಯಾತ ಹಾಡುಗಾರ ಈಶ್ವರಪ್ಪ, ಒಳ್ಳೆಯ ನೃತ್ಯಗಾತಿ ಪಾತ್ರದವರಾದ ಗುಲಾಬಿ, ಫಾತೀಮಾ, ಜಯಮಾಲರು ರಾಜನ ಪ್ರೋತ್ಸಾಹದಿಂದ ಕರುನಾಡ ತುಂಬೆಲ್ಲಾ ಹೆಸರು ಮಾಡಿದ್ದರು. ಅಷ್ಟೇ ಅಲ್ಲ, ಸಂಸ್ಥಾನದಲ್ಲಿ ಒಳ್ಳೊಳ್ಳೆಯ ನಾಟಕಕಾರರಿದ್ದರು. ವಿಶೇಷವಾಗಿ ನೇಕಾರ ಸಮುದಾಯದ ದೇವೇಂದ್ರ, ಹನಗಿ ಕಾಳಪ್ಪ ಬ್ಯಾಟಿ ರುದ್ರಪ್ಪ ಮುಂತಾದವರು ಸತ್ಯಹರಿಶ್ಚಂದ್ರ, ಸತ್ಯವಾನ ಸಾವಿತ್ರಿ, ಪಾರ್ವತಿ ಕಲ್ಯಾಣ ಮುಂತಾದ ನಾಟಕಗಳನ್ನು ಮಾಡುತ್ತಿದ್ದರು.

ಊರಿನ ಜನರು ಸತ್ಯಸಂಧರು, ಶ್ರಮಜೀವಿಗಳು ಆಗಿದ್ದರು. ದೊಡ್ಡವರು ಮಾತ್ರವಲ್ಲ, ಮಕ್ಕಳೂ ಕೂಡ ದುಡಿಯುತ್ತಿದ್ದರು. ವ್ಯವಸಾಯಗಾರರ ಮಕ್ಕಳು ಹೊಲತೋಟಗಳ ಕೆಲಸಗಳಲ್ಲಿ ಸಹಾಯ ಮಾಡುವುದು, ಹಸುಕುರಿಗಳನ್ನು ಮೇಯಿಸುವುದು, ನೇಕಾರರ ಮಕ್ಕಳು ಬಳಿ ತೋಡುವುದು, ಕಂಡಿಕೆ ಸುತ್ತುವುದು, ಅಣಿ ಹಾಕುವುದು, ಹೀಗೆ ಕೆಲಸಗಳಲ್ಲಿ ತೊಡಗಿಕೊಳ್ಳುತ್ತಿದ್ದರು.

ಪ್ರತಿಯೊಂದು ಮನೆ ಮುಂದೆಯೂ ವಿಶಾಲವಾದ ಅಂಗಳಗಳಲ್ಲಿ ಸಾಮಾನ್ಯವಾಗಿ ಮುಂಜಾನೆ ಹಾಗೂ ಸಾಯಂಕಾಲ ಮಕ್ಕಳ ಕಲರವದಿಂದ ಕೂಡಿರುತ್ತಿತ್ತು. ಅದರಲ್ಲಿಯೂ ಊರ ಹೊರಗೆ ಎನ್ನಿಸುವ ಆಟದ ಬೇಲಿ ಎಂದು ಕರೆಯಿಸಿಕೊಳ್ಳುವ ಬಹಳ ವಿಶಾಲವಾದ ಆ ಸ್ಥಳದಲ್ಲಿ ಪ್ರತಿದಿನ ಸಾಯಂಕಾಲ ಏಳು ವರ್ಷದ ಮಕ್ಕಳಿಂದ ಹಿಡಿದು ಹದಿನೆಂಟರ ಯುವಕರವರೆಗೂ ಆಟಕ್ಕಾಗಿ ಜಮಾಯಿಸುತ್ತಿದ್ದರು.

ಸೂರ್ಯ ಪಡುವಣದಲ್ಲಿ ಕೆಂಪಾಗಿ ತನ್ನ ಹೊಂಗಿರಣಗಳನ್ನು ಭುವಿಗೆ ಚೆಲ್ಲುವುದಕ್ಕೂ ಮಕ್ಕಳ ಆಟದಿಂದ ಹೊರಹೊಮ್ಮಿದ ಕೆಂದೂಳಿಯಿಂದಲೂ ಆಟದ ಮೈದಾನ ಒಂದು ಬಗೆಯಲ್ಲಿ ಕೆಂಪು ಕೆಂಪಾಗಿ ರಮಣೀಯವಾಗಿ ಕಾಣುತ್ತಿತ್ತು. ಆಟದ ಮೈದಾನದ ತುಂಬೆಲ್ಲ ಮಕ್ಕಳ ಹಿಂಡು ಹಿಂಡು. ಒಂದು ಕಡೆಗೆ ಗೋಲಿ ಆಟದ ಗುಂಪಾದರೆ, ಮತ್ತೊಂದು ಕಡೆಗೆ ಚಿನ್ನಿದಾಂಡು,

ಕಬಡ್ಡಿ, ಮರಕೋತಿ ಆಟ, ಬುಗುರಿ ಆಟ. ಇನ್ನು ಹೆಣ್ಣು ಮಕ್ಕಳ ಖೋಖೋ, ಕುಂಟೆಬಿಲ್ಲೆ, ಕಣ್ಣಾಮುಚ್ಚಾಲೆ, ಓಡಿಮುಟ್ಟಾಟ ಮುಂತಾದ ಆಟಗಳು ಕಾಣಿಸುತ್ತಿದ್ದವು.

ಬೇಸಿಗೆ ಕಾಲದಲ್ಲಂತೂ ಹೇಳಿಕೇಳಿ ಮಕ್ಕಳಿಗೆ ರಜೆ ಹಾಗೂ ಆಗ ಮಕ್ಕಳ ಆಟಗಳೊಂದಿಗೆ ಮತ್ತೊಂದು ವಿಶೇಷ ಆಟ ಸೇರಿಕೊಳ್ಳುತ್ತಿತ್ತು. ದೇಸಾಯಿಪುರ ಊರಿನ ಸುತ್ತಲೂ ಮಾವಿನ ತೋಪುಗಳಿದ್ದವು. ವೈಶಾಖದಲ್ಲಿ ಅವು ಬಿಟ್ಟ ಮಿಡಿಗಾಯಿಗಳನ್ನು ಹೊತ್ತು ಮುಂದೆ ಆಷಾಢದಲ್ಲಿ ಹಣ್ಣುಗಳನ್ನು ಸುರಿಯುತ್ತಿದ್ದವು. ಆ ಸಿಹಿ ಸಿಹಿ ಮಾವಿನ ಹಣ್ಣುಗಳನ್ನು ಗೀರಿ ಗೀರಿ ತಿಂದು ಆ ಮಾವಿನ ಗೊಟ್ಟಗಳನ್ನೆಲ್ಲ ಬಿಸಿಲಿಗೆ ಒಣಗಿಸಿ ಶೇಖರಿಸಿ ಅವುಗಳನ್ನೇ ಮಾವಿನ ಗೊಟ್ಟದ ಆಟವಾಡಲು ಉಪಯೋಗಿಸುತ್ತಿದ್ದರು. ಮಣ್ಣಿನಲ್ಲಿ ಒಂದು ಚೌಕಾಕಾರದ ಗೆರೆ ಹಾಕಿ ಅದರ ಮಧ್ಯೆ ಸರಿಬೆಸದಂತೆ ಗೊಟ್ಟಗಳನ್ನು ನಿಲ್ಲಿಸಿ ದೂರದಿಂದ ಚಪ್ಪಟಾಕಾರದ ಕಲ್ಲಿನಿಂದ ಗೊಟ್ಟಕ್ಕೆ ಗುರಿ ಇಟ್ಟು ಹೊಡೆದು ಬೀಳಿಸಿ ಗೊಟ್ಟಗಳನ್ನು ಗೆಲ್ಲವುದು. ಹೀಗೆ ಬಗೆ ಬಗೆಯ ಆಟದಲ್ಲಿ ಮೈಮರೆತು ತೊಡಗಿಕೊಂಡ ಮಕ್ಕಳನ್ನು ಪಾಲಕರೇ ಬಂದು "ಏ ಬರ್ತೀರೋ ಇಲ್ಲೋ? ನಿಮಗ ಮನಿ ಅಂತ ಒಂದ ಐತಿ ಅನ್ನೂದು ನೆನಪ ಐತಿ ಇಲ್ಲೋ? ಹೊಟ್ಟಿ ಅರ ಹಸೀತೈತಿ ಇಲ್ಲೋ? "ಯವ್ವಾ ಇನ್ನ ಮನೀ ಖಬರ ಐತೋ ಇಲ್ಲೋ? ಬಂದರ ಇತ್ತ ಕಲ್ಲ ಒಗದಂಗ ಬರತೀರಿ. ಕಸಾ ಬಾಂಡೆ ಒತ್ತಟ್ಟೆ ಇರಲಿ ಸಂಜಿ ಆತು ಒಂದೀಟು ದೇವರಮುಂದ ದೀಪಾ ಹಚ್ಚಿ ಕಡ್ಡಿ ಬೆಳಗೂದು ಇರತೈತಿ ಇಲ್ಲೋ?" ಎಂದೆಲ್ಲ ಮಕ್ಕಳನ್ನು ಹುಡುಕುತ್ತಾ ಬಂದು ಬೈದು ಒಂದೊಂದು ಹಟಮಾರಿ ಮಕ್ಕಳನ್ನು ಕೈಹಿಡಿದು ಎಳಕೊಂಡೇ ಸಾಗುತ್ತಿದ್ದರು.

** ** **

ರೂಮಿನ ಬೆಲ್ ಆಗುತ್ತಲೇ ಜಯದೇವಪ್ಪ ದೇಸಾಯಿಪುರದ ನೆನಪಿನಿಂದ ಹೊರಬಂದ. ಗಡಿಯಾರ ನೋಡಿದಾಗಲೇ ರಾತ್ರಿ ಒಂಭತ್ತಾಗಿದ್ದು ತಿಳಿದು, ಮೇಲೆದ್ದು ರೂಮಿನ ಬಾಗಿಲು ತೆರೆದ. ಬೆಲ್ ಮಾಡಿ ಬಾಗಿಲು ಮುಂದೆ ನಿಂತಿದ್ದ ರೂಮ್ ಬಾಯ್ "ಊಟಕ್ಕೆ ಏನ್ ತರಲಿ ಸರ್?" ಎಂದು ಕೇಳಿದ. ಜಯದೇವಪ್ಪ ಜೋಳದ ರೊಟ್ಟಿಯ ಊಟ ಸಿಕ್ಕರೆ ತೆಗೆದುಕೊಂಡು ಬರಲು ತಿಳಿಸಿದಾಗ, ರೂಮ್ ಬಾಯ್ ಊಟ ತರಲು ಓಡಿದ. ಆತ ಬರುವುದರಲ್ಲಿ ಕೈಕಾಲು ಮುಖ ತೊಳೆದುಕೊಂಡು ಚಾರ್ಜ್‌ಗೆ ಇಟ್ಟಿದ್ದ ಮೊಬೈಲ್ ಎತ್ತಿಕೊಂಡು ಅಮೇರಿಕದಲ್ಲಿದ್ದ ಮಕ್ಕಳಿಗೆ ಒಂದು ಸಲ ಕರೆ ಮಾಡಬೇಕೆನ್ನಿಸಿತು. ಆದರೆ ಅವರು ಇಷ್ಟು ಬೇಗ ಎದ್ದಿರಬೇಕಲ್ಲ ಎಂದುಕೊಂಡು ಸುಮ್ಮನಾದ. ಅಷ್ಟರಲ್ಲಿ

ರೂಮ್ ಬಾಯ್ ಬಾಗಿಲು ತೆರೆಸಿ ಊಟವಿಟ್ಟು ಉಳಿದ ಚಿಲ್ಲರೆ ಹಣವನ್ನು ಜಯದೇವನಿಗೆ ಕೊಟ್ಟು ತೆರಳತೊಡಗಿದಾಗ, ಆತನನ್ನು ತಡೆದು ಆತನ ಕೈಗೆ ಆ ಹಣವನ್ನು ಮರಳಿ ಟಿಪ್ಸ ರೂಪದಲ್ಲಿ ಕೊಟ್ಟಾಗ, ಆ ಹುಡುಗ ಕೃತಜ್ಞತಾ ಭಾವದಿಂದ ಜಯದೇವಪ್ಪನಿಗೆ ನಮಸ್ಕರಿಸಿ ರೂಮಿನ ಬಾಗಿಲು ಹಾಕುತ್ತಾ ಹೊರನಡೆದ.

ರೂಮ್ ಬಾಯ್ ತಂದಿಟ್ಟ ಊಟದ ತಟ್ಟೆಯನ್ನು ಮತ್ತೊಮ್ಮೆ ತೊಳೆದು ಊಟದ ಪ್ಯಾಕ್ ಬಿಚ್ಚಿದಾಗ ಬದನೆ ಕಾಯಿಪಲ್ಯ ಹೆಸರಿನ ಉಸುಳಿ, ಎಲ್ಲಕ್ಕಿಂತ ಹೆಚ್ಚಾಗಿ ನುಗ್ಗೆಕಾಯಿ ಸಾರು ಘಮಗುಡಿಸಿ ಆತನ ಹಸಿವೆಯನ್ನು ಇಮ್ಮಡಿಸಿದವು. ಎಲ್ಲವನ್ನೂ ತಟ್ಟೆಗೆ ಬಡಿಸಿಕೊಂಡು ರೊಟ್ಟಿ ಎತ್ತಿಕೊಂಡು ಊಟ ಮಾಡತೊಡಗಿದ. ರೊಟ್ಟಿ ಊಟ ಮಾಡಿ ಅದೆಷ್ಟೋ ವರ್ಷಗಳಾಗಿತ್ತು. ಗುಜರಾತಿನಿಂದ ಹಲವಾರು ಬಾರಿ ವ್ಯಾಪಾರಕ್ಕಾಗಿ ಕರ್ನಾಟಕಕ್ಕೆ ಬಂದಿದ್ದನಾದರೂ, ಬೆಳಗಾವಿಯ ಹತ್ತಿರ ಸುಳಿದಿರಲಿಲ್ಲ. ಆದರೆ ಹುಬ್ಬಳ್ಳಿಗೆ ಒಂದೆರಡು ಬಾರಿ ಬಂದಾಗ, ರೊಟ್ಟಿ ಊಟ ಮಾಡಿದ ನೆನಪು. ಹಾಗೇ ರೊಟ್ಟಿಯನ್ನು ನೆನಪಿಸಿಕೊಳ್ಳುತ್ತಾ ಮತ್ತೆ ಅದೇ ತನ್ನ ಊರು ದೇಸಾಯಿಪುರದ ಧ್ಯಾನ ಶುರುವಾಯಿತು. ಹೊಸ ದೇಸಾಯಿಪುರದ ಬಗ್ಗೆ ಮುಂಜಾನೆ ಆ ಹಿರಿಯರು ಹೇಳಿದ ನೆನಪಾಗಿ, ಅಲ್ಲಿಗೆ ಬೆಳಿಗ್ಗೆ ಎದ್ದಕೂಡಲೇ ಕಾರು ಮಾಡಿಕೊಂಡು ಹೋಗುವುದೆಂದುಕೊಂದು ನಿರ್ಧರಿಸಿದಾಗ, ನಾಳೆ ತಾನು ತನ್ನೂರಿನ ಜನರ ಹತ್ತಿರ, ತನ್ನ ಬಾಲ್ಯಸ್ನೇಹಿತರ ಹತ್ತಿರ ಹೋಗಲಿದ್ದೇನೆ ಎಂದು ಖುಷಿಪಡತೊಡಗಿದ. ಹಾಗೇ ತನ್ನ ಮೂಲ ಹೆಸರನ್ನು ಜ್ಞಾಪಿಸಿಕೊಂಡು, ತನ್ನ ಹೆಸರು 'ಲಕ್ಷ್ಮಣ' 'ಲಕ್ಷ್ಮಣ' ಎಂದು ಉಚ್ಚರಿಸುತ್ತಾ ಪುಳಕಿತನಾದ. ತನ್ನನ್ನು ತನಗಿಂತ ಹಿರಿಯನಾದ ಗೆಳೆಯ ಭೀಮಸೇನ 'ಲಚುಮ' ಎನ್ನುತ್ತಿದ್ದದ್ದನ್ನು ಜ್ಞಾಪಿಸಿಕೊಳ್ಳುತ್ತಾ ಆತ ತನಗೆ ಮಾಡಿದ ಮಹದುಪಕಾರವನ್ನು ಸ್ಮರಿಸಿಕೊಳ್ಳುತ್ತಾ ಮತ್ತೆ ಆ ದೇಸಾಯಿಪುರದ ನೆನಪಿನಲ್ಲಿ ತೇಲಿದ.

ಪ್ರತಿ ವರ್ಷವೂ ಮಳೆಗಾಲದಲ್ಲಿ ನದಿಯ ತಟದಲ್ಲಿಯೇ ಇರುವ ಇವರ ಶಾಲೆಗೆ ನೀರು ನುಗ್ಗುತ್ತಿತ್ತು. ಹಾಗಾಗಿ ನೀರು ತಗ್ಗುವವರೆಗೆ ಏನಿಲ್ಲವೆಂದರೂ 15 ದಿನಗಳ ಕಾಲ ಶಾಲೆಗೆ ರಜೆ ಘೋಷಿಸಲಾಗುತ್ತಿತ್ತು. ಅಂತಹ ಒಂದು ಮಳೆಗಾಲದಲ್ಲಿ ಆ ತುಂಬಿದ ನದಿಯಲ್ಲಿಯೇ ಲಕ್ಷ್ಮಣ ಈಜಲು ಹೋಗಿ ನದಿ ಹರಿವ ರಭಸಕ್ಕೆ ಹರಿದುಕೊಂಡೇ ಹೋಗುತ್ತಿದ್ದ. ರಣಗುಡುವ ಮದ್ಯಾಹ್ನನ ಹೊತ್ತು ನದಿಯಲ್ಲಿ ಬೇರೆ ಯಾರೂ ಇರಲಿಲ್ಲ ಇವನ ಪುಣ್ಯಕ್ಕೆ ಇವನಿಗಿಂತಲೂ ಎರಡು ವರ್ಷ ದೊಡ್ಡವನಾದ ಇವನ ಗೆಳೆಯ ಭೀಮರಾಯ ಕೆಳಬದಿಗೆ ಈಜುತ್ತಿದ್ದ. ಜಯದೇವ ಹರಿದುಕೊಂಡು ಬರುತ್ತಿದ್ದದ್ದನ್ನು ಕಂಡವನೇ ತಾನೂ ಇನ್ನಷ್ಟು ಮುಂದೆ ನುಗ್ಗಿ ಆತನ ಕೈಯನ್ನು ಹಿಡಿಯಹೋದ. ಆದರೆ ಸಿಗದೇ

ಕೊನೆಗೆ ಆತನ ಕಾಲು ಸಿಕ್ಕು ಗಟ್ಟಿಯಾಗಿ ಹಿಡಿದು ಜಗ್ಗುತ್ತಿದ್ದಾಗ ಅವನೊಂದಿಗೆ ಇವನೂ ನೀರಿನ ಸೆಳೆತಕ್ಕೆ ಕೊಚ್ಚಿಹೋಗುತ್ತಿದ್ದ. ಆದರೆ ಭೀಮ ಮಾತ್ರ ಆತನ ಕಾಲನ್ನು ಗಟ್ಟಿಯಾಗಿಯೇ ಹಿಡಿದಿದ್ದ. ಸ್ವಲ್ಪ ಮುಂದಕ್ಕೆ ಹೋಗುತ್ತಲೇ ನದಿಯಲ್ಲಿ ಮುಳುಗಿದ ಒಂದು ದೋಣಿಗೆ ಒಂದು ದೇಹ ಆ ಕಡೆಗೆ ಒಂದು ದೇಹ ಈ ಕಡೆಗೆ ಸಿಲುಕಿದಾಗ, ಇದೇ ಅವಕಾಶವೆಂದು ಭೀಮ "ಲಚುಮ ಹಿಡಕೋರೋ ಹಿಡುಕೋ" ಎಂದು ಕಿರುಚಿದ.

ಲಕ್ಷ್ಮಣ ಹಡಗನ್ನು ಗಟ್ಟಿಯಾಗಿ ಹಿಡಿದ. ನಂತರ ಭೀಮ ಆತನ ಕಾಲನ್ನು ಬಿಟ್ಟು ಆತನೂ ಕೂಡ ಹಡಗನ್ನು ಹಿಡಿದುಕೊಂಡ. ಸ್ವಲ್ಪಹೊತ್ತು ಸಾವರಿಸಿಕೊಂಡರು. ಅಷ್ಟರಲ್ಲಿ ಇವರ ಅದೃಷ್ಟಕ್ಕೆ ಮೂರ್ನಾಲ್ಕು ಯುವಕರು ನದಿಯ ಹತ್ತಿರ ಬರುತ್ತಿದ್ದರು ಇವರನ್ನು ಹೇಗೋ ನೀರಿನಿಂದ ದಡಕ್ಕೆ ತಂದ ನೆನಪಾಗಿ ತನ್ನನ್ನು ಕಾಪಾಡಿದ ಪುಣ್ಯಾತ್ಮ ಭೀಮ ಈಗೆಲ್ಲಿರುವನೋ ಎಂದುಕೊಂಡ.

** ** **

ಲಕ್ಷ್ಮಣ ಆ ದೇಸಾಯಿಪುರದ ನಾಟಕ ಕಲಾವಿದ ಈರಪ್ಪನ ಪುತ್ರ. ಈರಪ್ಪ ನಾಟಕಗಳಲ್ಲಿ ಡಪ್ಪು ಬಾರಿಸುತ್ತಿದ್ದ. ಆತ ಡಪ್ಪು ಬಾರಿಸುವುದರಲ್ಲಿ ಬಹಳ ಪ್ರಸಿದ್ಧನಾಗಿದ್ದನಾದರೂ ಕುಡುಕನಾಗಿದ್ದ. ಡಪ್ಪು ಬಾರಿಸುವುದರಿಂದಲೇ ದುಡ್ಡು ಸಂಪಾದಿಸುತ್ತಿದ್ದನಾದರೂ ಆ ದುಡ್ಡನ್ನೂ ಕೂಡ ಕುಡಿತದ ಚಟಕ್ಕೆ ಹಾಳು ಮಾಡುತ್ತಿದ್ದ. ಹಾಗಾಗಿ ಲಕ್ಷ್ಮಣನ ತಾಯಿ ಗಂಗವ್ವಳಿಗೆ ಇಬ್ಬರು ಅವಳಿ ಮಕ್ಕಳಾದ ರಾಮ ಲಕ್ಷ್ಮಣರನ್ನು ಹಾಗೂ ಮಗಳು ಮಹಾದೇವಿ ಒಟ್ಟು ಮೂರು ಮಕ್ಕಳನ್ನು ಸಾಕುವ ಹೊರೆ ಬಿದ್ದಿತ್ತು.

ನೇಕಾರ ಓಣಿಯಲ್ಲಿನ ಪಿತ್ರಾರ್ಜಿತ ಆಸ್ತಿಯಲ್ಲಿ ಈರಪ್ಪನ ಪಾಲಿಗೆ ಒಂದು ಸಣ್ಣ ಮನೆ ಬಂದಿತ್ತು. ಕುಲಕಸುಬು ನೇಕಾರಿಕೆಯಾಗಿದ್ದರೂ ಆತ ಎಂದೂ ಮೈಬಗ್ಗಿಸಿ ದುಡಿದವನಲ್ಲ. ಹಾಗಾಗಿ ಆತ ಮಗ್ಗವನ್ನು ಹಾಕಿ ನೇಯಲಿಲ್ಲವಾದರೂ ಆತನ ಹೆಂಡತಿ ಮಾತ್ರ ನೂಲು ತೋಡಿಕೊಡುವುದು, ಕಂಡಿಕೆ ಸುತ್ತುವುದು ಎಂದೆಲ್ಲ ಮಾಡಿ ಒಂದಿಷ್ಟು ಹಣ ಸಂಪಾದಿಸಿ ಸಂಸಾರ ಬಂಡಿ ಸಾಗಿಸುತ್ತಿದ್ದಳು. ಮಗಳು ಮಹಾದೇವಿ ಅಡುಗೆ ಕೆಲಸಕ್ಕೆ ನೆರವಾದರೆ, ಗಂಡು ಮಕ್ಕಳಾದ ರಾಮ ಲಕ್ಷ್ಮಣರು ಅವ್ವನಿಗೆ ತೋಡಲು ನೂಲನ್ನು ರೇಷ್ಮೆ ಬಳಿಗಳನ್ನು, ತಂದುಕೊಟ್ಟು ಆಕೆ ಸುತ್ತಿದ ಕಂಡಿಕೆಗಳನ್ನು ಹಟ್ಟಿಗಳನ್ನು ಮತ್ತೆ ಮಗ್ಗದ ಮನೆಗಳಿಗೆ ತಲುಪಿಸುವ ಕಾಯಕ ಮಾಡುತ್ತಿದ್ದರು.

** ** **

ಲಕ್ಷ್ಮಣ ತುಂಬಾ ಪರಿಶ್ರಮದ ಹುಡುಗನಾಗಿದ್ದ. ಹೀಗೊಂದು ರಾತ್ರಿ ಗಂಗವ್ವಳಿಗೆ ಕನಸೇನೋ ಎಂಬಂತೆ ಏನೋ ಸದ್ದಾಯಿತು ಅರ್ಧಂಬರ್ಧ ನಿದ್ದೆಯಿಂದ ಎಚ್ಚೆತ್ತು ಆ ಸದ್ದು ಜಾಸ್ತಿಯಾದಾಗ ನಿಧಾನವಾಗಿ ಎಚ್ಚರವಾದಂತಾಗಿ ಸದ್ದಿನ ಸಂಪೂರ್ಣ ಅರಿವಾಗಿ, ಈ ಅವೇಳೆಯಲ್ಲಿ ಯಾರು ಏನು ಮಾಡುತ್ತಿದ್ದಾರೆಂಬ ಕುತೂಹಲದಿಂದ ಮೇಲೆದ್ದು ಅಡುಗೆ ಮನೆಯ ಬಾಗಿಲು ತೆರೆದು ಅಲ್ಲಿ ಕುಳಿತಿದ್ದ ಲಕ್ಷ್ಮಣನ ಹತ್ತಿರ ಬಂದು "ಏ ತಮ್ಮಾ ಏನ ಮಾಡಾಕತ್ತಿಯೋ? ಎಂದಳು. ಲಕ್ಷ್ಮಣ ಚಿಮಣಿ ದೀಪದ ಮುಂದೆ ಉಪ್ಪು ಹಚ್ಚಿ ಹುರಿದ ಶೇಂಗಾ ಕಾಳುಗಳನ್ನು ಚೀಟು ಕಟ್ಟುತ್ತಿದ್ದ. "ನಾಳೆ ಬೆಳಿಗ್ಗೆ ಚಂದೂರ ಸಂತಿ ಅಲ್ಲನ? ನಿನ್ನೆನ ಚೀಟು ಕಟ್ಟಿ ಇಟ್ಟಕೋಬೇಕಾಗಿತ್ತ ಆದ್ರ ನಿನ್ನೆ ಹಂಗ ನಿದ್ದಿ ಬಂದ ಮಕ್ಕೊಂಡ ಬಿಟ್ಟಿನಿ" ಎನ್ನುತ್ತ ಮತ್ತೆ ಚೀಟು ಕಟ್ಟಲು ತಲ್ಲೀನನಾದ ಮಗನನ್ನು ಕಂಡು ತಾಯಿ ಮರುಗಿದಳು.

ಲಕ್ಷ್ಮಣನ ವಯಸ್ಸು ಸಣ್ಣದಾದರೂ ಮನೆ ಪರಿಸ್ಥಿತಿಯನ್ನು ಅರ್ಥಮಾಡಿಕೊಂಡಿದ್ದ. ಒಂದು ಪೈಸೆಯನ್ನೂ ಕೊಡದ ತಂದೆ, ತಾಯಿಯೋರ್ವಳೇ ದುಡಿದದ್ದು ಸಾಲುತ್ತಿಲ್ಲ ಎಂಬುದನ್ನು ಅರಿತುಕೊಂಡಿದ್ದ. ತನ್ನಿಂದ ಎಷ್ಟು ಸಾಧ್ಯವೋ ಅಷ್ಟು ಶ್ರಮಪಟ್ಟು ಗಳಿಸಲು ಪ್ರಯತ್ನಿಸುತ್ತಿದ್ದ. ಅಷ್ಟೇ ಅಲ್ಲ, ಗಳಿಸಿದ್ದನ್ನು ಜೋಪಾನವಾಗಿ ಉಳಿಸುತ್ತಿದ್ದ. ಹಾಗಾಗಿ ಆತನ ಹತ್ತಿರ ಸತತವಾಗಿ ಹಣದ ಕುಡಿಕೆ ಇರುತ್ತಿತ್ತು. ಗಳಿಸಿದ ಹಣದಲ್ಲಿ ಮೊದಲು ಅರ್ಧದಷ್ಟನ್ನು ಕುಡಿಕೆಗೆ ಹಾಕಿ ಉಳಿದದ್ದನ್ನು ಅವ್ವನ ಕೈಗೊಪ್ಪಿಸುತ್ತಿದ್ದ. ಕುಡಿಕೆ ತುಂಬಿದಾಗ, ಹಬ್ಬ ಹುಣ್ಣಿಮೆಗಳನ್ನು ನೋಡಿಕೊಂಡು ಕುಡಿಕೆ ಒಡೆದು ಹೊಸ ಬಟ್ಟೆ ಬರೆಯನ್ನು, ಮನೆಗೆ ಅವಶ್ಯಕ ಸಾಮಗ್ರಿಗಳನ್ನು ತೆಗೆದುಕೊಳ್ಳುತ್ತಿದ್ದ. ಲಕ್ಷ್ಮಣ ಹೀಗೆ ತಾಯಿಗೆ ನೆರವಾಗಿ ಆಕೆಯ ಸಂಸಾರದ ಭಾರವನ್ನು ಕೊಂಚವಾದರೂ ಹಗುರಗೊಳಿಸಿದ್ದ. ಹಾಗಾಗಿಯೇ ಆಕೆ ಲಕ್ಷ್ಮಣನ ಮೇಲೆ ಎಲ್ಲಿಲ್ಲದ ಪ್ರೀತಿ ಹೊತ್ತಿದ್ದಳು.

ಹೀಗೆ ಲಕ್ಷ್ಮಣನ ವಿಷಯದಲ್ಲಿ ಸಂತಸ ಸಮಾಧಾನ ಹೊಂದಿದವಳಿಗೆ ರಾಮನ ವಿಷಯದಲ್ಲಿ ಮಾತ್ರ ಚಿಂತಿಸುವಂತಾಗಿತ್ತು. ಯಾವುದರಲ್ಲಿಯೂ ಆಸಕ್ತಿಯೇ ಇಲ್ಲ. ಕಷ್ಟಕ್ಕಾಗಲಿ ಸುಖಕ್ಕಾಗಲಿ ಸ್ಪಂದಿಸುತ್ತಲೇ ಇಲ್ಲ. ಆತನ ನಡವಳಿಕೆ ಪ್ರಶ್ನೆಯಾಗಿ ಕಾಡುತ್ತಲೇ ಇರುವಾಗ, ಗಂಗವ್ವ ಹಾಗೂ ಆಕೆಯ ಗಂಡ ಈರಪ್ಪರ ಮಧ್ಯೆ ಜಗಳವಾಗಿ ಅದು ಪ್ರತಿಸಲಕ್ಕಿಂತ ಸ್ವಲ್ಪ ಉಗ್ರರೂಪ ತಾಳಿತು. ಆದರೆ ಅದೂ ಕೂಡ ಒಂದು ತಾಸಿನೊಳಗೆ ತಣ್ಣಗಾಯಿತು. ಎಲ್ಲರೂ ಊಟಕ್ಕೆ ಕುಳಿತಾಗ, ರಾಮ ಕಾಣದಾದ. ಗಂಗವ್ವ ಆತನನ್ನು ಊಟಕ್ಕಾಗಿ ಅಲ್ಲಿ ಇಲ್ಲಿ ಹುಡುಕಿ ಆತ ಕಾಣಿಸದಾದಾಗ, ಅಲ್ಲೇ ಎಲ್ಲೋ ಹೋಗಿರಬೇಕೆಂದುಕೊಂಡು ಸುಮ್ಮನಾದಳು. ಆದರೆ ಹೊತ್ತು ಮುಳುಗುವ

ಸಮಯವಾದರೂ ಆತ ಕಾಣಿಸದೇ ಹೋದಾಗ, ಎಲ್ಲರೂ ಗಾಬರಿಯಾದರು. ಒಂದೊಂದು ದಿಕ್ಕಿಗೆ ಒಬ್ಬೊಬ್ಬರಂತೆ ಹುಡುಕಾಡತೊಡಗಿದರು. ಗಂಗವ್ವಳಿಗೆ ಆತಂಕ ಉದ್ವೇಗ, ದುಃಖ ಒಮ್ಮೆಲೇ ಉಮ್ಮಳಿಸಿ ಹುಚ್ಚುಹಿಡಿದಂತಾಯಿತು.

ಮನೆಯ ಜಗಳ ರಾಮನಲ್ಲಿ ಜಿಗುಪ್ಸೆ ಹುಟ್ಟಿಸಿತು. ಅಲ್ಲಿ ನಿಲ್ಲುವುದೇ ಬೇಸರವೆನ್ನಿಸಿ ಅಲ್ಲಿಂದ ಕಾಲುಕಿತ್ತು ಹೊರಟ. ಕಾಲು ಚಲಿಸಿದತ್ತ ಸಾಗುತ್ತಿರುವಾಗ, ಜೋಡುಲಿಂಗಗಳ ದೇವಸ್ಥಾನದ ಹತ್ತಿರ ಬಂದಾಗ ಸದ್ಯಕ್ಕೆ ಆ ದೇವಸ್ಥಾನಕ್ಕೇ ಹೋದರಾಯಿತೆಂದು ಒಳಗಡಿ ಇಟ್ಟ. ಗರ್ಭಗುಡಿ ಕೀಲಿ ಹಾಕಿತ್ತು. ಕಪ್ಪು ಬಣ್ಣದಿಂದ ಮಿರಿ ಮಿರಿ ಮಿಂಚುತ್ತಿದ್ದ ಜೋಡು ಲಿಂಗಗಳಿಗೆ ಮೂರು ಪಟ್ಟೆ ವಿಭೂತಿ, ಮಧ್ಯದಲ್ಲಿ ಕುಂಕುಮ ಶೋಭಿತವಾಗಿದ್ದ ಅವುಗಳ ಕೊರಳಿಗೆ ರುದ್ರಾಕ್ಷಿ ಹಾರ, ಮಲ್ಲಿಗೆಯ ಹಾರ, ಅಷ್ಟೇ ಅಲ್ಲ ಸಂಪಿಗೆ, ಕೇದಿಗೆ, ದಾಸವಾಳ ಹೂವುಗಳಿಂದ ಅಲಂಕೃತಗೊಂಡ ಲಿಂಗಗಳು ಎದ್ದು ಬರುವಂತೆ ತೋರುತ್ತಿದ್ದವು. ರಾಮ, ಆ ಲಿಂಗಗಳನ್ನು ನೋಡುತ್ತ ಭಕ್ತಿ ಭಾವಗಳನ್ನು ತುಂಬಿಕೊಳ್ಳುತ್ತ ಕುಳಿತ. ಎಷ್ಟೋ ಹೊತ್ತಿನ ಮೇಲೆ ಮನಸ್ಸು ತಿಳಿಯಾಯಿತು. ಆಗಷ್ಟೇ ಹಸಿವಿನ ಪರಿವೆಯಾಯಿತು. ಗರ್ಭಗುಡಿಯನ್ನು ಹಾಕಿದ ಮೇಲೆ ಯಾರೋ ಭಕ್ತರು ನೈವೇದ್ಯವನ್ನು ತಂದು ಗರ್ಭಗುಡಿಯ ಹೊಸ್ತಿಲ ಮೇಲಿಟ್ಟು ಹೋಗಿದ್ದರು. ರಾಮನಿಗೆ ಮನೆಗೆ ಹೋಗಿ ಊಟಮಾಡುವ ಮನಸ್ಸಾಗದೇ, ಅದೇ ನೈವೇದ್ಯವನ್ನು ತೆಗೆದುಕೊಂಡು ಊಟ ಮಾಡಿ, ಪ್ರಾಂಗಣದಲ್ಲಿ ನೀರು ಕುಡಿದು ಮತ್ತೆ ಅಲ್ಲಿಯೇ ಕುಳಿತ. ಸ್ವಲ್ಪ ಹೊತ್ತಿನ ನಂತರ ಇವನಿಗಿಂತ ಚಿಕ್ಕ ಮಕ್ಕಳು ದೇವಸ್ಥಾನದ ಮುಂದಿರುವ ದೊಡ್ಡ ಆಲದ ಮರದ ಕೆಳಗೆ ಆಟವಾಡಲು ಬಂದರು. ಆಟ ಆಡುತ್ತ ಆಡುತ್ತ ಗುಡಿಯ ಒಳಗೂ ಬಂದು ಆತನ ಏಕಾಂತತೆಗೆ ಭಂಗ ಬಂದು ದೇವಸ್ಥಾನದ ಹಿಂದುಗಡೆಯ ಹುಣಸೆ ಮರದ ಕಡೆಗೆ ನಡೆದ. ಅಲ್ಲಿ ದನ ಕಾಯುವ ಹುಡುಗರು ಹತ್ತಿರವೇ ಇರುವ ಗುಡ್ಡಕ್ಕೆ ದನಗಳನ್ನು ಮೇಯಲು ಬಿಟ್ಟು ಬಡಿಗೆ ಹಿಡಿದು ಕುಳಿತಿದ್ದರು. ಹಾಗಾಗಿ ಆತ ಅಲ್ಲಿ ನಿಲ್ಲದೇ ಗುಡ್ಡವನ್ನು ಏರತೊಡಗಿದ. ಹಾಗೇ ಮೇಲಕ್ಕೆ ಹೋದಂತೆಲ್ಲ ಅಲ್ಲಿದ್ದ ಸ್ವಚ್ಛವಾದ ಬಂಡೆಗಲ್ಲು ಕುರುಚಲು ಗಿಡಗಳು, ತಂಗಾಳಿ ಎಲ್ಲಕ್ಕಿಂತ ಮಿಗಿಲಾಗಿ ಸ್ವಚ್ಛಂದ ಹಾಗೂ ಏಕಾಂತತೆ ಆತನನ್ನು ಪ್ರಸನ್ನಗೊಳಿಸಿದವು. 'ತಾನು ಈ ಕಡೆಗೆ ಇಂತಹ ಪ್ರಶಾಂತ ಸ್ಥಳಕ್ಕೆ ಒಮ್ಮೆಯೂ ಬರಲೇ ಇಲ್ಲವಲ್ಲ' ಎಂದುಕೊಂಡು ಹಾಗೇ ಮೇಲೆ ಹತ್ತುತ್ತ ಹೋದಾಗ, ಬಯಲು ಪ್ರದೇಶ ಕಾಣಿಸಿತು. ಅದು ಇನ್ನೂ ಪ್ರಶಾಂತ ಸ್ಥಳ. ಅಲ್ಲಿಯೇ ಒಂದು ಸಣ್ಣ ಕಲ್ಲಿನ ಗುಹೆ ಕಾಣಿಸಿತು. ಅದು ಇನ್ನೂ ಸೋಜಿಗ ಎನ್ನಿಸಿತು. ಆತ ಆ ಗುಹೆಯಲ್ಲಿ ಹೋಗಿ ಕುಳಿತ. ಯಾರೋ ದೊಡ್ಡವರು ಗುಡ್ಡದ ಮೇಲೊಂದು ಕರಡಿಪಡೆ ಇದೆ ಎಂದ ನೆನಪಾಗಿ ಅದು ಬಹುಶಃ ಇದೇ ಆಗಿರಬಹುದೆಂದುಕೊಂಡ.

ಆ ಸ್ಥಳ ಆತನಿಗೆ ಮುದ ನೀಡಿತು. ಬಿಸಿಲಿನಲ್ಲಿ ಗುಡ್ಡ ಹತ್ತಿದ್ದರಿಂದಲೂ, ದಣಿವಾಗಿದ್ದರಿಂದಲೂ ತಂಪಾದ ಗಾಳಿ ಬೀಸುತ್ತಿದ್ದರಿಂದಲೂ ಜೊಂಪು ಹತ್ತಿ ಅಲ್ಲಿಯೇ ಪವಡಿಸಿದ. ಆಳವಾದ ನಿದ್ದೆಯಲ್ಲಿ ಮುಳುಗಿಹೋದ. ಎಚ್ಚರವಾದಾಗ ಮಬ್ಬುಗತ್ತಲೆಯಾಗಿತ್ತು. ತಾನೆಲ್ಲಿದ್ದೇನೆ ಎಂಬುದನ್ನೇ ಮರೆತು ಗಾಬರಿಯಾದ. ಸಂಪೂರ್ಣವಾಗಿ ಎಚ್ಚರವಾದಾಗ, ತಾನು ಗುಡ್ಡದ ಮೇಲೆ ಬಂದದ್ದು ನೆನಪಾಯಿತು. ಸರಿಯಾಗಿ ಕಣ್ಣುಬಿಟ್ಟು ನೋಡಿದ ಸಂಪೂರ್ಣ ನಿರ್ಜನ ನೀರವ! ಆತ ಬಂದಾಗಲೂ ನಿರ್ಜನವಾಗಿಯೇ ಇತ್ತು. ಆದರೆ ಆಗ ಇನ್ನೂ ಸಂಪೂರ್ಣವಾಗಿ ಬಿಸಿಲಿತ್ತು. ಹೆದರಿಕೆ ಎನ್ನಿಸಿರಲಿಲ್ಲ. ಜೊತೆಗೆ ಪಕ್ಷಿಗಳ ಕಲರವ. ಸ್ವಲ್ಪ ಕೆಳಗಡೆ ಕಣ್ಣಿಗೆ ಕಾಣುವಷ್ಟು ದೂರದಲ್ಲಿ ದನ ಕಾಯುವವರಿದ್ದರು. ಆದರೆ ಈಗ ಯಾರೂ ಇಲ್ಲ. ಇನ್ನೂ ಸ್ವಲ್ಪಹೊತ್ತು ಇಲ್ಲಿಯೇ ಕಳೆದಲ್ಲಿ ಏನೂ ಕಾಣಿಸುವುದಿಲ್ಲವೆಂದು ಗಡಿಬಿಡಿಯಿಂದ ಮೇಲೆದ್ದ. ಸುತ್ತಲೂ ನೋಡಿದ ಯಾರ ಸುಳಿವೂ ಇಲ್ಲ. ಅಷ್ಟರಲ್ಲಿ ಭಯಾನಕವಾದ ಕೂಗು ಕೇಳಿಸಿತು.

ಅಧ್ಯಾಯ-2

ಸಂಪೂರ್ಣ ಕತ್ತಲೆಯಾದಾಗ, ಮಗನನ್ನು ಹುಡುಕುತ್ತಿದ್ದ ಗಂಗವ್ವ ಧೃತಿಗೆಟ್ಟಳು. ಮೊದಲೇ ವಿಚಿತ್ರ ಸ್ವಭಾವದ ಹುಡುಗ, ಜೊತೆಗೆ ಯಾವ ಜನರ ಸಂಪರ್ಕವೂ ಇಲ್ಲ. ಎಲ್ಲಿ ಮಾಯವಾದನೋ ಎಂದುಕೊಂಡು ಆಕೆಯ ಶೋಕ ಅಧಿಕಗೊಂಡಿತು.

ಇತ್ತ ರಾಮ ಆ ಭಯಾನಕ ಕೂಗಿನಿಂದ ಮತ್ತಷ್ಟು ಹೆದರಿ ಇನ್ನು ತಡಮಾಡುವುದು ಬೇಡವೆಂದು ಗುಡ್ಡದಿಂದ ಕೆಳಗೆ ಹೆಜ್ಜೆಹಾಕತೊಡಗಿದ. ಎಷ್ಟೇ ಅವಸರ ಮಾಡಿದರೂ ಕತ್ತಲು ಕವಿದೇ ಹೋಯಿತು. ಮುಂದೆ ದಾರಿ ಸರಿಯಾಗಿ ಕಾಣಿಸುತ್ತಿಲ್ಲ. ಎದೆ ಢವಗುಟ್ಟತೊಡಗಿತು. ಕಲ್ಲುಮುಳ್ಳುಗಳನ್ನು ತರಚಿಕೊಳ್ಳುತ್ತ ಕೆಳಗೆ ಇಳಿಯುತ್ತ ಸಾಗಿ ಅದು ಹೇಗೋ ಕೆಳಗೆ ಬಂದ. ದೇವಸ್ಥಾನದ ಕಟ್ಟೆಯ ಮೇಲೆ ಕುಳಿತು ಸುಧಾರಿಸಿಕೊಂಡು ನಿಧಾನವಾಗಿ ಮನೆಗೆ ಬಂದಾಗ, ಮನೆಯಲ್ಲಿ ಮಹಾದೇವಿಯ ಹೊರತಾಗಿ ಯಾರೂ ಇರಲಿಲ್ಲ. ಈತ ಬರುತ್ತಲೇ ಮಹಾದೇವಿ, "ಎಲ್ಲಿ ಹೋಗಿದ್ಯೋ ಭಾಡ್ಯಾ? ಇಷ್ಟೊತ್ತನಾ ಅಲ್ಲದ ಇನ್ನ ಆದ್ರೂ ನಿನ್ನ ಹುಡಿಕ್ಯಾಡಿ ಸಾಯಾಕತ್ತಾರಾ" ಎಂದು ಬೈದಾಗಲೇ ಮನೆಯವರು ತನ್ನನ್ನು ಹುಡುಕುತ್ತಿರುವ ಅರಿವಾಯಿತು.

ರಾಮ ಮನೆಗೆ ಬಂದಿರುವ ಸುದ್ದಿ ತಿಳಿದ ಗಂಗವ್ವ ಮನೆಗೆ ದೌಡಾಯಿಸಿ ಆತನನ್ನು ಹಿಡಿದುಕೊಂಡು "ಯಾಕೋ? ಎಲ್ಲಿ ಹೋಗಿದ್ಯೋ?" ಎಂದು ಕಣ್ಣೀರು ಹಾಕಿದಳು. ಅವನಿಗೋಸ್ಕರ ಎಲ್ಲರೂ ಅಷ್ಟೊಂದು ದುಃಖಪಟ್ಟರೂ ರಾಮ ಮಾತ್ರ ಏನೂ ಆಗಿಯೇ ಇಲ್ಲ ಎಂಬಂತೆ ತಟಸ್ಥನಾದ.

** ** **

ಮಗಳು ಮಹಾದೇವಿಯೊಂದಿಗೆ ಗಂಗವ್ವ ಬಟ್ಟೆತೊಳೆಯಲು ನದಿಗೆ ಹೋದಾಗ, ಮಾಹಾದೇವಿ ಒಗೆದ ಬಟ್ಟೆಗಳನ್ನು ನದಿಯ ಮಧ್ಯಕ್ಕೆ ಹೋಗಿ ಸೆಳೆದು ತರುತ್ತಿದ್ದಳು. ಹನ್ನೆರಡರ ಪೋರಿ ಅಪ್ಪ ಈರಪ್ಪನಂತೆ ಎತ್ತರದ ನಿಲುವಿನವಳು. ಅಷ್ಟೇ ಅಲ್ಲ ದುಂಡು ದುಂಡಾಗಿ ಆಗಷ್ಟೇ ಹರೆಯಕ್ಕೆ ಕಾಲಿಡುತ್ತಿದ್ದ ಆಕೆ ನೋಡುಗರ ಗಮನ ಸೆಳೆಯುವ ಆಕರ್ಷಕತೆಯನ್ನು ಹೊಂದಿದ್ದಳು. ಬೇಗ ಬೇಗನೇ ಬಟ್ಟೆಗಳನ್ನು ಸೆಳೆದು ತರುತ್ತಿದ್ದವಳನ್ನು ನೋಡಿ ಖುಷಿಯಿಂದ ಹಿಂದಿನ ಓಣಿಯ ಶಿವಕ್ಕತ್ತಿ "ಅಂತೂ ಗಂಗವ್ವನ ಮಗಳು ಬೆಳದಳವಾ. ಇನ್ನೇನ ಮನಿ ಹಾಕಿ ಕುಂದ್ರಸಿ ತೋರಸುದು" ಎಂದಳು. ಆಕೆಯ ಆ ಮಾತು ಗಂಗವ್ವಳಿಗೆ ಎಚ್ಚರಿಕೆ ನೀಡಿತ್ತು. ಆಕೆಗೇನು ಮದುವೆ ವಿಷಯ ತಲೆಯಲ್ಲಿ ಇರಲಿಲ್ಲವೆಂದಲ್ಲ ಆದರೆ ಶಿವಕ್ಕ ಹಾಗೆಂದ ನಂತರ ಜವಾಬ್ದಾರಿ ಇನ್ನಷ್ಟು ಬೆಳೆದಂತೆನ್ನಿಸಿತ್ತು. ಮುಖ್ಯವಾಗಿ ಆಕೆಯ ಮೈಮೇಲೆ ಸಾಧ್ಯವಾದಷ್ಟು ಬಂಗಾರ, ಮದುವೆ ಖರ್ಚಿಗಾಗಿ ಒಂದಿಷ್ಟು ಹಣವನ್ನು ಕೂಡಿಡಲೇಬೇಕಿತ್ತು. ಗಂಡನ ದುಡಿಮೆಯಂತೂ ಲೆಕ್ಕವಿಲ್ಲ. ಇತ್ತೀಚೆಗಂತೂ ಆತ ಸಂಸಾರಕ್ಕೆ ಹಣಕೊಡುವುದಿರಲಿ, ಗಂಗವ್ವ ದುಡಿದುದರಲ್ಲಿಯೇ ಹಣ ಕೇಳುತ್ತಿದ್ದ. ಕೊಡದೇ ಹೋದಾಗ, ರಂಪಾಟ ಮಾಡುತ್ತಿದ್ದ ಹಾಗಾಗಿ ಇನ್ನು ಮುಂದೆ ಖರ್ಚನ್ನು ಮತ್ತಷ್ಟು ಕಡಿಮೆಗೊಳಿಸಿ ಅದೇ ದುಡ್ಡನ್ನು ಮತ್ತಷ್ಟು ಕೂಡಿಡಬೇಕೆಂದುಕೊಂಡಳು.

ಗಂಗವ್ವ ಈರಪ್ಪ ಡಪ್ಪು ಬಾರಿಸಲು ಬೇರೆ ಊರಿಗೆ ಹೋದ ವೇಳೆ ನೋಡಿಕೊಂಡು ಕಳೆದ ಹೆಚ್ಚುಕಡಿಮೆ ಒಂದು ವರ್ಷದವರೆಗೆ ಕೂಡಿಟ್ಟ ಹಣಕ್ಕೆ ಮತ್ತಷ್ಟು ಸೇರಿಸಿದರಾಯಿತೆಂದು ಕೊರಳಲ್ಲಿಯ ತಾಳಿ ತೆಗೆದು ತಾಳಿಯ ಹಿಂಬಾಗಕ್ಕೆ ಸಿಗಿಸಿದ್ದ ಬೀಗದಕೈಯಿಂದ ಸಂದೂಕದ ಕೀಲಿ ತೆಗೆದು ಬಟ್ಟೆಗಂಟುಗಳ ಕೆಳಗೆ ಇಟ್ಟಿದ್ದ ಸಣ್ಣ ಡಬ್ಬಿ ತೆರೆದಾಗ ಕಾಸಿನ ಗಂಟು ಸಣ್ಣದಾಗಿತ್ತು. ಹಣ ಕಡಿಮೆಯಾದ ಚಿಂತೆ ಒಂದು ಕಡೆಯಾದರೆ, ಇಷ್ಟು ಜಾಗರೂಕವಾಗಿ ಅದೂ ಕೂಡ ಬೀಗದಕೈ ಯಾವಾಗಲೂ ತನ್ನ ಕತ್ತಲ್ಲೇ ನೇತಾಡುವಾಗ ಅದ್ಯಾರು ಎಂದು ಹಣ ಎತ್ತಿದರು ಎಂಬ ದಿಗಿಲಾಯಿತು. ಯಾವ ಮಕ್ಕಳೂ ಹೀಗೆ ಹಣ ಎತ್ತುವುದಿಲ್ಲ. ತೆಗೆದುಕೊಂಡಿದ್ದರೆ ಅದು ಗಂಡನೇ ಎಂದು ಖಾತ್ರಿಯಾಯಿತಾದರೂ ಆತ ತನ್ನ ಕತ್ತಿನಿಂದ ಬೀಗವನ್ನು ಹೇಗೆ ಎತ್ತಿಕೊಂಡ ಎಂದು ಚಿಂತಿಸುತ್ತಿದ್ದಂತೇಯೇ, ಮೊನ್ನೆ ಚಿಲಕವಿಲ್ಲದ ಅಡುಗೆ ಮನೆಯ ಬಾಗಿಲನ್ನು ಮುಂದೆ ಮಾಡಿಕೊಂಡು ತಾಳಿಯನ್ನು ಗೂಟಕ್ಕೆ ನೇತು ಹಾಕಿ ತಲೆಸ್ನಾನ ಮಾಡುವಾಗ, ಸಂದೂಕದ ಹತ್ತಿರ ಸಪ್ಪಳವಾದಂತಾಯಿತು. ಕಣ್ಣು ತೆರೆದು ನೋಡಬೇಕೆಂದರೆ, ತಲೆಗೆ ಶೀಗೆಕಾಯಿ ಹಾಕಿಕೊಂಡಿದ್ದಳು. ತೆರೆದರೆ ಎಲ್ಲಿ ಶೀಗೆಕಾಯಿ ಕಣ್ಣಲ್ಲಿ ಹೊಕ್ಕು ಉರಿಯುವುದೋ ಎಂದು ಹೆದರಿ

"ಏ ಯಾರ" ಎಂದು ಕೂಗಿದಳು. ಅಷ್ಟರಲ್ಲಿ ಸಪ್ಪಳ ನಿಂತಿತ್ತು. ಬೆಕ್ಕುಗಿಕ್ಕು ಹಾರಿರಬಹುದು ಎಂದುಕೊಂಡು ಸುಮ್ಮನಾಗಿದ್ದ ನೆನಪಾಗಿ ಗಂಡನ ಮೇಲೆ ಎಲ್ಲಿಲ್ಲದ ಸಿಟ್ಟು ಹುಟ್ಟಿ ಗಂಡ ದುಡಿದು ಕೊಡುವುದಿರಲಿ, ನಾನು ಕೂಡಿಟ್ಟ ಹಣಕ್ಕೂ ಕಣ್ಣು ಹಾಕಿದನಲ್ಲ ಎಂದು ಪರಿತಪಿಸುವಂತಾಯಿತು. ಆತನೇನಾದರೂ ಅಲ್ಲಿಯೇ ಇದ್ದಿದ್ದರೆ ಆತ ಬಾರಿಸುವ ಡಪ್ಪಿನಂತೆಯೇ ಆತನನ್ನು ಬಾರಿಸಿಬಿಡುತ್ತಿದ್ದಳೇನೋ. ಆತ ಕೈಗೆ ಸಿಗದೇ ತನ್ನ ಸಿಟ್ಟನ್ನು ಮಕ್ಕಳ ಮೇಲೆ ಹಾಕಿ ಕೂಗಾಡಿದಳು. ಅವ್ವ ಹೀಗೇಕೆ ಆಗಿದ್ದಾಳೆಂದು ಅರಿಯದ ಮಕ್ಕಳು ಗಾಬರಿಯಾಗಿದ್ದರು.

ಮಧ್ಯಾಹ್ನದ ಹೊತ್ತಿಗೆ ಕೋಪ ತಹಬಂದಿಗೆ ಬಂದು ಮನೆಯಲ್ಲಿ ಹಣ ಇಡುವುದೇ ಬೇಡವೆಂದು ಬುದ್ದವ್ವನ ಬಳಿಗೆ ನಡೆದಳು.

ಬುದ್ದವ್ವನ ಮನೆಗೆ ಹೋಗುತ್ತಲೇ ಹಣದ ಗಂಟನ್ನು ಆಕೆಗೆ ಕೊಡುತ್ತ "ಏ ಯಕ್ಕಾ ತುಗೋ ಇದನ್ನ. ಮಗಳು ಎದಿ ಉದ್ದಕ ಬೆಳೆದ ನಿಂತಾಳಾ. ಆ ಭಾವಾ ಬಿಕನೇಸಿಗೆ ಆ ಚಿಂತಿ ಇಲ್ಲಾ. ಚಿಂತಿ ಒತ್ತಟ್ಟೆ ಇರಲಿ ಆ ಹುಡುಗಿ ಮದವಿಗೆ ಬೇಕಂತ ಆಗಟ ಈಗಟ ಕೂಡಿಸಿ ಇಟ್ಟ ರೊಕ್ಕಾ ತುಡಗಲೆ ತುಗೊಂಡೈತಿ ಯವ್ವಾ ಇನ್ನ ಮನ್ಯಾಗ ಇಟ್ಟ ಉಪಯೋಗ ಇಲ್ಲಂತ ಇಲ್ಲೆ ತುಗೊಂಡ ಬಂದೀನಿ" ಎಂದು ಗೋಳು ಹೇಳಿಕೊಂಡಾಗ ಬುದ್ದವ್ವ "ಅಯ್ಯ ಇದರ ಸುಡ್ಲಿ ಅದಕ್ಕೇನ ಬಂದಿತ್ತ ಹಂತಾ ಕೆಟ್ಟಬ್ಯಾನಿ" ಎಂದು ಬೈದು ಹಣ ತೆಗೆದಿಟ್ಟುಕೊಂಡಳು. "ಯಕ್ಕಾ ಮತ್ತ ಮಾದೇವಿನ್ನ ನಿನ್ನ ಕಡೆ ಕಳಸ್ತೀನಿ ಆಕಿಗೆ ಒಂದಿಷ್ಟ ಹೆಣಕಿ, ಹಾಡು ಹೇಳಿಕೊಡು. ಇಂದ ಕೊಟ್ರ ನಾಳೆ ಗಂಡನ ಮನಿಗೆ ಹೊಕ್ಕಾಳಾ. ಹೆಣ್ಣು ಮಕ್ಕಳ ಅಂದ್ರ ಒಂದೀಟು ಹಾಡಾಕ ಹೆಣಕಿ ಹೆಣಿಯಾಕ ಗೊತ್ತಿರಬೇಕ."

"ಹೌದು ಅಂದಂಗ ಆಕಿ ಗೆಳತಿ ಆ ನಾಗರತ್ನಾ ಹ್ಯಾಂತಾ ಶ್ಯಾಣ್ಯಾ ಐತೆಲ್ಲನ? ಹೆಂತಾ ಚೆಂದ ಹಾಡತಾಳ ಆಕಿ ಕೂಡ ಇಕಿನೂ ಕಲಿಬಾರದಾ? ಇರಲಿ ಮದ್ದೇನದಾಗ ಕಳಿಸಿಕೋಡ ನಾ ಎಲ್ಲಾ ಆಕಿಗೆ ಕಲಸ್ತೀನಿ" ಎಂದು ಹೇಳಿ ಗಂಗವ್ವನ ದುಃಖ ಕಡಿಮೆಗೊಳಿಸಿ ಮನೆಗೆ ಕಳುಹಿಸಿದ್ದಳು.

ಬುದ್ಧವ್ವಾ ಒಡಪು ಕಟ್ಟಲು ಎತ್ತಿದ ಕೈ. ಆರತಿ ಕಾರ್ಯಕ್ರಮಗಳಲ್ಲಿ ಆಕೆ ಇದ್ದರೆ ಮುಗೀತು ಇನ್ನಿಲ್ಲದ ಸಡಗರ ಸಂಭ್ರಮ ಹುಟ್ಟಿಕೊಳ್ಳುತ್ತಿತ್ತು. ಆಕೆ ಒಂದು ಬಗೆಯಲ್ಲಿ ಜನಪದ ಕವಯತ್ರಿ. ಆಕೆಯ ಬಾಯಿಯಿಂದ ಆಗಿಂದಾಗಲೇ ಹನಿಗವನ ಚುಟುಕುಗಳು ಹುಟ್ಟುತ್ತಿದ್ದವು. ಆಕೆ ಪ್ರತಿ ಬಾರಿಯೂ ಗಂಡನ ಹೆಸರು ಹೇಳುವಾಗ, ಹೊಸದಾದ ಒಡಪನ್ನೇ ಕಟ್ಟಿ ಹೇಳುತ್ತಿದ್ದಳು. ಆಕೆಯ ಗಂಡನ ಹೆಸರು ದೇವೇಂದ್ರ. "ದೇವಲೋಕದ ಇಂದ್ರ ಸಕಲಸಂಪತ್ತನ್ನು ಗೆದ್ದ. ಭೂಲೋಕದ ದೇವೇಂದ್ರ ಬುದ್ಧವ್ವಳನ್ನು ಗೆದ್ದ" ಹೀಗೆ ಪ್ರಾಸಪದ

ಹೊಂದುವಂತೆ ಹೇಳುತ್ತಿದ್ದಳು. ಅಷ್ಟೇ ಅಲ್ಲ ಹೊಸದಾಗಿ ಮದುವೆ ಗೊತ್ತಾದ ಹುಡುಗಿಯರಿಗೆ ಅವರ ಗಂಡನ ಹೆಸರಿಗೆ ಪ್ರಾಸ ಪದ ಹೊಂದುವಂತೆ ಒಡಪು ಕಲಿಸುತ್ತಿದ್ದಳು. ಹಾಗಾಗಿಯೇ ಒಡಪು ಬಾರದ ಹುಡುಗಿಯರಿಗೆ ಹಿರಿ ಹೆಣ್ಣುಮಕ್ಕಳು "ಹೋಗ್ರಿ ಅಲ್ಲೆ ಬುದ್ಧವ್ವನ ಕಡೆ ಒಡಪ ಕಲೀರಿ, ಅದೇನ ಹಂಗ ಬಿಂಗಾ ಬ್ಯಾಂಗಡಿ ಇಲ್ಲದ ಗಂಡನ ಹೆಸರ ಹೇಳತೀರಿ?" ಎಂದು ಗದರಿಸಿ ಆಕೆಯ ಹತ್ತಿರ ಕಳುಹಿಸುತ್ತಿದ್ದರು. ಹಾಗೆ ಬಂದ ಹುಡುಗಿಯರಿಗೆ ಮನೆಪಾಠದಂತೆ ಒಡಪು ಕಲಿಸಿಯೇ ಕಳುಹಿಸುತ್ತಿದ್ದಳು.

ಸದಾ ಲವಲವಿಕೆಯಿಂದ ಪಾದರಸದಂತೆ ಕ್ರಿಯಾಶೀಲತೆಯಿಂದ ಓಡಾಡುತ್ತ, ಇಡೀ ಊರಿಗೇ ಊರು ತನ್ನ ಮನೆ ಊರಿನವರೆಲ್ಲ ತನ್ನವರೇ ಎಂದು ನಂಬಿ ಎಲ್ಲರ ಸೇವೆ ಮಾಡುತ್ತಲೇ ಬದುಕುತ್ತಿದ್ದ ಬುದ್ದವ್ವಳಿಗೆ ಮದುವೆಯಾಗಿ ಇಪ್ಪತ್ತು ವರ್ಷವಾದರೂ ಮಕ್ಕಳಾಗಲಿಲ್ಲ ಆದರೂ ಆಕೆಯ ಲವಲವಿಕೆಗೆ ಕುಂದುಬಾರದಂತೆ ಬದುಕನ್ನು ರಸಮಯವಾಗಿ ಸವಿಯುತ್ತಿದ್ದಳು. "ಶ್ರೀರಾಮಚಂದ್ರನಿಗೆ ಸೀತೆಯೊಬ್ಬಳೇ. ನನ್ನರಸ ದೇವೇಂದ್ರನಿಗೆ ನಾನೊಬ್ಬಳೇ" ಎಂದೆಲ್ಲ ಹೇಳಿ ನೆಮ್ಮದಿಯಿಂದ ಬೀಗುತ್ತ ಹಚ್ಚಹಸಿರಿನಂತೆ ಕಂಗೊಳಿಸುತ್ತಿದ್ದಳು ಬುದ್ದವ್ವ.

** ** **

ಲಕ್ಷ್ಮಣನ ಗೆಳೆಯ ಹಾಗೂ ರೈತ ವಿರೂಪಾಕ್ಷಪ್ಪನ ಮಗ ಶಿವಪ್ಪ ಒಳ್ಳೆಯ ಸಂಗೀತಗಾರನಾಗಿದ್ದ. ಮುಂದಿನ ದಿನಗಳಲ್ಲಿ ಜಗತ್ಪ್ರಸಿದ್ದ ಗಾಯಕನಾಗುವ ಲಕ್ಷಣ ಹೊಂದಿದ್ದ. ಅತ್ಯಂತ ಚಿಕ್ಕ ವಯಸ್ಸಿನಲ್ಲಿಯೇ ಅತ್ಯಂತ ಸುಮಧುರವಾಗಿ ಹಾಡಿ ಜನಮನ ಗಳಿಸಿದ್ದ. ಆತನ ಅಗಾಧ ಪಾಂಡಿತ್ಯ ಕಂಡ ಮಹಾರಾಜರು ಕೊಲ್ಲಾಪುರದ ಪ್ರಖ್ಯಾತ ವಿದ್ವಾಂಸ ಪಂಡಿತ್ ನಾಗಭೂಷಣರ ಹತ್ತಿರ ಸಂಗೀತ ಅಭ್ಯಾಸಕ್ಕಾಗಿ ಕಳುಹಿಸಲು ವ್ಯವಸ್ಥೆ ಮಾಡಿದರು. ಬಾಲಕ ಶಿವಪ್ಪ ಕೊಲ್ಲಾಪುರದ ಪಂಡಿತರ ಹತ್ತಿರ ಹೋಗಲು ಉತ್ಸುಕನಾದ. ಆದರೆ ತಂದೆ-ತಾಯಿ ಕಳುಹಿಸಲು ಅಳುಕಿದರು. ಕೊಲ್ಲಾಪುರ ದೂರದ ಊರು. ಆತನನ್ನು ಅಷ್ಟು ದೂರ ಕಳುಹಿಸಿದರೆ ಮುಗಿಯಿತು, ಮತ್ತೆ ಆತನನ್ನು ಕಾಣುವುದು ಯಾವಾಗಲೋ ಎಂದು ದಿಗಿಲು ಬಡಿಯಿತು. ತಂದೆ ವಿರೂಪಾಕ್ಷಪ್ಪ ಮಗ ಪ್ರಖ್ಯಾತ ಸಂಗೀತಗಾರನಾಗುವ ಆಸೆಯಲ್ಲಿ ಆತನನ್ನು ಕಳುಹಿಸಲು ತಯಾರಾಗಿದ್ದ. ಆದರೆ ತಾಯಿ ಚೆನ್ನವ್ವ ದುಃಖಿಸತೊಡಗಿದಳು. ಕೊಲ್ಲಾಪುರ ಕಂಡು ಕೇಳರಿಯದ ಊರು ಅಂತಲ್ಲಿಗೆ ಹನ್ನೆರಡು ವರುಷದ ತನ್ನ ಕಂದನನ್ನು ಕಳುಹಿಸಲು ಸಹಜವಾಗಿಯೇ ಅಳುಕಿದಳು. ಸ್ವತಃ ರಾಜರೇ ಖರ್ಚು ಕೊಟ್ಟು ಕಳುಹಿಸಲು ನಿರ್ಧರಿಸಿದ್ದರಿಂದ ರಾಜರ ಮಾತಿಗೆ ಕಟ್ಟುಬಿದ್ದಂತಾಗಿತ್ತು.

ಹಾಗಾಗಿ ಇತ್ತ ಬೇಡವೆನ್ನಲೂ ಆಗುತ್ತಿಲ್ಲ ಅತ್ತ ಕಳುಹಿಸಲೂ ಆಗುತ್ತಿಲ್ಲ. ಮಗ ಶಾಲೆಗೆ ಹೋದ ವೇಳೆಯನ್ನು ಬಿಟ್ಟು ಸತತವಾಗಿ ತಾಯಿಯ ಕಣ್ಮುಂದೇಯೇ ಓಡಾಡುವ ಹುಡುಗ. ಹೆಚ್ಚೆಂದರೆ ಆಟಕ್ಕೆ ಹೋಗುತ್ತಿದ್ದ ಆಗಲೂ ಸಹ ತಡವಾದರೆ ಚೆನ್ನವ್ವ ಹುಡುಕುತ್ತಾ ಹೋಗುತ್ತಿದ್ದಳು. ಅಂತಹ ಹುಡುಗನನ್ನು ತೊರೆದು ಬದುಕುವುದು ಕಷ್ಟವೇ ಆಗಿತ್ತು.

ಬಾಲಕ ಶಿವಪ್ಪ ಕೊಲ್ಲಾಪುರಕ್ಕೆ ಹೋಗುವ ದಿನಗಳು ಹತ್ತಿರ ಬರುತ್ತಲೇ ಚೆನ್ನವ್ವನ ದುಃಖ ಹೆಚ್ಚುತ್ತಲೇ ಹೋಯಿತು. ಇಂತಹ ವೇಳೆಯಲ್ಲಿಯೇ ಶಿವಪ್ಪನಿಗೆ ಜ್ವರ ಬಂತು. ಚೆನ್ನವ್ವ ಸತತವಾಗಿ ಎರಡು ದಿನ ರಾತ್ರಿ ಹಗಲು ಎನ್ನದೇ ಹಣೆಯ ಮೇಲೆ ತಣ್ಣೀರ ಪಟ್ಟಿ ಹಾಕಿದಳು. ಬಟ್ಟೆಯ ತುಂಡನ್ನು ನೀರಿನಲ್ಲಿ ಅದ್ದಿ ಹಿಂಡಿ ಹಣೆಯ ಮೇಲೆ ಹಾಕಿದ ಐದು ಹತ್ತು ನಿಮಿಷಗಳಲ್ಲಿ ಪಟ್ಟಿ ಒಣಗುತ್ತಿತ್ತು. ಅಷ್ಟೊಂದು ತೀವ್ರತರವಾದ ಜ್ವರ. ಚೆನ್ನವ್ವ ಊಟ ನಿದ್ರೆಯನ್ನು ಮರೆತು ಡಾಕ್ಟರು ಹೇಳಿದಂತೆ ಔಷಧ ನೀಡಿ ಉಪಚರಿಸಿದಳು. ಆಕೆಯ ನಿರಂತರ ಉಪಚಾರದಿಂದ ಶಿವಪ್ಪ ಬೇಗ ಹುಷಾರಾದ, ಆದರೆ ಚೆನ್ನವ್ವಳಿಗೆ ಮಗ ಮುಂಬಯಿಗೆ ಹೋದಾಗಲೇನಾದರೂ ಜ್ವರ ಬಂದರೆ ತನ್ನಂತೆ ಯಾರು ಆರೈಕೆ ಮಾಡುವರು ಎಂಬ ಮತ್ತೊಂದು ಹೆಚ್ಚಿನ ಚಿಂತೆ ಅಂಟಿಕೊಂಡಿತು.

ಅಂತೂ ಶಿವಪ್ಪ ಕೊಲ್ಲಾಪುರಕ್ಕೆ ಹೋಗಲು ಸಜ್ಜಾಗಿ ನಿಂತ. ಆತನ ಗೆಳೆಯರು, ಶಾಲಾ ಮಾಸ್ತರರು, ಓಣಿಯ ಜನರು ಆತನನ್ನು ಬೀಳ್ಕೊಡಲು ಬಂದಿದ್ದರು. ಲಕ್ಷ್ಮಣ ಬಹಳಷ್ಟು ಕಕ್ಕುಲತೆಯಿಂದ "ಹುಷಾರಲೆ ಹೋಗೋಲೆ. ಹೋದಮ್ಯಾಲೆ ನಮ್ಮನ್ನ ಮರೀಬ್ಯಾಡಾ ಪತ್ರಾ ಬರಿ" ಎನ್ನುವುದರಲ್ಲಿ ಗೆಳೆಯರೆಲ್ಲರ ಕಣ್ಣುಗಳಲ್ಲಿ ನೀರು ಜಿನುಗಿ, ಶಿವಪ್ಪ ಲಕ್ಷ್ಮಣನನ್ನು ತಬ್ಬಿಕೊಂಡು ದುಃಖದಲ್ಲಿಯೇ "ಮರಿಯೂದಿಲ್ಲಾ ನಿಮ್ಮನ್ನ ಹ್ಯಾಂಗ ಮರೀಲಿ?" ಎಂದಿದ್ದ ಕಣ್ಣುತುಂಬಿಕೊಂಡು. ಶಿವರುದ್ರ ಮಾಸ್ತರರಿಗೆ ನಮಸ್ಕರಿಸಲು ಹೋದಾಗ, "ನಮ್ಮೂರಿಗೆ ಕೀರ್ತಿ ತುಗೊಂಡ ಬಾಪಾ" ಎಂದು ಹರಸಿದರು. ಓಣಿಯ ಹೆಂಗಸರೆಲ್ಲ "ಪಾಪಾ ಚೆನ್ನವ್ವನ ಮಗಾ ಎಳೆ ಕಳಲು ಎಲ್ಲಾರನ್ನೂ ಬಿಟ್ಟ ಅಷ್ಟ ದೂರ ಹ್ಯಾಂಗ ಹೊಕ್ಕತೊ ಏನೊ" ಎಂದು ಮರುಗಿದ್ದರು.

ಮಗನನ್ನು ಕಳುಹಿಸಲು ಚೆನ್ನವ್ವ ಹಾಗೂ ವಿರೂಪಾಕ್ಷಪ್ಪ ಶಿವರುದ್ರ ಮಾಸ್ತರರ ಜೊತೆಯಲ್ಲಿ ಬೆಳಗಾವಿಯವರೆಗೂ ಬಂದರು. ಬಸ್ಸಿನಲ್ಲಿಯೂ ಚೆನ್ನವ್ವನ ಕಣ್ಣೀರು ನಿಲ್ಲಲಿಲ್ಲ. ದುಃಖಿಸುತ್ತಲೇ "ಚೊಲೋತಂಗ ಊಟಾ ಮಾಡ" "ಮ್ಯಾಲಿಂದ ಮ್ಯಾಲೆ ಪತ್ರಾ ಬರದ ಹಾಕ" "ನಿನ್ನ ಅರಬಿ ಸ್ವಚ್ಛಂಗ ತೊಳಕೋ" ಅಲ್ಲೆ ತಂಡಿ ಭಾಳ ಇರತೈತಿ ಕಾಣಸ್ತತಿ ಬಿಸನೀರ ಜಳಕಾ ಮಾಡ" ಎಂದೆಲ್ಲಾ ಹೇಳುವುದು ತಪ್ಪಲಿಲ್ಲ.

ಬೆಳಗಾವಿ ಬರುತ್ತಲೇ ಬಸ್ಸಿನಿಂದ ಇಳಿದು ರೈಲ್ವೆ ಸ್ಟೇಶನ್ನಿಗೆ ಹೋಗುತ್ತಲೇ ವಿರೂಪಾಕ್ಷಪ್ಪ ಒಂದು ಮರದ ನೆರಳಿಗೆ ಕುಳ್ಳಿರಿಸಿ ಚೆನ್ನವ್ವ ಕಟ್ಟಿಕೊಂಡು ತಂದಿದ್ದ ಬುತ್ತಿಯನ್ನು ಬಿಚ್ಚುವಂತೆ ತಿಳಿಸಿದ. ಚೆನ್ನವ್ವ ಎಲ್ಲರಿಗೂ ಬಾಳೆ ಎಲೆಯನ್ನು ಹಾಕಿದಳು. ವಿರೂಪಾಕ್ಷಪ್ಪ "ಹೂಂ ಮನ್ಯಾನ್ನಗತೆ ಮಾಡಬ್ಯಾಡಾ ಇನ್ನ ಹೊತ್ತ ಇಲ್ಲಾ. ನೀನು ನಮ್ಮ ಜೋಡಿನ ಊಟಾ ಮಾಡು" ಎಂದ. ಗಂಡ ಮಗನ ಜೊತೆ ಹೇಗಾದರೂ ಊಟ ಮಾಡಬಹುದು. ಆದರೆ ತಮ್ಮೊಂದಿಗಿದ್ದ, ಶಿವರುದ್ರ ಮಾಸ್ತರ ಎದುರು ಹೇಗೆ ಉಣ್ಣುವುದು ಎಂದು ಸಂಕೋಚಪಟ್ಟುಕೊಂಡಳು. ಗಂಡ ಗದರಿದಾಗ, ಅವರೊಂದಿಗೆ ತಾನೂ ಎಲೆ ಹಾಕಿಕೊಂಡಳು. ಆದರೆ ಆಕೆಗೆ ಗಂಡಸರ ಮುಂದೆ, ಅದೂ ಕೂಡ ಬೇರೆ ಪುರುಷನ ಮುಂದೆ ಕುಳಿತು ತಿಂದ ತುತ್ತು ಗಂಟಲಿನಲ್ಲಿ ಇಳಿಯುವುದೇ ಕಷ್ಟವಾಯಿತು.

ಊರಲ್ಲಿ ಯಾವುದೇ ಕಾರ್ಯಕ್ರಮವಿರಲಿ ಹೆಂಗಸರದ್ದೇ ಬೇರೆ ಪಂಕ್ತಿ, ಗಂಡಸರದ್ದೇ ಬೇರೆ ಪಂಕ್ತಿ. ಮನೆಯಲ್ಲಿಯೂ ಕೂಡ ಗಂಡಸರಿಗೆ ಮೊದಲು ಊಟಕ್ಕೆ ಕೊಟ್ಟು ನಂತರ ಹೆಂಗಸರು ಉಣ್ಣುವ ಪರಿಪಾಠದಲ್ಲಿ ಬೆಳೆದ ಹೆಣ್ಣು ಮಕ್ಕಳು ಆ ತರಹ ಸಂಕೋಚಪಟ್ಟುಕೊಳ್ಳುವುದು ಸಹಜವಾಗಿತ್ತು.

ರೈಲು ಬರುತ್ತಲೇ ಮಗನನ್ನು ಗಟ್ಟಿಯಾಗಿ ತಬ್ಬಿಕೊಂಡು ಅಳತೊಡಗಿದಳು ಚೆನ್ನವ್ವ. ವಿರೂಪಾಕ್ಷಪ್ಪ ಆಕೆಯ ಕೈಯಿಂದ ಶಿವಪ್ಪನನ್ನು ಬಲವಂತವಾಗಿ ಬಿಡಿಸಿಕೊಂಡು ರೈಲು ಹತ್ತಿಸಬೇಕಾಯಿತು. ರೈಲು ಹೋಗುವವರೆಗೂ ಕಿಟಕಿಯ ಪಕ್ಕದಲ್ಲಿಯೇ ನಿಂತಳು. ಮತ್ತೆ ಮತ್ತೆ ಅದೇ ಮಾತು. ಅದೇ ಎಚ್ಚರಿಕೆ. ಮತ್ತೆ ಅಳು. ಆಕೆಯನ್ನು ಕಂಡು ಶಿವಪ್ಪನನ್ನು ಕರೆದೊಯ್ಯುತ್ತಿದ್ದ ಶಿವರುದ್ರ ಮಾಸ್ತರು ಸಹಿತ, "ಏ ಏನೂ ಕಾಳಜಿ ಮಾಡಬ್ಯಾಡ್ರಿ ಅವ್ವಾರ. ನಾ ಆರಾಮಾಗಿ ಕರಕೊಂಡ ಹೊಕ್ಕಿನಿ" ಎಂದು ಸಮಾಧಾನ ಪಡಿಸಿದರು. ಅಷ್ಟರಲ್ಲಿ ರೈಲು ಶಿಳ್ಳೆ ಹೊಡೆಯಿತು. ವಿರೂಪಾಕ್ಷಪ್ಪ ಆಕೆಯನ್ನು ರೈಲಿನ ಹತ್ತಿರದಿಂದ ದೂರ ಈ ಕಡೆ ಎಳೆದುಕೊಂಡ. ರೈಲು ನಿಧಾನವಾಗಿ ಚಲಿಸತೊಡಗಿತು. ಸಂಪೂರ್ಣ ಚಲಿಸಿದ ಮೇಲೆಯೂ ತುಂಬಿದ ಕಂಗಳಿಂದ ಕೈ ಮೇಲೆಯೇ ಹಿಡಿದವಳನ್ನು ವಿರೂಪಾಕ್ಷಪ್ಪ ರಮಿಸಿ ಮರಳಿ ಮನೆಗೆ ಕರೆದೊಯ್ದ.

** ** **

ಒಂದು ವಾರದ ನಂತರ ಶಿವಪ್ಪ ಕೊಲ್ಲಾಪುರ ತಲುಪಿದ ವಿಷಯ ಆತ ಬರೆದ ಪತ್ರದ ಮುಖಾಂತರ ತಿಳಿಯಿತು. ಆಗಷ್ಟೇ ಚೆನ್ನವ್ವ ಸ್ವಲ್ಪ ನಿರಾಳದ ನಿಟ್ಟುಸಿರು ಬಿಟ್ಟಂತಾಗಿತ್ತು. ಆದರೂ ಕೂಡ ಆಕೆಗೆ ಮಗನ ನೆನಪು ನೆರಳಿನಂತೆ ಹಿಂಬಾಲಿಸುತ್ತಿತ್ತು. ಆ ದಿನ ಸಂಜೆ ಹಿತ್ತಲಿನ ಗಿಡಗಳಿಗೆ ನೀರು

ಹಾಕುತ್ತಲೇ ಮಗನ ಧ್ಯಾನ ಮಾಡುತ್ತಿದ್ದಳು. ಹಾಗೇ ಆಯಾಸಗೊಂಡು ಕುಳಿತು ಆಗಸವನ್ನೊಮ್ಮೆ ದಿಟ್ಟಿಸಿದಳು. ಹೊತ್ತು ಮುಳುಗುತ್ತಲಿತ್ತು ಸೂರ್ಯ ಜಾರಿ ಹೋಗಿದ್ದ. ನಿಧಾನವಾಗಿ ಮಬ್ಬು ಆವರಿಸುತ್ತಲಿತ್ತು. ಹಾಗೇ ಆ ಮುಗಿಲನ್ನೇ ನೋಡಬೇಕೆನ್ನಿಸತೊಡಗಿತು ಹಾಗಾಗಿ ಅಲ್ಲಿಯೇ ದೃಷ್ಟಿ ನೆಟ್ಟಳು. ಇನ್ನೂ ನಕ್ಷತ್ರಗಳು ಮೂಡಿರಲಿಲ್ಲ. ಒಂದು ಸಣ್ಣ ಮೋಡವೂ ಇಲ್ಲದೇ ಸಂಪೂರ್ಣ ಖಾಲಿಯಾಗಿದ್ದ ಆಗಸದಲ್ಲೊಂದು ನಕ್ಷತ್ರ ಮೂಡಿತು. ಮತ್ತೊಂದೆರಡು ನಿಮಿಷಗಳಲ್ಲಿ ಮೂರ್ನಾಲ್ಕು ನಂತರ ಮತ್ತಷ್ಟು ಸಮಯದಲ್ಲಿ ಬಹಳಷ್ಟು ಮುಂದೆ ಆಗಸದ ತುಂಬ ನಕ್ಷತ್ರಗಳು ಮಿನುಗತೊಡಗಿದವು. ಆ ದೃಶ್ಯ ಚೆನ್ನವ್ವಳಿಗೆ ಕೊಂಚ ಮುದ ನೀಡಿತು. ಸೂರ್ಯ ಚಂದ್ರ ನಕ್ಷತ್ರಗಳು ಸಾಕಷ್ಟು ಮೇಲಕ್ಕೆ ಹತ್ತಿರ ಹೋಗಲು ಸಾಧ್ಯವೇ ಇಲ್ಲ ಎನ್ನುವಷ್ಟು ಮೇಲಕ್ಕೆ ಇರುತ್ತವೆ ಎಂಬುವುದನ್ನು ಪ್ರತಿವರ್ಷ ಶ್ರಾವಣ ಮಾಸದಲ್ಲಿ ಜೋಡು ಲಿಂಗಗಳ ದೇವಸ್ಥಾನದಲ್ಲಿ ನಡೆಯುತ್ತಿದ್ದ ಪ್ರವಚನದಲ್ಲಿ ಕೇಳಿ ತಿಳಿದಿದ್ದಳು. ಅಷ್ಟು ದೂರದ ಹಾಗೂ ಮುಟ್ಟಲು ಸಾಧ್ಯವೇ ಇಲ್ಲದ ಸೂರ್ಯ ಚಂದ್ರ ನಕ್ಷತ್ರಗಳು ಕಣ್ಣಿಗೆ ಕಾಣಿಸುತ್ತವೆ. ನನ್ನ ಮಗನೂ ಹೀಗೆ ದೂರದಿಂದಲಾದರೂ ಕಾಣಿಸಬಾರದಿತ್ತೇ ಎಂದುಕೊಂಡಳು. ಅಷ್ಟರಲ್ಲಿ ಸಂಪೂರ್ಣ ಕತ್ತಲಾವರಿಸಿ ನಕ್ಷತ್ರಗಳು ಇನ್ನೂ ಪ್ರಕಾಶಮಾನವಾಗಿ ಮಿನುಗುತ್ತಿದ್ದವು. ವಿರೂಪಾಕ್ಷಪ್ಪ ಅಂದು ಹೊಲದಿಂದ ಸ್ವಲ್ಪ ತಡವಾಗಿಯೇ ಬಂದ. ಒಳಗಡಿ ಇಡುತ್ತಲೇ ಎಲ್ಲಡೆಯೂ ಕತ್ತಲು! ಚೆನ್ನವ್ವ ಎಲ್ಲಿ ಹೋದಳೋ ದೀಪವನ್ನೇಕೆ ಹಚ್ಚಿಲ್ಲವೆಂದು ದಿಗಿಲು ಬಡಿಯಿತು. “ಚೆನ್ನಿ ಚೆನ್ನಿ” ಎಂದು ಜೋರಾಗಿಯೇ ಕೂಗಿದಾಗ ಚೆನ್ನವ್ವ ಎಚ್ಚೆತ್ತು ಹಿತ್ತಲಿನಿಂದ ಒಳಗೆ ದೌಡಾಯಿಸಿ ಗಡಿಬಿಡಿಯಿಂದ ದೀಪ ಹಚ್ಚಿದಳು. ಅಂದು ಒಲ್ಲದ ಮನಸ್ಸಿನಿಂದಲೇ ಅಡುಗೆ ಮಾಡಿದಳು. ಗಂಡನ ಒತ್ತಾಯಕ್ಕೆ ಊಟದ ಶಾಸ್ತ್ರ ಮಾಡಿ ಮಲಗಿದವಳ ಮನಸ್ಸಲ್ಲಿ ಮಗ ಶಿವಪ್ಪನದೇ ಯೋಚನೆ. ಕೊಲ್ಲಾಪುರ ಅದೆಷ್ಟು ದೂರವೋ? ಇಡೀ ದಿನ ರೈಲಿನಲ್ಲಿ ಸಾಗಬೇಕಾದರೆ ಅದೆಷ್ಟು ದೂರವಿದ್ದೀತೋ? ಅಷ್ಟು ದೂರದಿಂದ ಮತ್ತೆ ಮಗ ಯಾವಾಗ ಮರಳಿ ಬರುವನೋ ಎಂದುಕೊಳ್ಳುತ್ತಲೇ ಅಳು ಬಂದಂತಾಯಿತು.

** ** **

ರಾಮ ಲಕ್ಷ್ಮಣರ ಒಂಭತ್ತನೆಯ ತರಗತಿಯ ಪರೀಕ್ಷೆ ಮುಗಿಯುವುದಕ್ಕೂ, ಗ್ರಾಮದೇವಿಯ ಜಾತ್ರೆ ಬರುವುದಕ್ಕೂ ಸರಿಹೋಯಿತು. ಊರಿನಲ್ಲಿ ಪ್ರತಿವರ್ಷ ಐದು ದಿನಗಳ ಕಾಲ ಅದ್ದೂರಿ ಜಾತ್ರೆ ಜರುಗುತ್ತಲಿತ್ತು. ಜಾತ್ರೆಗೆ ಸುತ್ತಮುತ್ತಲಿನ ಹಳ್ಳಿಗಳಿಂದ ಜನ ಬರುತ್ತಿದ್ದರು. ಊರಿನ ಜನರು ಗಂಡನ ಮನೆಗೆ ಹೋದ

ತಮ್ಮ ಹೆಣ್ಣುಮಕ್ಕಳನ್ನು ಬೀಗರು ಬಿಜ್ಜರನ್ನು ಕರೆಸುತ್ತಿದ್ದರು. ಲಕ್ಷ್ಮಣನ ಮನೆಗೂ ಕೂಡ ಅವರ ಅತ್ತೆ ಮಾವ, ಜೊತೆಗೆ ಅವರ ಮಗಳು ಭಾರತಿ ಎಲ್ಲ ಬಂದಿಳಿದರು. ಜಾತ್ರೆ ಇನ್ನೂ ಒಂದು ತಿಂಗಳಿರುವಾಗಲೇ ಮನೆಗೆ ಸುಣ್ಣ ಹಾಗೂ ಮಟ್ಟಿಯಿಂದ ಅಲಂಕರಿಸುತ್ತಿದ್ದರು. ಹಾಸಿಗೆಗಳನ್ನೆಲ್ಲ ಸ್ವಚ್ಛಗೊಳಿಸುತ್ತಿದ್ದರು. ಮನಗೆ ಬೀಗರು ಬಿಜ್ಜರು ಬಂದರೆ ಎಂದು ಕಾಳುಕಡಿಯ ಸಂತೆ ಮಾಡಿ ಶೇಖರಿಸಿಟ್ಟುಕೊಳ್ಳುತ್ತಿದ್ದರು.

ಊರಿಗೆ ತೊಟ್ಟಿಲು ಆಟದವರು, ದೊಂಬರ ಆಟದವರು, ತೊಗಲು ಗೊಂಬೆ ಆಟದವರೆಲ್ಲ ಬಂದು ಸೇರುತ್ತಿದ್ದರು. ಜಾತ್ರೆಗೆ ಮೊದಲೇ ಗ್ರಾಮದೇವಿ ದ್ಯಾಮವ್ವನ ಗುಡಿಯ ಸುತ್ತಲೂ ತಮ್ಮ ಸ್ಥಳವನ್ನು ಕಾಯ್ದಿರಿಸಿಕೊಂಡು ಆಟವನ್ನು ಕೂಡ ಪ್ರಾರಂಭಿಸಿಯೇ ಬಿಡುತ್ತಿದ್ದರು. ಈ ಆಟಗಳನ್ನು ನೋಡಲು ಆಡಲು ಸಣ್ಣ ಮಕ್ಕಳಿಗೆ ಸಂಭ್ರಮವೋ ಸಂಭ್ರಮ. ಆದರೆ ಲಕ್ಷ್ಮಣನಿಗೆ ಮಾತ್ರ ವ್ಯಾಪಾರದ ವ್ಯಸನ. ಈಗ ಹಪ್ಪಳ ಸಂಡಿಗೆ ಉಪ್ಪಿನಕಾಯಿ ಶೇಂಗಾದಂತಹ ಪುಡಿಗಾಸು ವ್ಯಾಪಾರದಿಂದ ಕುಬ್ಬಸ ಖಣದ ವ್ಯಾಪಾರಕ್ಕಿಳಿದಿದ್ದ.

ನೇಕಾರ ವೀರಭದ್ರ ಲಕ್ಷ್ಮಣನಿಗಿಂತ ಎರಡು ವರ್ಷ ದೊಡ್ಡವನಾದರೂ ಲಕ್ಷ್ಮಣನ ಒಳ್ಳೆಯ ಸ್ನೇಹಿತನಾಗಿದ್ದ. ಅವರ ಮನೆಯ ನಾಲ್ಕು ಮಗ್ಗಗಳ ಕೆಲಸಕ್ಕೆ ಕೂಲಿ ನೇಕಾರರು ಬರುತ್ತಿದ್ದರು. ಮಗ್ಗಗಳ ಸೀರೆ ಖಣಗಳಲ್ಲದೇ ಬೇರೆ ನೇಕಾರರ ಖನಗಳನ್ನೂ ಖರೀದಿಸಿ ವ್ಯಾಪಾರಸ್ಥರಿಗೆ ಮಾರಾಟ ಮಾಡುತ್ತಿದ್ದರು.

ಲಕ್ಷ್ಮಣ ಅವರ ಹತ್ತಿರ ಖನಗಳನ್ನು ತೆಗೆದುಕೊಂಡು ಊರಿನ ಸಂತೆಯಲ್ಲಲ್ಲದೇ ಹತ್ತಿರದ ಊರುಗಳ ಸಂತೆಗೂ ಹೋಗಿ ಮಾರಿಕೊಂಡು ಒಂದು ಖನಕ್ಕೆ ಹತ್ತು ಪೈಸೆ ಲಾಭಪಡೆಯುತ್ತಿದ್ದ. ಈ ಸಲದ ಜಾತ್ರೆಗೆ ಬೇರೆ ವ್ಯಾಪಾರಸ್ಥರಿಂದಲೂ ತರತರಹದ ಖನಗಳನ್ನು ಶೇಖರಿಸಿಟ್ಟುಕೊಂಡಿದ್ದ. ಹಾಗಾಗಿ ಈ ಬಾರಿ ಆತ ಖನಗಳ ವ್ಯಾಪಾರಕ್ಕೆ ಸಜ್ಜಾಗಿದ್ದ.

ಜಾತ್ರೆಯ ಅಂಗವಾಗಿ, ಐದು ದಿನಗಳ ಕಾಲ ರಾತ್ರಿ ಮನೋರಂಜನಾ ಕಾರ್ಯಕ್ರಮ ಜರುಗುತ್ತಿದ್ದವು. ರಾಜಾ ದೇವೇಗೌಡ ಹೇಳಿಕೇಳಿ ಕಲೆಗೆ ಬೆಲೆಕೊಡುತ್ತಿದ್ದರು. ಹಾಗಾಗಿ ಸುತ್ತಮುತ್ತಲಿನವರಷ್ಟೇ ಅಲ್ಲ, ಮರಾಠಾ ಪ್ರದೇಶದಿಂದಲೂ ಕಲಾವಿದರನ್ನು ಕರೆಸುತ್ತಿದ್ದರು.

ಜಾತ್ರೆಯ ಎರಡನೆಯ ದಿನ ಊರಿನವರು ಹಾಗೂ ಹತ್ತಿರದ ಗ್ರಾಮದ ಕಲಾವಿದರ ನಾಟಕವಿರುತ್ತಿತ್ತು. ಅದೇ 'ಶ್ರೀ ಕೃಷ್ಣ ಪಾರಿಜಾತ' ಎಂಬ ಈ ನಾಟಕಕ್ಕೆ ಪ್ರತಿ ವರ್ಷವೂ ಬೇರೆ ಊರಿನಿಂದ ಚುಮುನಾಳನ್ನು ಕರೆತರುತ್ತಿದ್ದರು. ಈ ಸಲವೂ ಆಲೂರಿನಿಂದ ಚುಮುನಾ ಸಂಗೀತಳನ್ನು ಕರೆತಂದಿದ್ದರು. ಅಲ್ಲದೇ ಪ್ರತಿಸಲದಂತೇ ಈ ಸಲವೂ ಆಕೆಯನ್ನು ಡಪ್ಪುಬಾರಿಸುವ ಈರಪ್ಪನ ಮನೆಯಲ್ಲಿರಿಸಿದ್ದರು.

ಚುಮುನಾ ಊರಿಗೆ ಬಂದರೆ ಮುಗಿಯಿತು. ಜನ ಆಕೆಯನ್ನು ನೋಡಲು ಮುಗಿಬೀಳುತ್ತಿದ್ದರು. ಎಷ್ಟೋ ಸಲ ಜನರ ಕಾಟದಿಂದ ತಪ್ಪಿಸಿಕೊಳ್ಳಲು ಬಾಗಿಲು ಹಾಕುವ ಪರಿಸ್ಥಿತಿಯು ಒದಗುತ್ತಿತ್ತು.

ಚುಮುನಾ ಈರಪ್ಪನ ಮನೆಗೆ ಬರುವ ಸುದ್ದಿ ತಿಳಿಯುತ್ತಲೇ ಲಕ್ಷ್ಮಣನ ಗೆಳೆಯರು ಆತನನ್ನು ಕಾಣುವ ನೆಪ ಮಾಡಿಕೊಂಡು ಚುಮುನಾಳನ್ನು ನೋಡಲು ಬಂದರು. ಮಹಾದೇವಿಯ ಗೆಳತಿ ನಾಗರತ್ನಳಂತೂ ಚುಮುನಾಳನ್ನು ನೋಡುವ ಇನ್ನಿಲ್ಲದ ಕುತೂಹಲ ಮತ್ತು ಖುಷಿಯಿಂದ ದೌಡಾಯಿಸಿದಳು.

ನಾಗರತ್ನಾ ಚಿಮುನಾ ಬರುವ ಮುಂಚಿತವಾಗಿಯೇ ಗೆಳತಿ ಮಹಾದೇವಿಯ ಮನೆ ಸೇರಿದ್ದಳು. ಆಕೆ ಬರುವುದನ್ನೇ ಕಾಯುತ್ತ ಕುಳಿತರು. ಇನ್ನೇನು 'ಆಕೆ ಬರುತ್ತಾಳೆ' ಎಂಬ ಸುದ್ದಿ ಬರುತ್ತಲೇ ಎಲ್ಲರೂ ಆಕೆಯನ್ನು ಬರಮಾಡಿಕೊಳ್ಳಲು ತಯಾರಾಗಿ ಬಾಗಿಲ ಮುಂದೆ ನಿಂತರು. ಚುಮುನಾ ಎಂಬ ಸುಂದರ ಬೆಡಗಿ ಮನೆ ಮುಂದೆ ಬಂದು ನಿಂತಳು. ಆಗ ನಾಗರತ್ನಳಂತೂ ಆಕೆಯನ್ನು ಅಡಿಯಿಂದ ಮುಡಿಯವರೆಗೂ ಅವಲೋಕಿಸಿದಳು. ಕಾಲಲ್ಲಿ ಗೆಜ್ಜೆ ತೋಡೆ, ಕೈಯಲ್ಲಿ ಬಂಗಾರದ ಬಳೆಗಳು, ಜರತಾರಿ ಸೀರೆ, ತೆಳ್ಳನೆಯ ಬೆಳ್ಳನೆಯ ಸುಂದರಿಯನ್ನು ನೋಡಿದಷ್ಟು ಇನ್ನೂ ನೋಡಬೇಕೆಂಬ ಹಂಬಲ ಹುಟ್ಟುತ್ತಿತ್ತು. ಗಂಗವ್ವ ಆಕೆಗೆ ನಿವಾಳಿಸಿ ತೆಗೆದು ಕಾಲಿಗೆ ನೀರು ಹಾಕಿ ಒಳ ಕರೆದುಕೊಂಡಳು.

ರಾತ್ರಿ ಒಂಭತ್ತು ಗಂಟೆಗೆ ನಾಟಕ ಪ್ರಾರಂಭವಾಗಲಿತ್ತು. ಅದಕ್ಕಾಗಿ ಸ್ಟೇಜು ಸಂಜೆಯಿಂದಲೇ ತಯಾರಾಗಿಯೇ ಇತ್ತು. ಸ್ಟೇಜು ತಯಾರಿಸಲು ತಗ್ಗು ತೆಗೆದು ಬಿದಿರಿನ ಗಳ ಹುಗಿಯುತ್ತಿರುವಾಗಲೇ ಓಣಿಯ ಸಣ್ಣ ಮಕ್ಕಳು ಹಂದರ ಹಾಕುತ್ತಿರುವ ಜಾಗದ ಸುತ್ತ ಜಮಾಯಿಸಿ ಆಟವಾಡುತ್ತಿದ್ದರು. ಸ್ಟೇಜು ಸಜ್ಜಾದ ಮೇಲಂತೂ ಆಟವಾಡುವ ಮಕ್ಕಳು ಸ್ಟೇಜನ್ನು ಹತ್ತುವುದು ಇಳಿಯುವುದು ನಡೆಯಿತು.

ಚುಮುನಾ ಸುಮಾರು ಎಂಟುಗಂಟೆಗೆ ಸ್ವಲ್ಪ ಊಟ ಮಾಡಿ ತಯಾರಾಗತೊಡಗಿದಳು. ನಾಗರತ್ನ ಅಷ್ಟರಲ್ಲಿಯೇ ಮನೆಗೆ ಹೋಗಿದ್ದು ಊಟಮಾಡಿ ಮತ್ತೆ ಚುಮುನಾ ಮೇಕಪ್ ಮಾಡಿಕೊಳ್ಳುವುದನ್ನು ನೋಡಲೆಂದು ಬಂದಳು. ಚುಮುನಾಳ ಮೇಕಪ್ ಸಾಮಗ್ರಿಗಳು, ನಾಗರತ್ನಳನ್ನು ಆಕರ್ಷಿಸಿ, "ಇದೇನ ಅಕ್ಕಾ" "ಅದೇನ ಅಕ್ಕಾ?" ಎಂದು ಕೇಳತೊಡಗಿದಾಗ, ಚುಮುನಾ ಆ ಹರೆಯದ ಬಾಲೆಯ ಕುತೂಹಲಭರಿತ ಪ್ರಶ್ನೆಗಳಿಗೆ ಖುಷಿಯಿಂದಲೇ ಉತ್ತರಿಸುತ್ತಿದ್ದಳು. ನಾಗರತ್ನ ಈಗಾಗಲೇ ತಾನೂ ಕೂಡ ಚೆನ್ನಾಗಿ ಹಾಡುತ್ತೇನೆ ಬೇಕಾದರೆ ಮಹಾದೇವಿಯನ್ನು ಕೇಳಿರಿ ಎಂದು ಆಕೆಯೂ ಕೂಡ "ಹೌದ್ರಿ

ಅಕ್ಕಾ" ಎನ್ನವುದರೊಂದಿಗೆ ನಾಗರತ್ನಾ ಚೆನ್ನಾಗಿ ಹಾಡುತ್ತಾಳೆ ಎಂಬುದನ್ನು ಹೇಳಿದ್ದರಿಂದಲೂ ಚುಮುನಾ ಆಕೆಯೂ ಬೆಳೆಯುತ್ತಿರುವ ಕಲಾವಿದೆ ಎಂದು ಬಗೆದು ನಾಗರತ್ನಳಿಗೆ ಚೆನ್ನಾಗಿಯೇ ಸ್ಪಂದಿಸುತ್ತಿದ್ದಳು.

ಚುಮುನಾ ತನ್ನ ಉದ್ದನೆಯ ಕೂದಲುಗಳನ್ನು ಸುಂದರವಾದ ಬಾಚಣಿಕೆಯಿಂದ ಬಾಚತೊಡಗಿದಾಗ, ಗೆಳತಿಯರಿಬ್ಬರೂ ಆಕೆಯ ಬಾಚಣಿಕೆ ಮತ್ತು ಉದ್ದವಾದ ಕೂದಲನ್ನು ದಿಟ್ಟಿಸತೊಡಗಿದರು. ಅಷ್ಟೊಂದು ಉದ್ದನೆಯ ಕೂದಲಿದ್ದರೂ ಗಂಗಾವನ ಎಂದು ಕರೆಯಲ್ಪಡುವ ಸಪ್ಲೀಮೆಂಟರಿಯನ್ನು ತನ್ನ ಕೂದಲಿನೊಂದಿಗೆ ಸೇರಿಸಿ ಜಡೆ ಹೆಣೆದುಕೊಂಡು, ಜಡೆಯ ತುದಿಗೆ ಗೊಂಡೆ ಕಟ್ಟಿಕೊಂಡಳು. ತಲೆಯಲ್ಲಿ ಬಂಗಾರದ ಜುಲುಪಿಹೂ ಹಾಕಿಕೊಂಡು ತಲೆಯ ಎರಡೂ ಬದಿಗೆ ಬೆಳ್ಳಿಯ ಹೇರ್‌ಪಿನ್ ಗಳನ್ನು ಹಾಕಿಕೊಂಡು, ಕಿವಿಯ ಹಿಂದಿರುವ ಗುಂಗುರುಗೂದಲುಗಳನ್ನು ತೀಡಿಕೊಂಡು ಕೇಶ ಅಲಂಕಾರವನ್ನು ಮುಗಿಸಿದಳು. ಮುಂದೆ ಸ್ವಲ್ಪ ಮುಖತೊಳೆದು ಸ್ನೋ ಪೌಡರ ಹಾಕಿಕೊಂಡು, ಕಾಮನ ಬಿಲ್ಲಿನಂತೆ ಕತ್ತರಿಸಿಕೊಂಡ ತೆಳುವಾದ ಹುಬ್ಬನ್ನು ತೀಡಿಕೊಂಡು, ಕಣ್ಣಿಗೆ ಕಾಡಿಗೆ ಹಚ್ಚಿಕೊಂಡಳು. ಕಣ್ಣಂಚಿಗೂ ಆ ಕಾಡಿಗೆ ಗೆರೆ ಎಳೆದುಕೊಂಡಳು. ಹಾಗೇ ತುಟಿಗಳಿಗೆ ಲಿಪ್ ಸ್ಟಿಕ್ ಹಚ್ಚಿಕೊಂಡಳು. ಅಂತಿಮವಾಗಿ, ದುಂಡನೆಯ ಸ್ಟಿಕ್ಕರ್ ಹಣೆಯನ್ನು ಅಲಂಕರಿಸಿದಾಗ, ಅಪ್ರತಿಮ ಸೌಂದರ್ಯವತಿಯಾಗಿ ಕಾಣಿಸಿ, ನಾಗರತ್ನಾ ತದೇಕಚಿತ್ತದಿಂದ ಆಕೆಯನ್ನೇ ನೋಡುತ್ತಾ "ಅಕ್ಕಾ ನೀ ಭಾಳ ಚೆಂದ ಕಾಣಸಾಕತ್ತಿ. ನಾನೂ ಇದನ್ನೊಂದೀಟ ಹಚ್ಚಕೊಳ್ಳಲಿ? ಎಂದೆಲ್ಲ ಪುಸಲಾಯಿಸಿ ಆಕೆಯ ಮೇಕಪ್ ಸಾಮಾನುಗಳನ್ನೆಲ್ಲ ಬಳಸಿಕೊಂಡಳು. ಆಕೆಯ ಅವತಾರವನ್ನು ನೋಡಿ ಮಹಾದೇವಿ "ಏ ನಾಗೂ ಮಂದಿ ನಿನ್ನ ಚುಮನಾ ಅಂದಗಿಂದಾರಾ ನೋಡು" ಎಂದು ಕಿವಿಯಲ್ಲಿ ಉಸುರಿದಾಗ, ಇಬ್ಬರೂ "ಕಿಸಕ್" ಎಂದು ನಗತೊಡಗಿದರು. ಚುಮುನಾ ಅವರ ನಗೆಯನ್ನು ಕಂಡು "ಏ ಏನಾತರೇ?" ಎಂದು ಕೇಳಿದಳಾದರೂ ಸಮಯವಾಗಿದ್ದರಿಂದ ಹೆಚ್ಚು ಗಮನಕೊಡದೇ ಆದಷ್ಟು ಬೇಗ ತಯಾರಾಗುವುದರಲ್ಲಿ ಮಗ್ನಳಾದಳು.

ಚುಮುನಾ ತಯಾರಾದ ನಂತರ ಮೊದಲು ರಾಜವಾಡೆಗೆ ಹೋಗಿ ರಾಜರ ಆಶೀರ್ವಾದ ಪಡೆದು ಜೊತೆಗೆ ಕಾಣಿಕೆಯನ್ನೂ ತೆಗೆದುಕೊಂಡು ಖುಷಿಯಿಂದ ನಾಟಕ ಸ್ಟೇಜಿಗೆ ಬಂದಾಗ, ನಾಟಕದ ಸ್ಟೇಜಿನ ಮುಂದೆ ಜನ ಕಿಕ್ಕಿರಿದು ತುಂಬಿತ್ತು. ನಾಟಕದ ತಂಡವೂ ಸಹ ಸ್ಟೇಜಿನ ಮೇಲೆ ಪೂಜೆ ಮಾಡಿ ಚುಮುನಾಳ ದಾರಿಯನ್ನೇ ಕಾಯುತ್ತಿದ್ದರು.

ಚುಮುನಾ ಸ್ಟೇಜಿಗೆ ಹೋಗುತ್ತಲೇ ಜನರ ಕೇಕೆ ಚಪ್ಪಾಳೆಗಳ ಸದ್ದು ಆಕೆಗೆ ಮತ್ತಷ್ಟು ಸ್ಫೂರ್ತಿ ನೀಡಿದವು. ಹಾಗಾಗಿ ಬಲು ಉತ್ಸಾಹದಿಂದ ನಟನೆ ಮಾಡತೊಡಗಿದಳು. ಆಕೆಯ ತೆಳ್ಳನೆಯ ಬೆಳ್ಳನೆಯ ಮೈಮಾಟ ಅದ್ಭುತವಾದ

ನಟನೆಗೆ ಮೆರಗು ನೀಡಿತ್ತು. "ದೂತೆ ಹೇಳುತ್ತೇನೆ ಕೇಳು" "ರಾಧೆ ಕೇಳುತ್ತೇನೆ ಹೇಳು" ಎಂಬ ರಾಧೆಯ ಆಲಾಪ ಪ್ರಲಾಪಗಳು ಜೊತೆಗೆ ತಾಳಕ್ಕೆ ತಕ್ಕಂತೆ ಈರಪ್ಪನ ಡಪ್ಪಿನ ನಾದ, ಜನರ ಮನ ಕದ್ದವು.

ಮಹಾದೇವಿ, ನಾಗರತ್ನ, ಭಾರತಿ, ಮಹಾದೇವಿಯ ಅವ್ವ ಗಂಗವ್ವ ಹಾಗೂ ಅತ್ತೆ ಬುದ್ಧವ್ವ ಎಲ್ಲರೂ ಹೆಚ್ಚು ಜನರಿಲ್ಲದ ಒಂದು ಬದಿಯ ಕಟ್ಟೆಯ ಮೇಲೆ ಕುಳಿತಿದ್ದರು. "ಆಕಿ ಧ್ವನಿ ಎಷ್ಟ ಚೆಂದ ಐತೆಲ?" "ಡಾನ್ಸ ಭಾಳ ಚೆಂದ ಮಾಡಾಕತ್ತಾಳಾ ನೋಡು" "ಆಕಿ ಕಾಲ್ಗೆಜ್ಜಿ ಎಷ್ಟ ಚೆಂದ ಅದಾವು ನೋಡು" ಎಂದೆಲ್ಲ ಮೂರು ಜನ ಗೆಳತಿಯರು ಮಾತಾಡಿಕೊಳ್ಳುತ್ತಾ ಖುಷಿಪಡುತ್ತಿದ್ದರು.

ಲಕ್ಷ್ಮಣ, ಹನುಮಂತ, ವೀರಭದ್ರ ಮತ್ತು ಅವನ ಗೆಳೆಯರ ಪಡೆ ಹತ್ತಿರದ ಮನೆಯ ಮಾಳಿಗೆ ಮೇಲೆ ನೋಡಲು ಆಸೀನರಾಗಿದ್ದರು. ಅವರ ಹತ್ತಿರದಲ್ಲಿಯೇ ಮತ್ತೊಂದು ಉಡಾಳ ಉಡಾಫೆಗಳ ಗುಂಪು. ಆ ಗುಂಪಿನಲ್ಲಿ ಗೌಡರ ಮಗ ಪುಂಡಪೋಕರಿ ಪುಂಡಲೀಕ, ಜಮೀನುದಾರರ ಮಗ ಸುರೇಶ, ಮತ್ತೊಂದೆರಡು ಪೋಕರಿಗಳ ಗುಂಪಿತ್ತು. ಪುಂಡಲೀಕ ಇಪ್ಪತ್ತೆರಡರ ಹದಿಹರೆಯದ ಯುವಕ. ಒಂದು ಕಡೆಗೆ ಓದು ಹತ್ತದೇ, ಮತ್ತೊಂದು ಕಡೆಗೆ ಹೊಲಗದ್ದೆಗಳನ್ನು ನೋಡಿಕೊಳ್ಳಲು ಆಗದೇ, ಊರ ಉಸಾಬರಿ ಮಾಡುತ್ತಾ ತಿರುಗುತ್ತಿದ್ದ. ಅಷ್ಟೇ ಆಗಿದ್ದಿದ್ದರೆ ಪರವಾಗಿರಲಿಲ್ಲ. ಆದರೆ ಹದಿಹರೆಯದ ಹುಡುಗಿಯರನ್ನು ಗೋಳಾಡಿಸುತ್ತಿದ್ದ. ಅದರಲ್ಲಿಯೂ ಹೊಲ ತೋಟಗಳಲ್ಲಿ ಕೆಲಸ ಮಾಡುವ ಹುಡುಗಿಯರಿದ್ದರಂತೂ ಅವರ ಕತೆ ಮುಗಿದೇ ಹೋಯಿತು. ಇನ್ನು ಜಮೀನುದಾರರ ಮಗ ಸುರೇಶನೂ ಕೂಡ ಪುಂಡಲಿಕನಿಗೆ ಹೊರತಾಗಿರಲಿಲ್ಲ. ಊರಿನಲ್ಲಿ ಇಂತಹ ಐದಾರು ಹುಡುಗರ ಗುಂಪು ಯಾವುದಾದರೂ ಕಾರುಬಾರು ಮಾಡುತ್ತಲೇ ಇತ್ತು ನಾಟಕ ಪ್ರಾರಂಭವಾದ ಸ್ವಲ್ಪಹೊತ್ತಿನಲ್ಲಿಯೇ ಪುಂಡಲೀಕ "ಆಕಿ ಎಷ್ಟ ಚೆಂದ ಅದಾಳಲ್ಲೋಲೇ" ಎಂದ. ಸುರೇಶ "ಆಕಿ ಚೆಂದ ಅದಾಳಾ ಅಂತನ ಚುಮುನಾ ಆಗ್ಯಾಳ"

"ಹಂಗಲ್ಲೋ ಎಷ್ಟ ಬೆಳ್ಳಗ ಅದಾಳಾ ನೋಡ ಎಷ್ಟ ಚೆಂದ ಕುಣಿತಾಳಾ"

ಚುಮುನಾಳ ಚೆಲುವು ಪುಂಡಲೀಕನಿಗೆ ಹುಚ್ಚುಹಿಡಿಸಿತು. ಮತ್ತೆ ಮತ್ತೆ ಆಕೆಯ ಚೆಲುವಿನ ಬಗ್ಗೆಯೇ ಮಾತನಾಡಿ ಕೊನೆಗೊಂದು ಬಾರಿ ತನ್ನಾಸೆಯನ್ನು "ಆಕಿ ಬರ್ತಾಳೇನೊ?" ಎಂದು ಸುರೇಶನ ಕಿವಿಯಲ್ಲಿ ಉಸುರಿದಾಗ ಆತ ಕಿಸಕ್ಕನೇ ನಕ್ಕು "ಆಕಿ ಕರೆದ ಕೂಡಲೇ ಬರಾಕ ಹೊಲದನ್ನ ಕೆಲಸದ ಆಳು ನಿಂಗಿನ್ನ ಮಾಡಿ?" ಎಂದ ಸ್ವಲ್ಪ ಜೋರಾಗಿಯೇ. ಆಗ ಆತನ ಮಾತಿಗೆ ಉಳಿದೆಲ್ಲ ಗೆಳೆಯರೂ ಜೋರಾಗಿಯೇ ನಗತೊಡಗಿದರು.

ಯಾರು ನಕ್ಕರೂ ಯಾರು ಬಿಟ್ಟರೂ ಪುಂಡಲೀಕನ ತಲೆಯಲ್ಲಿ ಚುಮುನಾಳ ಗುಂಗು ಹಿಡಿಯಿತು. ಜೊತೆಗೆ ಏನಾದರೂ ಆಗಲಿ ಆಕೆಯನ್ನು ಪಡೆದೇ ತೀರಬೇಕೆಂಬ ಛಲ ಹುಟ್ಟಿತು.

ಬೆಳಗಿನ ಜಾವ ಸುಮಾರು ನಾಲ್ಕು ಗಂಟೆಯ ಹೊತ್ತಿಗೆ ನಾಟಕ ಮುಗಿದು ಚುಮುನಾಳಿಗೆ ಹಾಗೂ ಅದ್ಭುತವಾಗಿ ನಟಿಸಿದವರಿಗೆ ಆಹೇರಿ ಮಾಡಿ ಮುಗಿಸಿದ ನಂತರ ಜನ ಚುಮುನಾಳನ್ನು ಮಾತನಾಡಿಸಲು ಮುಗಿಬಿದ್ದರು. ಎಲ್ಲರಂತೇ ಪುಂಡಲೀಕ ಗುಂಪನ್ನು ಸೀಳಿ ಮುಂದೆ ಹೊಕ್ಕು "ನೀವು ಭಾಳ ಚೆಂದ ನಾಟಕ ಮಾಡೀರಿ" ಎನ್ನುತ್ತ ಆಕೆಯ ಕೈ ಹಿಡಿಯಲು ಹೋದ. ಚುಮುನಾ 'ಚಟಾರ್' ಎಂದು ಆತನ ಕೆನ್ನೆಗೆ ಬಾರಿಸಿದಾಗ, ಪುಂಡಲೀಕನ ಗೂಂಡಾತನ ತಿಳಿದಿದ್ದ ಅಲ್ಲಿಯ ಜನ ಪರಿಸ್ಥಿತಿ ಎಲ್ಲಿ ಕೈ ಮೀರಿಹೋಗುವುದೋ ಎಂದು ತಕ್ಷಣವೇ ಚುಮುನಾಳನ್ನು ಅಲ್ಲಿಂದ ದೂರ ಕರೆದೊಯ್ದರು.

** ** **

ಅಡುಗೆ ಕೋಣೆ, ಅಡುಗೆ ಕೋಣೆಯಲ್ಲಿಯೇ ಒಂದು ಮೂಲೆಯಲ್ಲಿ ಸಣ್ಣದಾದ ಬಚ್ಚಲು. ಅಡುಗೆ ಕೋಣೆಯನ್ನು ಹೊರತುಪಡಿಸಿದರೆ ಎಲ್ಲ ನೇಕಾರರ ಮನೆಯಲ್ಲಿರುವಂತೆ ನೇಯಿಗೆ ಮನೆ ಎಂದು ಕರೆಯಿಸಿಕೊಳ್ಳುವ ಒಂದು ದೊಡ್ಡ ಕೋಣೆಯನ್ನು ಹೊಂದಿದ ಈರಪ್ಪನ ಮನೆಯಲ್ಲಿ ಹೆಂಗಸರೆಲ್ಲ ಚುಮುನಾಳನ್ನು ಕರೆದುಕೊಂಡು ನೇಯಿಗೆ ಮನೆಯಲ್ಲಿ ಗಂಡಸರೆಲ್ಲ ಮಾಳಿಗೆ ಮೇಲೆ ಮಲಗಿದರು.

ನಾಟಕವೇನೋ ಎಷ್ಟು ಚೆಂದವಾಗಿತ್ತು. ಚುಮುನಾ ಕೂಡ ಉತ್ಸಾಹದಿಂದಲೇ ಪಾತ್ರ ನಿರ್ವಹಿಸಿದ್ದಳು. ಆದರೆ ಕೊನೆಗೆ ನಡೆದ ಘಟನೆ? ಚುಮುನಾ, ಆ ಘಟನೆಯನ್ನು ನೆನೆದು ತನ್ನ ಪಕ್ಕ ಮಲಗಿದ್ದ ಮಹಾದೇವಿಯನ್ನು "ಆ ಹುಡುಗಾ ಯಾರು?" ಎಂದು ಕೇಳಿದಳು. ರಾತ್ರಿ ಎಲ್ಲ ನಿದ್ದೆಗೆಟ್ಟು ಹಾಸಿಗೆ ಸಿಕ್ಕ ತಕ್ಷಣ ನಿದ್ರೆಗೆ ಜಾರಲಿದ್ದ ಮಹಾದೇವಿಗೆ 'ಯಾರು' ಎಂದು ತಿಳಿಯದೇ "ನಂಗ ಗೊತ್ತಿಲ್ಲರಿ" ಎಂದು ನಿದ್ದೆಗೆ ಜಾರಿದಳು. ತಾನು ಕೂಡ ಮುಂಜಾನೆ ಬೇರೆ ಊರಿಗೆ ಪ್ರಯಾಣ ಬೆಳೆಸಲಿರುವ ನೆನಪಾಗಿ ಮುಂದೆ ಬೇರೆ ಏನನ್ನೂ ಯೋಚಿಸದೇ ಚುಮುನಾ ಕೂಡ ಸುಮ್ಮನೇ ಮಲಗಿದಳು.

ಮುಂಜಾನೆ ಸುಮಾರು ಏಳು ಗಂಟೆಯ ಹೊತ್ತಿಗೆ ಚುಮುನಾ ಎದ್ದಳು. ಆಕೆಗಿಂತ ಮೊದಲು ಈರಪ್ಪ, ಗಂಗವ್ವ ಎದ್ದಿದ್ದರು. ಚುಮುನಾ ಮುಖ ತೊಳೆದ ನಂತರ, ಆಕೆಗೆ ಚಹಾ ಮಾಡಿ ಕೊಟ್ಟಳು. ಇವರು ಎದ್ದ ಸಪ್ಪಳಕ್ಕೆ ಲಕ್ಷ್ಮಣನ ಅತ್ತೆ ಬಂದವ್ವ ಕೂಡ ಎದ್ದಳು. ಇನ್ನು ಆಕೆಗೆ ಹೊರಕಡೆಗೆ ಹೋಗುವ ಸಮಸ್ಯೆ ಚುಮುನಾಳನ್ನು ಹೊರಕಡೆಗೆ ಕರೆದೊಯ್ಯಲು ಮಹಾದೇವಿಗೆ ಹೇಳಬೇಕೆಂದು

ಗಂಗವ್ವ ಮಹಾದೇವಿಯನ್ನು ಎಬ್ಬಿಸತೊಡಗಿದಳು. ಆದರೆ, ಬೆಳಿಗ್ಗೆ ನಾಲ್ಕು ಗಂಟೆಗೆ ನಾಟಕ ನೋಡಿ ಬಂದು ಮಲಗಿದ್ದ ಮಹಾದೇವಿಯನ್ನು ಎಬ್ಬಿಸುವುದೇ ಕಷ್ಟವೆನ್ನಿಸಿತು. ಗಂಗವ್ವ "ತಂಗಿ ನೀ ಬೇಕಾದ್ರ ಕರಕೊಂಡ ಹೋಗಿ ಬಂದ ಮಕ್ಕೊಳ್ಳಿಯಂತೆ ಏಳು" ಎಂದು ಆಕೆಯನ್ನು ರಮಿಸಿ ಗಂಗವ್ವ ಎಬ್ಬಿಸಿ ಹಾಗೇ ಬಂದವ್ವನನ್ನೂ "ಯಕ್ಕಾ ನೀ ಏನರ ಈಗ ಹೊರಕಡಿಗೆ ಹೊಕ್ಕಿಯೋ?" ಎಂದಾಗ, ಆಕೆಗೆ ಚುಮುನಾಳೊಂದಿಗೆ ಹೊರಕಡೆಗೆ ಹೋಗಲು ಮುಜುಗರವೆನ್ನಿಸಿ ಇಲ್ಲ ಎಂದಾಗ, ಮಹಾದೇವಿಯನ್ನು ಚುಮುನಾಳೊಂದಿಗೆ ಹೊರಕಡೆಗೆ ಕಳುಹಿಸಿದಳು. ಚುಮುನಾಳ ತಂಬಿಗೆಯನ್ನು ಮಹಾದೇವಿಯೇ ಹಿಡಿದುಕೊಂಡು ಆಕೆಯನ್ನು ಕರೆದೊಯ್ಯತೊಡಗಿದಳು. ಸ್ವಲ್ಪ ದೂರ ನಡೆದ ನಂತರ ಚುಮುನಾ ಆಕೆಯನ್ನು "ಮಾದೇವಿ ಇನ್ನೂ ಎಷ್ಟ ದೂರ ಐತಿ?" ಎಂದಳು. "ಹೂನರಿ ಅಕ್ಕಾ. ಈಗ ಬೆಳಕ ಆತ ಅಲ್ಲನರಿ? ಮಂದಿ ಓಡಾಡತಿರತಾರಾ. ಅದಕ ಹೊಲದ ಕಡೆನ ಹೋಗೂದು" ಎನ್ನುತ್ತ ಮುಂದೆ ಕರೆದುಕೊಂಡು ಸಾಗಿದಳು. ಕೊನೆಗೆ ಬೇಲಿ ಹತ್ತಿರ ಬಂದು ತಾನೂ ಅಲ್ಲಿಯೇ ನಿಂತು ಆಕೆಯ ಕೈಗೆ ತಂಬಿಗೆ ಕೊಟ್ಟು "ಅತ್ತಾಗ ಬೇಲಿ ದಾಟಿ ಹೋಗ್ರಿ ನಾ ಇಲ್ಲೊ ನಿಂದರತೀನಿ" ಎಂದು ಚುಮುನಾಳನ್ನು ಆಚೆ ಕಳುಹಿಸಿ ತಾನು ಅಲ್ಲಿಯೇ ನಿಂತಳು.

ಚುಮುನಾ ಬೇಲಿದಾಟಿದ ಮೇಲೆ ಮಹಾದೇವಿ ಅಲ್ಲಿ ನಿಂತು ಕೆಟ್ಟ ವಾಸನೆ ತೆಗೆದುಕೊಳ್ಳುವ ಬದಲು ಅಣತಿ ದೂರದಲ್ಲಿದ್ದ ಹುಣಸೆ ಮರದತ್ತ ಸಾಗಿ ಮರದ ಕೆಳಗೆ ನಿಂತಳು. ಹಾಗೇ ಒಂದೆರಡು ಕಲ್ಲು ತೂರಿ ಹುಣಸೆ ಕಾಯಿಗಳನ್ನು ಆರಿಸತೊಡಗಿದಳು. ಒಂದು ಹತ್ತು ನಿಮಿಷದ ನಂತರ ಬೇಲಿಯ ಕಡೆಗೆ ದೃಷ್ಟಿ ನೆಟ್ಟು ನಿಂತಳು. ಚುಮುನಾ ಕಾಣಿಸುತ್ತಲೇ ಇಲ್ಲ. ಹಾಗೇ ಕಾಯುತ್ತಲೇ ಮತ್ತೆ ಹತ್ತು ನಿಮಿಷ ಕಳೆದವು. ಆದರೂ ಆಕೆಯ ಸುಳಿವೇ ಇಲ್ಲ. ಮಹಾದೇವಿಗೆ ಏನು ಮಾಡುವುದೆಂದು ತಿಳಿಯದೇ ಒಂದು ಸಲ ಬೇಲಿಯವರೆಗೆ ಹೋಗಿ ಮರಳಿ ಬಂದಳು ಬಹಳ ಸಮಯವಾದಾಗ, ತಾನೇ ಬೇಲಿ ದಾಟಿ ಹೋದಳು. ಬೇಲಿಗುಂಟ ಅದೆಷ್ಟೋ ದೂರ ಸಾಗಿದರೂ ಚುಮುನಾ ಕಾಣಿಸದೇ ಮತ್ತಿನ್ನೇನು ಮಾಡುವುದೆಂದು ತಿಳಿಯದೇ ಮನೆಗೆ ದೌಡಾಯಿಸಿದಳು.

ವಿಷಯ ತಿಳಿದಾಗ ಗಂಗವ್ವ ಮೊದಲು ಬೇಲಿಯ ಹತ್ತಿರ ಓಡಿ ಹೋದಳು. ಅಲ್ಲಿ ಎಲ್ಲಿಯೂ ಚುಮುನಾ ಕಾಣಿಸದೇ ಹೋದಾಗ, ಬೇಲಿಯ ಆಚೆ ದೂರದಲ್ಲಿರುವ ಮಾವಿನ ತೋಪಿನತ್ತ ಸಾಗಿದಳು. ಅಲ್ಲಿಯವರೆಗೂ 'ಸಂಗೀತವ್ವಾ' 'ಸಂಗೀತವ್ವಾ' ಎಂದು ಕೂಗುತ್ತಲೇ ಸಾಗಿದಳು. ಅದಕ್ಕೆ ಪ್ರತಿಯಾಗಿ ಉತ್ತರ ಮಾತ್ರ ಸಿಕ್ಕಲಿಲ್ಲ.

ಅಧ್ಯಾಯ–3

ಚುಮುನಾಳಿಂದ ಏಟು ತಿಂದ ಪುಂಡಲೀಕ ಹೆಡೆ ಮೆಟ್ಟಿದ ಸರ್ಪದಂತಾದ. 'ಬಿಡಬಾರದು ಆಕೆಯನ್ನು ಹಾಗೇ ಬಿಡಲೇಬಾರದು' ಎಂಬ ಹಟ ಹೆಡೆ ಎತ್ತಿ ಬುಸುಗುಟ್ಟತೊಡಗಿತು. ಅದಕ್ಕೆಂದೇ ದೊಡ್ಡದಾದ ಯೋಜನೆಯೇ ತಯಾರಿಸಲ್ಪಟ್ಟಿತು. ಆಕೆಯನ್ನು ಕೈ ಬಿಟ್ಟಲ್ಲಿ ಆಕೆ ಮತ್ತೊಮ್ಮೆ ಕೈಗೆಟುಕಲಾರಳು ಎಂದು ಸುರೇಶ ಮತ್ತು ಇತರೇ ತನ್ನ ಉಡಾಳ ಹುಡುಗರನ್ನು ಹುರಿದುಂಬಿಸಿ ಚುಮುನಾಳನ್ನು ಹೊತ್ತೊಯ್ಯುವ ಯೋಜನೆ ತಯಾರಾಗಿಯೇ ಹೋಯಿತು.

ಆಕೆ ಒಬ್ಬಳೇ ಹೊರಗೆ ಬರುವುದು ಹೊರಕಡೆಗೆ ಮಾತ್ರ ಎಂಬ ಅಂದಾಜಿನ ಮೇರೆಗೆ ಬೇಲಿಯ ಹಿಂದಿನ ಮಾವಿನ ತೋಪಿನಲ್ಲಿ ಬೆಳಿಗ್ಗೆ ಆರರಿಂದಲೇ ಪುಂಡಲೀಕ ಮತ್ತು ಸುರೇಶ ಅವಿತು ಕುಳಿತು, ಈರಪ್ಪನ ಮನೆಯ ಹತ್ತಿರ ಒಬ್ಬನನ್ನು ಹಾಗೇ ಬೇಲಿ ಹತ್ತಿರಕ್ಕೆ ಒಬ್ಬನನ್ನು ಕಾವಲಿಟ್ಟರು. ಅವರ ಯೋಜನೆಯಂತೆಯೇ ಚುಮುನಾ ಹೊರ ಬರುವುದನ್ನು ಅವರ ಮನೆ ಹತ್ತಿರ ನಿಂತಿದ್ದ ಹುಡುಗ ಬೇಲಿ ಕಡೆಗೆ ಹೋಗುವ ಹಾದಿಯ ಮಧ್ಯದಲ್ಲಿ ನಿಂತ ಹುಡುಗನಿಗೆ ಸೂಚನೆ ಕೊಡುವುದು ಆ ಹುಡುಗ ಇನ್ನೂ ಮುಂದಿರುವ ಹುಡುಗನಿಗೆ ಒಟ್ಟಿನಲ್ಲಿ ಖೋ ಖೋ ಆಟದಂತೆ ಒಬ್ಬರು ಇನ್ನೊಬ್ಬರಿಗೆ ಖೋ ಕೊಟ್ಟು ಅಂತಿಮವಾಗಿ ಅದು ತೋಪಿನಲ್ಲಿ ಅವಿತು ಕುಳಿತಿದ್ದ ಆ ಘಟಾನುಘಟಿಗಳಿಗೆ ತಲುಪಬೇಕು. ಈ ಮೊದಲೇ ಮಾವಿನ ತೋಪಿಗೆ ಹತ್ತಿರವಾಗಿಯೇ ಇದ್ದ ಅವರ ತೋಟದ ಮನೆಯೊಳಗೆ ಯಾರೂ ಬರದಂತೆ ನೋಡಿಕೊಂಡು ಅಲ್ಲಿಯೂ ಒಬ್ಬ ಗುಪ್ತಚರನನ್ನು ಇಟ್ಟು ಅಲ್ಲಿಗೆ ಚುಮುನಾಳನ್ನು ಹೊತ್ತೊಯ್ಯುವ ಯೋಜನೆಯನ್ನು ರೂಪಿಸಿದ್ದ!

ಆ ಕೇಡಿಗಳು ಎನಿಸಿದಂತೆಯೇ ಚುಮುನಾ ಮಹಾದೇವಿಯ ಜೊತೆಗೆ ಹೊರಕಡೆಗೆ ಬಂದಳು. ಆಕೆ ಬೇಲಿಯ ಹತ್ತಿರ ಬರುತ್ತಿದ್ದಂತೇ ಮಾವಿನ ತೋಪಿನಲ್ಲಿ ಅಡಗಿ ಕುಳಿತವರು ಕಾರ್ಯಪ್ರವೃತ್ತರಾದರು. ಮಹಾದೇವಿಯೂ ಆಕೆಯ ಜೊತೆಗೇ ಬಂದಲ್ಲಿ ಆಕೆಯ ಕಣ್ಣು ಕಟ್ಟಿ ಬಿಡುವುದು ಎಂದಿಟ್ಟುಕೊಂಡಿದ್ದರು. ಆದರೆ ಆಕೆ ಬೇಲಿಯ ಆಚೆಯೇ ಉಳಿದಾಗ, ಅವರಿಗೆ ಆ ಕೆಲಸ ಮತ್ತಷ್ಟು ಹಗುರವಾಯಿತು. ಚುಮುನಾ ಬೇಲಿಯ ಹತ್ತಿರದಲ್ಲಿಯೇ ಜನ ಅಡ್ಡಾಡಬಹುದು ಎಂದು ನಾಚಿ ಮಾವಿನ ತೋಪಿನ ಪಕ್ಕದ ತೆಗ್ಗಿನಲ್ಲಿ ಬಂದಾಗ, ಬೇಟೆಗಾಗಿ ಇವರು ದೂರ ಹೋಗಬೇಕಾಗಲಿಲ್ಲ. ಬೇಟೆಯೇ ಇವರ ಹತ್ತಿರ ಬಂದಾಗ, ತಡಮಾಡದೇ ಚುಮುನಾಳ ಬಾಯಿಗೆ ಬಟ್ಟೆ ಕಟ್ಟಿ ಇಬ್ಬರೂ ಹೊತ್ತುಕೊಂಡರು. ಪುಂಡಲೀಕ "ಬರೇ ಒಂದೀಟ ಕೈ ಹಿಡದಿದ್ದಕ್ಕ ಕಪಾಳಿಗೆ ಬಾರಸ್ತಿ? ಈಗ ಬಾರಸ ನೋಡೂಣು?" ಎಂದು ಪ್ರತೀಕಾರದ ಮಾತನ್ನಾಡಿದ. ಚುಮುನಾ ಬಿಡಿಸಿಕೊಳ್ಳಲು ಸಾಕಷ್ಟು ಒದ್ದಾಡಿ ಕೊಸರಾಡಿದಳು. ಆದರೆ, ಕುಸ್ತಿಪಟುಗಳಂತಿದ್ದ ಅವರ ಕೈಯಿಂದ ಬಿಡಿಸಿಕೊಳ್ಳಲಾಗಲಿಲ್ಲ. ಇನ್ನೇನು ಅವರ ತೋಟದ ಮನೆಗೆ ಹತ್ತಿರ ಬರುತ್ತಲಿದ್ದರು ಅಷ್ಟರಲ್ಲಿ ಆ ತೋಟದ ಮನೆಯ ಮುಂದೆ ಕಾವಲಿರಿಸಿದ್ದ ಹುಡುಗ ತೇಕುತ್ತಾ ಓಡಿಬಂದು "ಕೆಲಸ ಕೆಟ್ಟತಲೇ ಪುಂಡ್ಯಾ..." ಎನ್ನುತ್ತ ಅಲ್ಲಿ ಗೌಡರು ಬಂದಿದ್ದಾರೆ ಎಂಬ ಸುದ್ದಿಯನ್ನು ನೀಡಿ ಅವರಲ್ಲಿ ಹೆದರಿಕೆ ಹುಟ್ಟಿಸಿದ್ದ. ಅಪ್ಪ ಇತ್ತೀಚೆಗೆ ಆ ತೋಟದ ಮನೆಗೆ ಬರುತ್ತಲೇ ಇರಲಿಲ್ಲ. ಇಂದೇಕೆ ಬಂದನೆಂಬ ದಿಗಿಲಾಯಿತು. ಹಾಗೇ ತಮ್ಮ ಯೋಜನೆ ಬಗ್ಗೆ ಏನಾದರೂ ತಿಳಿಯಿತೆ? ಎಂಬ ಭಯವೂ ಹುಟ್ಟಿ ಮತ್ತಿನ್ನೇನನ್ನೂ ವಿಚಾರ ಮಾಡಲು ಆಸ್ಪದವಾಗದೇ ಅಲ್ಲಿಯೇ ಚುಮುನಾಳನ್ನು ಕೈಬಿಟ್ಟು "ಏ ನಡಿಯೋ" ಎಂದು ಓಟಕಿತ್ತರು.

ಅದೇ ವೇಳೆಗೆ ಗಾಬರಿಯಿಂದ ಚುಮುನಾಳನ್ನು ಹುಡುಕುತ್ತ ಬಂದ ಗಂಗವ್ವ ಮಾವಿನ ತೋಫಿನ ಹತ್ತಿರಕ್ಕೆ ಬಂದಳು. ಅಲ್ಲಿ ಅವರ ಮನೆಯ ತಂಬಿಗೆ ಉರುಳಿ ಬಿದ್ದಿದ್ದು ಕಾಣಿಸಿ ಆ ತಂಬಿಗೆಯನ್ನು ಹಾಗೇ ಎತ್ತಿಕೊಂಡು ಮತ್ತೆ ಮುಂದೆ ಸಾಗುವಷ್ಟರಲ್ಲಿ ಮಾವಿನ ತೋಪಿನ ಬದಿಯ ಮಡುವಿನಂತಹ ಜಾಗದಲ್ಲಿ ಯಾರೋ ಬರುತ್ತಿರುವಂತೆ ಕಾಣಿಸಿತು. ಗಂಗವ್ವ ಆ ವ್ಯಕ್ತಿಯನ್ನೇ ದಿಟ್ಟಿಸುತ್ತ ನಿಂತಳು. ಹತ್ತಿರ ಬರುತ್ತಿದ್ದಂತೆಯೇ ಆಕೆ ಚುಮುನಾಳೇ ಆಗಿದ್ದಳು. ಚುಮುನಾ ಹತ್ತಿರ ಬಂದಾಗ ಗಂಗವ್ವ ಆಕೆಯನ್ನು ದಿಟ್ಟಿಸಿದಳು. ಆಕೆಯ ಮುಖ ಗಾಬರಿಯಿಂದ ಕಪ್ಪಿಟ್ಟಿತ್ತು. ಗಂಗವ್ವ ಕಳಕಳಿಯಿಂದ "ಯಾಕ ಸಂಗೀತವ್ವ ಏನ ಆತ?" ಎಂದು ಕೇಳಿದಳು. ಆಕೆಯ ಪ್ರಶ್ನೆಯಿಂದ ಚುಮುನಾಳಿಗೆ ದುಃಖ ಉಕ್ಕಿಬಂತು.

ಚುಮುನಾ ಊರಿಗೆ ಹೋಗಲು ರೆಡಿಯಾಗಿ ನಿಂತಳು. ಆಕೆಯನ್ನು ಇನ್ನೂ ಎರಡು ದಿನ ಇರು ಎಂದು ಹೇಳುವ ಧೈರ್ಯ ಯಾರಿಗೂ ಹುಟ್ಟಲಿಲ್ಲ. ಅದರ ಬದಲಿಗೆ ಗಂಗವ್ವ ಮತ್ತ ಬರಬೇಕ್ರಿ ಸಂಗೀತವ್ವ ನಮ್ಮೂರಿಗೆ" ಎಂದು ಸಹಜವಾಗಿ ಹೇಳಿದಳು. ಆದರೆ ಆಕೆ "ಇಲ್ಲಾ ನಾ ಇನ್ನ ಮತ್ತ ಇಲ್ಲಿಗೆ ಬರೂದ ಇಲ್ಲಾ" ಎಂದು ಆ ಊರನ್ನೇ ಶಪಿಸುತ್ತಾ ಸಾಗಿದಳು.

ಜಾತ್ರೆಯ ಎರಡನೆಯ ದಿನ ದೇವಿಯ ಹೊನ್ನಾಟ. ಬೆಳಿಗ್ಗೆಯೇ ಪೂಜೆಯ ಸಮಕ್ಕೆ ಸ್ವತಃ ರಾಜರು ಬಂದು ನಿಂತು ಪೂಜಾ ಕಾರ್ಯಕ್ರಮವನ್ನು ನೆರವೇರಿಸುತ್ತಿದ್ದರು. ಸರ್ವಾಲಂಕಾರಭೂಷಿತೆ ದೇವಿ ದ್ಯಾಮವ್ವನ ಪೂಜೆಯ ನಂತರ ದೇವಿಗೆ ಸಾಷ್ಟಾಂಗ ನಮಸ್ಕಾರ ಹಾಕಿ ಭಕ್ತಿ ಸಲ್ಲಿಸುತ್ತಿದ್ದರು. ಮಧ್ಯಾಹ್ನದ ವೇಳೆ ರಾಜವಾಡೆಯಿಂದ ದೇವಿಯ ನೈವೇದ್ಯಕ್ಕಾಗಿ ತರತರಹದ ಭಕ್ಷ್ಯಭೋಜ್ಯಗಳು ಬರುತ್ತಿದ್ದವು. ಮುಂದೆ ಸಾಯಂಕಾಲ ಮತ್ತೆ ರಾಜರ ಸವಾರಿ ದೇವಸ್ಥಾನಕ್ಕೆ ಬಂದು ಮತ್ತೊಮ್ಮೆ ಪೂಜೆಯನ್ನು ಸಾಂಗೋಪಸಾಂಗವಾಗಿ ನೆರವೇರಿಸಿ, ಪ್ರತಿವರ್ಷದಂತೆ ಈ ವರ್ಷವೂ ಬಂಗಾರ ಹಾಗೂ ಬೆಳ್ಳಿ ಸಾಮಾನುಗಳನ್ನು ಹೊತ್ತು ತಂದು ತಾಯಿಯ ಮೈಮೇಲೆ ಹಾಕಿದರು. ಈ ಬಾರಿ ಇಪ್ಪತ್ತು ತೊಲೆಯ ಕಾಸಿನ ಸರವನ್ನು, ಇಪ್ಪತ್ತು ತೊಲೆಗೆ ಒಂದರಂತೆ ಎರಡು ಬೆಳ್ಳಿ ತೋಡೆಗಳನ್ನು ಹಾಕಿದರು. ಜೊತೆಗೆ ಒಂದು ವಜ್ರದ ನತ್ತು ಮತ್ತು ರತ್ನದಿಂದ ಕೂಡಿದ ಕಿವಿಯೋಲೆಯನ್ನು ಹಾಕಿದರು. ದೇವಿ ಈಗಿರುವ ಆಭರಣದೊಂದಿಗೆ ಹೊಸ ಆಭರಣಗಳನ್ನೂ ಧರಿಸಿ ಮತ್ತಷ್ಟು ಝುಗಮಗಿಸುತ್ತಾ ಹೊನ್ನಾಟಕ್ಕೆ ಸಜ್ಜಾಗಿ ನಿಂತಳು. ಆಕೆಯ ಹೊನ್ನಾಟಕ್ಕೆ ಬೆಳ್ಳಿಯ ಪಲ್ಲಕ್ಕಿಯೂ ಸಜ್ಜಾಯಿತು. ಮೂಹೂರ್ತಕ್ಕೆ ಸರಿಯಾಗಿ ದೇವಿಯನ್ನು ಪಲ್ಲಕ್ಕಿಯಲ್ಲಿ ಕುಳ್ಳಿರಿದಾಗ ಆಕೆಯ ಹೊನ್ನಾಟ ಪ್ರಾರಂಭವಾಯಿತು.

ಹೊನ್ನಾಟ ನೋಡಲು ಜನ ಕಿಕ್ಕಿರಿದು ತುಂಬಿತ್ತು. ಊರಿನ ಜನರಷ್ಟೇ ಅಲ್ಲ ಸುತ್ತಮುತ್ತಲಿನ ಊರಿನ ಜನರೂ, ದೂರದ ಮಹಾರಾಷ್ಟ್ರದಿಂದಲೂ ಸಹ ಜನರು ಜಾತ್ರೆಗೆ ಬಂದಿದ್ದರಾದ್ದರಿಂದ ಜನದಟ್ಟಣೆ ಬಹಳವಾಗಿತ್ತು. ಅಂತಹ ಜನದಟ್ಟಣೆಯಲ್ಲಿಯೇ ದೇವಿ ಓಡಾಡುತ್ತ ಓಲಾಡುತ್ತ ಒಮ್ಮೆಲೇ ಗಿರ ಗಿರನೇ ತಿರುಗುತ್ತಾ ಕಳ್ಳೆ ಮಳ್ಳೆ ಆಟವಾಡುತ್ತ ಅತ್ತ ಇತ್ತ ಚಿತ್ತ ಬಂದತ್ತ ಓಡಿ ಕುಣಿ ಕುಣಿದು ಆಟವಾಡುತ್ತಿದ್ದಳು. ಆ ಕಣ್ಮನ ಸೆಳೆಯುವ ದೃಶ್ಯವನ್ನು ಜನತೆ ಭಕ್ತಿಯಿಂದ ಬೆರೆತ ಬೆರಗಿನಿಂದ ನೋಡುತ್ತಿದ್ದರು. ಆಕೆ ಕುಣಿಯುತ್ತ ಓಡಿ ಬಂದ ಕಡೆಗೆಲ್ಲ ಜನ ಚೆಲ್ಲಿ ಚದುರುತ್ತಿದ್ದರು. ಮತ್ತೆ ಹಾಗೇ ಮುಂದೆ ಬರುತ್ತಿದ್ದರು. ಹೀಗೆ ದೇವಿಯ ಜೊತೆ ಜನರೂ ಹೊನ್ನಾಟವಾಡಿದಂತೆ ತೋರುತ್ತಿತ್ತು.

ಲಕ್ಷ್ಮಣ ಹೊನ್ನಾಟ ನೋಡಿ ಮನೆಗೆ ಬಂದಾಗ, ತಂಗಿ ಮಹಾದೇವಿಯ ಗೆಳತಿ ನಾಗರತ್ನ ತನ್ನೊಂದಿಗೆ ಮತ್ತೊಂದು ಹುಡುಗಿಯನ್ನು ಕರೆತಂದಿದ್ದಳು.

ಆ ಹುಡುಗಿಗೆ ಕನ್ನಡ ಬರುತ್ತಿರಲಿಲ್ಲ. ನಾಗರತ್ನಳಿಗಾಗಲಿ, ಮಹಾದೇವಿಗಾಗಲಿ ಮರಾಠಿ ಬರುತ್ತಿದ್ದಿಲ್ಲ. ಸುಂದರವಾದ ಆ ಹುಡುಗಿ ನಾಗರತ್ನಳ ಮನೆಯ ಪಕ್ಕದ ನೆಂಟರಿಷ್ಟರ ಹುಡುಗಿ. ಆ ಪಕ್ಕದ ಮನೆಯವರ ಮನೆಗೆ ಜಾತ್ರೆಗೆ ಬಂದಿದ್ದಳು. ಆ ಮನೆಯಲ್ಲಿ ಆಕೆಯ ಓರಿಗೆಯ ಹುಡುಗಿಯರು ಇಲ್ಲದ್ದರಿಂದ ನಾಗರತ್ನಳ ಜೊತೆ ಓಡಾಡುತ್ತಿದ್ದಳು. ಭಾಷೆ ಸಮಸ್ಯೆಯಾಗಿದ್ದರೂ ಮಾತನಾಡುವ ಧಾಟಿಯಲ್ಲಿಯೇ ಒಬ್ಬರಿಗೊಬ್ಬರು ಅರ್ಥೈಸಿಕೊಳ್ಳುತ್ತಿದ್ದರು. ಲಕ್ಷ್ಮಣನನ್ನು ಕಾಣುತ್ತಲೇ ಆ ಹುಡುಗಿ "ಏ ಕೋನ್" ಎಂದು ಕೇಳಿ ಪರಿಚಯ ಮಾಡಿಕೊಂಡಳು. ಲಕ್ಷ್ಮಣನಿಗೆ ಆ ಹುಡುಗಿಯ ಮೇಲೆ ಯಾವುದೋ ಒಂದು ಆಕರ್ಷಣೆ ಹುಟ್ಟಿಕೊಂಡಿತು. ಅವರು ಕಾರ್ಯಕ್ರಮಕ್ಕೆ ಹೋಗುತ್ತಿರುವಾಗ, ಆತ ಆಕೆಯನ್ನೇ ದಿಟ್ಟಿಸತೊಡಗಿದ.

ಆ ದಿನ ಹೊನ್ನಾಟದಲ್ಲಿಯೇ ಸಮಯ ಸರಿಯುತ್ತಿದ್ದುದರಿಂದ ಹೆಚ್ಚಿಗೆ ಮನೋರಂಜನೆ ಕಾರ್ಯಕ್ರಮಗಳಿರುತ್ತಿರಲಿಲ್ಲ. ಆದರೆ ಸಣ್ಣ ಮಕ್ಕಳ ಕೋಲಾಟ, ಹಾಡುಗಳ ಕಾರ್ಯಕ್ರಮಗಳಿರುತ್ತಿದ್ದವು. ಅಂದಿನ ಆ ಕಾರ್ಯಕ್ರಮಗಳಲ್ಲಿ ನಾಗರತ್ನಳೂ ಭಾಗವಹಿಸಿದ್ದಳು. ಆಕೆಯ ಹೆಸರನ್ನು ಕೂಗುತ್ತಲೇ ಮಹಾದೇವಿ, ಭಾರತಿ, ರಜನಿ ಈ ಮೂವರ ಮಧ್ಯದಲ್ಲಿ ಕುಳಿತಾಕೆ ಎದ್ದು ಹೋಗುವಾಗ, ಆಕೆ ಚೆನ್ನಾಗಿ ಹಾಡುವಂತೆ ಹುರಿದುಂಬಿಸಿ ಕಳುಹಿಸಿದರು. ಈ ಬಾರಿ ಕನಕದಾಸರ ಪದ "ಬಾಗಿಲನು ತೆರೆದು ಸೇವೆಯನು ಕೊಡೋ ಹರಿಯೆ..." ಎಂಬ ಹಾಡನ್ನು ಹಾಡಿ ಸ್ಟೇಜಿನಿಂದ ಕೆಳಗಿಳಿದು ಬಂದಾಗ, ಆಕೆಯನ್ನು ಎಲ್ಲರೂ ಹೊಗಳಿದ್ದೇ ಹೊಗಳಿದ್ದು. ಮಹಾದೇವಿ ಆಕೆಯನ್ನು ತನ್ನ ಗೆಳತಿ ಎನ್ನುವ ಹೆಮ್ಮೆಯಿಂದ "ನೀ ಚೆಂದ ಹಾಡೀದಿ. ನೀ ಎಲ್ಲಿ ತಪ್ಪತೀಯೋ ಅಂತ ನನಗ ಹೆದರಿಕಿ ಆಗಿತ್ತು" ಎಂದರೆ ಆ ಹುಡುಗಿ ರಜನಿ "ತು ಅಚ್ಛಾ ಗಾತಿ ಹೈ" ಎಂದು ಬೆನ್ನು ತಟ್ಟಿದ್ದಳು. ಕಾರ್ಯಕ್ರಮ ಮುಗಿದಾಗ, ರಾತ್ರಿ ಬಹಳವಾಗಿತ್ತು. ಅವ್ವ ಮೊದಲೇ ಹೇಳಿದ್ದರಿಂದ ಲಕ್ಷ್ಮಣ ಮಹಾದೇವಿ ಹಾಗೂ ಭಾರತಿಯನ್ನು ಮನೆಗೆ ಕರೆದೊಯ್ಯಲು ಹುಡುಕಾಡಿ ಅವರ ಹತ್ತಿರ ಬಂದಾಗ, ಮಹಾದೇವಿಯು ನಾಗರತ್ನಳ ಮನೆಯಲ್ಲಿ ಯಾರೂ ಬಂದಿಲ್ಲವೆಂದು ಅವರಿಬ್ಬರನ್ನೂ ಕಳುಹಿಸಿ ಬರಲು ಕರೆದೊಯ್ದಳು. ದಾರಿಯಲ್ಲಿ ರಜನಿ ಲಕ್ಷ್ಮಣನನ್ನು "ತುಮಚಾ ನಾವ ಕಾಯ್?" ಎಂದು ಕೇಳಿದಳು. ಲಕ್ಷ್ಮಣನಿಗೆ ಅಲ್ಪಸ್ವಲ್ಪ ಮರಾಠಿ ಬರುತ್ತಿತ್ತು. ಹಾಗಾಗಿ ಆತ ಮಾಝು ನಾವ ಲಕ್ಷ್ಮಣ" ಎಂದು ಹೇಳಿದಾಗ, ಮಹಾದೇವಿಗೆ ತನ್ನ ಅಣ್ಣನೂ ಮರಾಠಿಯಲ್ಲಿ ಮಾತನಾಡಿದ ಎಂಬ ಹೆಮ್ಮೆಯಾಯಿತು. ಆದರೆ ಅದೇ ಭಾರತಿಗೆ ಅದು ಸರಿಬರಲಿಲ್ಲ. ಅವರ ಮನೆ ಬರುತ್ತಿದ್ದಂತೆ ಬಾಗಿಲ ಮುಂದೆ ನಿಂತು ಆ ಹುಡುಗಿ ರಜನಿ ರಾಗವಾಗಿ ಸೋಗಿನಿಂದ ಅವರಿಗೆ ಕೈ ಮಾಡಿ "ಬಾಯ್" ಎಂದು ಒಳ ನಡೆದಳು. ಆಕೆ ಹಾಗೆ ಹೇಳಿದ್ದು ಲಕ್ಷ್ಮಣನಿಗೆ

ಬಹಳ ಇಷ್ಟವಾಯಿತು. ಆದರೆ ಮಹಾದೇವಿಗೆ ಮಾತ್ರ ಅದು ಸರಿಬರಲಿಲ್ಲ ಭಾರತಿಗಂತೂ ಖಾರಾ ತಿಂದಷ್ಟೇ ಉರಿ ಎನ್ನಿಸಿ "ಛೀ ಗುರತ ಇಲ್ಲಾ ಕೂನ ಇಲ್ಲಾ ಹಿಂಗ ಮಾಡೂದಾ?" ಎಂದು ಮಹಾದೇವಿಗೆ ಅಷ್ಟೇ ಕೇಳುವಂತೆ ಪಿಸುಗುಟ್ಟಿದ್ದಳು.

ಅಂದು ರಾತ್ರಿ ನಾಗರತ್ನಳಿಗೆ ಬೇಗ ನಿದ್ರೆಯೇ ಬರಲಿಲ್ಲ. ತಾನು ಹಾಡಿದ್ದು ಜನರೆಲ್ಲ ಮೆಚ್ಚುಗೆ ವ್ಯಕ್ತಪಡಿಸಿದ ಚಿತ್ರಣ ಕಣ್ಮುಂದೆ ಕುಣಿಯುತ್ತಿದೆ. ಆದರೆ ನಾಗರತ್ನಳಿಗೆ ಎಲ್ಲರೂ ಹೊಗಳುವುದಕ್ಕಿಂತ ಚುಮುನಾಳಿಂದ ಹೊಗಳಿಸಿಕೊಳ್ಳಬೇಕೆಂಬ ಆಶೆ. ಆಕೆಯ ಮುಂದೆ ಅದೂ ಹೀಗೆ ತುಂಬಿದ ಸಭೆಯಲ್ಲಿ ಹಾಡಿ ಹೊಗಳಿಸಿಕೊಳ್ಳಬೇಕೆಂಬ ಆಶೆಯಾಗಿತ್ತು. ನಿನ್ನೆಯ ದಿನವೇ ತನ್ನ ಹಾಡು ಅದೂ ಚುಮುನಾಳ ಮುಂದೆ ಇರಬೇಕಾಗಿತ್ತು ಎಂದು ಮರುಗಿದಳು.

ಜಾತ್ರೆಯ ಉಳಿದ ಎರಡೂ ದಿನಗಳಲ್ಲಿಯೂ ಸಂಜೆಯ ಮನೋರಂಜನಾ ಕಾರ್ಯಕ್ರಮಗಳು ಜನಮನ ಗೆದ್ದವು. ಈರಪ್ಪನಿಗಂತೂ ಖುಷಿಯೋ ಖುಷಿ. ಕೈತುಂಬ ರೊಕ್ಕ. ರಾತ್ರಿ ನಾಟಕಗಳ ನೆಪ ಹೇಳಿ ಮನೆಗೆ ಹೋಗುತ್ತಲೂ ಇರಲಿಲ್ಲ. ಹಾಗಾಗಿ ರಾತ್ರಿ ಎಲ್ಲ ಸೆರೆ ಸೇಂದಿ ಕುಡಿಯುತ್ತಲೇ ಓಡಾಡಿದ. ಒಟ್ಟಿನಲ್ಲಿ ಜಾತ್ರೆ ಬಹಳ ಅದ್ದೂರಿಯಿಂದ ನೆರವೇರಿತು.

** ** **

ಊರಿನ ಮದುವೆ, ಮುಂಜಿ ಅಥವಾ ಇನ್ನಾವುದೇ ಶುಭ ಕಾರ್ಯಕ್ರಮಗಳಾದಲ್ಲಿ ಕಾಳಕಡಿ ಹಸನು ಮಾಡಲು ಹಾಗೂ ಅಡುಗೆ ಸಿದ್ಧತೆಯಲ್ಲಿ ಬುದ್ಧವ್ವ ಇರಲೇಬೇಕು. ಹಾಗೇ ಆ ಊರಿನ ಜೋಡುಲಿಂಗ ದೇವಸ್ಥಾನದ ಪೂಜೇರಿ ಬಸವಯ್ಯನ ಮಗ ಮಹಾಂತೇಶನ ಮದುವೆ ತಯಾರಿ ಭರದಿಂದ ಸಾಗಿತ್ತು.

ಆ ದೊಡ್ಡ ವರಾಂಡಕ್ಕೆ ಹೆಂಗಳೆಯರನ್ನೆಲ್ಲಾ ಸೇರಿಸಿಕೊಂಡು ಬುದ್ಧವ್ವ ಕಾಳು ಹಸನು ಮಾಡಲು ಬಂದಳು. ಬುದ್ಧವ್ವ ಇದ್ದಾಳೆ ಎಂದರೆ ಒಡಪು, ಹಾಡು ಹಸೆ ಎಂದೆಲ್ಲ ಸಂಭ್ರಮವೋ ಸಂಭ್ರಮ. ನಾಲ್ಕೈದು ಚೀಲ ಅಕ್ಕಿ ಮೂಟೆಗಳನ್ನು ಮದುವೆಯಾಗಲಿರುವ ಹುಡುಗ ಮಹಾಂತೇಶನಿಂದಲೇ ಪೂಜೆ ಮಾಡಿಸಿ ಚೀಲ ಬಿಚ್ಚಿಸತೊಡಗಿದಾಗ, ಬುದ್ಧವ್ವ "ನಿಂದರಪಾ ಮಾಂತು ನಿನ್ನ ಹೆಂತಿ ಹೆಸರ ಹೇಳಿ ಆಮ್ಯಾಲೆ ಚೀಲಾ ಬಿಚ್ಚ ಎಂದಾಗ, ಆತನ ಗೆಳೆಯರು, ನೆರೆದ ಹೆಂಗಳೆಯರು 'ಹೋ' ಎಂದು ಕಿರುಚುತ್ತ ಹೆಸರು ಹೇಳಬೇಕೆಂದು ದುಂಬಾಲುಬಿದ್ದರು. ಮಹಾಂತೇಶ ನಾಚುತ್ತ "ಏ ಏನ ಹೇಳೂದು ಇನ್ನ ನನಗ ಹೆಸರ ಗೊತ್ತಿಲ್ಲಾ" ಎಂದಾಗ "ಯಾಕ ತಮ್ಮಾ ಹೆಸರ

ಗೊತ್ತ ಇರಲಾರದ ಮದುವಿಗೆ ಹು ಅಂದಿ? "ಏನಾರ ಆಗಲಿ ನೀ ಹೆಸರ ಹೇಳಿದ ಮ್ಯಾಲೆ ನಾವು ಅಕ್ಕಿ ಹಸನ ಮಾಡತೀವಿ" ಎಂದೆಲ್ಲ ಹೆಂಗಳೆಯರು ಪೀಡಿಸತೊಡಗಿದಾಗ, ಇನ್ನೇನು ಇವರು ಬಿಡಲಾರರು ಎಂದೆನ್ನಿಸಿ "ಲಕ್ಷ್ಮೀ" ಎಂದ. "ಏ ಹಂಗೇನ ಏನೂ ಬಿಂಗಾ ಬ್ಯಾಂಗಡಿ ಇಲ್ಲದ ಹೇಳತಿ?" ಎಂದರು ಹೆಂಗಳೆಯರೆಲ್ಲ. ಆತ ಒಡಪು ಬಾರದೇ ಪೇಚಾಡತೊಡಗಿದ. "ಹುಂ ನಿನಗ ಒಡಪ ಹೇಳಾಕ ಬರಲೀಕ ಹತ್ತ ಸಲಾ ಹೆಸರ ಹೇಳ" "ಏ ಇಲ್ಲಾ ನೂರ ಸಲಾ ಹೇಳಬೇಕ" ಎಂದು ಮತ್ತೆ ಪೀಡಿಸತೊಡಗಿದರು. ಕೊನೆಗೆ ಬುದ್ದವ್ವ "ಆಕಾಶದಲ್ಲಿ ಹಾರುವುದು ಪಕ್ಷಿ ನನ್ನವಳ ಹೆಸರು ಲಕ್ಷ್ಮಿ" ಅಂತ ಹೇಳೋ ಎಂದಾಗ, ಎಲ್ಲರೂ "ಹೋ" "ಹೋ" ಎಂದು ಕಿರುಚಿ ಸುಮ್ಮನಾದ ಮೇಲೆ ಬುದ್ದವ್ವ ಹೇಳಿಕೊಟ್ಟಂತೆ ಒಡಪಿನೊಂದಿಗೆ ಹೆಂಡತಿಯ ಹೆಸರು ಹೇಳಿದ. ಈ ಒಡಪಿನ ಗದ್ದಲದಲ್ಲಿಯೇ ಚೆನ್ನವ್ವ ಬಂದು ಎಲ್ಲರ ಜೊತೆಗೆ ತಾನೂ ಅಕ್ಕಿ ಹಸನು ಮಾಡತೊಡಗಿದಳು. ಒಡಪನ್ನು ಉಳಿದ ಹೆಂಗಳೆಯರೆಲ್ಲ ಹೇಳುತ್ತ ಕೇಳುತ್ತ ಚೇಷ್ಟೆ ಮಾಡುತ್ತಿದ್ದರು. ಹಾಗೇ ಒಬ್ಬರಿಗೊಬ್ಬರು ಒಡಪು ಹಚ್ಚಿ ಗಂಡನ ಹೆಸರು ಹೇಳಬೇಕೆಂದು ದುಂಬಾಲು ಬೀಳತೊಡಗಿದರು. ಒಬ್ಬರಾದ ಮೇಲೆ ಒಬ್ಬರು ಒಡಪು ಹಚ್ಚಿ ಹೆಸರು ಹೇಳುತ್ತ ಸಾಗಿದರು. ಚೆನ್ನವ್ವನ ಸರದಿ ಬಂದಾಗ, ಎಲ್ಲರೂ ಆಕೆಯ ಕಡೆಗೆ ಗಮನಹರಿಸಿದರು. ಅಂತಹ ಸಂಭ್ರಮದಲ್ಲಿಯೂ ಆಕೆಯ ಮುಖ ಕಳೆಗುಂದಿತ್ತು. ಬುದ್ಧವ್ವ "ಯಾಕ ತಂಗಿ? ಏನಾತ? ಹಿಂಗ್ಯಾಕ ಮೊಕಾ ಸಪ್ಪ ಮಾಡಿ?" ಎಂದಾಗ ಆಕೆಯ ಕಣ್ಣಲ್ಲಿ ನೀರು ಜಿನುಗಿತು. ಗಾಬರಿಯಿಂದ "ಯಾಕ ತಂಗಿ?" ಎಂದು ಕಳಕಳಿಯಿಂದ ಕೇಳಿದಳು. ಚೆನ್ನವ್ವ "ಯಕ್ಕಾ ಹುಡುಗಾ ಹೋಗಿ ಒಂದ ತಿಂಗಳಾತು. ಕಂಡಾಪಟಿ ದೂರಿನ ಊರ ಹಂತಲ್ಲೆ ಹ್ಯಾಂಗ ಅದಾನೋ ಏನೋ?" ಎನ್ನುವುದರಲ್ಲಿ ದುಃಖ ಉಕ್ಕಿ ಬಂದಿತ್ತು.

ಚೆನ್ನವ್ವಳ ದುಃಖವನ್ನು ಅರ್ಥ ಮಾಡಿಕೊಂಡ ಬುದ್ಧವ್ವ "ನಿನ್ನ ಮಗಾ ಅಷ್ಟ ದೂರ ಹಂಗ ಹೋಗಿಲ್ಲಾ. ಅವಾ ಸಂಗೀತ ಕಲಿಯಾಕ ಹೋಗ್ಯಾಣಾ. ಅದಕ ಖುಷಿಪಡು ಅಂತಾ ಅವಕಾಶಾ ಎಲ್ಲಾರಿಗೂ ಸಿಗತೈತಿ? ಹುಚ್ಚಿ ಎಲ್ಲಿ ಇಟ್ಟಿ ಬುದ್ಧಿ? ಮುಂದ ಅವನ ಭವಿಷ್ಯಾ ಚೊಲೋ ಆಕೈತಿ. ಅವಾ ಇಡೀ ದೇಸಾಯಿಪುರಕ್ಕ ಹೆಸರ ತರತಾನಾ ಸುಮ್ಮಕಿರು. ನಿನ್ನ ಮಗಾ ಸಂಗೀತಗಾರಾ ಆಗಿ ಬರತಾನಾ ಅನ್ನೂದನ್ನ ನೆನಪಿಸಿಕೋ ಆಗ ಖುಷಿ ಆಕ್ಕತಿ. ಅವಾ ದೊಡ್ಡ ಸಂಗೀತಗಾರಾ ಆಗಿ ಬರೂದನ್ನ ಕಾಯಕೊಂತ ಕುಂಡರು. ಅವಾ ದೊಡ್ಡ ಸಂಗೀತಗಾರಾ ಆಗೇ ಆಕ್ಕನಾ ಹುಚ್ಚಿ ಅಳಕೊಂತ ಕುಂಡ್ರು ಬದಲಿ ಖುಷಿಪಡ. ನಮಗ ಎಷ್ಟ ಹೆಮ್ಮೆ ಅನ್ನಸ್ತತಿ ಗೊತ್ತನ? ಹಂತಾದ್ರಾಗ ನೀ ಅವನ್ನ ತಾಯಿ ಅವನ್ನ ಹಡದಾಕಿ ನೀ ಹೆಮ್ಮೆಲೇ ಹೇಳಕೊಂತ ಅಡ್ಡಾಡಬೇಕ. ಅದನ್ನ ಬಿಟ್ಟ

ಹಿಂಗ ಅಳತೀಯಲ್ಲ ಹುಚ್ಚಿ ಇನ್ನಮ್ಯಾಲೆ ಕಣ್ಣೀರ ಹಾಕಬ್ಯಾಡಾ. ಹುಂ ಈಗ ನಿನ್ನ ಗಂಡನ ಹೆಸರ ಹೇಳ ಒಡಪ ಹಚ್ಚಿ" ಎಂದಾಗ ಚೆನ್ನವ್ವಳ ಮುಖದ ಮೇಲೆ ತಿಳುನಗೆ ನಲಿದಾಡತೊಡಗಿತು. ಹಾಗೇ ಅಲ್ಲಿಯ ಒಡಪು ಹಚ್ಚಿ ಗಂಡನ ಹೆಸರು ಹೇಳುವ ಸಂಭ್ರಮ ಮುಂದುವರೆದಿತ್ತು.

ಬುದ್ಧವ್ವಳ ಮಾತುಗಳು ಚೆನ್ನವ್ವಳಿಗೆ ಚೇತರಿಕೆಯನ್ನಷ್ಟೇ ಅಲ್ಲ, ಹೊಸ ಜೀವನೋತ್ಸಾಹವನ್ನು ಹುಟ್ಟುಹಾಕಿತ್ತು. ಹಾಗಾಗಿ ಮಹಾಂತೇಶನ ಮದುವೆ ತುಂಬೆಲ್ಲಾ ಉತ್ಸಾಹದಿಂದ ಓಡಾಡಿದಳು.

** ** **

ಜಾತ್ರೆಯ ಗದ್ದಲದಲ್ಲಿ ಈರಪ್ಪನ ಕಡೆಗೆ ಯಾರೂ ಗಮನವನ್ನೇ ಕೊಟ್ಟಿರಲಿಲ್ಲ. ಲಕ್ಷ್ಮಣನಂತೂ ತನ್ನ ಗಳಿಕೆಯಲ್ಲಿಯೇ ತಾನಿದ್ದ ಹಾಗಾಗಿ ಆತನೂ ಅಪ್ಪ ಏನು ಮಾಡುತ್ತಿದ್ದಾನೆ ಎಂಬುದನ್ನು ಗಮನಿಸುತ್ತಿದ್ದಿಲ್ಲ. ಗಂಗವ್ವಳಿಗೆ ಮಾತ್ರ ಯಾಕೋ ಆತ ಅತಿಯಾಗಿ ಕುಡಿಯುತ್ತಿದ್ದಾನೆ ಎಂದೆನ್ನಿಸುತ್ತಿತ್ತು. ಒಂದೆರಡು ಬಾರಿ ಆತನೊಂದಿಗೆ ಜಗಳವನ್ನೂ ಆಡಿದ್ದಳು. ಆದರೆ ಈರಪ್ಪನಿಗೆ ಅದು ಯಾವ ಲೆಕ್ಕ? ಕೈಯಲ್ಲಿ ಕಾಸಿಲ್ಲದಿದ್ದರಷ್ಟೇ ಆತನಿಗೆ ಕುಡಿಯಲು ಸಿಗುತ್ತಿರಲಿಲ್ಲ. ಒಂದು ದಿನ ಅತಿಯಾಗಿ ಕುಡಿದು ಬಂದು ವಾಂತಿ ಭೇದಿಯಾಗಿ ಅದೇನಾಯಿತೋ ಏನೋ ಉಸಿರೇ ನಿಂತು ಹೋಯಿತು. ಗಂಗವ್ವಳ ಅಣ್ಣ ಅತ್ತಿಗೆ ಜೊತೆಗೆ ಬುದ್ದವ್ವ ಎಲ್ಲರೂ ಬಂದು ಎಲ್ಲ ಕ್ರಿಯಾ ಕರ್ಮಗಳು ಮುಗಿಯುವವರೆಗೆ ಗಂಗವ್ವಳಿಗೆ ಜೊತೆಯಾಗಿ ನಿಂತರು.

ಯಾವಾಗಲೂ ಹಣೆಗೆ ದೊಡ್ಡ ಕುಂಕುಮವಿಟ್ಟುಕೊಳ್ಳುತ್ತಿದ್ದ ಗಂಗವ್ವಳ ಬೋಳು ಹಣೆಯನ್ನು ಕಂಡು ಮಕ್ಕಳಿಗೆ ಅದರಲ್ಲಿಯೂ ಮಹಾದೇವಿಗೆ ದುಃಖ ಉಕ್ಕುತ್ತಿತ್ತು. ಮೊದಲಿಗಿಂತಲೂ ಲಕ್ಷ್ಮಣನಿಗೆ ಈಗ ಜವಾಬ್ದಾರಿ ಹೆಚ್ಚಿತ್ತು. ಹತ್ತನೇ ತರಗತಿಯ ಪರೀಕ್ಷೆ ಮುಗಿಯುವ ಮುನ್ನವೇ ಶಾಲೆ ಬಿಟ್ಟು ವ್ಯಾಪಾರಕ್ಕೆ ತನ್ನನ್ನು ತೊಡಗಿಸಿಕೊಂಡ.

** ** **

ಮಹಾದೇವಿಯ ಏಳನೇ ತರಗತಿ ಮುಗಿಯುತ್ತಲೇ ಅವ್ವ ಶಾಲೆಬಿಡಿಸಿ ಅಡುಗೆ ಕೆಲಸಕ್ಕೆ ತೊಡಗಿಸಿದಳು. ಲಕ್ಷ್ಮಣನೇನೋ ಆಕೆ ಮುಂದೆ ಓದಲೆಂದ. ಆದರೆ ಮನೆ ನಡೆಸಲು ಲಕ್ಷ್ಮಣ ಹೆಣಗುತ್ತಿದ್ದಾನೆ. ಅಂತಹುದರಲ್ಲಿ ಆಕೆಗೇಕೆ ಸುಮ್ಮನೇ ಖರ್ಚು? ಅಷ್ಟಕ್ಕೂ ಹೆಣ್ಣುಮಕ್ಕಳಿಗೇಕೆ ಹೆಚ್ಚಿನ ಶಿಕ್ಷಣವೆಂದುಕೊಂಡರು. ಅದೇ ರೀತಿ ನಾಗರತ್ನಾಳ ಮನೆಯಲ್ಲಿಯೂ ಶಾಲೆಗೆ ಹೋಗುವುದು ಸಾಕು ಎಂದರು. ಆದರೆ ನಾಗರತ್ನ ಹಟಮಾಡಿದಳು. ಅಷ್ಟಕ್ಕೂ

ಊರಿನಲ್ಲಿಯೇ ಹೈಸ್ಕೂಲಿತ್ತು. ರಾಜಾ ವೀರಗೌಡ ಶಿಕ್ಷಣಕ್ಕೂ ಬಹಳಷ್ಟು ಮಹತ್ವ ಕೊಡುತ್ತಿದ್ದುದರ ಫಲವಾಗಿ ಊರಿನಲ್ಲಿ ಹೈಸ್ಕೂಲು ಹುಟ್ಟಿಕೊಂಡಿತ್ತು. ಆದರೂ ಕೂಡ ಬೇಡವೇ ಬೇಡ ಎನ್ನುತ್ತಿದ್ದರು. ನಾಗರತ್ನಾ ಕೇಳಲೇ ಇಲ್ಲ. ಒಂದು ದಿನ ಎರಡು ದಿನ ಉಪವಾಸ ಮಾಡಿದಳು. ಸಾಲದ್ದಕ್ಕೆ ಶಾಲಾ ಮಾಸ್ತರರನ್ನು ಮನೆಗೆ ಕರೆತಂದು ಅವ್ವ ಅಪ್ಪನಿಗೆ ಹೈಸ್ಕೂಲಿಗೆ ಸೇರಿಸುವಂತೆ ತಿಳಿಹೇಳಿಸಿದಳು. ಅದರ ಪ್ರಕಾರ ಮಾಸ್ತರು "ಅಲ್ರಿ, ನಿಮ್ಮ ನಾಗರತ್ನ ಎಷ್ಟ ಶ್ಯಾಣ್ಯಾಕಿ ಅದಾಳಾ ಅಕಿನ್ನ ಸಾಲಿ ಬಿಡಸಬ್ಯಾಡ್ರಿ" ಎಂದಾಗ, ನಾಗರತ್ನಳ ಅವ್ವ ಅಪ್ಪ "ಅಯ್ಯ ಆಕಿ ಸಾಲಿ ಕಲತ ಏನಮಾಡಬೇಕಾಗೇತಿ? ನೋಕರಿ ಮಾಡಬೇಕಾ? ಸಾಲಿನ ಕಲಕೊಂತ ಹೋದ್ರ ಅಡಗಿ ಯಾರ ಕಲೀಬೇಕು? ಮುಂದ ಮದುವಿ ಆದಮ್ಯಾಲೆ ಗಂಡ ಅಡಗಿ ಮಾಡಿ ಹಾಕಬೇಕಾ?" ಎಂದು ವಾದಿಸಿದ್ದರು. "ಆಕಿ ನೌಕರಿ ಮಾಡಿದ್ರ ತಪ್ಪ ಏನ ಐತಿ ಹೆಮ್ಮೆಪಡಬೇಕ ನೀವು" ಎಂದೆಲ್ಲ ಸಾಕಷ್ಟು ತಿಳಿಸಿ ಹೇಳಿ ಮನೆಯವರನ್ನು ಒಪ್ಪಿಸಿದ್ದರು. ಹಾಗಾಗಿ ಆಕೆಯ ಹಟಕ್ಕೆ ಮನಿದು ಆಕೆಯನ್ನು ಹೈಸ್ಕೂಲು ಸೇರಿಸಿದರು.

ಮಹಾದೇವಿ ಶಾಲೆ ಬಿಟ್ಟನಂತರ, ಮನೆಯ ಕೆಲಸ ಮುಗಿಸಿ ಬುದ್ಧವ್ವಳ ಹತ್ತಿರ ಹೆಣಿಕೆ, ಹಾಡು ಹಸೆ ಎಂದೆಲ್ಲ ಕಲಿಯಲು ಹೋಗತೊಡಗಿದಳು. ಹಾಗಾಗಿ ಆಕೆಗೆ ಬುದ್ಧವ್ವನ ಮನೆಯೇ ಪಾಠಶಾಲೆಯಾಯಿತು.

ಲಕ್ಷ್ಮಣ ಮನೆಯಲ್ಲಿಯೇ ಒಂದು ಭಾಗದಲ್ಲಿ ಬಟ್ಟೆ ಅಂಗಡಿ ತೆರೆದ. ಮೊದಲು ಸೀರೆ ಖನಗಳನ್ನು ಮಾರುತ್ತಿದ್ದವ ದಿನಗಳೆದಂತೇ ಸೀರೆ, ಕುಬ್ಬಸ, ಬಟ್ಟೆಗಳನ್ನೂ ಕೂಡ ತಂದು ಮಾರಾಟ ಮಾಡತೊಡಗಿದ. ಎರಡು ವರ್ಷಗಳಲ್ಲಿ ಅಂಗಡಿಯನ್ನು ದೊಡ್ಡದನ್ನಾಗಿ ಮಾಡಿ ದೂರದ ಮಹರಾಷ್ಟ್ರದಿಂದಲೂ ಮಾಲು ಹಾಕಿಸಿಕೊಳ್ಳತೊಡಗಿದ. ಹಾಗಾಗಿ ಆ ಊರಿನಲ್ಲಿ ಲಕ್ಷ್ಮಣನ ಹತ್ತಿರ ಮಾತ್ರ ಹೊಸ ಹೊಸ ತರಹದ ಬಟ್ಟೆ ಸಿಗುವಂತಾಯಿತು. ತಂಗಿ ಮಹಾದೇವಿ ಹದಿನಾರರ ಪೋರಿಯನ್ನು ಮಾವ ರಾಮಚಂದ್ರಪ್ಪನ ಸಹಾಯದಿಂದ ಅವರದೇ ಊರು ಚೆಂದೂರಿನ ಪ್ರೈಮರಿ ಸ್ಕೂಲು ಮಾಸ್ತರ ಬಸವರಾಜನೊಂದಿಗೆ ತನಗೆ ಸಾಧ್ಯವಾದ ಮಟ್ಟಿಗೆ ಅದ್ದೂರಿಯಿಂದಲೇ ಮದುವೆ ಮಾಡಿಕೊಟ್ಟ.

** ** **

ಈ ವರ್ಷದ ಜಾತ್ರೆ ಬಹಳ ಅದ್ದೂರಿಯಿಂದ ನಡೆಯಲಿತ್ತು. ಕಾರಣ ಈ ಬಾರಿ ಹಳೆಯ ರಥ ಭಿನ್ನವಾಗಿದ್ದ ಕಾರಣ ಹೊಸ ರಥವನ್ನು ಅದೇ ಊರಿನ ಬಡಿಗ ಕಲಾವಿದ ಕೇಶವನಿಂದ ಮಾಡಿಸಿದ್ದರು. ಕೇಶವ ತಾನಷ್ಟೇ ಅಲ್ಲದೇ ಬೇರೆ ಊರಿನಿಂದಲೂ ತನ್ನ ಸಂಬಂಧಿ ಬಡಿಗರನ್ನು ಕರೆಯಿಸಿ ಕಳೆದ ಆರು

ತಿಂಗಳಿನಿಂದಲೇ ರಥದ ಕೆಲಸ ಪ್ರಾರಂಭಿಸಿ ಜಾತ್ರೆ ಒಂದು ತಿಂಗಳಿರುವಾಗಲೇ ಮಾಡಿ ಮುಗಿಸಿದ್ದ. ಈ ವರ್ಷದ ಜಾತ್ರೆಗೆ ಸಂಸ್ಥಾನದ ಬೊಕ್ಕಸದಿಂದಷ್ಟೇ ಅಲ್ಲ, ಜನರ ಕಡೆಯಿಂದಲೂ ದೇಣಿಗೆ ಸಂಗ್ರಹಿಸಿದ್ದರು.

ಜಾತ್ರೆ ಬಂತು ಎನ್ನುವಷ್ಟರಲ್ಲಿ ಲಕ್ಷ್ಮಣ ವ್ಯಾಪಾರ ಓಣಿಯಲ್ಲಿ ಅಂಗಡಿ ತೆರೆದ. ಮನೆಯ ದೊಡ್ಡ ಹಾಲ್ ನಲ್ಲಿಯೇ ಎರಡು ರೂಮು ಮಾಡಿ, ಹಿತ್ತಲಿನ ಅಲ್ಪ ಜಾಗದಲ್ಲಿ ಬಚ್ಚಲು ಮನೆಯನ್ನು ಕಟ್ಟಿಸಿದ. ಅಡುಗೆ ಕೋಣೆಯನ್ನು ಮತ್ತಷ್ಟು ಅನುಕೂಲಕರವಾಗಿ ಮಾರ್ಪಡಿಸಿದ. ಒಟ್ಟಿನಲ್ಲಿ ಇಡೀ ಮನೆಯೇ ಹೊಸಕಳೆಯನ್ನು ಹೊತ್ತು ನಿಂತಿತು. ಹಾಗಾಗಿ ಮನೆಗೆ ಒಂದಿಬ್ಬರು ಹೆಚ್ಚಿಗೆ ಜನ ಬಂದರೂ ನಡೆಯುವಂತಿತ್ತು.

ಜಾತ್ರೆಗೆ ಹದಿನೈದು ದಿನ ಬಾಕಿ ಇರುವಾಗಲೇ ಲಕ್ಷ್ಮಣ ಚಂದೂರಿಗೆ ಹೋಗಿ ಹೊಸದಾಗಿ ಮದುವೆಯಾಗಿ ಗಂಡನ ಮನೆ ಸೇರಿದ ತಂಗಿಯನ್ನು ಕರೆತಂದ. ಮಹಾದೇವಿ ಹೊಸ ಹುರುಪಿನಿಂದ ಓಡಾಡಿ ನಲಿದಳು. ತಾಯಿಯೊಂದಿಗೆ ಜಾತ್ರೆ ತಯಾರಿ ಕೆಲಸಕ್ಕೆ ಹುಮ್ಮಸ್ಸಿನಿಂದ ಕೈಜೋಡಿಸಿದಳು. ಲಕ್ಷ್ಮಣನ ವ್ಯಾಪಾರವಂತೂ ಜೋರಾಗಿತ್ತು. ಆತ ಜಾತ್ರೆಗೆಂದೇ ವಿಶೇಷವಾದ ಬಟ್ಟೆಗಳನ್ನು ದೂರದ ಸಾಂಗ್ಲಿಯಿಂದ ತಂದಿದ್ದ. ಸಾಮಾನ್ಯವಾಗಿ ಆ ಊರಿನ ಜನರು ವರ್ಷಕ್ಕೊಮ್ಮೆ ಈ ಯುಗಾದಿ ಜಾತ್ರೆಗೆ ಹೊಸ ಬಟ್ಟೆ ಖರೀದಿಸುತ್ತಿದ್ದರು. ಹಾಗಾಗಿ ಈ ಜಾತ್ರೆಯಲ್ಲಿ ಬಟ್ಟೆ ವ್ಯಾಪಾರಿಗಳು ಹಾಗೂ ಬಟ್ಟೆ ಹೊಲಿಯುವ ಸಿಂಪಿಗರು ಇಡೀ ವರ್ಷದಲ್ಲಿ ದುಡಿಯುವ ಅರ್ಧದಷ್ಟು ಹಣವನ್ನು ಈ ಜಾತ್ರೆಯಲ್ಲಿಯೇ ಗಳಿಸುತ್ತಿದ್ದರು.

ಜಾತ್ರೆ ಒಂದು ವಾರವಿರುವಾಗ, ಲಕ್ಷ್ಮಣನಿಗೆ ಊಟಕ್ಕೂ ಸಮಯವಿರುತ್ತಿರಲಿಲ್ಲ. 'ಊಟಕ್ಕುಂಟು ಲೆಕ್ಕಕ್ಕಿಲ್ಲ' ಎಂಬಂತಿರುವ ರಾಮನಂತೂ ಎಷ್ಟು ಹೇಳಿದರೂ ಅಂಗಡಿಗೆ ಹೋಗಿ ಕುಳಿತುಕೊಳ್ಳುತ್ತಿರಲಿಲ್ಲ. ಅದರ ಬದಲು ಮನೆಯಲ್ಲಿಯ ಕೆಲಸಗಳು ಅಂದರೆ ಬಾವಿಯಿಂದ ನೀರು ತಂದು ಹಾಕುವುದು ಅಂಗಡಿಗೆ ಹೋಗಿ ಸಾಮಾನು ತಂದುಕೊಡುವುದು. ಅದನ್ನು ಬಿಟ್ಟರೆ ಒಂದೊಂದು ಬಾರಿ ಇಡೀ ದಿನ ಮಾಯವಾಗಿರುತ್ತಿದ್ದ.

ಜಾತ್ರೆಯ ಹಿಂದಿನ ದಿನ, ಲಕ್ಷ್ಮಣನ ಮಾವ, ಅತ್ತೆ, ಮಗಳು ಭಾರತಿಯೊಂದಿಗೆ ಬಂದರು. ಮಾರ್ಪಾಡಾದ ಮನೆ ನೋಡಿ ಖುಷಿಪಟ್ಟರು. ಹಾಗೇ ಅವರಿಗೆ ಲಕ್ಷ್ಮಣನ ಮೇಲೆ ಆಶೆ ಅಧಿಕವಾಯಿತು. ಚುರುಕು ಬುದ್ಧಿಯ ಚೆಲುವಾದ ಹುಡುಗ. ಒಂಟಿಯಾಗಿ ಮನೆ ನಡೆಸುವ ತಾಕತ್ತು ಹೊಂದಿದವ. ಇನ್ನೂ ಚಿಕ್ಕ ವಯಸ್ಸಿನಲ್ಲಿಯೇ ಏನೂ ಇಲ್ಲದೇ ಇಷ್ಟೊಂದು ಗಳಿಸಿದ. ಇನ್ನು ಮುಂದೆ ದೊಡ್ಡ ವ್ಯಾಪಾರಸ್ಥನೇ ಆಗುವುದು ಖಚಿತ. ತಮ್ಮ ಮಗಳಿಗೆ ಮತ್ತಿನ್ನೆಂತಹ ಹುಡುಗ ಬೇಕು? ಎಂದು ಮನದಲ್ಲಿಯೇ

ಮಂಡಿಗೆ ತಿಂದರು. ಗಂಗವ್ವಳ ಮನದಲ್ಲಿಯೂ ಇದೇ ವಿಚಾರವಿತ್ತು. ಸ್ವಲ್ಪ ಕಪ್ಪಗಿದ್ದರೂ ಭಾರತಿ ಬಹಳ ಲಕ್ಷಣವಾಗಿದ್ದಳು. ಅಡುಗೆ ಕೆಲಸವಷ್ಟೇ ಅಲ್ಲ ವ್ಯವಹಾರಿಕ ಜ್ಞಾನವೂ ಸಾಕಷ್ಟಿತ್ತು. ಎಲ್ಲಕ್ಕಿಂತ ಮಿಗಿಲಾಗಿ ಪ್ರಾಮಾಣಿಕ ಹಾಗೂ ನ್ಯಾಯವಾದಿಯಾಗಿದ್ದಳು. ಅನ್ಯಾಯ ಕಂಡಲ್ಲಿ ಸಿಡಿದೇಳುತ್ತಿದ್ದಳು. ಮಹಾದೇವಿಯ ಮದುವೆಯಲ್ಲಿ ಆ ಹುಡುಗಿ ಓಡಾಡಿ ಮಾಡಿದ ಕೆಲಸ ಅಷ್ಟಿಷ್ಟಲ್ಲ. ಆಗಲೇ ಗಂಗವ್ವ, ಅವಳು ಲಕ್ಷ್ಮಣನಿಗೆ ತಕ್ಕ ಹೆಂಡತಿಯಾಗಬಲ್ಲಳು ಎಂಬ ವಿಚಾರ ಹೊತ್ತಿದ್ದಳು. ಬೇಕೆಂದೇ ಆಕೆಯ ಕೈಯಿಂದ ಲಕ್ಷ್ಮಣನಿಗೆ ಚಹಾ ಕೊಟ್ಟುಕಳುಹಿಸುವುದು, ಊಟಕ್ಕೆ ಬಡಿಸಲು ಹಚ್ಚುವುದು ಮಾಡುತ್ತಿದ್ದಳು. ಆ ಮೂಲಕ ಪ್ರತ್ಯಕ್ಷವಲ್ಲದಿದ್ದರೂ ಪರೋಕ್ಷವಾಗಿ ಲಕ್ಷ್ಮಣ ಭಾರತಿಯ ಭಾವಿ ಪತಿ ಎಂದು ತಿಳಿಸಿದ್ದಳು. ಸೂಕ್ಷ್ಮ ಬುದ್ಧಿಯ ಭಾರತಿಯೂ ಅತ್ತೆಯ ಆಸೆಯನ್ನು ಅರಿತುಕೊಂಡಿದ್ದಳು. ಚಿಕ್ಕಂದಿನಿಂದಲೇ ಭಾರತಿಗೆ ಲಕ್ಷ್ಮಣಮಾಮ ಇಷ್ಟವಾಗಿದ್ದ. ವಯಸ್ಸಿಗೆ ಬಂದಂತೆಲ್ಲ ಆತನ ಬಗ್ಗೆ ಆಕರ್ಷಣೆ ಬೆಳೆಯುತ್ತಿತ್ತು. ಇನ್ನು ಅತ್ತೆ ಸ್ವತ: ತಾನೇ ಆಕೆಗೆ ಲಕ್ಷ್ಮಣನ ಕೆಲಸ ಹಚ್ಚುವುದು ಆಕೆಗೆ ರೋಗಿ ಬಯಸಿದ್ದೂ ಹಾಲೂ ಅನ್ನ ವೈದ್ಯ ಹೇಳಿದ್ದೂ ಹಾಲೂ ಅನ್ನ ಎಂಬಂತಾಗಿತ್ತು. ಅತ್ತೆ ಏನಾದರೂ ಲಕ್ಷ್ಮಣನ ಹತ್ತಿರ ಕಳುಹಿಸಿದಾಗ ನಾಚುತ್ತಲೇ ಹೋಗುತ್ತಿದ್ದಳು. ಅದನ್ನು ಗಮನಿಸಿದ ಗಂಗವ್ವ ಅಂತೂ ಆ ಹುಡುಗಿ ಒಪ್ಪಿದಳೆಂದೇ ಖುಷಿಪಟ್ಟಳು. ಇನ್ನು ನಿಧಾನವಾಗಿ ಈ ವಿಷಯವನ್ನು ಅಣ್ಣ ಅತ್ತಿಗೆಯ ಹತ್ತಿರ ಹೇಳಬೇಕೆಂದಿದ್ದಳು. ವಿಷಯ ಹೀಗಿರುವಾಗ, ಭಾರತಿಯ ಅವ್ವ ಅಪ್ಪ ಗಂಗವ್ವಳಿಗೆ "ನಿನ್ನ ಸೊಸಿ..." "ನಿನ್ನ ಸೊಸಿ..." ಎಂದು ಒತ್ತು ಕೊಟ್ಟು ಭಾರತಿ ಆಕೆಯ ಸೊಸೆ ಎಂದು ಹೇಳುವುದರ ಮೂಲಕ ಲಕ್ಷ್ಮಣನನ್ನು ಅಳಿಯನನ್ನಾಗಿಸಿಕೊಂಡಿದ್ದರು.

ಲಕ್ಷ್ಮಣ, ಜಾತ್ರೆಗೆಂದು ತಂಗಿ ಮಹಾದೇವಿಗೆ ತನ್ನದೇ ಅಂಗಡಿಯಿಂದ ಸುಂದರವಾದ ರೇಷ್ಮೆ ಸೀರೆ ತಂದಿದ್ದ. ಭಾರತಿ ಬಂದ ನಂತರ ಆಕೆಗೂ ಒಂದು ಒಳ್ಳೆಯ ಸೀರೆ ತರುವಂತೆ ಗಂಗವ್ವ ದುಂಬಾಲು ಬಿದ್ದಳು. ಲಕ್ಷ್ಮಣ ಭಾರತಿಗೆ ಒಪ್ಪುವಂತಹ ತಿಳಿಗುಲಾಬಿ ಬಣ್ಣದ ರೇಷ್ಮೆ ಸೀರೆಯನ್ನು ತೆಗೆದುಕೊಂಡು ಬಂದ. ಅದನ್ನು ಗಂಗವ್ವ ಎಲ್ಲರೆದುರಿಗೇ "ಹುಂ ತುಗೋರವಾ ನಿಮ್ಮ ಮಾಮಾ ನಿನಗಂತ ತಂದಾನಾ" ಎಂದು ಭಾರತಿಯ ಕೈಗೆ ಕೊಟ್ಟಳು. ಅದನ್ನು ಅವಳು ನಾಚುತ್ತಲೇ ಕೈಗೆತ್ತಿಕೊಂಡಳು.

ಅದೇ ದಿನ ಮಹಾದೇವಿಯ ಗಂಡನೂ ಜಾತ್ರೆಗೆ ಬಂದ. ಮಹಾದೇವಿಯ ಹಾಗೂ ಗಂಗವ್ವಳ ಹುರುಪು ಇಮ್ಮಡಿಸಿತು.

ಹೊನ್ನಾಟದ ದಿನ ಭಾರತಿ ಲಕ್ಷ್ಮಣ ತೆಗೆದುಕೊಂಡು ಬಂದ ಸೀರೆಯನ್ನು ಉಟ್ಟುಕೊಂಡು ಆದಷ್ಟು ಆಸಕ್ತಿಯಿಂದ ಅಲಂಕರಿಸಿಕೊಂಡು ಎಲ್ಲರೊಟ್ಟಿಗೆ

ಹೊನ್ನಾಟ ನೋಡಲು ನಡೆದಳು. ಗಂಗವ್ವ ಸೊಸೆಯ ಸೌಂದರ್ಯವನ್ನು ಕಣ್ಣುತುಂಬಿಕೊಂಡಳು. ಭಾರತಿ ಗತ್ತಿನಿಂದ ಲಕ್ಷ್ಮಣನ ಮುಂದೆಯೇ ಓಡಾಡುವ ವೇಳೆ, ರಜನಿ ಬಂದು ಲಕ್ಷ್ಮಣನನ್ನು ಮಹಾದೇವಿಯನ್ನು ಮಾತನಾಡಿಸುತ್ತ ನಿಂತಳು. ತೆಳುಸೀರೆ ಉಟ್ಟುಕೊಂಡು ಜಡೆಯನ್ನು ಕುಣಿಸುತ್ತಾ ನಗುನಗುತ್ತ ಲಕ್ಷ್ಮಣನೊಂದಿಗೆ ಮಾತನಾಡುತ್ತಿರುವಾಗ, ಮೃಷ್ಟಾನ್ನ ಭೋಜನ ಮಾಡುತ್ತಿರುವ ವೇಳೆ ತುತ್ತಿನಲ್ಲಿ ಕಲ್ಲು ಸಿಕ್ಕಂತಾಗಿ, ಭಾರತಿಯ ಕನಸು ಒಂದು ಕ್ಷಣ ಸೋರಿಹೋದಂತಾಯಿತು.

ರಾತ್ರಿ ಆಕೆಗೆ ನಿದ್ದೆಯೇ ಬರಲಿಲ್ಲ. 'ಆ ಸೋಗಲಾಡಿ ಈ ಊರಿಗೇಕೆ ಬಂದಳೋ' ಎಂದುಕೊಳ್ಳುತ್ತಾ, 'ಬಹುಶ: ಆಕೆ ಜಾತ್ರೆಗೆ ಬಂದಿರುತ್ತಾಳೆ' ನಾಳೆ ಮಹಾದೇವಿಯನ್ನು ಕೇಳಿದರಾಯಿತೆಂದು ತನ್ನನ್ನು ತಾನೇ ಸಮಾಧಾನಪಡಿಸಿಕೊಂಡಳು.

ಮರುದಿನ ಹೊರಕಡೆಗೆ ಬೇಕೆಂದೇ ಮಹಾದೇವಿಯೊಂದಿಗೆ ಹೋದಳು. ಅದು ಇದು ಮಾತನಾಡುತ್ತಲೇ ರಜನಿಯ ವಿಷಯವನ್ನೆತ್ತಿ "ಆ ಸೋಗಲಾಡಿ ಸುಬ್ಬಿ ರಜನಿ ಜಾತ್ರಿಗೆ ಬಂದಾಳು?" ಎಂದು ಕೇಳಿದಾಗ, "ಏನವಾ ನನಗೇನ ಗೊತ್ತಿಲ್ಲ" ಎಂದು ನಿರಾಸಕ್ತಿಯಿಂದ ಉತ್ತರಿಸಿದಾಗ, ಮತ್ತೇನು ಕೇಳಬೇಕೆನ್ನುವುದು ತಿಳಿಯದೇ ಭಾರತಿ ಸುಮ್ಮನಾದಳು. ಬೇಲಿಯ ಹತ್ತಿರ ಹೋಗುತ್ತಿದ್ದಂತೇ ಕಳೆದ ನಾಲ್ಕು ವರ್ಷಗಳ ಹಿಂದಿನ ಜಾತ್ರೆಯಲ್ಲಿ ಚುಮನಾ ಕಳೆದು ಹೋದ ಘಟನೆಯನ್ನು ಮಹಾದೇವಿ ಹೇಳತೊಡಗಿದಾಗ, ಭಾರತಿ ರಜನಿಯನ್ನು ಮರೆತಳು.

ಆದರೆ ಜಾತ್ರೆ ಮುಗಿದ ನಂತರ ರಜನಿ ತನ್ನೂರಿಗೆ ಹೋಗುವಳೆಂದು ಭಾವಿಸಿದ್ದ ಭಾರತಿಗೆ ನಿರಾಶೆ ಕಾಯ್ದಿತ್ತು. ಜಾತ್ರೆ ಮುಗಿದ ನಂತರ ಭಾರತಿ ತನ್ನೂರಿಗೆ ಹೊರಟು ನಿಂತರೂ ರಜನಿ ಅದೇ ಊರಿನಲ್ಲಿದ್ದಳು. ಹಾಗಾಗಿ ಆಕೆ ಸಂಶಯ ಹೊತ್ತುಕೊಂಡೇ ಊರಿಗೆ ತೆರಳಿದಳು.

** ** **

ರಾಮ ಮನಸ್ಸು ಬಂದಾಗ, ತಾನು ಹುಡುಕಿದ ನಿರ್ಜನ ಪ್ರದೇಶಗಳತ್ತ ಸಾಗುತ್ತಿದ್ದ. ಅಂದು ಕೂಡ ತನ್ನ ಪ್ರೀತಿಯ ಸ್ಥಳ ಕರಡಿಪಡಿಯತ್ತ ನಡೆದ. ಆದರೆ ಅಂದೇಕೊ ಆತ ಹೋಗಬೇಕೆಂದುಕೊಂಡಾಗ, ಸಮಯವಾಗಿತ್ತು. ಸಾಮಾನ್ಯವಾಗಿ ಆತ ನಾಲ್ಕು ಗಂಟೆಗೆ ಮನೆ ಬಿಟ್ಟು, ಐದು ಗಂಟೆಯ ಸುಮಾರಿಗೆ ಆ ಕರಡಿಪಡಿಯನ್ನು ತಲುಪಿ ಕತ್ತಲಾವರಿಸುವವರೆಗೆ ಅಲ್ಲಿದ್ದು ಮುಂದೆ ಮನೆಯತ್ತ ಮುಖಮಾಡುತ್ತಿದ್ದ. ಆದರೆ ಇಂದೇಕೋ ತಡವಾಗಿದೆ. ಆದರೂ ಚಿಂತೆಯಿಲ್ಲ ಸ್ವಲ್ಪ ಹೊತ್ತು ಕುಳಿತು ಬಂದರಾಯಿತೆಂದು ನಡೆದ.

ಕರಡಿಪಡಿಯ ಹತ್ತಿರ ಸಾಗುತ್ತಿದ್ದಂತೆಯೇ ಅದೇಕೋ ಆತನಿಗೆ ಅಲ್ಲಿಗೆ ಮತ್ತಿನ್ನಾರೋ ಆ ಕಡೆಗೇ ಬಂದಂತೆನ್ನಿಸಿತು. ತೀರಾ ಹತ್ತಿರ ಸಾಗಿದಾಗ, ಕರಡಿಪಡಿಯ ಒಳಗಿಂದ ಗಂಡು ಹೆಣ್ಣಿನ ಧ್ವನಿಗಳು! ಹತ್ತಿರ ಹೋಗಿ ಹಣಿಕಿ ಹಾಕುವ ಗೋಜಿಗೂ ಹೋಗದೇ ಮತ್ತೆ ಸ್ವಲ್ಪ ಕೆಳಗಿಳಿದು ಬಂದು ಒಂದು ಕಲ್ಲಿನ ಪಡೆಯ ಮೇಲೆ ಕುಳಿತು ವಿಶ್ರಾಂತಿ ಪಡೆಯತೊಡಗಿದ.

ಅಧ್ಯಾಯ-4

ಸಾಂಗ್ಲಿಯಲ್ಲಿ ವಾಸಿಸುತ್ತಿದ್ದ ರಜನಿಯ ಅವ್ವನಿಗೆ ರೋಗ ಬಂದು ತೀರಿಕೊಂಡಳು. ತಂದೆಯನ್ನು ಮೊದಲೇ ಕಳೆದುಕೊಂಡ ಹುಡುಗಿ ಅಣ್ಣ ಅತ್ತಿಗೆಯರ ಆಶ್ರಯದಲ್ಲಿ ಇರಬೇಕಾಯಿತು. ತಾಯಿ ಇರುವಾಗಲೇ ಸಾಕಷ್ಟು ಕಾಟ ಕೊಡುತ್ತಿದ್ದ ಅತ್ತಿಗೆ ಈಗ ಮತ್ತಷ್ಟು ಕಾಟ ನೀಡತೊಡಗಿದಳು. ರಜನಿ ಆಕೆಯ ಕಾಟದಿಂದ ಬೇಸತ್ತು ದೇಸಾಯಿಪುರದಲ್ಲಿದ್ದ ಚಿಕ್ಕವ್ವನ ಆಶ್ರಯ ಪಡೆದಳು. ಅಲ್ಲಿ ಮನೆ ಕೆಲಸವಲ್ಲದೇ ಟೇಲರಿಂಗ್ ಕೆಲಸ ಮಾಡತೊಡಗಿದಳು. ಓಣಿಯ ಜನರ ಬಟ್ಟೆಯನ್ನೆಲ್ಲ ಹೊಲಿದುಕೊಡುತ್ತಿದ್ದಳು. ಗೆಳತಿ ಮಹಾದೇವಿ ಮನೆ ಪರಿಚಯವಿದ್ದುದರಿಂದ ಆಗಾಗ, ಆಕೆ ಇಲ್ಲದಿದ್ದರೂ, ಆಕೆಯ ಅಣ್ಣ ಲಕ್ಷ್ಮಣನ ಪರಿಚಯವಿತ್ತು ಅಷ್ಟೇ ಅಲ್ಲ ಆತ ಮರಾಠಿ ಮಾತನಾಡುತ್ತಿದ್ದ. ಹಾಗಾಗಿ ಆಕೆ ಅವರ ಮನೆಗೆ ಬಂದು ಹೋಗುತ್ತಿದ್ದಳು. ಆಕೆಯ ಚುರುಕುತನ, ಬಿಳಿ ಬಣ್ಣ ಮರಾಠಿ ಭಾಷೆ, ಲಕ್ಷ್ಮಣನನ್ನು ಆಕರ್ಷಿಸಿದ್ದವು. ಎಲ್ಲಕ್ಕಿಂತ ಮಿಗಿಲಾಗಿ ಆಕೆ ಮಾತನಾಡಿದಂತೆ ನಡೆಯುವ ಪರಿ ಇಷ್ಟವಾಗಿತ್ತವನಿಗೆ.

ಹಾಗೇ ರಜನಿ ಗಂಗವ್ವಳ ಬ್ಲೌಜುಗಳನ್ನು ಹೊಲಿಯತೊಡಗಿದಳು. ನಂತರ ಆಕೆ ಹೊಲಿದ ಬ್ಲೌಜುಗಳು ಇಷ್ಟವಾಗಿ ಗಂಗವ್ವ ಆ ಹುಡುಗಿಯೊಂದಿಗೆ ಸಲುಗೆ ಇಟ್ಟುಕೊಂಡಳು. ಆಕೆ ಮನೆಗೆ ಬಂದಾಗ ಒಂದೆರಡು ಬಾರಿ ಗಂಗವ್ವ ಆಕೆಗೆ ಚಹಾ ಮಾಡಿಕೊಟ್ಟ ಮೇಲೆ ಮೂರನೇ ಬಾರಿ ಆಕೆಯೇ ಚಹಾ ಮಾಡಿ ಕೊಡತೊಡಗಿದಳು. ಹಾಗೇ ಸಣ್ಣ ಪುಟ್ಟ ಕೆಲಸ ಮಾಡಿಕೊಡತೊಡಗಿದಾಗ, ಗಂಗವ್ವಳಿಗೂ ಇಷ್ಟವಾಗಿದ್ದಳು. ಮನೆಯ ಅರ್ಧಕ್ಕಿಂತ ಹೆಚ್ಚು ಕೆಲಸವನ್ನು ಮಾಡಿಮುಗಿಸುತ್ತಿದ್ದ ಮಹಾದೇವಿ ಗಂಡನ ಮನೆಗೆ ಹೋದ ನಂತರ, ಕೆಲಸವೆಲ್ಲವೂ ಗಂಗವ್ವಳ ಮೇಲೆ ಬಿದ್ದಿತ್ತು. ಹಾಗಾಗಿ ಲಕ್ಷ್ಮಣ ಆಕೆಯ

ಸುತ್ತುವ ತೋಡುವ ಕೂಲಿ ಕೆಲಸವನ್ನು ಬಿಡಿಸಿದ್ದ. ಆದರೆ, ಲಕ್ಷ್ಮಣನ ವ್ಯಾಪಾರ ವೃದ್ಧಿಸಿದಂತೆಲ್ಲ, ಆಕೆಗೆ ಮನೆಯ ಜವಾಬ್ದಾರಿ ಹೆಚ್ಚತೊಡಗಿತ್ತು. ರಾಮನಂತೂ ಲೆಕ್ಕಕ್ಕಿಲ್ಲ. ಇತ್ತೀಚೆಗೆ ಆತನಂತೂ ಒಂದೊಂದು ಬಾರಿ ಇಡೀ ದಿನ ಮಾಯವಾಗಿರುತ್ತಿದ್ದ.

ಬರಬರುತ್ತ ರಜನಿ ಲಕ್ಷ್ಮಣನ ಮನೆಗೆ ಬರುವುದು ರೂಢಿಯಾದಾಗ, ಗಂಗವ್ವಳಿಗೆ ಸಹಾಯವಾಗುತ್ತಿದ್ದಳು. ಹಾಗೇ ರುಚಿ ರುಚಿಯಾದ ತಿಂಡಿ ಮಾಡುತ್ತಿದ್ದಳು. ಇದು ಮಾತ್ರ ಲಕ್ಷ್ಮಣನನ್ನು ತೀರಾ ಹತ್ತಿರಕ್ಕೆಳೆದು ಸಲುಗೆ ಬೆಳೆಯಲು ಕಾರಣವಾಯಿತು. ಒಂದು ದಿನ ಗಂಗವ್ವ ಬಟ್ಟೆ ಒಗೆಯಲು ಹೊಳೆಗೆ ಹೋದಾಗ, ಲಕ್ಷ್ಮಣ ಇನ್ನೇನು ಚಹಾ ಕುಡಿದು ಅಂಗಡಿಗೆ ಹೋಗಬೇಕೆಂದಿದ್ದವ, ತಾಯಿಗಾಗಿ ಕಾಯುತ್ತಿದ್ದ ವೇಳೆ ರಜನಿ ಬಂದಳು. ಲಕ್ಷ್ಮಣ ಖುಷಿಯಿಂದ “ಚಾಯ್ ಕರಾ” ಎಂದ. ಆಕೆಯೂ ಖುಷಿಯಿಂದಲೇ ಮಾಡಿದಳು. ಏಕಾಂತದ ಸಮಯದಲ್ಲಿ ಆಕೆಯ ಕೈಯಿಂದ ಚಹಾ ಪಡೆಯುವಾಗ ಪುಳಕಗೊಂಡ ಹಾಗೇ ಚಹಾ ಕೊಡುತ್ತಿರುವ ಕೈಯನ್ನು ಲೋಟದ ಜೊತೆಗೇ ಗಟ್ಟಿಯಾಗಿ ಹಿಡಿದ. ರಜನಿಯ ಮುಖ ರಾಗರಂಜಿತವಾಯಿತು. ಹಾಗೇ ಚಹಾದ ಲೋಟ ಕೆಳಗಿಟ್ಟು ಆಕೆಯನ್ನಷ್ಟೇ ಗಟ್ಟಿಯಾಗಿ ಹಿಡಿದ. ಅಷ್ಟರಲ್ಲಿಯೇ, ಗಂಗವ್ವ ನದಿಗೆ ಹೋಗಿ ಸ್ವಚ್ಛಗೊಳಿಸಿ ತಂದ ಬಟ್ಟೆಯ ಬುಟ್ಟಿ ಹೊತ್ತುಕೊಂಡು “ಉಶ್ಶಪ್ಪಾ” ಎನ್ನುತ್ತಲೇ ಒಳಗಡಿ ಇಟ್ಟಾಗ, ಇಬ್ಬರೂ ಹೆದರಿ ಕೈಬಿಟ್ಟರು. ಗಂಗವ್ವ ಒಳಗೆ ಬರುವುದರೊಳಗೆ, ಇಬ್ಬರೂ ಹೇಗೋ ಸಾವರಿಸಿಕೊಂಡು ಏನೂ ನಡದೇ ಇಲ್ಲವೆಂಬಂತೆ ವರ್ತಿಸಿದರು. ಮುಂದೆ ಗಂಗವ್ವ ತನ್ನ ಕೆಲಸದಲ್ಲಿ ಮಗ್ನಳಾದಾಗ, ಇಬ್ಬರೂ ಒಬ್ಬರನ್ನೊಬ್ಬರು ನೋಡಿ ನಕ್ಕು ಇಬ್ಬರೂ ಪುಳಕಗೊಂಡರು.

ಘಟನೆಯ ನಂತರ ಏಕಾಂತತೆಯನ್ನು ಇಬ್ಬರೂ ಬಯಸಿದರು. ಅದರ ಫಲವಾಗಿಯೇ ನಿರ್ಜನ ಪ್ರದೇಶ ಹುಡುಕುತ್ತಾ ಗುಡ್ಡವನ್ನು ಏರಿದ್ದರು. ಹಾಗೇ ಮೇಲೆ ಮೇಲೆ ಸಾಗುತ್ತಾ ಕರಡಿಪಡಿಯನ್ನು ಹುಡುಕಿದ್ದರು. ಅಷ್ಟೊಂದು ಎತ್ತರದಲ್ಲಿಯ ಆ ಜಾಗ ಅವರಿಗೆ ಬಹಳ ಇಷ್ಟವಾಯಿತು. ಆ ಜಾಗವಷ್ಟೇ ಅಲ್ಲ ಆ ಪುಟಾಣಿ ಗುಹೆ, ಕರಡಿಪಡಿ ಇನ್ನೂ ಮಜವೆನ್ನಿಸಿ ಅದರ ಒಳಹೊಕ್ಕು ಆ ಇಕ್ಕಟ್ಟಾದ ಜಾಗದಲ್ಲಿ ಇಬ್ಬರೂ ಹತ್ತಿಕೊಂಡೇ ಕುಳಿತಿದ್ದರು. ಸ್ವಲ್ಪ ಹೊತ್ತು ಅರಿತು ಬೆರೆತು ನಕ್ಕು ನಲಿದ ಮೇಲೆ ಕತ್ತಲೆ ಆವರಿಸಿದ ಅರಿವಾಗಿ ಅಲ್ಲಿಗೆ ಮತ್ತೆ ಬರೋಣವೆಂದು ಆ ಗುಹೆಯಿಂದ ಹೊರಬಿದ್ದರು. ಕೈ ಕೈ ಹಿಡಿದುಕೊಂಡು ಸ್ವಲ್ಪ ಕೆಳಗಿಳಿಯುತ್ತಲೇ ಲಕ್ಷ್ಮಣನು ಬಂಡೆಗಲ್ಲಿನ ಮೇಲೆ ಕುಳಿತ ರಾಮನನ್ನು ಕಂಡು ತಬ್ಬಿಬ್ಬಾದ! ನಿಧಾನವಾಗಿ ಗಟ್ಟಿಯಾಗಿ ಹಿಡಿದಿದ್ದ ರಜನಿಯ ಕೈ ಬಿಟ್ಟ. ರಾಮನೂ ಇವರನ್ನು ನೋಡಿ ಒಂದು ಕ್ಷಣ ಆಶ್ಚರ್ಯಗೊಂಡ. ಆದರೆ ಮರುಕ್ಷಣವೇ ಮೊದಲಿನ ಪ್ರಶಾಂತತೆ ಹುಟ್ಟಿಕೊಂಡಿತು.

ಘಟನೆ ನಡೆದ ನಂತರ ರಜನಿ ಇವರ ಮನೆಗೆ ಬರುವುದನ್ನು ಬಿಟ್ಟಿದ್ದಳು. ಹಾಗೇ ತನ್ನ ಅಣ್ಣನಿಗೆ ಆರಾಮವಿಲ್ಲವೆಂದು ತನ್ನೂರು ಸಾಂಗ್ಲಿಗೆ ಹೋದಳು. ಎರಡು ಮೂರು ಬಾರಿ ಗಂಗವ್ವ ಲಕ್ಷ್ಮಣನನ್ನು "ಆ ಹುಡುಗಿ ರಜುನಿ ಯಾಕ ಮನೀಗೆ ಬಂದಿಲ್ಲಾ?" ಎಂದು ಕೇಳಿದಾಗ, ರಾಮ ಅವ್ವನಿಗೆ ಏನು ಹೇಳಿಲ್ಲವೆಂಬ ಖಾತ್ರಿಯಾಗಿ ನಿಟ್ಟುಸಿರು ಬಿಟ್ಟು ಆಕೆ ಊರಿಗೆ ಹೋಗಿರುವುದಾಗಿ ತಿಳಿಸಿದ.

** ** **

ಮಳೆಗಾಲದ ಒಂದು ಬೆಳಿಗ್ಗೆ ಚಂದೂರಿನಿಂದ ಒಬ್ಬ ಆಳು ಮನುಷ್ಯ ಭಾರತಿಯ ತಾಯಿ ಬಂದವ್ವ ಸತ್ತ ಘಾತುಕ ಸುದ್ದಿಯನ್ನು ಹೊತ್ತು ತಂದ. ಗಂಗವ್ವ ಹಾಗೂ ಲಕ್ಮಣ ಆ ಆಳಿನ ಜೊತೆಗೇ ಚಂದೂರಿನತ್ತ ದೌಡಾಯಿಸಿದರು.

ಬಂದವ್ವ ತಮ್ಮ ತೋಟದ ಮನೆಯ ಬಾವಿಯ ಮೆಟ್ಟಿಲಿನಿಂದ ಇಳಿದು ನೀರು ತುಂಬುವ ವೇಳೆ ಇಡೀ ರಾತ್ರಿ ಮಳೆ ಬಿದ್ದುದರ ಪರಿಣಾಮದಿಂದ ಬಾವಿಯ ಗೋಡೆ ಕೊದ್ದರಿಸಿ ಬಂದವ್ವ ನೀರುಪಾಲಾಗಿದ್ದಳು. ನೀರು ತರಲು ಹೋದ ಅವ್ವ ಎಷ್ಟೊತ್ತಾದರೂ ಬರದೇ ಹೋದಾಗ, ಭಾರತಿ ಅವ್ವನನ್ನು ಹುಡುಕುತ್ತ ಬಾವಿಯತ್ತ ಹೋಗಿ ಕೊದ್ದರಿಸಿ ಬಿದ್ದ ಬಾವಿಯನ್ನು ನೋಡಿ ಕಿಟಾರನೆ ಕಿರುಚಿದಳು. ಭಾರತಿಯ ಅಪ್ಪ ಗಾಬರಿಯಿಂದ ಓಡೋಡಿ ಬಂದು ಆತನೂ ಕಿರುಚಾಡತೊಡಗಿದಾಗ, ತೋಟದಲ್ಲಿ ಕೆಲಸ ಮಾಡುತ್ತಿದ್ದ ಆಳು ಮನುಷ್ಯರು ಬಾವಿಗೆ ಜಿಗಿದರು. ಅಷ್ಟೊತ್ತಿಗಾಗಲೇ ಬಂದವ್ವಳ ಪ್ರಾಣ ಪಕ್ಷಿ ಹಾರಿಹೋಗಿತ್ತು. ತಾಯಿಯನ್ನು ಕಳೆದುಕೊಂಡ ಭಾರತಿ ಅನಾಥಳಾಗಿದ್ದಳು.

ಗಂಗವ್ವ ಅತ್ತಿಗೆಯ ಕಳೇಬರವನ್ನು ನೋಡುತ್ತಲೇ ಕುಸಿದು ಬಿದ್ದಳು. "ಯವ್ವಾ ನನ ತಾಯಿ ಈ ಕೂಸಿನ್ನ ಹ್ಯಾಂಗ ಬಿಟ್ಟ ಹೋದೆ ಯವ್ವಾ ನೀ? ನಿನಗ ಏನೂ ತಿಳಿಲಿಲ್ಲನ ಯವ್ವಾ, ಯಮರಾಜಾ ಅಡಿಕ್ಕೊಂಡ ಕುಂತಿದ್ನನ ಯವ್ವಾ? ನಮ್ಮ ಅಣ್ಣಾ ಏನ ಮಾಡಬೇಕ್ರೆ ಯವ್ವಾ ಇನ್ನ ಅವರಿಗೆ ಯಾರ ಗತಿ?" ಎಂದು ಹೊರಳಾಡತೊಡಗಿದಳು. ಅತ್ತೆ ಬರುತ್ತಲೇ ಭಾರತಿಯ ದುಃಖ ಅಧಿಕವಾಗಿ "ಅತ್ತೀ ನಮ್ಮ ಅವ್ವಾ ಹೋದಳು. ನಾ ಇನ್ಯಾರಿಗೆ ಅವ್ವಾ ಅನ್ನಲೇ ಯವ್ವಾ" ಎಂದು ಎದೆ ಎದೆ ಬಡಿದು ಅಳತೊಡಗಿದಾಗ, ಗಂಗವ್ವ ಬಂದು ಅವಳನ್ನು ಅಪ್ಪಿಕೊಂಡು "ಕೂಸ ಹಿಂಗ ಆಗಬಾರದಿತ್ತ ಯವ್ವಾ, ನಾವ ಏನ ಪಾಪಾ ಮಾಡಿದ್ವೆ ಯವ್ವಾ, ಆ ದೇವರಾ ಹಸೇ ಕೊಂಬಿ ಲಟಕ್ ಅಂತ ಮುರಕೊಂಡ ಹೋದ್ನರೇ ಯವ್ವಾ" ಎಂದು ಗೋಳಾಡಿದಾಗ, ಲಕ್ಷ್ಮಣ ಕೂಡ ಕಣ್ಣೀರು ಹಾಕಿದ.

ಭಾರತಿಯನ್ನು ಅಲ್ಲಿಯೇ ಬಿಟ್ಟಲ್ಲಿ ಆಕೆ ತಾಯಿಯ ನೆನಪಿನಲ್ಲಿ ಕೊರಗುವಳೆಂದು ದಿನಕರ್ಮಗಳು ಮುಗಿದ ನಂತರ ಗಂಗವ್ವ ತನ್ನ ಜೊತೆಗೇ ಭಾರತಿಯನ್ನು ಕರೆದೊಯ್ದಳು. ತಾಯಿ ಇಲ್ಲದ ತಬ್ಬಲಿ ಎಂದು ಗಂಗವ್ವ ಹಾಗೂ ಲಕ್ಷ್ಮಣ ಆಕೆಯನ್ನು ಕಣ್ರೆಪ್ಪೆಯಂತೆ ಜೋಪಾನ ಮಾಡತೊಡಗಿದರು. ಆದರೂ ದುಃಖ ಉಕ್ಕಿದಾಗ, ಅತ್ತಿ ಮಾಮಾ ಎಂದು ಅಳುತ್ತಿದ್ದಳು. ಆಗ ಅವರು ಆಕೆಯನ್ನು ಅಪ್ಪಿಕೊಂಡು ಸಮಾಧಾನಪಡಿಸುತ್ತಿದ್ದರು.

** ** **

ಭಾರತಿಯ ಅಜ್ಜಿ ಸಾಂವಕ್ಕಾ ರಾಣಿ ಚೆನ್ನಮ್ಮನ ಹುಟ್ಟೂರು ಕಿತ್ತೂರಿನ ಹತ್ತಿರದವಳು. ಆ ಮಣ್ಣಿನಿಂದ ಬಂದ ಆಕೆಗೆ ದೇಶಭಕ್ತಿ ಹುಟ್ಟಿಕೊಂಡಿತ್ತು. ಆಕೆಯ ಆ ಗುಣ ಸಹಜವಾಗಿಯೇ ಮಗ ರಾಮಚಂದ್ರನಲ್ಲಿಯೂ ಬೆಳೆದಿತ್ತು.

ದೇಶದಲ್ಲಿ ಸ್ವಾತಂತ್ರ್ಯದ ಕಿಚ್ಚು ಎಲ್ಲೆಡೆಯಲ್ಲೆಲ್ಲ ಪಸರಿಸುತ್ತಿದ್ದ ಕಾಲವದು. ಆ ಕಿಚ್ಚನ್ನು ದೇಶದ ತುಂಬೆಲ್ಲ ಪಸರಿಸಿ ಜನಜಾಗೃತಿ ಮೂಡಿಸುವುದಕ್ಕೋಸ್ಕರ ಮಹಾತ್ಮಾ ಗಾಂಧೀಜಿ ದೇಶದ ತುಂಬೆಲ್ಲ ಓಡಾಡುತ್ತಿದ್ದರು.

ಅದು ಬೆಳಗಾವಿಯಲ್ಲಿಯ ಕಾಂಗ್ರೆಸ್ ಅಧಿವೇಶನ. ಆ ಸಮಯದಲ್ಲಿ ಗಾಂಧೀಜಿಯವರು ಅಧಿವೇಶನ ಒಂದು ವಾರವಿರುವಾಗಲೇ ಬೆಳಗಾವಿಗೆ ಬಂದಿದ್ದರು. ಆ ಅಧಿವೇಶನಕ್ಕೆ ಲಕ್ಷಗಟ್ಟಲೇ ಜನ ಬರುವರಿದ್ದುದರಿಂದ ಅಧಿವೇಶನದ ಪೂರ್ವ ಸಿದ್ಧತೆಯಾಗಿ, ಬೆಳಗಾವಿಯ ವಿಜಯನಗರ ಎಂದು ಕರೆಯುವ ಆ ದೊಡ್ಡ ಜಾಗವನ್ನು ಸಾವಿರಾರು ಜನರು ಸಮತಟ್ಟುಗೊಳಿಸಿದರು. ಅಧಿವೇಶನಕ್ಕೆ ಬಂದ ಜನರಿಗಾಗಿ ಕುಡಿಯುವ ನೀರು ಪೂರೈಸುವುದಕ್ಕಾಗಿ ಹತ್ತಿರದಲ್ಲಿಯೇ ದೊಡ್ಡ ಬಾವಿ ಅಗೆಯಲಾಯಿತು. ಅದಕ್ಕೆ 'ಪಂಪಾ ಸರೋವರ' ಎಂದು ಹೆಸರಿಡಲಾಯಿತು. ಹೀಗೆ ಅಧಿವೇಶನದ ಪೂರ್ವ ಸಿದ್ಧತೆಯನ್ನು ಮಾಡಲಾಗಿತ್ತು. ಅಷ್ಟೇ ಅಲ್ಲ ದೇಶ ಪ್ರೇಮಿಗಳು ಎಲ್ಲೆಡೆಯಲ್ಲೆಲ್ಲ ಸ್ವಚ್ಛತೆಯನ್ನು ಕಾಪಾಡಿದರು.

ಚಂದೂರಿನಿಂದ ದೇಶಭಕ್ತರೆಲ್ಲ ಗಾಡಿ ಮಾಡಿಕೊಂಡು ಗಾಂಧೀಜಿ ಭಾಷಣ ಕೇಳಲು ಬೆಳಗಾವಿಯ ಅಧಿವೇಶನಕ್ಕೆ ಹೊರಟರು. ರಾಮಚಂದ್ರನ ಜೊತೆಗೆ ತಾಯಿ ಸಾಂವಕ್ಕ ತಯಾರಾದಾಗ, ಬಸುರಿ ಬಂದವ್ವ ಕೂಡ ತಾನೂ ಬರುವೆನೆಂದಳು. ಆಕೆ ತುಂಬು ಗರ್ಭಿಣಿಯಾಗಿದ್ದರಿಂದ ರಾಮಚಂದ್ರಪ್ಪ ಬೇಡವೆಂದ. ಆದರೆ ಸಾಂವಕ್ಕಾ ಆಕೆಯನ್ನೂ ತನ್ನ ಜೊತೆಯಲ್ಲಿ ಕರೆದುಕೊಂಡು ಹೋದಳು.

ಸಭೆಯ ಜನಸ್ತೋಮ ಎಂಥವರನ್ನೂ ಬೆರಗುಗೊಳಿಸುವಂತಿತ್ತು. ಮಹಾರಾಷ್ಟ್ರ ಹಾಗೂ ಮೈಸೂರು ಪ್ರಾಂತ್ಯಗಳಿಂದಲೂ ಜನಸಮೂಹ

ಹರಿದುಬಂದಿತ್ತು. ಗಾಂಧೀಜಿ ಹಿಂದಿ ಭಾಷೆಯಲ್ಲಿ ದೇಶ ಬಾಂಧವರಲ್ಲಿ ಒಗ್ಗಟ್ಟು, ಸ್ಥಳೀಯ ಭಾಷೆಯ ಮಹತ್ವ, ಅಸ್ಪೃಶ್ಯತೆ, ಸ್ವರಾಜ್ಯ ಕುರಿತು ಮಾತನಾಡಿದ್ದರು.

ಸಭೆ ಸಮಾಪ್ತಿಗೊಂಡ ಮೇಲೆ ಗಾಂಧೀಜಿ ನಡೆದು ಹೋದ ನೆಲವನ್ನು ಎಷ್ಟೋ ದೇಶಭಕ್ತರು ಮುಟ್ಟಿ ನಮಸ್ಕರಿಸಿದರು. ಸಾಂವಕ್ಕ ಸೊಸೆ ಬಂದವ್ವಳಿಂದ ಆ ನೆಲವನ್ನು ಮುಟ್ಟಿ ನಮಸ್ಕರಿಸಿದ್ದಲ್ಲದೇ, ಒಂದಿಷ್ಟು ಮಣ್ಣನ್ನು ಆಕೆಯ ಸೆರಗಿನ ತುದಿಗೆ ಹಾಕಿ ಗಂಟುಕಟ್ಟಿದಳು.

ಬೆಳಗಾವಿಯ ಅಧಿವೇಶನಕ್ಕೆ ಹೋಗಿಬಂದು ಒಂದು ವಾರವಾಗಿತ್ತಷ್ಟೇ ಬಂದವ್ವ ಹೆಣ್ಣು ಮಗುವಿಗೆ ಜನ್ಮನೀಡಿದ್ದಳು. ಸಾಂವಕ್ಕ ಆ ಮಗುವಿಗೆ ಖುಷಿಯಿಂದ ಭಾರತಿ ಎಂದು ಹೆಸರಿಟ್ಟಿದ್ದಳು.

ಸಾಂವಕ್ಕಾ ತನ್ನ ದೇಶಭಕ್ತಿಯನ್ನು ಆಕೆಯ ಏಕೈಕ ಮೊಮ್ಮಗಳು ಭಾರತಿಯಲ್ಲಿಯೂ ಚಿಕ್ಕಂದಿನಿಂದಲೇ ಬಿತ್ತಿದ್ದಳು. ಆರೇಳು ವರ್ಷದ ಭಾರತಿಗೆ ರಾಣಿಚೆನ್ನಮ್ಮ, ಒನಕೆ ಓಬವ್ವನಂತಹ ಸ್ವಾತಂತ್ರ್ಯ ಯೋಧರ ಕತೆ ಹೇಳುತ್ತ ದೇಶ ಭಕ್ತಿಯನ್ನು ತುಂಬಿದ್ದಳು. ದೇಶಭಕ್ತಿ ಒಂದೇ ಅಲ್ಲ ನ್ಯಾಯ, ನೀತಿ, ಪ್ರಾಮಾಣಿಕತೆಯಂತಹ ಉನ್ನತ ಮೌಲ್ಯಗಳನ್ನು ಉಣಬಡಿಸಿದ್ದಳು. ಭಾರತಿ ಕೂಡ ಆಕೆ ಹೇಳಿಕೊಟ್ಟಂತೆಯೇ ಬೆಳೆಯತೊಡಗಿದಳು. ಹಾಗೇ ಸಾಂವಕ್ಕ ಹೆಣ್ಣು ಮಕ್ಕಳಿಗೂ ಶಿಕ್ಷಣ ಇರಲೇಬೇಕೆಂಬ ವಿಚಾರ ಹೊತ್ತಿದ್ದರಿಂದ ಭಾರತಿಯ ಶಿಕ್ಷಣಕ್ಕೂ ಮಹತ್ವ ಕೊಟ್ಟಿದ್ದಳು.

ಭಾರತಿ ಆರನೇ ಕ್ಲಾಸಿನಲ್ಲಿದ್ದಾಗ, ಹೀಗೊಂದು ದಿನ ಶಾಲೆಗೆ ಗುರುಗಳು ಬಂದಿರಲಿಲ್ಲ. ಶಾಲೆ ತೆರೆದ ನಂತರ ಬೀಗದ ಕೈ ಕಳೆದುಹೋಗಿ, ಎಲ್ಲಾ ಹುಡುಗ ಹುಡುಗಿಯರು ಊಟಕ್ಕೆ ಬಿಟ್ಟಾಗ ಮನೆಗೆ ಓಡಿ ಹೋದರು. ಮುಖ್ಯಮಂತ್ರಿ ರೇಣುಕ ಕೂಡ, ಮನೆಗೆ ಹೊರಟಾಗ, ಭಾರತಿ “ಏ ಎಲ್ಲಾರು ಮನಿಗೆ ಹೋದ್ರ ಇಲ್ಲೆ ಯಾರ ಇರತಾರವಾ? ಎಲ್ಲಾ ಹುಡುಗುರು ಪಾಟಿಚೀಲಾ ಯಾರರ ತುಗೊಂಡ ಹೋದ್ರ ನೀ ಮಂತ್ರಿ ಅದಿ ನಿನ್ನ ಮ್ಯಾಲ ಬರೂದಿಲ್ಲಾ?” ಎಂದು ಕೇಳಿದ್ದಳು. ಆ ಮಾತಿಗೆ ರೇಣುಕ “ನನಗ ಅಂತೂ ಹೊಟ್ಟಿ ಜೋರ್ ಹಸದೈತಿ. ನಾ ಬೇಕಾದ್ರ ನಂದೂ ಪಾಟೀಚೀಲಾ ತುಗೊಂಡ ಹೊಕ್ಕಿನಿ”

“ಅಯ್ಯ ನಿಂದ ಅಷ್ಟ ತುಗೊಂಡ ಹೋದ್ರ ಉಳದಾರ ಎಲ್ಲಾ ಬಿಟ್ಟ ಹೋಗ್ಯಾರಾ ಮತ್ತ ಅವರದ ಏನಾರ ಕಳದ್ರ?”

“ಮತ್ತ ಅವರಿಗೂ ಕೀಲಿ ಕಳದದ್ದು ಗೊತ್ತ ಐತೆಲ್ಲ. ಬೇಕಾರ ಅವರೂ ತುಗೊಂಡ ಹೋಗಬೇಕಿತ್ತು?” ಎನ್ನುತ್ತಲೇ ಪಾಟೀಚೀಲ ಹೆಗಲಿಗೇರಿಸಿ ಮನೆಯತ್ತ ಓಡಿದಳು. ಭಾರತಿ ಅನಿವಾರ್ಯವಾಗಿ ಬೇರೆ ಹುಡುಗರು ಊಟ ಮಾಡಿ ಬರುವವರೆಗೂ ತಾನು ಶಾಲೆಯಲ್ಲಿಯೇ ಉಳಿದಳು. ಇತ್ತ ಅವಳ ಅಜ್ಜಿ ಸಾಂವಕ್ಕಾ ಮೊಮ್ಮಗಳು ಎಷ್ಟೋ ಹೊತ್ತಾದರೂ ಊಟಕ್ಕೆ ಬಾರದಿದ್ದುದರಿಂದ

ಆಕೆಯನ್ನು ಕರೆಯಲು ಶಾಲೆಯವರೆಗೂ ಬಂದಳು. ಅಲ್ಲಿಯ ವಿಚಾರ ತಿಳಿದು, ಮೊಮ್ಮಗಳ ಬಗ್ಗೆ ಹೆಮ್ಮೆಪಟ್ಟುಕೊಂಡಿದ್ದಳು. ತಾನು ಬಿತ್ತಿದ ಬೀಜ ಮೊಳಕೆಯೊಡೆದ ವಿಚಾರದಿಂದ ಖುಷಿಪಟ್ಟಳು. ಮರುದಿನ ಮಾಸ್ತರು ಸಹಿತ ಹೆಮ್ಮೆಪಟ್ಟು ಆಕೆಯ ಜವಾಬ್ದಾರಿಯನ್ನು ಮೆಚ್ಚಿ ಎಲ್ಲ ಮಕ್ಕಳೆದುರಿಗೆ ಆಕೆಯನ್ನು ಎದ್ದು ನಿಲ್ಲಿಸಿ ಚಪ್ಪಾಳೆ ತಟ್ಟಿಸಿದ್ದರು. ಆದರೆ, ಸಾಂವಕ್ಕನಿಗೆ ಅಂತಹ ಜಾಣ ಮೊಮ್ಮಗಳೊಂದಿಗೆ ಬದುಕುವ ಭಾಗ್ಯ ಒದಗಲಿಲ್ಲ. ಅಜ್ಜಿಗಷ್ಟೇ ಏಕೆ? ಮುಂದೆ ಅವ್ವ ಕೂಡ ಮಗಳನ್ನು ಅಗಲುವಂತಾಗಿತ್ತು.

ರಾಮಚಂದ್ರಪ್ಪ ತಾಯಿ ಸಾಂವಕ್ಕಳ ಪ್ರೇರಣೆಯಿಂದ, ಮೊದಲಿನಿಂದಲೂ ಬ್ರಿಟಿಷರ ವಿರುದ್ಧ ಗುಪ್ತವಾಗಿ ಸಂಚು ಹೂಡುವವರಿಗೆ ಆಹಾರ ಪದಾರ್ಥಗಳನ್ನು ನೀಡುತ್ತಲೋ, ಆರ್ಥಿಕ ಸಹಾಯವನ್ನು ಮಾಡುತ್ತಲೋ ನೆರವಾಗುತ್ತಿದ್ದ. ಅದು ಭಾರತಿಗೂ ಗೊತ್ತಿದ್ದ ವಿಷಯ. ಆತ, ಆ ಸ್ವಾತಂತ್ರ ಯೋಧರ ಪಡೆಗೆ ನೇರವಾಗಿಯೇ ಧುಮುಕಲಿಚ್ಛಿಸಿದ್ದ. ಆದರೆ ಒಬ್ಬಳೇ ಮಗಳು ಭಾರತಿ ಹಾಗೂ ಹೆಂಡತಿ ಬಂದವ್ವಳನ್ನು ನೋಡುವವರಾರೆಂದು ತನಗೆ ಸಾಧ್ಯವಾದಮಟ್ಟಿಗೆ ಆ ಯೋಧರಿಗೆ ಸಹಾಯ ಮಾಡುತ್ತಿದ್ದ.

ಹೆಂಡತಿ ತೀರಿಹೋದ ಮೇಲೆ, ದೇಶದ ಸ್ವಾತಂತ್ರ ಕೆಲಸದ ಕಡೆಗೆ ಮನ ಸೆಳೆಯಿತು. ತನ್ನ ಆಸ್ತಿಯಲ್ಲಿ ಅರ್ಧ ಭಾರತಿಯ ಹೆಸರಿಗೆ ಮಾಡಿ, ಆಕೆಯನ್ನು ಲಕ್ಷ್ಮಣನಿಗೆ ಮದುವೆ ಮಾಡಿಕೊಟ್ಟು ಇನ್ನರ್ಧವನ್ನು ಸ್ವಾತಂತ್ರ್ಯ ಸಂಗ್ರಾಮಕ್ಕಾಗಿ ಬಳಸಬೇಕೆಂದು ನಿರ್ಧರಿಸಿದ. ಆದಷ್ಟು ಬೇಗ ಮಗಳ ಮದುವೆಯನ್ನು ಮಾಡಿದರೆ ತಾನು ನಿಶ್ಚಿಂತೆಯಿಂದ ದೇಶ ಸೇವೆ ಮಾಡಬಹುದು ಎಂದುಕೊಂಡು ರಾಮಚಂದ್ರಪ್ಪ ತಂಗಿ ಗಂಗವ್ವಳ ಮನೆಗೆ ಧಾವಿಸಿದ.

ಅಣ್ಣ ಅತ್ತಿಗೆಯರ ಧೋರಣೆಯಿಂದ ಗಂಗವ್ವಳಿಗೆ ಮೊದಲೇ ಈ ವಿಷಯ ತಿಳಿದಿತ್ತು. ಲಕ್ಷ್ಮಣನಿಗೂ ಸಂಶಯವಿತ್ತು ಆದರೆ ಆತ ನಂತರ ನೋಡಿಕೊಂಡರಾಯಿತೆಂದು ಸುಮ್ಮನಿದ್ದ. ಇದೀಗ ಮಾವ ಬಂದು ಕೇಳಿದಾಗ, ಹು ಎನ್ನಲಾಗದೇ ಉಹೂಂ ಎನ್ನಲಾಗದೇ ಕೊನೆಗೆ, ರಾಮ ದೊಡ್ಡವ, ಆತನನ್ನು ಬಿಟ್ಟು ತಾನು ಹೇಗೆ ಮದುವೆಯಾಗುವುದು ಎಂಬ ನೆಪ ಒಡ್ಡಿ ರಾಮನಿಗೆ ಕೊಟ್ಟು ಮದುವೆ ಮಾಡಲು ಸೂಚಿಸಿದ. ರಾಮನಂತಹ ಮಗನಿಗೆ ಮತ್ತೆ ಯಾರು ಹೆಣ್ಣು ಕೊಡಬೇಕೆಂದು ಭಾರತಿಯನ್ನು ಆತನಿಗೇ ತಂದುಕೊಂಡು ಮದುವೆ ಮಾಡಿದಲ್ಲಿ ಆತ ಸುಧಾರಿಸಬಹುದೆನ್ನಿಸಿ ಗಂಗವ್ವ ಲಕ್ಷ್ಮಣನ ಮಾತನ್ನು ಒಪ್ಪಿದಳು. ಆದರೆ, ರಾಮ ಒಪ್ಪಬೇಕಲ್ಲ? ಆತನನ್ನು ಒತ್ತಾಯದಿಂದ ಒಪ್ಪಿಸಬಹುದಿತ್ತು. ಆದರೆ ಭಾರತಿಗೆ ಈ ಮೊದಲೇ ಪ್ರತ್ಯಕ್ಷವಾಗಿ ಪರೋಕ್ಷವಾಗಿ ಲಕ್ಷ್ಮಣನೇ ಆಕೆಯ ಗಂಡನೆಂದು ನಂಬಿಕೆ ಹುಟ್ಟಿಸಿದ್ದರಿಂದ ಆಕೆ ಮದುವೆಯಾದರೆ ಲಕ್ಷ್ಮಣನೊಂದಿಗೆ ಮಾತ್ರ ಎಂದು ಕಡ್ಡಿ ಎರಡು ತುಂಡು

ಮಾಡಿದಂತೆ ಹೇಳಿದಾಗ, ಅನಿವಾರ್ಯವಾಗಿ ಹಾಗೂ ಆ ತಾಯಿಯನ್ನು ಕಳೆದುಕೊಂಡ ತಬ್ಬಲಿಯ ಮೇಲೆ ಮರುಕ ಹುಟ್ಟಿ ಲಕ್ಷ್ಮಣ ಮದುವೆಗೆ ಒಪ್ಪಲೇಬೇಕಾಯಿತು.

ಆಯಿತು ಲಕ್ಷ್ಮಣನಿಗೆ ಹೆಣ್ಣು ಗಟ್ಟಿಯಾಯಿತು. ಆದರೆ ರಾಮ? ರಾಮನ ಪಾಡೇನು? ಎಂದು ಗಂಗವ್ವ ಚಿಂತಿಸತೊಡಗಿದಳು. ಆಕೆಗೆ ಭಾರತಿಯೇ ರಾಮನನ್ನು ಒಪ್ಪಿಕೊಂಡಿದ್ದರೆ ಒಳ್ಳೆಯದಿತ್ತು ಎನ್ನಿಸಿತು. ಆದರೆ ಈ ವಿಚಾರ ಲಕ್ಷ್ಮಣ ಹೇಳಿದ ಮೇಲಷ್ಟೇ ಬಂದದ್ದು ಅಲ್ಲಿಯವರೆಗೆ ಆಕೆಯ ಮನಸ್ಸಿನಲ್ಲಿಯೂ ಭಾರತಿ ಲಕ್ಷ್ಮಣನಿಗೇ ಎಂದಿತ್ತು. ಹಾಗಾಗಿ ಭಾರತಿಯನ್ನು ಲಕ್ಷ್ಮಣನ ಭಾವಿ ಸತಿ ಎಂದೇ ಭಾವಿಸಿ ಆಕೆಯೊಂದಿಗೆ ವರ್ತಿಸಿದ್ದಳು. ಈಗ ಆತನನ್ನು ಬಿಟ್ಟು ಈತನನ್ನು ಒಪ್ಪಿಕೊ ಎಂದು ಒತ್ತಾಯಿಸುವುದು ಯಾವ ನ್ಯಾಯ? ಎನ್ನಿಸಿತು.

ಭಾರತಿ ಹೋಗಲಿ, ಬೇರೆ ಹೆಣ್ಣನ್ನು ತಂದು ರಾಮನಿಗೆ ಕಟ್ಟಿಬಿಟ್ಟಲ್ಲಿ ತನ್ನ ಕರ್ತವ್ಯ ಮುಗಿದಂತಾಗುತ್ತದೆ. ಸದಾ ಕರದ ಕೊರಳಿಗೆ ಹಗ್ಗದಿಂದ ಕಟ್ಟಿದ ಕೋಲಿನಂತೆ ಒಂದು ಹೆಣ್ಣು ಹುಡುಕಿ ಆತನ ಕೊರಳಿಗೆ ಕಟ್ಟಿಬಿಟ್ಟರೆ ಆತನ ಹೆಂಡತಿ ಸದಾ ಆತನೊಂದಿಗಿದ್ದು ಆತನನ್ನು ಸರಿಪಡಿಸಬಹುದು ಎನ್ನಿಸಿ, ಮನದಲ್ಲಿಯೇ ಹೆಣ್ಣು ಹುಡುಕತೊಡಗಿದಳು. ಆಗ ದೊರೆತದ್ದು ಅದೇ ಊರಿನಲ್ಲಿರುವ ದೂರದ ಸಂಬಂಧಿ ಸಕ್ಕವ್ವನ ಮಗಳು ಸುನಂದಾ. ಹೇಗೂ ಬಡವರು. ತಾವು ಈಗ ಸ್ವಲ್ಪ ಅವರನ್ನು ನೋಡಿದರೆ ಇದ್ದುಳ್ಳವರೇ. ಆ ಬಡ ಹುಡುಗಿಯನ್ನು ತಂದುಕೊಂಡರೆ ಹೊಂದಿಕೊಂಡು ಹೋಗಬಹುದು ಎಂದುಕೊಂಡು ಮೊದಲು ಕೇಳಿ ನೋಡಿದರಾಯಿತೆಂದು, ಹಿರಿಯ ಹೆಣ್ಣುಮಗಳೊಬ್ಬಳಿಗೆ ಮಧ್ಯಸ್ಥಿಕೆ ವಹಿಸಿ ಕಳುಹಿಸಿದಳು.

ಆಕೆಯ ತಾಯಿ ಸಕ್ಕವ್ವ ಮಗಳಿಗೆ "ರಾಮನ್ನ ನೋಡಿಯೋ ಇಲ್ಲೊ? ಅಂವಾ ಶ್ರೀರಾಮ ಚಂದ್ರನ ಹಂತಾವಾ. ಇಲ್ಲೇ ಇದ್ದೂರಾಗ. ಅವನ್ನ ಮದವಿ ಮಾಡಕೊಂಡ್ರ ನನಗೂ ಚಿಂತಿ ಇಲ್ಲಾ ನಿನಗೂ ಚಿಂತಿ ಇಲ್ಲಾ" ಎಂದು ಹೇಳಿದಾಗ, "ಹುಂ. ಹೌದ ಅಂವಾ ಎಂಥವಾ ಅಂತ ಅನ್ನೂದ ನನಗೂ ಗೊತ್ತ ಐತಿ ಅವನ್ನ ಮದುವಿ ಮಾಡಕೊಂಡ್ರ ನಾ ಸೀತಾ ಆಗಿ, ಆ ಶ್ರೀರಾಮ ಚಂದ್ರನ ಜೋಡಿ ವನವಾಸಕ್ಕ ಹೋಗಬೇಕ ಆಕ್ಕತಿ ಅಷ್ಟ" ಎಂದುಬಿಟ್ಟಳು.

ಆ ಹುಡುಗಿಯ ಮಾತು ಗಂಗವ್ವಳಿಗೆ ತಿಳಿದು ಬಹಳ ಬೇಸರವಾಯಿತು. ಈ ಸಮಸ್ಯೆಗೆ ಪರಿಹಾರವನ್ನು ಬುದ್ಧವ್ವಳೇ ಹೇಳಬೇಕು ಎನ್ನಿಸಿ ನೇರ ಬುದ್ಧವ್ವಳ ಮನೆಗೆ ನಡೆದಳು.

"ಏ ಚಿಗವ್ವಾ ಏನ ಮಾಡಕತ್ತೀಯ?" ಎನ್ನುತ್ತ ಗಂಗವ್ವ ಬಾಗಿಲಿನಲ್ಲಿಯೇ ನಿಂತು ಕೂಗಿದ್ದು ರೊಟ್ಟಿ ಮಾಡುತ್ತಿದ್ದ ಬುದ್ದವ್ವಳಿಗೆ ಕೇಳಿಸಲಿಲ್ಲ. ಆಕೆಯ

ರೊಟ್ಟಿ ಮಾಡುವ ಸದ್ದಿನಿಂದ ಗಂಗವ್ವಳೇ ನೇರ ಅಡುಗೆ ಮನೆಗೇ ಹೋದಳು. ಗಂಗವ್ವಳನನ್ನು ನೋಡಿದ ಬುದ್ಧವ್ವಾ "ಬಾರ ತಂಗಿ ಬಾ" ಎಂದು ಕರೆಯುತ್ತಾ ಕೊನೆಯ ರೊಟ್ಟಿಯನ್ನು ಹಂಚಿನ ಮೇಲೆ ಹಾಕುತ್ತಾ ಜೋರಾಗಿ ಉರಿಯುತ್ತಿದ್ದ ಒಲೆಯಲ್ಲಿನ ಒಂದು ಕಟ್ಟಿಗೆಯನ್ನು ಮುಂದಕ್ಕೆ ಎಳೆದು ನೀರು ಹುಯ್ದು ಉರಿತಗ್ಗಿಸುತ್ತ ಸೀರೆ ಸೆರಗಿನಿಂದ ಬೆವರೊರೆಸಿಕೊಳ್ಳುತ್ತಿದ್ದ ಬುದ್ದವ್ವಳನ್ನು ಕಂಡು "ಯಾಕ ಚಿಗವ್ವ ತಡಾ ಆತಲ್ಲ? ರೊಟ್ಟಿ ಮಾಡೂದು? ಈ ಬಿಸಲೀಗೆ ಲಗೂಣ ಮಾಡಿ ಏಳಬೇಕಿಲ್ಲೊ?" ಎಂದಾಗ, "ಹೌದ ಯವ್ವಾ ತಡಾನ ಆತ ಬಿಡ" ಎನ್ನುತ್ತಲೇ ಆ ಕೊನೆಯ ರೊಟ್ಟಿಯನ್ನು ಬೇಯಿಸಿ ತೆಗೆದು ಉರಿ ನಂದಿಸಿದಳು. ಗಂಗವ್ವ ಅತ್ತಿತ್ತ ನೋಡುತ್ತ "ಯಾಕ ಚಿಗವ್ವ ಕಾಕಾ ಕಾಣಸವಲ್ಲ?"

"ಅಯ್ಯ ತಂಗಿ ಅವಾ ಹೆಚ್ಚಿನ ಪಗಾರಕ್ಕ ದುಡಿಯಾಕ ಬೆಳಗಾಂವಿಗೆ ಹೋಗ್ಯಾಣ ಯವ್ವಾ. ಇಲ್ಲಿ ದುಡದುದ್ದು ಸಾಲವಲ್ಲತಂತ. ಮನಿತುಂಬ ಮಕ್ಕಳ ಮರಿ ಭಾಳ. ಹಂಗ ಬಂಗಾರಾ ಬೆಳ್ಳಿ ಅಂತ ಹೇಳಿ ಕೇಳಿ ಅಳತೀನಿ ನೋಡ. ಅದಕ ಹೋಗ್ಯಾಣ ಯವ್ವಾ" ಎಂದಳು ಬೇಸರದಿಂದ. "ಇರಲಿ ಬಿಡ ಚಿಗವ್ವಾ ಹೋದ್ರ ಹೋಗಲಿ. ಚಿಂತಿ ಮಾಡಬ್ಯಾಡಾ. ಮತ್ತ ಬಂದ ಬರತಾನಾ. ನಿನ್ನ ಬಿಟ್ಟ ಅವಾ ಎಲ್ಲಿ ಹೋಗಾವ ಅದಾನಾ? ಹೋದ್ರೂ ಇಡೀ ಊರ ನಿಂದ ಐತಿ. ನಿನಗ ಒಬ್ಬಾಕಿಗೆ ಬ್ಯಾಸರಾ ಆದ್ರ ಇವತ್ತ ನಮ್ಮ ಮನೀಗೆ ಬಂದ ಬಿಡ"

"ಯವ್ವಾ ನೀ ನಿಮ್ಮ ಮನಿಯಾಗ ಇಟ್ಟಗೋಲಿಕ ಅಷ್ಟ ಹೋತ. ಬಾ ಅಂತ ಅಂದಿಯಲ್ಲ ಅಷ್ಟ ಸಾಕ ನನಗ"

ಹಾಗೇ ಮಾತನಾಡುತ್ತ ಗಂಗವ್ವ ತನ್ನ ಸಮಸ್ಯೆಯನ್ನು ಹರಿಬಿಟ್ಟಳು. "ಯವ್ವಾ ಚಿಗವ್ವಾ ಹಿಂಗ ಅಂತೂ ಆಗೇತಿ. ಆ ರಾಮಗ ಹ್ಯಾಂಗಾರ ಮಾಡಿ ಮದವಿ ಮಾಡಬೇಕು ಅನ್ನಾಕತ್ತೀನಿ. ಆದ್ರ ಆ ಹುಡುಗಿ ಸುನಂದಾ ರಾಮನ್ನ ಮಾಡಕೊಂಡ್ರ ವನವಾಸಾ ಅಂತ ಅನ್ನಾಕತ್ಯೆತಿ" ಎಂದಳು. ಬುದ್ಧವ್ವ ಸ್ವಲ್ಪ ಹೊತ್ತು ಯೋಚಿಸತೊಡಗಿದಳು. ನಂತರ, "ಗಂಗವ್ವಾ ನೀ ತಪ್ಪ ತಿಳಕೋಬ್ಯಾಡಾ. ಆ ಹುಡುಗಿ ಅನ್ನೊದು ಖರೇನ ಐತಿ. ಈಗ ನಾವು ಯಾವುದಾರ ಹುಡುಗಿನ್ನ ಹುಡುಕಬಹುದ ಆದ್ರ ನಾಳೆ ಅವಾ ಆಕಿನ್ನ ಬಿಟ್ಟ ಬಿಟ್ಟ ಹೋದ್ರ ಏನ ಗತಿ? ಮುಂದ ಆಕಿನ್ನೂ ನೀವ ಸಾಕೂದ ಆಕ್ಯೆತಿ ನೋಡ. ಒಂದೀಟ ತಡಿ ನೋಡುಣ ಇನ್ನಷ್ಟ ದಿನಾ. ಮೊದಲ ಅವನ್ನ ದುಡಿಯಾಕ ಹಚ್ಚ. ಮುಂದ ನೋಡೂಣ" ಎಂದೆಲ್ಲ ಹೇಳಿ ಆಕೆಯನ್ನು ಸಮಾಧಾನಪಡಿಸಿದ್ದಳು.

** ** **

ರಜನಿ ಊರಿನಿಂದ ಮರಳುವ ವೇಳೆಗೆ ಏನೆಲ್ಲ ನಡೆದುಹೋಗಿತ್ತು. ಆದರೆ ಪಾಪ ಆಕೆಗದು ತಿಳಿದಿರಲಿಲ್ಲ ಆಕೆ. ಊರಿನಿಂದ ಬಂದ ಮೇಲೆ ಲಕ್ಷ್ಮಣನ ಮನೆಗೆ ಮುಜುಗರದಿಂದಲೇ ಬಂದಳು. ಲಕ್ಷ್ಮಣ ಹೆಚ್ಚು ಆತ್ಮೀಯತೆಯನ್ನು ತೋರಲಿಲ್ಲ. ಮುಖ ಕೊಟ್ಟು ಮುಖಕ್ಕೆ ಮಾತಾಡಲಿಲ್ಲ. ಬಹುಶ: ಆ ಕರಡಿಪಡಿಗೆ ತಾವಿಬ್ಬರೂ ಜೊತೆಯಾಗಿ ಹೋಗಿದ್ದುದು ಅವ್ವನಿಗೆ ಗೊತ್ತಾಗಿ ಬೈದಿರಬಹುದೆಂದೇ ಬಗೆದು ಸುಮ್ಮನಿದ್ದಳು. ಆದರೆ ನಿಜವಾದ ವಿಷಯ ತಿಳಿದಾಗ ಸಿಡಿಲು ಬಂದೆರಗಿದಂತಾಗಿತ್ತು. ಆದರೂ ಯಾರೋ ಹೇಳಿದ್ದುದರ ಮೇಲೆ ನಂಬಿಕೆ ಇಲ್ಲ ತನ್ನ ಪ್ರೀತಿಯ ಹುಡುಗ ಹೌದು ಎಂದಾಗಲೇ ಅದು ನಿಜ ಎಂದು ನಂಬಬಹುದೆಂದುಕೊಂಡು ಲಕ್ಷ್ಮಣನನ್ನು ಗುಡ್ಡಕ್ಕೆ ಕರೆದಳು. ಆತ ಹಿಂಜರಿದಾಗಲೇ ಅಧೀರಳಾದಳು. ಮತ್ತೆ ಒಂದೇ ಒಂದು ಬಾರಿ ಬಾ ಎಂದಾಗ, ಲಕ್ಷ್ಮಣನಿಗೆ ಇಲ್ಲವೆನ್ನಲಾಗಲಿಲ್ಲ.

ಲಕ್ಷ್ಮಣ ಅಳುಕಿನಿಂದಲೇ ಗುಡ್ಡದತ್ತ ಹೆಜ್ಜೆ ಹಾಕತೊಡಗಿದ. ಮನೆ ದಾಟುತ್ತಲೇ ಆಕೆಗೆ ಏನು ಹೇಳುವುದು? ಎಂಬ ಯೋಚನೆ ಮಾಡತೊಡಗಿದ. ಏನು? ಏನು? ಪ್ರತಿ ಹೆಜ್ಜೆಗೊಮ್ಮೆ ಆ ಏನು ಎಂಬ ದೊಡ್ಡ ಪ್ರಶ್ನೆ ಆತ ಮುನ್ನಡೆ ಇಡದಂತೆ ತಡೆಯುತ್ತಿತ್ತು. ಆ ಪ್ರಶ್ನೆಯನ್ನು ಮುಂದಕ್ಕೆ ದೂಡುತ್ತಲೇ ಬಹಳ ಪ್ರಯಾಸಪಟ್ಟು ಜೋಡುಲಿಂಗಗಳ ಗುಡಿಯವರೆಗೂ ಬಂದ. ಆದರೆ ಮುಂದಕ್ಕೆ ಅದೂ ಗುಡ್ಡ ಏರುವುದಕ್ಕೆ ಮೊದಲೇ ಆತನ ಶಕ್ತಿಯೆಲ್ಲ ಉಡುಗಿಹೋಗಿತ್ತು. ಮತ್ತೊಮ್ಮೆ ತನ್ನನ್ನು ವಿಮರ್ಶಿಸಿಕೊಂಡಾಗ, ತನ್ನ ತಪ್ಪು ಎಲ್ಲಿದೆ? ತಾನೇನು ಬೇಕು ಎಂತಲೇ ಭಾರತಿಯನ್ನು ಒಪ್ಪಲಿಲ್ಲವಲ್ಲ? ರಜನಿಯ ಕೈಬಿಡಬಾರದೆಂದೇ ತಾನು ಭಾರತಿಯನ್ನು ರಾಮನಿಗೆ ತಂದುಕೊಳ್ಳುವಂತೆ ತಿಳಿಸಿದ್ದೆನಲ್ಲ. ಸಮಯ ಸಂಧರ್ಭ ತನ್ನನ್ನು ಹಾಗೆ ಮಾಡಿತು. ಅಷ್ಟಕ್ಕೂ ಆ ಸಂಬಂಧ ತಪ್ಪಿಸಿಕೊಳ್ಳಲು ರಾಮನನ್ನು ಸೂಚಿಸಿದೆ. ಅದು ಫಲಿಸಲಿಲ್ಲ. ಏನು ಮಾಡುವುದು? ಎಂಬ ವಿಚಾರ ಹುಟ್ಟುತ್ತಲೇ ಕೊಂಚ ಧೈರ್ಯ ಬಂದಂತಾಗಿ ಮುಂದೆ ಸಾಗತೊಡಗಿದ. ಹಾಗೇ ಆಕೆ ಹೇಳಿದ ಜಾಗಕ್ಕೆ ಹೋಗುವಷ್ಟರಲ್ಲಿ ಆಕೆ ಬಂದು ನಿಂತಿದ್ದಳು.

ಮನಸ್ಸು ಕೆಡಿಸಿಕೊಂಡ ರಜನಿಗೆ ಸಮಾಧಾನವಿಲ್ಲದೇ ಬಹಳಷ್ಟು ಬೇಗನೇ ಬಂದು ನಿಂತಿದ್ದಳು. ಐದು-ಹತ್ತು ನಿಮಿಷಕ್ಕೊಮ್ಮೆ ಲಕ್ಷ್ಮಣನನ್ನು ಕುಳಿತಲ್ಲಿಂದ ಎದ್ದು ದೃಷ್ಟಿ ಹರಿಯುವವರೆಗೂ ದಿಟ್ಟಿಸತೊಡಗಿದಳು. ಹಾಗೇ ದಿಟ್ಟಿಸುತ್ತಲೇ ಬೇಸತ್ತು ಹೋದಳು. ಬಹಳ ಹೊತ್ತಿನಿಂದ ಕಾಯ್ದು ಆಕೆಗೆ ಆತ ಬರುವನೇ? ಎಂಬ ಸಂಶಯ ಹುಟ್ಟಿ ಅಳು ಉಕ್ಕಿತು. ಇನ್ನೇನು ಕಣ್ಣೀರು ಹೊರ ಹೊಮ್ಮುತಲಿತ್ತು ಅಷ್ಟರಲ್ಲಿ ಮೋಡ ಸರಿಸಿ ಅವತರಿಸಿದ ಸೂರ್ಯನಂತೆ ಲಕ್ಷ್ಮಣನ ಆಗಮನವಾಗಿ ಆಕೆಯ ಕಣ್ಣೀರು ಅಲ್ಲಿಯೇ ಅಡಗಿ ಹೋಗಿತ್ತು.

ಹಾಗೇ ತಾನು ತನ್ನ ಹುಡುಗನ ಮೇಲಿಟ್ಟ ನಂಬಿಕೆ ಸುಳ್ಳಾಗಲಿಲ್ಲ ಎನ್ನಿಸಿತು. ಆದರೂ ಸಹ ಒಳಗೆ ಅಳುಕು ಇದ್ದೇ ಇತ್ತು.

ಆತ ಬರುತ್ತಲೇ ನೇರವಾಗಿ "ಮೀ ಕಾಯ್ ಸುನಾ ಖರಚ ಕಾಯ್?" ಎಂದಳು ಆತ ನಿರುತ್ತರನಾದ. ಮತ್ತೊಮ್ಮೆ ಗಟ್ಟಿಯಾಗಿ "ಲಕ್ಷ್ಮಣ ತುಮಿ ಸಾಂಗಾ ಕಿ ಖರಚ್ ಕಾಯ್?" ಲಕ್ಷ್ಮಣನಿಗೆ ಆಗಲೂ ಏನೂ ಹೊಳೆಯಲಿಲ್ಲ. ಆತನ ತೋಳನ್ನುಗಟ್ಟಿಯಾಗಿ ಹಿಡಿದು ಅಲ್ಲಾಡಿಸುತ್ತ ಮತ್ತಷ್ಟು ಗಟ್ಟಿಯಾಗಿ "ಲಕ್ಷ್ಮಣ ಸಾಂಗಾ. ಖರಚ ಕಾಯ್?" ಎಂಬ ರೋಷದ ಧ್ವನಿ ಹೊರಟು ಲಕ್ಷ್ಮಣನ ಎದೆಯನ್ನು ಸೀಳಿತ್ತು. ನಿಶ್ಯಕ್ತನಾಗಿ ಸೋತ ಧ್ವನಿಯಲ್ಲಿ "ಮೀ ಕಾಯ್ ಸಾಂಗು, ಕಸ ಸಾಂಗೂ ರಜನಿ" ಎಂದ ಮೇಲೆ ರಜನಿ ನಿಧಾನವಾಗಿ ಲಕ್ಷಮಣನ ಕೈಬಿಟ್ಟಳು. ಆಕೆಗೆ ನಿಂತ ನೆಲ ಕುಸಿದಂತಾಗಿತ್ತು. ರೋಷ, ನಿರಾಶೆ, ಹತಾಶೆ, ದುಃಖ ಒಮ್ಮೆಲೇ ಉಮ್ಮಳಿಸಿ ಬಂದವು. ಆ ಗುಡ್ಡದಿಂದ ದಡ ದಡನೇ ಇಳಿದು ಮರಳಿ ನೋಡದೇ ಓಡಿ ಹೋದಳು.

ಮನೆಗೆ ಬಂದು ಲಕ್ಷ್ಮಣ ರಜನಿ ಬಗ್ಗೆ ಚಿಂತಿಸಿ ಹಳಹಳಿಸತೊಡಗಿದ. ಆದರೆ ಅದು ಫಲಿಸದೇ ಹೋಯಿತು. ಆತ ಪರಿಸ್ಥಿತಿಯ ಕೈಗೊಂಬೆಯಾಗಿ ಕೊರಗಿದ. ಆತನನ್ನು ಪಾಪಪ್ರಜ್ಞೆ ಕಾಡತೊಡಗಿತು. ಹಾಗಾಗಿ ಆತನ ಮನಸ್ಸಿಗೆ ಈಗ ಸಧ್ಯಕ್ಕೆ ಮದುವೆ ಬೇಡವೇ ಬೇಡ ಎನ್ನಿಸಿತು.

ಅಣ್ಣ ತಂಗಿಯರು ಬರುವ ವೈಶಾಖದಲ್ಲಿಯೇ ಮದುವೆ ಮುಗಿಸಿ ನಿರಾಳರಾಗಬೇಕೆಂದುಕೊಂಡಿದ್ದರು. ಆ ವಿಚಾರವಾಗಿಯೇ ಮಾತನಾಡಲು ರಾಮಚಂದ್ರಪ್ಪ ತಂಗಿಯ ಮನೆಗೆ ಬಂದಿದ್ದ. ಆದರೆ ಲಕ್ಷ್ಮಣ ಸಧ್ಯಕ್ಕೆ ಬೇಡವೆಂದಾಗ, ಗಂಗವ್ವ "ಯಾಕ ತಮ್ಮಾ ಈಗ ಬಿಟ್ಟೇವಿ ಅಂದ್ರ ಇನ್ನ ಮುಂದ ದೀಪಾವಳಿ ಆದ ಮ್ಯಾಲ ಮದುವಿ ಮಾಡೂದು ಆಕೈತಿ. ಈಗ ನೀ ಯಾಕ ವಲ್ಲೆ ಅಂತಿ? ಹಂತಾದ್ದೇನ ಐತಿ?" ಎಂದು ಕೇಳಿದಾಗ ಮಾವ ರಾಮಚಂದ್ರನೂ ಆಕೆಯ ಮಾತನ್ನು ಅನುಮೋದಿಸಿದ. "ಇಲ್ಲಬೇ ಇನ್ನಟ ಮನಿ ಸುದ್ದ ಮಾಡೂಣ ಮನ್ಯಾಗ ಸ್ವಾಮಾನಾ ಮಾಡೂಣ" ಎಂದಾಗ, ಮಾವ "ಇದೊಳ್ಳೆ ಚೋಲೋ ಆತಲೇ ತಮ್ಮಾ. ಯಾಕ ಮನಿ ಈಗ ಇದ್ದಾಂಗ ಇದ್ರ ನೆಡಿಯೂದಿಲ್ಲಾ?" ಎಂದರೆ, ಅವ್ವ "ಅಯ್ಯ ಶಿವನ? ಆ ಹುಡುಗಿ ಏನ ಬ್ಯಾರೆದ್ದಾ? ಇನ್ನ ಹೊರಗಿನಾಕಿ ಅಂದ್ರ ವಿಚಾರ ಮಾಡಬಹುದಿತ್ತ" ಎಂದೆಲ್ಲ ಆತನನ್ನು ಒಪ್ಪಿಸಲು ಪ್ರಯತ್ನಿಸಿದರಾದರೂ ಆತ ಒಪ್ಪಿಕೊಳ್ಳಲಿಲ್ಲ.

ಹಾಗೆ ಹೀಗೆ ಏನೇನೋ ಸಬೂಬು ಹೇಳಿ ಮದುವೆಯನ್ನು ಎರಡು ಮೂರು ತಿಂಗಳು ಮುಂದೆ ತಳ್ಳುವಷ್ಟರಲ್ಲಿ ಮಹಾದೇವಿಗೆ ಎಂಟು ತಿಂಗಳು ತುಂಬಿದ್ದವು. ಆಕೆಗೆ ಸೀಮಂತ ಮಾಡಿ ತವರಿಗೆ ಕರೆತರಬೇಕಿತ್ತು. ಹಾಗಾಗಿ

ಆತನ ಮದುವೆ ಮತ್ತೆ ತಂಗಿ ಮಹಾದೇವಿಯ ಬಾಣಂತನ ಮುಗಿಯುವವರೆಗೆ ಅಂದರೆ ಆರೇಳು ತಿಂಗಳು ಮುಂದಕ್ಕೇ ಹೋಯಿತು.

ಮದುವೆಯನ್ನು ಮುಂದೂಡಿದ್ದರಿಂದ ಭಾರತಿ ತಂದೆಯೊಂದಿಗೆ ಚಂದೂರಿನಲ್ಲಿಯೇ ಇರಬೇಕಾಯಿತು. ರಾಮಚಂದ್ರಪ್ಪ ಮಗಳ ಮದುವೆ ಮಾಡಿ ಸ್ವಾತಂತ್ರ್ಯ ಕಾರ್ಯಕ್ಕೆ ತನ್ನನ್ನು ತಾನು ತೊಡಗಿಸಿಕೊಳ್ಳಬೇಕೆಂದಿದ್ದ ಆದರೆ, ಈಗ ಮಗಳ ಮದುವೆ ಮುಂದೆ ಹಾಕಿದ್ದರಿಂದ ಮಗಳು ಇರುವವರೆಗೆ ಮನೆಯಲ್ಲಿದ್ದುಕೊಂಡೇ ಕೆಲಸ ಮಾಡತೊಡಗಿದ. ಅದು ಭಾರತಿಯ ಗಮನಕ್ಕೂ ಬಂತು. ಆ ಮಹತ್ಕಾರ್ಯದಲ್ಲಿ ಆಕೆಯೂ ಕೂಡ ಸಹಾಯ ಮಾಡತೊಡಗಿದಳು.

ಅಜ್ಜಿ ಮೊಮ್ಮಗಳಲ್ಲಿ ಬೆಳೆಸಿದ ದೇಶಭಕ್ತಿ ಈಗ ಕಾರ್ಯರೂಪಕ್ಕೆ ಬಂದು ಆಕೆ ಪರೋಕ್ಷವಾಗಿ ಸ್ವಾತಂತ್ರ್ಯ ಕಾರ್ಯ ಚಟುವಟಿಕೆಗಳಲ್ಲಿ ಭಾಗಿಯಾಗಿದ್ದಳು. ತನ್ನ ಮದುವೆ ಮುಂದೂಡಿದ್ದಕ್ಕೆ ಮರುಗದೆ ಶ್ರದ್ಧೆಯಿಂದ ತಂದೆಗೆ ನೆರವಾಗತೊಡಗಿದಳು.

** ** **

ಗಂಗವ್ವ ಒಂದು ಒಳ್ಳೆಯ ಮೂಹೂರ್ತ ನೋಡಿ ಗರ್ಭಿಣಿ ಮಗಳು ಮಹಾದೇವಿಗೆ ಶೀಮಂತ ಮಾಡಲು ಚಂದೂರಿಗೆ ಹೋರಡುವ ತಯಾರಿ ಮಾಡತೊಡಗಿದಳು ಬಸುರಿಗೆ ತರ ತರಹದ ಅಡುಗೆ ಕಟ್ಟಿಕೊಂಡು ಹೋಗಬೇಕಿತ್ತು. ಗಂಗವ್ವ ಒಬ್ಬಳೇ ಎಲ್ಲವನ್ನೂ ಮಾಡಲಾರಳು. ಹಾಗಾಗಿ ಆಕೆ ಆಕೆಯ ಸೊಸೆ ಭಾರತಿಯನ್ನು ಕರೆಯಿಸಿದಳು. ಜೊತೆಗೆ ಹತ್ತು ಜನರ ಕೆಲಸವನ್ನು ಕಿತ್ತೊಗೆಯುವ ಬುದ್ಧವ್ವನನ್ನು ಕರೆಯಲು ಮರೆಯಲಿಲ್ಲ. ಚಂದೂರಿಗೆ ಸೀಮಂತಕ್ಕೆ ಹೋಗುವ ಎರಡು ದಿನ ಮೊದಲೇ ಬುದ್ಧವ್ವನ ಮನೆಗೆ "ಏನ ಮಾಡಾಕತ್ತೀಯ ಚಿಗವ್ವಾ" ಎನ್ನುತ್ತ ಹೋದಳು. ಯಾಕೋ ಬುದ್ಧವ್ವನಾಗಲಿ ಆಕೆಯ ಮನೆಯಾಗಲಿ ಎಂದಿನಂತಿರಲಿಲ್ಲ. ಗಂಗವ್ವ ಆಕೆಯ ಮನೆಗೆ ಹೋದರೆ, ಅದೂ ಇಂತಹ ಶುಭ ಕಾರ್ಯಕ್ರಮದ ಶುಭಸುದ್ದಿಯನ್ನು ಒಯ್ದಾಗ, ಸಡಗರದಿಂದ ಸಂಭ್ರಮಿಸುತ್ತಿದ್ದ ಬುದ್ದವ್ವಳೇಕೊ ಕಳಾಹೀನಳಾಗಿದ್ದಳು. ಗಂಗವ್ವ ಯಾವತ್ತೂ ಬುದ್ಧವ್ವನನ್ನು ಹೀಗೆ ಕಳೆಗುಂದಿದ್ದನ್ನು ಕಂಡಿರಲಿಲ್ಲ. ಹಾಗಾಗಿ ಸ್ವಲ್ಪ ಗಾಬರಿಯಿಂದಲೇ "ಯಾಕ ಚಿಗವ್ವ ಏನಾತು?" ಎಂದು ಕೇಳಿದಾಗ, ಬುದ್ಧವ್ವ "ಏನೂ ಇಲ್ಲ ಬಿಡ ತಂಗಿ, ಒಂದೀಟು ಆರಾಮ ಇಲ್ಲಾ"

"ಕಾಕಾ ಇನ್ನ ಬಂದಿಲ್ಲ ಅಂತ ಚಿಂತಿ ಹಚ್ಚಕೊಂಡಿಯನ ಮತ್ತ?"

"ಇಲ್ಲ ಬಿಡ ತಂಗಿ. ಯಾಕೋ ನಾಕ್ಐದ ದಿನಾ ಆತು ಜೀವಕ್ಕ ಸಮಾಧಾನ ಇಲ್ಲಾ"

"ಅಯ್ಯ ಯವ್ವಾ ನೀ ಹಿಂಗ ಅಂದ್ರ ಹ್ಯಾಂಗ? ನನ್ನ ಕಾಲ ಕಳೀಬ್ಯಾಡ ಚಿಗವ್ವಾ ನಾವಷ್ಟ ಹೋಗಿ ಹ್ಯಾಂಗ ಮಾಡೂಣ ಯವ್ವಾ. ಮದುವಿ ಅಂತೂ ನೀನ ಮಾಡೀದಿ. ಇನ್ನ ಇದೊಂದು ಕಾರೆ ಮತ್ತ ನಮ್ಮ ಲಕ್ಷ್ಮಣನ ಮದುವಿ ನೀನ ಮಾಡಿ ಪುಣ್ಯ ಕಟಗೋಬೇಕ ಚಿಗವ್ವಾ. ನನ್ನ ಕೈಲೆ ಏನ ಆಕೈತಿ?"

"ಬರತೀನಿ ಬಿಡ ಹುಚ್ಚಿ ಬಂದ ಮಾಡತೀನಿ. ನೀ ಯಾಕ ತಲಿ ಕೆಡಿಸಿಕೊಂತಿ?"

"ಅದಕ ಅಂದೀನೆ ಚಿಗವ್ವಾ ಮತ್ತ. ಆದಷ್ಟ ಲಗೂಟ ಬಾರ ಯವ್ವಾ"

ಎಂದವಳೆ ಗಂಗವ್ವ ಮನೆಯ ಹಾದಿ ಹಿಡಿದಳು.

ಬುದ್ದವ್ವಳೇನೋ ಗಂಗವ್ವನ ಮನೆಗೆ ಬಂದು ತರ ತರಹದ ತಿನ್ನಿಸು ಅಡುಗೆ ಮಾಡಿ ಸೀಮಂತಕ್ಕೂ ಹೋಗಿ ಬಂದಳು ಆದರೆ, ಆಕೆಯಲ್ಲಿ ಎಂದಿನ ಹುರುಪು ಹುಮ್ಮಸ್ಸು ಇರಲಿಲ್ಲ. ಅದನ್ನು ಗಂಗವ್ವ ಗಮನಿಸುತ್ತಲೇ ಇದ್ದಳು.

ಸೀಮಂತ ಮುಗಿಸಿ ಮಹಾದೇವಿ ತವರಿಗೆ ಬಂದಳು. ಊರಿನ ಜನರು ಗಂಗವ್ವನ ಕಳ್ಳುಬಳ್ಳಿ, ಗಂಗವ್ವ ಹೊರಗಡೆ ಹೋದಾಗಲೆಲ್ಲ "ತಂಗಿನ ಕರಕೊಂಡ ಬಂದ್ರಿ? ಈಗ ಆಕಿಗೆ ಎಷ್ಟರಾಗ ಯಕ್ಕಾ?" ಎಂದು ಕೇಳಿ ತಿಳಿದುಕೊಂಡು ಒಬ್ಬೊಬ್ಬರಾಗಿ ಕುಬ್ಬಸ ಮಾಡತೊಡಗಿದರು. ಬುದ್ದವ್ವ ಕೂಡ ಆಕೆಯ ಓಣಿಯ ಐದಾರು ಕುಟುಂಬಗಳೊಟ್ಟಿಗೆ ಕುಬ್ಬಸ ಮಾಡಲು ತಯಾರಾದಳು. ಬುದ್ಧವ್ವ ಮಾಡುವ ಕಾರ್ಯಕ್ರಮ, ಬುದ್ಧವ್ವ ಮಾಡುವ ಅಡುಗೆ ಎಂದರೆ ಎಲ್ಲರೂ ಓಡೋಡಿ ಬರುತ್ತಿದ್ದರು. ಬುದ್ಧವ್ವನ ಮನೆ ಸಣ್ಣದು ಐದಾರು ಕುಟುಂಬಗಳೆಂದರೆ, ಏನಿಲ್ಲವೆಂದರೂ ಸುಮಾರು ಮೂವತ್ತು ಜನ ಹಾಗಾಗಿ ಜೋಡುಲಿಂಗಗಳ ದೇವಸ್ಥಾನದಲ್ಲಿ ಆಕೆಗೆ ಕುಬ್ಬಸ ಮಾಡುವ ನಿರ್ಧಾರ ಮಾಡಿದರು. ಆ ಜೋಡು ಲಿಂಗಗಳ ದೇವಸ್ಥಾನದಲ್ಲಿ ಮದುವೆ, ಮುಂಜಿಗಳು ಕೂಡ ನೆರವೇರುತ್ತಿದ್ದವು.

ಕರಿಗಡಬು ಚಿನ್ನೆ ಸಕ್ಕರೆ, ಸಜ್ಜಿ ರೊಟ್ಟಿ ಎಣ್ಣೆಗಾಯಿ ಬದನೆ, ಅನ್ನ ಸಾರು ಹಪ್ಪಳ, ಸಂಡಿಗೆ, ಉಪ್ಪಿನಕಾಯಿ, ಹೋಳಿಗೆ ತರತರಹದ ಅಡುಗೆಯನ್ನು ಎಲ್ಲರೂ ಬಾಯಿಚಪ್ಪರಿಸಿಕೊಂಡು ಉಂಡರು. ಮುಖ್ಯವಾಗಿ ಮಹಾದೇವಿಗೆ ಉಪಚರಿಸಿ ಊಟಮಾಡಿಸಿದರು.

ಗಂಡಸರು ಊಟದ ನಂತರ ಮನೆಗೆ ಸಾಗಿದರು. ಹೆಂಗಳೆಯರು ಬಸುರಿ ಮಹಾದೇವಿಗೆ ಆರತಿ ಮಾಡಲು ಸಜ್ಜಾಗತೊಡಗಿದರು. ಮಹಾದೇವಿಯನ್ನು ಮಣೆ ಹಾಕಿ ಕುಳ್ಳಿರಿಸಿ ಆಕೆಗೆ ಹೂದಂಡೆ ಕಟ್ಟಿ ಕುಂಕುಮ ಅರಿಸಿಣ ಹಚ್ಚಿ ಎರಡೂ ಕೈಗಳಿಗೆ ಗಂಧ ಹಚ್ಚಿ, ಚಿಪ್ಪಿನಿಂದ ಕೊರೆದು ಸಿಂಗರಿಸಿದರು ಮೊದಲೇ ರೇಷ್ಮೇ ಸೀರೆ ಉಟ್ಟಿದ್ದ ತುಂಬು ಬಸುರಿ ಮತ್ತಷ್ಟು ಅಂದವಾಗಿ ಕಾಣಿಸತೊಡಗಿದಳು. ಭಾರತಿ ಕೂಡ ನಾದಿನಿಯ ಕುಬ್ಬಸವನ್ನು ಹುರುಪಿನಿಂದಲೇ ಮಾಡುತ್ತಿದ್ದಳು.

ಗಂಗವ್ವ ಈಗಲೇ ಆಕೆಗೆ ಠೀಕೆ ಸರ ಹಾಕಿದ್ದಳು. ಆ ಕಾರ್ಯಕ್ರಮದಲ್ಲಿ ಲವಲವಿಕೆಯಿಂದ ಓಡಾಡುತ್ತಿದ್ದ ಆಕೆ ಬಹಳ ಆಕರ್ಷಕವಾಗಿ ಕಾಣಿಸುತ್ತಿದ್ದಳು. ಆದರೆ, ಅಲ್ಲಿ ಬಹಳ ಮುಖ್ಯವಾಗಿ ಸದ್ದು ಮಾಡುತ್ತಾ ಓಡಾಡಬೇಕಿದ್ದ ಬುದ್ದವ್ವ ಸುಮ್ಮನೇ ಕುಳಿತದ್ದು ಎಲ್ಲರಿಗೂ ಆಶ್ಚರ್ಯ ಜೊತೆಗೆ ಖೇದ ನೀಡಿತು.

ಬುದ್ದವ್ವ ಯಾವಾಗಲೂ ಎಲ್ಲರೊಂದಿಗೂ ನಗು ನಗುತ್ತಾ ಸದಾ ಉತ್ಸಾಹದ ಬುಗ್ಗೆಯಂತಿದ್ದವಳು ಹೀಗೇಕೆ ಮಂಕಾಗಿದ್ದಾಳೆ ಎನ್ನುವುದೇ ಎಲ್ಲರಿಗೂ ಪ್ರಶ್ನೆಯಾಯಿತು. ಇತ್ತೀಚೆಗೆ ಆಕೆಯ ಗಂಡ ದೇವೇಂದ್ರ ಕೂಡ ಕಾಣಿಸದಾಗಿದ್ದ. ಆಕೆಯ ನಡಾವಳಿ ಎಲ್ಲರಿಗೂ ವಿಚಿತ್ರವೆನ್ನಿಸಿತ್ತು. ಚಂದ್ರವದನೆಗೆ ಗ್ರಹಣ ಹಿಡಿದಂತಾಗಿದ್ದ ಆಕೆಯನ್ನು "ಯಾಕ ಬುದ್ಧವ್ವಾ ಹಿಂಗ್ಯಾಕ ಅದಿ? ಒಂದೆರಡ ಪದಾ ಹಾಡಬಾರದಾ? ಹಂಗ್ಯಾಕ ಕುಂತಿ ದೆವ್ವ ಹಿಡದಾರಂಗ" ಎಂದು ಹಿರಿಹೆಣ್ಣುಮಗಳೊಬ್ಬಳು ಜೀವ ತಡೆಯದೇ ಕೇಳಿದಾಗ, ಗಂಗವ್ವ ಕೂಡಲೇ "ನಾನೂ ಅದ ಅನ್ನಾಕತ್ತೀನೆ ಚಿಗವ್ವಾ" ಎಂದು ಧ್ವನಿಗೂಡಿಸಿದಳು. "ಏನಿಲ್ಲಳ ಯವ್ವಾ ಒಂದೀಟು ಮೈಯಾಗ ಆರಾಮ ಇಲ್ಲದಂಗ ಆಗೇತಿ" ಎಂದು ಮತ್ತೆ ಬುದ್ಧವ್ವ ಅದೇ ಉತ್ತರವನ್ನು ನೀಡಿದ್ದಳು. ಹಾಗೇ ಆಕೆ ಕಲಿಸಿದ ಹಾಡುಗಳನ್ನೇ ಹೆಣ್ಣುಮಕ್ಕಳು ಹಾಡಿ ಮುಗಿಸಿ ಮಹಾದೇವಿಗೆ ಆರತಿ ಮಾಡತೊಡಗಿದ್ದರು.

ಒಬ್ಬರ ನಂತರ ಒಬ್ಬರು ಮಹಾದೇವಿಗೆ ಆರತಿ ಮಾಡಿ ಆಕೆಯ ಗಂಡನ ಹೆಸರು ಕೇಳಿ ಅವರ ಗಂಡನ ಹೆಸರನ್ನೂ ಹೇಳುತ್ತಿದ್ದರು. ಹಾಗೇ ಭಾರತಿಯ ಕೈಯಿಂದಲೂ ಆರತಿ ಮಾಡಿಸಿ "ನೀನು ನಿನ್ನ ಗಂಡನ ಹೆಸರ ಹೇಳ ತಂಗಿ" ಎಂದೆಲ್ಲ ಕಾಡಿ ಕೊನೆಗೂ ಆಕೆಯ ಬಾಯಿಯಿಂದ ಲಕ್ಷ್ಮಣನ ಹೆಸರು ಹೇಳಿಸಿದ್ದರು. ಆಕೆ ಹಾಗೇ ಹೆಸರು ಹೇಳಿದಾಗ ಮತ್ತೆ ಒಡಪು ಹಚ್ಚಿ ಹೇಳುವಂತೆ ಗೋಗರೆದರು. ಆಗ ಆಕೆ "ದೇಶಕ್ಕಿಲ್ಲ ಸ್ವತಂತ್ರ. ನಾವೆಲ್ಲ ಅತಂತ್ರ. ಅದಕ್ಕಾಗಿ ಹೂಡಬೇಕಿದೆ ಮಹಾತಂತ್ರ ಲಕ್ಷ್ಮಣ ರಾಯರ ಹೆಸರು ಹೇಳಿ ನಾನಾಗುವೆ ನಿಮ್ಮೆಲ್ಲರ ಪ್ರೀತಿಪಾತ್ರ" ಎಂದು ಹೇಳಿದಾಗ, ಆಕೆಯ ಒಡಪು ಕೇಳಿ ಎಲ್ಲರೂ ದಂಗಾದರು. ಬುದ್ಧವ್ವ ಕೂಡ ತನ್ನ ನೋವಿನಲ್ಲಿಯೂ ಆಕೆಯ ಒಡಪು ಕೇಳಿ ಆಕೆಗೆ ಶಹಬ್ಬಾಶಗಿರಿ ಕೊಟ್ಟಳು. ಅಲ್ಪ ಸ್ವಲ್ಪ ಓದಿಕೊಂಡ ಹೆಂಗಳೆಯರಂತೂ ಆಕೆಯನ್ನು ಎತ್ತರದ ನೋಟದಲ್ಲಿ ನೋಡಿದರು.

ಆದರೆ ಒಡಪು ಕಲಿಸಿ ಕೊಡುವ ಚಂದ್ರವದನೆಗೆ ಗ್ರಹಣ ಹಿಡಿದಿತ್ತಲ್ಲ? ಆರತಿ ಮಾಡಿಸಿಕೊಳ್ಳುತ್ತಿದ್ದ ಮಹಾದೇವಿ ಕೂಡ ಇದನ್ನರಿತು "ಏ ಯತ್ತಿ ಬಾ ಆರತಿ ಮಾಡಬಾ" ಎಂದು ಕರೆದಳು. ಉಳಿದ ಹೆಂಗಳೆಯರು "ಹೊಗ ನಿನ

ಹೋಗು ಆರಾಮ ಇರಲೀಕ ಏನಾತು?" ಎಂದು ಆಕೆಯನ್ನು ಆರತಿ ಬೆಳಗಲು ಒತ್ತಾಯ ಮಾಡಿದರು.

ಎಲ್ಲರ ಒತ್ತಾಯದ ಮೇರೆಗೆ ಆರತಿ ತಟ್ಟೆ ಎತ್ತಿದಾಗ, ಇಷ್ಟು ಹೊತ್ತಿನವರೆಗೂ ಅದುಮಿಟ್ಟ ದುಃಖ ಉಮ್ಮಳಿಸಿ ಹೊಟ್ಟೆಯೊಳಗಿನ ಸಂಕಟ ಭುಗಿಲೆದ್ದು ಮೇಲೆ ಬಂದು ಆರತಿ ತಟ್ಟೆ ಗಡ ಗಡ ನಡುಗಿತ್ತು. ಆದರೂ ಒಗಟು ಹೇಳುವುದನ್ನು ಬಿಡಲಿಲ್ಲ "ಕಣ್ಣುತುಂಬಾ ಕಣಸ ಬಿತ್ತಿದ, ಮೈಮನಸ ತುಂಬ ಪ್ರೀತಿ ಹೊತ್ತಿಸಿದ. ಕೊನೆವರೆಗೂ ಕೈಬಿಡೆನೆಂದವ ನಡುದಾರಿಯಲ್ಲೆ ಕೈಕೊಟ್ಟು ಓಡಿದವನ ಹೆಸರ..." ಎಂದು ಬಿಕ್ಕತೊಡಗಿದಳು. ಹಾಗೇ ದುಃಖದ ಭರದಲ್ಲಿ ಆರತಿ ತಟ್ಟೆಯನ್ನು ಚೆಲ್ಲಿ ತಾನೂ ಕುಸಿದು ಬಿದ್ದಿದ್ದಳು.

ಅಧ್ಯಾಯ-5

ಬುದ್ಧವ್ವಳ ಗಂಡ ದೇವೇಂದ್ರ ಹೆಚ್ಚು ಗಳಿಸುವ ಆಶೆಯಿಂದ ಊರು ಬಿಟ್ಟು ಚಿಕ್ಕಬಳ್ಳಾಪುರಕ್ಕೆ ಹೋದವ, ದೇಸಾಯಿಪುರವನ್ನು ಮರೆತುಬಿಟ್ಟಿದ್ದ. ಅದು ಹೇಗೋ ಏನೋ ಬಹುಶ: ಮಗುವಿನ ಆಶೆಗಾಗಿ ಏನೋ ಅಲ್ಲಿಯ ಒಬ್ಬ ಹೆಣ್ಣುಮಗಳನ್ನು ಮದುವೆಯಾಗಿದ್ದ. ಮೊದಲು ವಿಷಯವನ್ನು ಬುದ್ಧವ್ವ ನಂಬದಾದಳು. ಆದರೆ ಸತ್ಯವನ್ನು ಕೊನೆಗೆ ನಂಬಲೇಬೇಕಾದಾಗ ಆ ಸತ್ಯವನ್ನು ತನ್ನಲ್ಲೇ ಬಚ್ಚಿಟ್ಟುಕೊಂಡು ಮಾನಸಿಕವಾಗಿ ಒಳ ಒಳಗೇ ಕೊರಗತೊಡಗಿದ್ದಳು. ಹೀಗೆ ಒಳ ಒಳಗೇ ಕುದಿಯುತ್ತಿದ್ದ ದುಃಖ ಅಪಮಾನ, ನೋವು, ಒಂಟಿತನ ಎಲ್ಲವೂ ಒಮ್ಮೆಲೇ ಸ್ಫೋಟಗೊಂಡವು. ಅದರ ಪರಿಣಾಮದಿಂದಲೇ ಬುದ್ದವ್ವ ಆರತಿ ತಟ್ಟೆಯನ್ನು ಚೆಲ್ಲಿ ತಾನೂ ಕುಸಿದಿದ್ದಳು.

ಕೆಲವೊಂದಿಷ್ಟು ಜನರಿಗೆ ಆಕೆಯ ಗಂಡ ಬೇರೆ ಮದುವೆಯನ್ನು ಮಾಡಿಕೊಂಡಿದ್ದು ಗೊತ್ತಿತ್ತು. ಆದರೆ ಆ ವಿಷಯವನ್ನು ಬಹಿರಂಗ ಪಡಿಸಿದಲ್ಲಿ ಬುದ್ಧವ್ವಳಿಗೆ ಅವಮಾನವಾಗುವುದೆಂದು ಸುಮ್ಮನಿದ್ದರು. ಅಲ್ಲದೇ ಬುದ್ಧವ್ವ ಸಾಮಾನ್ಯ ಹೆಣ್ಣುಮಗಳಲ್ಲ. ಆಕೆ ಭೂಮಿ ತೂಕದ ಹೆಣ್ಣು. ಹಾಗಾಗಿಯೇ ಆಕೆ ತನ್ನ ಕಷ್ಟವನ್ನು ಮತ್ತೊಬ್ಬರ ಮುಂದೆ ಹಂಚಿಕೊಳ್ಳದೇ ವಿಷವನ್ನು ತನ್ನ ಗಂಟಲಲ್ಲಿಯೇ ಇಟ್ಟುಕೊಂಡ ವಿಷಕಂಠನಂತೆ ತನ್ನ ದುಃಖ ನೋವನ್ನು ತನ್ನ ಹೊಟ್ಟೆಯಲ್ಲಿಯೇ ಅಡಗಿಸಿಕೊಂಡಿದ್ದಳು. ಆದರೆ ಅದು ತಡೆಯುವುದು ಎಷ್ಟು ದಿನ? ಆ ಸತ್ಯ ಎಲ್ಲರಿಗೂ ತಿಳಿದು. ಆವರು ಆಕೆಗಿಂತಲೂ ಬೇಸರಪಟ್ಟುಕೊಂಡರು.

ಬುದ್ಧವ್ವ ಆರತಿ ಜೊತೆಗೆ ಕುಸಿದಾಗ, ಆರತಿ ಬಿದ್ದರೂ ಬೀಳಲಿ ಆದರೆ ಬುದ್ಧವ್ವಳಿಗೆ ಏನೂ ಆಗಬಾರದೆಂದು ಆಶಿಸಿದರು. ಆಕೆಯ ತಲೆಯನ್ನೊಬ್ಬರು

ತೊಡೆಯ ಮೇಲಿಟ್ಟುಕೊಂಡು ಮತ್ತೊಬ್ಬರು ಆಕೆಯ ಕಾಲುಗಳನ್ನು ತಮ್ಮ ತೊಡೆಯ ಮೇಲಿಟ್ಟುಕೊಂಡು ಮಲಗಿಸಿಕೊಂಡರು. ಒಂದಿಬ್ಬರು ತಮ್ಮ ಸೆರಗಿನಿಂದ ಗಾಳಿ ಬೀಸಿದರು. ಹಾಗೇ ಆಕೆಯ ಕೈಕಾಲುಗಳನ್ನು ಒತ್ತಿ, ಸ್ವಲ್ಪ ಹೊತ್ತಿನ ನಂತರ ಆಕೆಯನ್ನು ಎಬ್ಬಿಸಿ ನೀರು ಕುಡಿಸಿದರು. ಆ ಹೆಂಗಳೆಯರು ತನಗೆ ನೀಡುತ್ತಿರುವ ಸೇವೆಯನ್ನು ನೋಡಿ ಬುದ್ಧವ್ವಳ ಕಂಗಳಲ್ಲಿ ನೀರು ಬಂತು. ಅದನ್ನು ಕಂಡ ಆ ಹೆಂಗಳೆಯರು "ಏ ಯವ್ವಾ ನನ್ನ ತಾಯಿ, ತ್ರಾಸ್ ಮಾಡಕೋಬ್ಯಾಡ ಯವ್ವಾ, ಅಂವಾ ಒಬ್ಬ ಹೋದ್ರ ಊರಿಗೆ ಊರ ನಿಂದ ಐತಿ" ಎಂದೆಲ್ಲ ಸಮಾಧಾನ ಪಡಿಸಿದರು. ಬುದ್ಧವ್ವ ಸಮಾಧಾನದಿಂದ ಸ್ವಲ್ಪ ಹೊತ್ತು ಕುಳಿತ ಮೇಲೆ ಮೊದಲು ಆ ಆರತಿ ಕಾರ್ಯಕ್ರಮವನ್ನು ಮುಂದುವರೆಸುವಂತೆ ಹೇಳಿದಳು. ಆದರೆ ಅವರು ಬುದ್ಧವ್ವಳಿಗೆ ಹೀಗಾಯಿತಲ್ಲ ಎಂಬ ಬೇಸರದಲ್ಲಿಯೇ ಹಾಗೇ ಸುಮ್ಮನೆ ಕುಳಿತಾಗ, ಬುದ್ಧವ್ವ ತಾನೇ ಸ್ವತ: ಹಾಡಲು ಪ್ರಾರಂಭಿಸಿದಾಗ, ಮತ್ತೆ ಎಲ್ಲರೂ ಗೆಲುವಾಗಿ ಆರತಿ ಕಾರ್ಯಕ್ರಮ ಮುಗಿಸಿದ್ದರು.

ಕಾರ್ಯಕ್ರಮ ಮುಗಿದ ಮೇಲೆ ಬುದ್ಧವ್ವ ಒಬ್ಬಳನ್ನಷ್ಟೇ ಮನೆಗೆ ಕಳುಹಿಸಲಿಲ್ಲ. ಆಕೆಯೊಂದಿಗೆ, ಆಕೆ ಬೇಡವೆಂದರೂ ಇಂದ್ರವ್ವ ಚಂದ್ರವ್ವರು ಆಕೆಯ ಮನೆಗೆ ಸಾಗಿದರು. ರಾತ್ರಿ ಅಡುಗೆಯನ್ನು ಅವರೇ ಮಾಡಿ ಆಕೆಗೆ ಉಣಬಡಿಸಿದರು. ಅಷ್ಟರಲ್ಲಿಯೇ ಆರತಿ ಕಾರ್ಯಕ್ರಮಕ್ಕೆ ಬಾರದ ಹೆಣ್ಣು ಮಕ್ಕಳು ಅಷ್ಟೇ ಏಕೆ ಗಂಡಸರು ಕೂಡ ಆಕೆಯನ್ನು ವಿಚಾರಿಸಲು ಬಂದಾಗ ಆಕೆ ಮೂಕವಿಸ್ಮಿತಳಾದಳು. ರಾತ್ರಿ ಕೂಡ ಆಕೆ ಒಬ್ಬಳನ್ನೇ ಆ ಹೆಂಗಳೆಯರು ಬಿಟ್ಟು ಹೋಗದೇ ಆಕೆಯ ಜೊತೆಗೇ ಮಲಗಿದರು.

ರಾತ್ರಿ ಬುದ್ಧವ್ವ ಕಾರ್ಯಕ್ರಮವನ್ನು ನೆನಪಿಸಿಕೊಳ್ಳತೊಡಗಿದಳು. ತಾನು ಹಾಗೆ ಧೃತಿಗೆಡಬಾರದಿತ್ತು. ಹಾಗೆ ಧೃತಿಗೆಟ್ಟು ಆರತಿ ಚೆಲ್ಲಿದ್ದಕ್ಕೆ ಪಶ್ಚಾತ್ತಾಪಪಡತೊಡಗಿದಳು. ತನಗೆ ಏನಾದರೂ ಚಿಂತೆ ಇಲ್ಲ. ಆದರೆ ಪಾಪ ಅಂತಹ ಹುರುಪಿನ ಕಾರ್ಯಕ್ರಮದಲ್ಲಿ ತಾನು ಬಿದ್ದು ಕಾರ್ಯಕ್ರಮ ಹಾಳು ಮಾಡಿದೆ ಎಂದೆನ್ನಿಸಿ ಖೇದಹುಟ್ಟಿತು. ತನ್ನ ನೋವು ತನ್ನದೇ. ಅದರಿಂದ ಬೇರೆಯವರನ್ನು ಅಡ್ಡಿಪಡಿಸಿದ್ದು ಬಲು ಕೆಡುಕೆನ್ನಿಸಿತು. ಹಾಗೇ ಆ ಹೆಂಗಳೆಯರು ತನಗೆ ಮಾಡಿದ ಸೇವೆಯನ್ನು ಅವರು ತೋರಿದ ಪ್ರೀತಿ ಕಾಳಜಿ ಕಕ್ಕುಲತೆಯನ್ನು ನೆನೆದು ತನಗಿರುವ ಅಲ್ಪ ಸ್ವಲ್ಪ ಅಭದ್ರತೆ ದೂರವಾಗಿ ಮನಸ್ಸು ಹಗುರವಾಯಿತು. ಏಕೆ ಬೇಕು ತನಗೇಕೆ ಬೇಕು ಗಂಡ ಮಕ್ಕಳು ಎಂದೆನ್ನಿಸಿತು. ಅವರಿದ್ದರೆ ಮಾತ್ರ ಸುಂದರ ಬದುಕೇ? ಇಲ್ಲದವರನ್ನು ನೆನೆದು ಕೊರಗುವ ಬದಲು ಇದ್ದವರೊಂದಿಗೆ ಬದುಕಲಾಗುವುದಿಲ್ಲವೇ? ತಾನು ತನ್ನವರು ಎಂಬ ಸ್ವಾರ್ಥ ಭಾವ ದೂರವಾದಾಗ, ನಿಸ್ವಾರ್ಥತೆ ಹುಟ್ಟಿ

ಆ ನಿಸ್ವಾರ್ಥ ಸೇವೆಯಲ್ಲಿ ಅಡಗಿದೆ ಅನನ್ಯ ಸುಖ ಎಂದೆನ್ನಿಸಿತು. ತಾನು ಗಂಡನಿಗಾಗಿ ಕೊರಗಿದ್ದು ಆತನನ್ನು ಹಂಬಲಿಸಿದ್ದು ಸ್ವಾರ್ಥ ಭಾವನೆಯೇ ಸರಿ. ಅದರಿಂದಾಗಿಯೇ ದುಃಖಪಡಬೇಕಾಯಿತು. ಎಂದೆಲ್ಲ ಚಿಂತನೆ ಮಾಡುತ್ತ ಬುದ್ಧವ್ವ ಹೊರಳಾಡತೊಡಗಿದಾಗ, ಆಕೆಯೊಂದಿಗೆ ಮಲಗಿದ ಇಂದಿರಕ್ಕ "ಯಾಕ ಬೇ ಯವ್ವಾ ನಿದ್ದಿ ಬರವಲ್ಲತನ? ಯಾಕ ಇನ್ನ ಏನ ಚಿಂತಿ ಮಾಡಾಕತ್ತಿಯ ಯವ್ವಾ?"

"ಇಲ್ಲಬಿಡ ತಂಗಿ ನಾ ಹೆಂತಾ ಚಿಂತಿ ಮಾಡಲಿ? ಯಾತಕ ಚಿಂತಿ ಮಾಡಲಿ?" ಎನ್ನುತ್ತಲೇ ಮೇಲೆದ್ದು ಮತ್ತೆ ನೀರು ಕುಡಿದು ಮಲಗಿದಳು.

ಎಂದಿನಂತೆ ಬುದ್ಧವ್ವ ಬೆಳಿಗ್ಗೆ ಬ್ರಾಹ್ಮಿ ಮುಹೂರ್ತದಲ್ಲಿಯೇ ಎದ್ದು ಮುಖ ತೊಳೆದುಕೊಂಡು, ಅಡುಗೆ ಮನೆ ಸ್ವಚ್ಛಗೊಳಿಸಿ, ಹಿತ್ತಲಕ್ಕೆ ಗಿಡಗಳಿಗೆ ನೀರೆರೆಯಲು ನಡೆದಳು. ಮಲ್ಲಿಗೆ ಬಳ್ಳಿಯ ತುಂಬ ಮಲ್ಲಿಗೆ ಅರಳಿ ಸುವಾಸನೆ ಬೀರುತ್ತಿದ್ದವು. ಹಾಗೇ ದಾಸವಾಳ, ಅಬ್ಬಲಿಗೆ ಹೂಗಳು ಸಾಕಷ್ಟು ಅರಳಿದ್ದವು. ಅವುಗಳನ್ನೆಲ್ಲ ನೋಡಿ ಕಣ್ಣು ತಂಪಾಯಿತು. ಘಮ ಘಮ ಸುವಾಸನೆ ಮನಕೆ ಮುದ ನೀಡಿತು. ಯಾಕೋ ಏನೋ ಆ ಮುಂಜಾವು ಆಕೆಗೆ ಚೆಂದವೆನ್ನಿಸಿತು. ಇನ್ನೇನು ಅವರನ್ನೆಬ್ಬಿಸಬೇಕೆಂದು ಮೊದಲು ಚಹಾ ಕುದಿಸಲಿಟ್ಟು "ಏ ಏಳ್ರಿ ಇಂದ್ರಕ್ಕಾ ಚಂದ್ರಕ್ಕಾ ಏಳ್ರಿ ಬೆಳಕಾತು" ಎಂದು ಎಬ್ಬಿಸತೊಡಗಿದಾಗ, "ಅಯ್ಯ ಯವ್ವಾ ನೀ ಇಷ್ಟ ಲಗೂಟ ಎದ್ದಿಯಾ?" ಎನ್ನುತ್ತ ಮೇಲೆದ್ದು ಮುಖ ತೊಳದು ಬಂದರು. ಆಕೆ ಬೇಡವೆಂದರೂ ಹಿತ್ತಲಿಗೆ ಪಾತ್ರೆ ಸ್ವಚ್ಛಗೊಳಿಸಲು ಹೊತ್ತೊಯ್ದರು. ಬುದ್ಧವ್ವ ಮೂರು ಕಪ್ಪುಗಳಿಗೆ ಚಹಾ ಹಾಕಿಕೊಂಡು ಅವರು ಇದ್ದಲ್ಲಿಗೆ ತೆಗೆದುಕೊಂಡು ಹೋದಳು. ತಂಪಾದ ಗಾಳಿ ಬೀಸುತ್ತಿತ್ತು. ಹಕ್ಕಿಗಳ ಕಲವರ, ಅಂತಹ ಅಹ್ಲಾದಕರ ವಾತಾವರಣದಲ್ಲಿ ಬುದ್ಧವ್ವ ಮಾಡಿದ ಬೆಲ್ಲದ ಚಹಾ ಕುಡಿದಾಗ, ಇಂದ್ರವ್ವ ಚಂದ್ರವ್ವರಿಗೆ ಅದು ಅಮೃತ ಸಮಾನವೇ ಎನ್ನಿಸಿತು. ಬುದ್ಧವ್ವಳಿಗೂ ಕೂಡ ಎಂದಿಗಿಂತ ಇಂದು ಚಹಾ ರುಚಿಸಿತ್ತು.

ಗಿಡದಲ್ಲರಳಿದ ಘಮ ಘಮಿಸುವ ಮಲ್ಲಿಗೆಯ ಪರಿಮಳವನ್ನು ಆಘ್ರಾಣಿಸುತ್ತಾ, ಬುದ್ಧವ್ವ ಹೂ ಕೊಯ್ಯತೊಡಗಿದಳು. ಒಂದೊಂದು ಹೂ ಕೊಯ್ಯುವಾಗಲೂ ಪುಳಕಗೊಳ್ಳುತ್ತ ಮಲ್ಲಿಗೆ ಹೇಗೆ ಮನಸ್ಸನ್ನು ಅರಳಿಸುತ್ತದೆ ಎಂದುಕೊಳ್ಳುತ್ತ ಮನಸ್ಸೂ ಕೂಡ ಮಲ್ಲಿಗೆಯಂತೆ ಅರಳಿದಾಗ, ಅದೆಷ್ಟು ಸೊಗಸು! ಅಲ್ಲಲ್ಲಿ ಒಂದಿಷ್ಟು ಹೂವುಗಳನ್ನು ಬಿಟ್ಟು ಉಳಿದಂತೆ ಸಾಕಷ್ಟು ಹೂಗಳನ್ನು ಕೊಯ್ದು ಬಾಳೆ ಎಲೆಯಲ್ಲಿಟ್ಟು ಪೊಟ್ಟಣ ಕಟ್ಟಿದಳು. ಆ ಪೊಟ್ಟಣದೊಂದಿಗೆ ಬಾಳೆಯ ನಾರನ್ನೂ ಸೇರಿಸಿ "ಏ ತಂಗಿ ಹೂವಾ ಭಾಳ ಆಗ್ಯಾವು ಮಾಲಿ ಮಾಡಿ ಹಾಕ್ಕೋರಿ" ಎಂದು ಅವರ ಕೈಗಿಟ್ಟಳು.

ಇಂದ್ರವ್ವ ಚಂದ್ರವ್ವ ಖುಷಿಯಿಂದ ಮೂರ್ನಾಲ್ಕು ಮಾಲೆ ಮಾಡಿ ದೊಡ್ಡದಾದ ಮಾಲೆಯನ್ನು ದೇವರಿಗೆ, ಚಿಕ್ಕದಾದ ಮಾಲೆಯನ್ನು ಬುದ್ಧವ್ವಳ ತುರುಬಿಗೆ ಹಾಗೂ ಉಳಿದೆರಡನ್ನು ತಮ್ಮ ಉದ್ದನೆಯ ಜಡೆಗೆ ಹಾಕಿಕೊಂಡು ಸಂತಸಪಟ್ಟರು.

ಬುದ್ಧವ್ವ ಸ್ನಾನ ಮಾಡಿ ದೇವರ ಪೂಜೆ ಮಾಡತೊಡಗಿದಳು. ತಾಮ್ರದ ತಟ್ಟೆಯಲ್ಲಿ ಕೃಷ್ಣ, ಗಣಪತಿ, ಲಕ್ಷ್ಮಿ, ಈಶ್ವರ ಲಿಂಗ, ವೀರಭದ್ರ ಮುಂತಾದ ಮೂರ್ತಿಗಳನ್ನು ಇಟ್ಟು ಭಕ್ತಿ ಗೀತೆಗಳನ್ನು ಹಾಡುತ್ತ ಅವುಗಳನ್ನು ತೊಳೆದು ಮತ್ತೆ ಸ್ವಸ್ಥಾನದಲ್ಲಿಟ್ಟು ಗಂಧ ತೇಯ್ದು, ಕುಂಕುಮ ಚಂದನ ಹಚ್ಚಿ ಎರಡೂ ಬದಿಗೆ ತುಪ್ಪದಾರತಿ ಹಚ್ಚಿಟ್ಟು ತರತರಹದ ಪುಷ್ಪಗಳನ್ನು ಏರಿಸಿ, ಮಲ್ಲಿಗೆಯ ಹೂಮಾಲೆಯನ್ನು ಹಾಕಿದಳು. ಅಷ್ಟರಲ್ಲಿ ಇಂದ್ರಕ್ಕ ನೈವೇದ್ಯಕ್ಕಾಗಿ ತಟ್ಟೆಯಲ್ಲಿ ಸಜ್ಜಕವನ್ನು ತಂದಳು. ಆ ನೈವೇದ್ಯವನ್ನು ದೇವರಿಗೆ ಅರ್ಪಿಸಿ ಊದುಬತ್ತಿಯನ್ನು ಹಾಗೂ ಕರ್ಪೂರವನ್ನು ಬೆಳಗಿದಳು. ಪುಷ್ಪ, ಕರ್ಪೂರ ಹಾಗೂ ಊದುಬತ್ತಿಯ ಸುಗಂಧ ಜೊತೆಗೆ ಬುದ್ಧವ್ವ ಹೊತ್ತ ಭಕ್ತಿ ಭಾವ ಭಕ್ತಿಗೀತೆ ಎಲ್ಲವೂ ದೇವಲೋಕವನ್ನೇ ಸೃಷ್ಟಿಸಿದ್ದವು.

ಬುದ್ಧವ್ವನೊಂದಿಗೆ ಕಳೆದ ಆ ಒಂದೆರಡು ದಿನಗಳು ಇಂದ್ರವ್ವ ಚಂದ್ರವ್ವರಿಗೆ ಮರೆಯಲಾರದಂತಹದ ದಿನಗಳು. ಆಕೆಯೊಂದಿಗಿದ್ದು ಬದುಕಿನ ಸಾರ, ಸಮೃದ್ಧಿಯನ್ನು ಅರಿತರು. ಬಾಳುವ ರೀತಿ ನೀತಿಯನ್ನು ಕಲಿತರು. ಮರಳಿ ತಮ್ಮ ಮನೆಗೆ ಸಾಗುವಾಗ, ಬುದ್ಧವ್ವಳನ್ನು ತಬ್ಬಿಕೊಂಡು ಹೊಸದಾಗಿ ಗಂಡನ ಮನೆ ಸೇರುವ ಹೆಣ್ಣುಮಕ್ಕಳಂತೆ ಅತ್ತು ಕರೆದು ಮಾಡಿ ಮನೆಗೆ ತೆರಳಿದರು.

ಅಂತೂ ಬುದ್ಧವ್ವ ಮತ್ತೆ ತನ್ನ ನಿಸ್ವಾರ್ಥ ದುಡಿಮೆ ಹಾಗೂ ಸೇವೆಯನ್ನು ಪ್ರಾರಂಭಿಸುವುದರೊಂದಿಗೆ ತನ್ನ ಮೊದಲಿನ ಬದುಕಿನ ಬಂಡಿ ಹತ್ತಿದ್ದಳು. ವ್ಯತ್ಯಾಸವಿಷ್ಟೆ ಆ ಬದುಕಿನ ಬಂಡಿಯಲ್ಲಿ ಗಂಡನಿದ್ದ, ಆದರೆ ಈಗ ಆತ ಇಲ್ಲ, ಉಳಿದಂತೆ ಎಲ್ಲವೂ ಹಾಗೇ ಇದೆ.

ಕಳೆದ ಒಂದು ವಾರದಿಂದ ಸಾಯಂಕಾಲ ಮಕ್ಕಳಿಗೆ ಪಾಠ ಹೇಳುವುದನ್ನು ಬಿಟ್ಟುಬಿಟ್ಟಿದ್ದಳು. ಈಗ ತಾನಾಗಿಯೇ ಮನೆಗೆ ಕರೆತಂದಳು. ಮಕ್ಕಳು ಆಕೆಯ ಮನೆಗೆ ಕುಣಿಯುತ್ತ ಬಂದವು. ಆಕೆ ಹೇಳಿಕೊಟ್ಟ ರಾಗದಲ್ಲಿ ರಾಗ ತೆಗೆದು ಹಾಡಿ ಕುಣಿದಾಗ, ಆಕೆಗೆ ಆದ ಸಂತಸ ಅಷ್ಟಿಷ್ಟಲ್ಲ. ಹಾಗೇ ಆಕೆಗೆ ರೈತರೊಬ್ಬರು ಕೊಟ್ಟ ಶೇಂಗಾ ಕಾಯಿಗಳನ್ನು ಹುರಿದು ಆ ಮಕ್ಕಳಿಗೆ ಕೊಟ್ಟು ತಾನೂ ಆ ಮಕ್ಕಳೊಟ್ಟಿಗೆ ತಿಂದಾಗ, ಆಕೆಗಾದ ಸಂತೃಪ್ತಿ ಅಷ್ಟಿಷ್ಟಲ್ಲ. ಆ ಮಕ್ಕಳ ಮುಗ್ಧ ನಗುವಿನಲ್ಲಿ ತೇಲಿಹೋದಳು. ಮಕ್ಕಳು ಮನೆಗೆ ಹೋದ ನಂತರ ಎರಡು ರೊಟ್ಟಿ ಮಾಡಿ, ಸಬ್ಬಸಿಗೆ ಪಲ್ಲೆ ಮಾಡಿ ಊಟ ಮಾಡಿದಳು. ಊಟವೂ ಕೂಡ ರುಚಿಸಿತ್ತು.

ಬಾನ ಸೂರ್ಯ ಉದಯಿಸುವ ಮುನ್ನ ಎದ್ದ ಬುದ್ಧವ್ವಳಲ್ಲಿ ಹೊಸ ಉತ್ಸಾಹ ಮೂಡಿತ್ತು. ಹಕ್ಕಿಗಳ ಕಲರವ ಮಲ್ಲಿಗೆಯ ಘಮಲು ಆಕೆಗೆ ಮತ್ತಷ್ಟು ಉತ್ಸಾಹವನ್ನೆರೆದವು. ಬೇಗ ಬೇಗ ತನ್ನ ಕೆಲಸಗಳನ್ನು ಮಾಡಿಕೊಂಡು ಎಂದಿನಂತೆ ಕಂಡಿಕೆ ಸುತ್ತಲು ನಡೆದಳು. ಹಾಗೇ ಸಾಯಂಕಾಲದವರೆಗೆ ಎಂದಿಗಿಂತ ಹೆಚ್ಚು ಕೆಲಸಗಳಲ್ಲಿ ತನ್ನನ್ನು ತಾನು ತೊಡಗಿಸಿಕೊಂಡಳು. ಸಂಜೆ ಮತ್ತೆ ಮಕ್ಕಳ ಕೂಟ. ಒಟ್ಟಿನಲ್ಲಿ ತನ್ನ ನೋವನ್ನೆಲ್ಲ ಮರೆತು ತನ್ನನ್ನು ತನಗಿಷ್ಟವಾದ ಕೆಲಸಗಳಲ್ಲಿ ಸತತವಾಗಿ ತೊಡಗಿಸಿಕೊಂಡು ಬುದ್ಧವ್ವ ಬದುಕಿಗೆ ಬದ್ಧಳಾದಳು.

** ** **

ಸರಿಯಾಗಿ ಒಂಭತ್ತು ತಿಂಗಳು ತುಂಬುತ್ತಲೇ ಮಹಾದೇವಿ ಮುತ್ತಿನಂತಹ ಹೆಣ್ಣು ಮಗುವಿಗೆ ಜನ್ಮ ನೀಡಿದ್ದಳು. ಅಷ್ಟೊಂದು ಸುಂದರವಾದ ಮತ್ತು ಹೆಚ್ಚುಕಡಿಮೆ ತನ್ನನ್ನೇ ಹೋಲುವ ಆ ಮಗುವನ್ನು ಕಂಡು, ಗಂಗವ್ವಳಿಗಂತೂ ಮುಗಿಲು ಮೂರೇ ಗೇಣು ಎಂಬಂತಾಗಿತ್ತು. ಬುದ್ಧವ್ವ ಬೆಳಿಗ್ಗೆ ಮತ್ತು ಸಂಜೆಯ ಹೊತ್ತು ಮಗುವಿಗೆ ಹಾಗೂ ಮಹಾದೇವಿಗೆ ಎಣ್ಣೆ ಹಚ್ಚಿ ಎರೆಯಲು ಬರುತ್ತಿದ್ದಳು.

ಮಗುವಿಗೆ ಮೂರು ತಿಂಗಳು ತುಂಬಿದ ನಂತರ, ಲಕ್ಷ್ಮಣನ ಮದುವೆ ಮಾಡಲು ಆತುರ ಕಾತುರದಿಂದ ಕಾಯುತ್ತಿದ್ದ ಗಂಗವ್ವ ಹಾಗೂ ಆಕೆಯ ಅಣ್ಣ ರಾಮಚಂದ್ರಪ್ಪ ಮೂಹೂರ್ತವನ್ನು ತೆಗೆದೇ ಬಿಟ್ಟರು. ಅಂತೂ ಲಕ್ಷ್ಮಣನ ಮದುವೆಯ ಕೆಲಸ ಭರದಿಂದ ಸಾಗಿತು. ಬುದ್ಧವ್ವ ಹೆಚ್ಚು ಕಡಿಮೆ ಅವರ ಮನೆಯಲ್ಲಿಯೇ ಇರುತ್ತಿದ್ದಳು. ಆದರೆ ಹೋಗಿ ಬಂದು ಮಾಡುತ್ತಿದ್ದಳು. ಇನ್ನೇನು ಮದುವೆಗೆ ಎಂಟು ದಿನ ಮಾತ್ರ ಬಾಕಿ ಇತ್ತು. ಗಂಗವ್ವಳಿಗೆ ಜವಾಬ್ದಾರಿಯುತವಾದ ಕೆಲಸ ನಿಭಾಯಿಸುವಲ್ಲಿ ಕಷ್ಟವೆನ್ನಿಸಿ ಇನ್ನು ಮುಂದೆ ಬುದ್ಧವ್ವಳನ್ನು ಅಲ್ಲಿಯೇ ಇಟ್ಟುಕೊಳ್ಳಬೇಕೆನ್ನಿಸಿತು.

ಬುದ್ಧವ್ವ ಗಂಗವ್ವಳ ಮನೆಗೆ ಕೂಸು ಹಾಗೂ ಬಾಣಂತಿಯರನ್ನು ಎರೆಯಲು ಬರುತ್ತಲೇ ಆಕೆಯ ದಾರಿಯನ್ನೇ ಕಾಯುತ್ತಿದ್ದ ಗಂಗವ್ವ "ಅಯ್ಯ ಬಂದ್ಯಾ ಯಕ್ಕಾ, ನಿಂದ ಹಾದಿ ಕಾಯಾಕತ್ತಿದ್ನೆ ಯವ್ವಾ, ನೀರು ಕಳಾ ಮಳಾ ಕುದಿಯಾಕತ್ತಾವು. ಎಣ್ಣಿನೂ ತಗದಿನಿ ಬಾ" ಎನ್ನುತ್ತ ಮೊದಲು ಆಕೆಗೆ ಚಹಾ ಹಾಕಿಕೊಟ್ಟಳು. "ಅತ್ತ ಆ ಮ್ಯಾಲೆ ಕುಡಿಯಾಕ ಬರತಿತ್ತಲ" ಎನ್ನುತ್ತಲೇ ಚಹಾ ಕುಡಿದು, ಹಿತ್ತಲದಲ್ಲಿಯ ಬಚ್ಚಲದತ್ತ ನಡೆದಳು. ಮಹಾದೇವಿ ಮಗುವನ್ನು ಎತ್ತಿಕೊಂಡು ಬಂದು ಬಚ್ಚಲಿನಲ್ಲಿ ಉದ್ದಕ್ಕೆ ಕಾಲು ಚಾಚಿ ಕುಳಿತ ಬುದ್ಧವ್ವಳಿಗೆ ಕೊಟ್ಟಳು. ಮಹಾದೇವಿಯ ಹಿಂದೆಯೇ ಗಂಗವ್ವ ಕಾಯಿಸಿದ ಕೊಬ್ಬರಿ ಎಣ್ಣೆ

ಬಟ್ಟಲನ್ನು ಎತ್ತಿಕೊಂಡು ಬಂದಳು. ಬುದ್ಧವ್ವ ಆ ಬಟ್ಟಲಿಗೆ ಕೈ ಹಾಕಿ ಎಣ್ಣೆ ಹದವಾಗಿದೆಯೆ ಎಂದು ನೋಡಿ, ಮಗುವಿನ ನೆತ್ತಿಗೆ ಸುರುವಿ ಕೈಯಿಂದ ಪಟಪಟನೇ ಬಡಿದು ಎಣ್ಣೆ ಉಣ್ಣಿಸತೊಡಗಿದಳು. ಹಾಗೇ ಉದ್ದಕ್ಕೆ ಚಾಚಿಬಿಟ್ಟ ಕಾಲುಗಳ ಮೇಲೆ ಕೂಸನ್ನು ಹಾಕಿಕೊಂಡು ಕೈ ಕಾಲು, ಇಡೀ ಮೈಗೆ ಎಣ್ಣೆ ಹಚ್ಚಿ ಮಸಾಜ್ ಮಾಡತೊಡಗಿದಳು. ಮಗುವಿಗೆ ಅದು ಹಿತವೆನ್ನಿಸಿ ಸುಮ್ಮನೇ ಇತ್ತು. "ಮ್ಯಾತರ ಮಳ್ಳಿ ಹ್ಯಾಂಗ ಸುಮ್ಮನ ಅದಾಳಾ ನೋಡ ಗಂಗವ್ವಾ, ತಿಕ್ಕಿದಂಗ ತಿಕ್ಕಿಸಿಕೊಂತಾಳಾ"

"ಹುಂ ಸೇವಾ ಮಾಡೂ ಸವತಿ ಕಂಡಾಳಾ ಸುಮ್ಮ ಇರದ ಏನ ಮಾಡ್ಯಾಳ ಯವ್ವಾ" ಎಂದೆಲ್ಲ ಗಂಗವ್ವ ಹೇಳಿದಾಗ, ಮಹಾದೇವಿ "ಒಬ್ಬಕೆ ಅಲ್ಲ ಯವ್ವಾ ಇಬ್ಬಿಬ್ಬರ ಸವತ್ಯಾರ ಅದಿರೆಲ ಮಾಡ್ರಿ ಮತ್ತ ಆಕಿ ಸೇವಾ"

"ಹೌದ ಬಿಡ ಯವ್ವಾ ಇಕಿನ್ನ ಸೇವಾ ಮಾಡಬೇಕಂತ ಸೇವಾ" ಎಂದು ಚೇಷ್ಟೆ ಮಾಡತೊಡಗಿದರು. ಎಣ್ಣೆ ಹಚ್ಚುವುದು ಮುಗಿದ ನಂತರ, ಗಂಗವ್ವ ಹಂಡೆದಲ್ಲಿಯ ಕಾಯ್ದ ನೀರನ್ನು ತೋಡಿಕೊಂಡು ಅದಕ್ಕೆ ಬೇಕಾದಷ್ಟು ತಣ್ಣೀರು ಬೆರೆಸಿಕೊಂಡು ಮಗುವಿಗೆ ನೀರು ಹಣಿಸತೊಡಗಿದಳು. ಮಗು "ಅಂವಾ, ಅಂವಾ ಅಂವಾ" ಎಂದು ಅಳತೊಡಗಿತು. "ಹುಂ. ಇಷ್ಟೊತ್ತಾನಾ ಹ್ಯಾಂಗ ಸುಮ್ಮನ ಇದ್ದಳ ನೋಡ ಈಗ ಬಿಸನೀರ ಬೀಳುತಲೇ ಬಿಸಿ ಹತ್ತಿ ಅಳಾಕತ್ತಾಳಾ" ಎಂದೆಲ್ಲ ಚೇಷ್ಟೆ ಮಾಡುತ್ತಲೇ ಮಗುವನ್ನು ಎರೆದು ಮನೆಗೆ ಹೋಗಲು ಅವಸರಿಸಿದಾಗ, "ಅಯ್ಯ ಯಕ್ಕಾ ನೀ ಇನ್ನ ಹೋಗಬ್ಯಾಡವಾ ಯವ್ವಾ ಇನ್ನ ಆರ ನಿನ್ನ ಅಳಿಯಾ ಲಕ್ಷ್ಮಣನ ಮದುವಿ ಆರ ದಿನಾ ಉಳೀತು. ನೀ ಹೋಗಿ ಬಂದು ಮಾಡಬ್ಯಾಡಾ. ಇಲ್ಲೆ ಇದ್ದಬಿಡ. ನನಗಂತೂ ಹ್ಯಾಂಗ ಆಕ್ಕತೋ ಹ್ಯಾಂಗ ಇಲ್ಲೋ ಅಂತ ಈಗ ಚಿಂತಿ ಹತ್ತೇತಿ"

"ಚಿಂತಿ ಯಾಕ ಮಾಡತಿ ಬಿಡ ಹುಚ್ಚಿ, ಹ್ಯಾಂಗ ಯಾಕ ಚೊಲೋನ ಆಕೈತಿ. ಅಲ್ಲಾ ಈಗ ಎಲ್ಲಾ ಆಗೇತಿ ಅಲ್ಲನ? ಕಟಗ ರೊಟ್ಟಿ ಆಗ್ಯಾವ ಕಾಳಕಡಿ ಹಸನ ಆಗ್ಯಾವ, ಮತ್ತಿನ್ನೇನ ಆಗಬೇಕು? ಹಂಗೇನ ಆದ್ರೂ ನಾ ಮತ್ತ ನಾಳೆ ಬಂದ ಬರ್ತೀನೆಲ್ಲ? ಇಷ್ಟ ಲಗೂಟ ಇಲ್ಲಿ ಇದ್ದ ಏನ ಮಾಡಲಿ ತಗಿಯವಾ ಕಾಲ ಕಾಲಾಗ"

"ಹಂಗ ಹೇಳಬ್ಯಾಡ ಯಕ್ಕಾ, ನಮಗರ ಯಾರ ಹೇಳುವಾರು? ಕೇಳುವಾರು? ನೀ ಒಬ್ಬಕಿ ಅದಿ ಅಂತ ಎಲ್ಲಾ ಚೊಲೊ ನಡದೈತಿ"

"ಹುಂ ಆತ ಬಿಡ ನಾಳಿಗೆ ಅರವಿ ತುಗೊಂಡ ಇಲ್ಲಿಗೆ ಬಂದ ಬಿಡತೀನಿ" ಎನ್ನುತ್ತ ಬುದ್ಧವ್ವ ತನ್ನ ಮನೆಗೆ ನಡೆದಳು.

** ** **

ಲಕ್ಷ್ಮಣನ ಮದುವೆ ಹತ್ತಿರ ಬರುವ ಹೊತ್ತಿಗೆ ಯಾವಾಗ ನೋಡಿದರೂ ಆವಾಗ ಮನೆ ಜನಜಂಗುಳಿಯಿಂದ ತುಂಬಿರುತ್ತಿತ್ತು. ಅದು ರಾಮನಿಗೆ ಉಸಿರುಗಟ್ಟಿಸಿದಂತಾಗುತ್ತಿತ್ತು. ಮನೆಗೆ ಬಂದ ಅತಿಥಿಗಳಿಗೆ ಇಷ್ಟವಿಲ್ಲದಿದ್ದರೂ ಆತಿಥ್ಯ ನೀಡಬೇಕಾಗಿತ್ತು. ಯಾರು ಎಷ್ಟೇ ಹತ್ತಿರವಿದ್ದರೂ ಹತ್ತಿರ ಸೇರಿಸಿಕೊಳ್ಳದ ರಾಮನಿಗೆ ಇದು ನುಂಗಲಾರದ ತುತ್ತಾಯಿತು. ಇತ್ತ ಯಾರೂ ಬೇಡ ತನ್ನ ಪಾಡಿಗೆ ತಾನು ಪ್ರತಿ ಸಲ ಕರಡಿಪಡಿ, ಬೆಟ್ಟ ಗುಡ್ಡ, ಹಳ್ಳ ಕೊಳ್ಳ, ಮಠ ಮಂದಿರ ಎಂದೆಲ್ಲ ನಿರ್ಜನ ಪ್ರದೇಶಕ್ಕೆ ಹೋಗಬೇಕೆಂದರೆ ಕೆಲಸ ಬಿಟ್ಟು ಹೋಗುವಂತಿಲ್ಲ. ಇದೆಂತಹ ಇಕ್ಕಟ್ಟಿನ ಪರಿಸ್ಥಿತಿ ಎನ್ನಿಸಿತು. ಸಾಲದ್ದಕ್ಕೆ ಮದುವೆಗೆ ಬಂದವರೆಲ್ಲ "ರಾಮಾ ಲಕ್ಷ್ಮಣ ಇಬ್ಬರೂ ಅವಳಿ ಜವಳಿ ಆದ್ರೂ ಮೊದಲ ಹುಟ್ಟಿದಾವಾ ರಾಮಾ. ದೊಡ್ಡಾವಂದ ಬಿಟ್ಟ ತಮ್ಮಂದ ಹ್ಯಾಂಗ ಮದುವಿ ಮಾಡಾಕತ್ತೀರಿ?" ಎಂದು ಕೇಳುತ್ತಿದ್ದರು. ಆಗ ರಾಮನಿಗೆ ಬಹಳ ಖೇದವೆನ್ನಿಸುತ್ತಿತ್ತು. ತನ್ನ ಸ್ಥಳ ಇದಲ್ಲ ತಾನು ಇಂತಹ ಸಂತೆಯಲ್ಲಿ ಇರಲೇಬಾರದಿತ್ತು ಎನ್ನಿಸುತ್ತಿತ್ತು..

ಮೊದಲಿಗಿಂತ ಮತ್ತಷ್ಟು ವ್ಯಾಕುಲನಾಗಿ ಓಡಾಡುತ್ತಿದ್ದ ಮಗ ರಾಮನನ್ನು ಕಂಡು ತಾಯಿಯ ಜೀವ ಒದ್ದಾಡಿತು. ಹೇಗಾದರೂ ಮಾಡಿ ಆತನಿಗೂ ಒಂದು ಮದುವೆ ಮಾಡಿ ಜೋಡಿ ಮಾಡಿಬಿಡಬೇಕಿತ್ತು. ಈಗಲಾದರೂ ಏನಾಯಿತು ಪ್ರಯತ್ನ ಮಾಡಿದರಾಯಿತೆನ್ನಿಸಿತು. ರಾಮ ತನ್ನ ಮದುವೆಯಾಗಿಲ್ಲವೆಂದು ಪರಿತಪಿಸುತ್ತಿದ್ದಾನೆ ಎಂದೇ ಬಗೆದು ಮೊದಲಿಗಿಂತ ಹೆಚ್ಚು ಅನುಕಂಪದಿಂದ ರಾಮನನ್ನು ನೋಡಿಕೊಳ್ಳತೊಡಗಿದಾಗ, ರಾಮನಿಗೆ ಅದು ಒಂದು ಬಗೆಯಲ್ಲಿ ಕಿರಿಕಿರಿಯೇ ಎನ್ನಿಸಿತು.

ಮನೆಯ ಗೌಜು ಗದ್ದಲು ಸಾಕಾಗಿ ಒಂದು ದಿನದ ಮಟ್ಟಿಗೆ ಈ ಗದ್ದಲದಿಂದ ಕಣ್ಮರೆಯಾಗಬೇಕೆನ್ನಿಸಿ, ಎಂದಿನಂತೆ ಅಂದು ಇದ್ದಕ್ಕಿದ್ದಂತೆ ರಾಮ ಮನೆ ಬಿಟ್ಟು ನಡೆದ. ಈ ಬಾರಿ ಸ್ವಲ್ಪ ದೂರದ ಪಯಣವನ್ನೇ ಆಯ್ದುಕೊಂಡ. ಸಾಧ್ಯವಾದರೆ ಅಲ್ಲಿಯೇ ಇದ್ದು ಮರುದಿನ ಬಂದರಾಯಿತೆಂದು ಒಂದೆರಡು ಬಟ್ಟೆಗಳನ್ನೂ ತೆಗೆದುಕೊಂಡ. ದೇಸಾಯಿಪುರದಿಂದ ಸುಮಾರು ಹದಿನೈದು ಕಿಲೋ ಮೀಟರ್ ದೂರವಿರುವ ಹೂವಿನ ಕೊಳ್ಳಕ್ಕೆ ಸಾಮಾನ್ಯವಾಗಿ ಯಾರೂ ನಡೆದುಕೊಂಡು ಹೋಗುತ್ತಿರಲಿಲ್ಲ. ಅಲ್ಲಿಗೆ ಹೋಗಲು ಬಸ್ಸುಗಳಿರಲಿಲ್ಲವಾದ್ದರಿಂದ ಎತ್ತಿನ ಗಾಡಿಯನ್ನು ತೆಗೆದುಕೊಂಡು ಹೋಗುತ್ತಿದ್ದರು. ರಾಮ ಮಾತ್ರ ಅಷ್ಟು ದೂರದ ಸ್ಥಳಕ್ಕೆ ಕಾಲು ನಡಿಗೆಯಲ್ಲಿಯೇ ನಡೆಯತೊಡಗಿದ.

ಬೆಳಿಗ್ಗೆ ಸ್ನಾನ ಮಾಡಿ ಚಹಾ ಕುಡಿದು ಸುಮಾರು ಎಂಟು ಗಂಟೆಗೆ ಮನೆಯಿಂದ ಹೊರಬಂದಿದ್ದ. ಹನ್ನೊಂದು ಗಂಟೆಯ ಹೊತ್ತಿಗೆ ಬಿಸಿಲು ಬಲಿಯತೊಡಗಿತ್ತು. ಹೊಟ್ಟೆಯೂ ಚುರುಗುಟ್ಟತೊಡಗಿತ್ತು. ಆದರೂ ಜನರಿಲ್ಲದ ದಾರಿಯಲ್ಲಿ ಗಿಡಮರಗಳ, ಪಕ್ಷಿಗಳಿಂಚರದ ಮಧ್ಯ ನಡೆಯುತ್ತಾ ಸಾಗುವುದು

ಚೆಂದವೆನ್ನಿಸಿತು. ದಾರಿಯ ಮಧ್ಯ ಸಿಗುವ ಕಾರೆ ಬೋರೆ ಹಣ್ಣುಗಳನ್ನು ಹರಿದು ತಿಂದ. ಒಂದೆರಡು ಕಡೆಗೆ ಪೇರಲ ಹಣ್ಣುಗಳನ್ನು ಕಿತ್ತು ತಿಂದ. ಹಸಿವು ಕೊಂಚ ಮಟ್ಟಿಗೆ ದೂರವಾಗಿ ಮತ್ತಷ್ಟು ವೇಗವಾಗಿ ಹೆಜ್ಜೆ ಹಾಕಿದ. ಮತ್ತೊಂದು ತಾಸು ನಡೆಯುವುದರಲ್ಲಿ ಘಟಪ್ರಭಾ ನದಿ ಸಿಕ್ಕಿತು. ಸ್ವಚ್ಛಂದವಾಗಿ ಹರಿಯುತ್ತಿದ್ದ ನದಿಯನ್ನು ನೋಡಿ ನೀರಿಗೆ ಧುಮುಕಬೇಕೆನ್ನಿಸಿತು.

ಸ್ವಚ್ಛವಾದ ಮರಳಿನ ಮೇಲೆ ಬಟ್ಟೆ ಬಿಚ್ಚಿಟ್ಟು ನೀರಿಗೆ ಜಿಗಿದ. ಬಿಸಿಲಿಗೆ ಬೆವೆತು ಬಳಲಿ ಬೆಂಡಾದ ದೇಹ ತಂಪಾದ ನೀರಿಗೆ ಧುಮುಕುತ್ತಲೇ ಹಾಯ್ ಎನ್ನಿಸಿತ್ತು. ಕೊಳೆಯಾಗಿದ್ದ ಮೈ ಸ್ವಚ್ಛಗೊಂಡು ಮೈ ಹಗುರವೆನ್ನಿಸಿತು. ಆ ದಂಡೆಯಿಂದ ಈ ದಂಡೆಗೆ, ಈ ದಂಡೆಯಿಂದ ಆ ದಂಡೆಗೆ ಈಜತೊಡಗಿದ. ಬಿಸಿಲಿಗೆ ಆ ತಂಪಾದ ನೀರನ್ನು ಬಿಟ್ಟು ಮೇಲೆಳಲು ಮನಸ್ಸು ಬರುತ್ತಿಲ್ಲ. ಊರಿನ ನದಿಯಲ್ಲಾದರೆ, ಒಂದಷ್ಟು ಹೊತ್ತಿನವರೆಗೆ ಮಾತ್ರ ಈಜಬಹುದು ಸ್ನಾನ ಮಾಡಬಹುದು. ಬಹಳ ಸಮಯವಾದರೆ, ಪರಿಚಯವಿರುವವರು ಅಥವಾ ಊರಿನ ಯಾರಾದರೂ “ಎಷ್ಟೊತ್ತ ಆತು ಆ ಹುಡುಗಾ ನೀರಾಗ ಅದಾನಾ” “ತೆಲಿಗಿಲಿ ಕೆಟ್ಟತೆನ ನೋಡ್ರಿ” “ಕೆಲಸ ಇಲ್ಲಾ ಬಗಸಿ ಇಲ್ಲಾ. ಹಿಂಗಾಗಿ ನೀರಾಗ ಬಿದ್ದಿರತಾನಾ” ಎಂದೆಲ್ಲ ಮಾತುಗಳನ್ನು ಕೇಳಬೇಕಿತ್ತು. ಜನರ ಇಂತಹ ವರ್ತನೆಯೇ ಆತನಿಗೆ ಹಿಡಿಸುವುದಿಲ್ಲ. ಹಾಗಾಗಿಯೇ ಜನರಿಲ್ಲದ ಯಾವ ಸ್ಥಳವಾದರೂ ಆತನಿಗೆ ಇಷ್ಟವಾಗುತ್ತಿತ್ತು. ಆತ ಈಜುತ್ತಿದ್ದ ನದಿಯಲ್ಲಿಯೂ ಕೂಡ ಅಂತಹ ಜನರಾರೂ ಕಾಣಿಸದೇ ನೀರಿನಲ್ಲಿ ಆರಾಮವಾಗಿ ಕಾಲಕಳೆದ. ಆತನಿಗೆ ಇಷ್ಟು ಸಮಯಕ್ಕೆ ಇಲ್ಲಿಗೆ, ಅಷ್ಟು ಸಮಯಕ್ಕೆ ಅಲ್ಲಿಗೆ ಹೋಗಬೇಕೆಂಬ ಒತ್ತಡವೇನೂ ಇರಲಿಲ್ಲ. ಹಾಗಾಗಿ ಒಂದೆರಡು ತಾಸು ಅಲ್ಲಿಯೇ ಸಮಯ ಕಳೆದು ಮರಳಿ ಮನೆಗೆ ಹೋಗಬಹುದು ಎನ್ನಿಸಿತಾದರೂ, ಮತ್ತೆ ಹೂವಿನ ಕೊಳದಲ್ಲಿಯೇ ಈ ದಿನ ತಂಗಿದರೂ ಸರಿ ಅಲ್ಲಿಯೇ ಹೋದರಾಯಿತೆಂದು ನೀರಿನಿಂದ ಮೇಲೆದ್ದು ಮುಂದೆ ನಡೆದ. ನಂತರ, ಮತ್ತೆ ಬಿಸಿಲಿನ ತಾಪ ಬಡಿಯತೊಡಗಿತು. ಹಾಗೇ ಹೊಟ್ಟೆ ಚುರುಗುಟ್ಟತೊಡಗಿ, ಹೂವಿನ ಕೊಳದತ್ತ ಬೇಗ ಬೇಗನೇ ಹೆಜ್ಜೆ ಹಾಕತೊಡಗಿದ.

ಹೆಸರಿಗೆ ತಕ್ಕಂತೇ ಹೂವಿನ ಕೊಳ ಹೂವುಗಳಿಂದಲೇ ಕೂಡಿತ್ತು. ಮೂರೂ ಬದಿಯಿಂದ ಆವೃತ್ತವಾದ ಬೆಟ್ಟ ಗುಡ್ಡ, ಮಧ್ಯದಲ್ಲಿ ನೀರಿನ ಕೊಳ. ಸುತ್ತಲಿನ ಬೆಟ್ಟದ ತುಂಬ ಕಾಡು ಮಲ್ಲಿಗೆ, ಜಾಜಿಗೆ. ಕೇದಿಗೆ ಬನ, ಕೊಳದಲ್ಲಿ ತಾವರೆ ಹೂವುಗಳು. ಹತ್ತಿರದ ದೇವಸ್ಥಾನದ ಸುತ್ತಲೂ ಕಣಗಲಿ, ದಾಸವಾಳ, ಸಂಜೆ ಮಲ್ಲಿಗೆ ಮುಂತಾದ ಹೂವುಗಳ ಗಿಡಗಳು. ದೇವಸ್ಥಾನದ ಅಕ್ಕ ಪಕ್ಕದಲ್ಲಿರುವ ಕೆಂಡ ಸಂಪಿಗೆ ಮರಗಳು ಹೂವು ಸುರಿದು ಇಡೀ ಕೊಳವನ್ನೇ

ಘಮ ಘಮಿಸುವಂತೆ ಮಾಡಿದ್ದವು. ಒಟ್ಟಿನಲ್ಲಿ ಕೊಳದ ತುಂಬೆಲ್ಲ ಹೂವುಗಳ ಘಮಲು.

ರಾಮ ಆ ಹೂವುಗಳ ಸುವಾಸನೆಯನ್ನು ಆಘ್ರಾಣಿಸುತ್ತಲೇ ದೇವಸ್ಥಾನದೊಳಕ್ಕೆ ಹೊಕ್ಕ. ಆ ಘಮ ಘಮ ವಾಸನೆ ಆತ ನಡೆದು ಬಂದ ಆಯಾಸವನ್ನೆಲ್ಲ ದೂರ ಮಾಡಿತು. ಇನ್ನೇನು ಬಂದ ನೈವೇದ್ಯವನ್ನೆಲ್ಲಾ ಎತ್ತಿಕೊಂಡು ಗರ್ಭ ಗುಡಿಯ ಕೀಲಿ ಹಾಕಿ ಮನೆಗೆ ನಡೆಯಲಿದ್ದ ಪೂಜಾರಿ ರಾಮನನ್ನು ಕಂಡು "ಅಯ್ಯ ತಮ್ಮಾ ಈಗ ಬಂದಿ? ಹ್ಯಾಂಗ ಬಂದಿ?"

"ಇನ್ನ ಹ್ಯಾಂಗರಿ ನಡಕೊಂತ ಬಂದೀನಿರಿ"

"ಬಾಪಾ ಹಂಗಾರ ಹಸಗೊಂಡಿರಬೇಕ ಬಾ ಮೊದಲ ಈ ನೈವೇದ್ಯ ಊಟಾ ಮಾಡ" ಎಂದು ಬಾಳೆ ಎಲೆಯ ಮೇಲೆ ಸಾಕಷ್ಟು ನೈವೇದ್ಯ ಹಾಕಿ, ಉಳಿದದ್ದನ್ನು ಮನೆಗೆ ತೆಗೆದುಕೊಂಡು ಹೋದ.

ರಾಮ ಆ ನೈವೇದ್ಯವನ್ನೇ ಊಟ ಮಾಡಿ ಕೊಳದ ಕಟ್ಟೆ ಮೇಲೆ ಮರದ ನೆರಳ ಬುಡದಲ್ಲಿ ಹಾಯಾಗಿ ಕುಳಿತ. ತಂಪಾದ ಗಾಳಿ ಬೀಸುತ್ತಿತ್ತು. ನಡೆದು ಬಂದ ದಣಿವು ಜೊತೆಗೆ ಈಜಾಡಿ ಮತ್ತಷ್ಟು ದಣಿವು ಮಾಡಿಕೊಂಡಿದ್ದ. ಆ ತಂಪಾದ ಗಾಳಿಗೆ ಸಹಜವಾಗಿಯೇ ಕಣ್ಣು ಎಳೆಯತೊಡಗಿ ಆ ಕಟ್ಟೆಯ ಮೇಲೆಯೇ ಮಲಗಿ ನಿದ್ದೆಗೆ ಜಾರಿದ. ದೂರದಿಂದ ತೋಳ ಊಳಿಡುವ ಶಬ್ದದಿಂದ ಎಚ್ಚೆತ್ತ. ಸಮಯ ಸುಮಾರು ನಾಲ್ಕು ಗಂಟೆಯಾಗಿರಬಹುದು. ಇನ್ನೂ ಬಿಸಿಲು ಚೆನ್ನಾಗಿಯೇ ಇತ್ತು. ಗುಡಿಯ ಮುಂದುಗಡೆ ಕಸ ಕಾಣಿಸಿತು. ಅಲ್ಲಿಯೇ ಇದ್ದ ಪೊರಕೆ ತೆಗೆದುಕೊಂಡು ಸ್ವಚ್ಛಗೊಳಿಸತೊಡಗಿದ. ಅಲ್ಲಲ್ಲಿ ಬೆಳೆದಿದ್ದ ಕಸ ಕಿತ್ತೊಗೆದ. ಗುಡಿಯ ಒಳಗಡೆ ಇದ್ದ ಕೊಡದಿಂದ ಕೊಳದ ನೀರು ಎತ್ತಿ ತಂದು ಗುಡಿಯ ಅಂಗಳದ ತುಂಬ ಚುಮುಕಿಸಿದ. ಮೊದಲ ಮಳೆ ಬಿದ್ದಾಗ ಬರುವ ಮಣ್ಣಿನ ವಾಸನೆಯ ಹಾಗೆ ವಾಸನೆ ಹುಟ್ಟಿ ಮನಕ್ಕೆ ಮುದವೆನ್ನಿಸಿತು.

ಎಲ್ಲವನ್ನೂ ಸ್ವಚ್ಛಗೊಳಿಸಿದ ಬಳಿಕ ತಾನು ಕೈಕಾಲು ತೊಳೆದುಕೊಳ್ಳಲು ನಡೆದ. ಸ್ಫಟಿಕದಂತಹ ಕೊಳ ಕೈಬೀಸಿ ಕರೆದಂತಾಗಿ ಮತ್ತೆ ಬಟ್ಟೆ ಕಳಿಚಿಟ್ಟು ನೀರಿಗೆ ಜಿಗಿದ. ಮದ್ಯಾಹ್ನ ನದಿಯಲ್ಲಿ ಈಜಾಡಿದ್ದ ಅದು ಹರಿಯುವ ನದಿ. ಇದು ಹರಿಯದೇ ಇರುವ ನೀರು. ಈ ಈಜಿನ ಅನುಭವವೇ ಬೇರೆ ಎಂದುಕೊಳ್ಳುತ್ತ ಈಜಾಡತೊಡಗಿದ. ಅಷ್ಟರಲ್ಲಿ ಪೂಜಾರಿ ಮತ್ತೆ ಸಾಯಂಕಾಲದ ಪೂಜೆಗೆ ಗುಡಿಗೆ ಬಂದ. ಗುಡಿಯ ಅಂಗಳ ಸ್ವಚ್ಛಗೊಂಡಿದ್ದನ್ನು ಕಂಡು ಖುಷಿಯಿಂದ ಯಾರು ಸ್ವಚ್ಛಗೊಳಿಸಿರುವರೋ ಎಂದುಕೊಳ್ಳುವಷ್ಟರಲ್ಲಿ ಕೊಳದಲ್ಲಿ ಈಜುತ್ತಿದ್ದ ರಾಮನನ್ನು ಕಂಡು "ಹೇ ತಮ್ಮಾ ನೀನ ಇದನ್ನ ಇಷ್ಟ ಚೆಂದ ಸ್ವಚ್ಛ ಮಾಡಿ? ಅದ ಇರಲಿ, ಯಾಕೋ ತಮ್ಮಾ ನೀ ಇನ್ನ ಹೋಗಿಲ್ಲಾ? ಇನ್ನ ಮ್ಯಾಲೆ ನಿಮ್ಮ

ಊರಿಗೆ ಹ್ಯಾಂಗ ಹೊಕ್ಕಿಪಾ? ಇನ್ನೊಂದ ತಾಸಿಗೆ ಕತ್ತಲ ಆಕೈತಿ" "ಕಾಕಾರ ನಾಯೇನು ಇಂದು ಹೋಗುದಿಲ್ಲ ಬಿಡ್ರಿ. ಇಲ್ಲೇ ಇರತೀನಿರಿ"

"ಹಾಂ. ಇಲ್ಲೇನ ಇರತೀಯೋ ಹುಡುಗಾ? ಯಾಕ ಜೀವಾ ಬ್ಯಾಸರ ಆಗೇತಿ? ಇಲ್ಲೆ ಸುತ್ತಲೂ ಗುಡ್ಡ ಅದಾವ ತಮ್ಮಾ ಹುಲಿ, ಚಿರತಾ ಎಲ್ಲಾ ಪ್ರಾಣಿನೂ ಬರತಾವು. ಇಷ್ಟ ವರ್ಷ ಆತು ಒಂದ ದಿನಾನೂ ನಾ ಇಲ್ಲಿ ವಸ್ತಿ ಇಲ್ಲಾ. ಈಗ ರಸ್ತಾ ಆದ ಮ್ಯಾಲೆ ಸಂಜಿ ಪೂಜಾಕ್ಕ ಬಂದ ಹೊಕ್ಕೀನಿ. ಬ್ಯಾಡಪಾ, ನೀ ನನ್ನ ಕೂಡ ನಮ್ಮ ಮನೀಗೆ ಬಂದ ಬಿಡ" ಎನ್ನುತ್ತ ಗುಡಿಯ ಒಳಗಡೆ ಹೋದ.

ರಾಮ ಕೊಳದಿಂದ ಮೇಲೆದ್ದವನೇ ಟಾವೆಲ್ ಸುತ್ತಿಕೊಂಡು ಗುಡಿಯ ಒಳಗಡೆ ಹೊಕ್ಕು ತಾನೂ ಪೂಜೆಗೆ ನೆರವಾದ. ಎಲ್ಲವೂ ಮುಗಿದ ನಂತರ, ಪೂಜಾರಿ. "ಹುಂ, ನಡೀ ಇನ್ನ ನಮ್ಮ ಮನೀಗೆ ಹೋಗೂಣ ತಮ್ಮಾ" ಎಂದು ಕರೆದ. "ಇಲ್ಲರಿ ಕಾಕಾ ನಾ ಇವತ್ತ ಇಲ್ಲೇ ಇರತೀನಿರಿ" "ಹುಡಗಾಟಗಿ ಮಾಡಬ್ಯಾಡಲೇ ತಮ್ಮಾ. ಹೇಳಿದ್ದ ಕೇಳ. ಯಾಕ ಜೀವಾ ಬ್ಯಾಸರಾ ಆಗಿ ಬಂದೀ ಏನ? ನಡೀ ಸುಮ್ಮನ"

ರಾಮ ಎಷ್ಟು ಹೇಳಿದರೂ ಕೇಳಲಿಲ್ಲ. ಕೊನೆಗೆ ಬೇಸತ್ತ ಪೂಜಾರಿ "ಹೋಗಲಿ ಹೊಟ್ಟಿಗೆ ಏನ ತಿಂತಿ?" ಎಂದು ಕೇಳಿದಾಗ, "ನನಗ ಹಸುನ ಆಗಿಲ್ಲರಿ" ಎಂದ. ಪೂಜಾರಿಗೆ ಜೀವ ಮರುಗಿ, ನೈವೇದ್ಯಕ್ಕೆಂದು ತೆಗೆದಿಟ್ಟ ಪುಟಾಣಿ ಸಕ್ಕರಿ, ಬಾಳೆ ಹಣ್ಣುಗಳನ್ನು ಕೊಟ್ಟು "ಹುಂ, ತುಗೋರಪಾ, ಇವನ್ನ ತಿನ್ನ. ನಾನೂ ಹೇಳುವಷ್ಟ ಹೇಳಿನಿ. ಇರಲಿ ಈ ಕೀಲಿ ತುಗೊ. ಕತ್ತಲ ಆದ ಕೂಡಲೇ ಗರ್ಭ ಗುಡಿ ಕೀಲಿ ಹಾಕಿ ಅಲ್ಲೇ ಮಕ್ಕೋ" ಎನ್ನುತ್ತ ಆತನ ಕೈಗೆ ಬೀಗದ ಕೈ ಕೊಟ್ಟು ನಡೆದ.

ಸಂಪೂರ್ಣ ಕತ್ತಲು ಆವರಿಸುವವರೆಗೆ ರಾಮ ಕೊಳದ ಸುತ್ತ ಸುತ್ತುತ್ತಾ ಪ್ರಕೃತಿ ಸೌಂದರ್ಯವನ್ನು ಸವಿಯತೊಡಗಿದ. ಕತ್ತಲು ಹುಟ್ಟಿಕೊಂಡು ದಟ್ಟವಾಗುತ್ತಾ ಸಾಗಿದಂತೆ ನೀರವತೆ ನೆಲಸಿ ಆಗೊಮ್ಮೆ ಈಗೊಮ್ಮೆ ನಾಯಿ ನರಿ ಊಳಿಡುವ ಶಬ್ದ ಕೇಳಿಸತೊಡಗಿತು. ರಾಮ ಗುಡಿಯ ಒಳಗಡೆ ನಡೆದ. ಗರ್ಭ ಗುಡಿಯ ಒಳಗಡೆ ಕುಳಿತು ಮತ್ತೊಮ್ಮೆ ಪೂಜೆ ಮಾಡಬೇಕೆನ್ನಿಸಿ, ಮತ್ತೆ ಲಿಂಗದ ಮೇಲಿರುವ ಹೂವುಗಳನ್ನೆಲ್ಲ ತೆಗೆದು ಲಿಂಗವನ್ನು ತೊಳೆಯತೊಡಗಿದ್ದ. ಗರ್ಭ ಗುಡಿಯ ಹೊರಗಿನ ಗುಡಿಯ ಮಾಡಿನಲ್ಲೊಂದು ಹಾಗೂ ಗರ್ಭ ಗುಡಿಯ ದೇವರ ಮುಂದಿರುವ ದೀಪಗಳದ್ದಷ್ಟೇ ಬೆಳಕು. ಉಳಿದಂತೆ ಸಂಪೂರ್ಣ ಕತ್ತಲು ಕಾರ್ಗತ್ತಲು. ಅಂತಹ ವೇಳೆಯಲ್ಲಿಯೇ ದೂರದಿಂದ ಹುಲಿಯ ಗುಡುಗಿನ ಶಬ್ದ ಕೇಳಿಸಿತು. ಆದರೆ ಅದರ ಕಡೆಗೆ ರಾಮ ಹೆಚ್ಚು ಗಮನ ಹರಿಸಲಿಲ್ಲ.

ಸ್ವಲ್ಪ ಸಮಯದಲ್ಲಿಯೇ ಆ ಗುಡುಗಿನ ಶಬ್ದ ಹತ್ತಿರದಲ್ಲಿಯೇ

ಬಂದಂತಾಯಿತು. ಆಗ ಮಾತ್ರ ರಾಮ ಭಯಭೀತನಾದ. ಆ ಗುಡುಗು ಇನ್ನಷ್ಟು ಮತ್ತಷ್ಟು ಹತ್ತಿರವಾಯಿತು. ಹೌದು ಅದು ಹುಲಿ ಎಂದು ರಾಮನಿಗೆ ಮನದಟ್ಟಾಯಿತು. ಅದೇ ವೇಳೆಗೆ ಹೊರಗಿನ ಮಾಡದ ದೀಪ ಆರಿಹೋಯಿತು. ಕೂಡಲೇ ಪೂಜಾರಿಯ ಮಾತು ನೆನಪಾಗಿ ಬೀಗ ಹುಡುಕತೊಡಗಿದ. ಹೊರಗಿನ ದೀಪದ ಮಾಡಿನಲ್ಲಿ ಬೀಗ ಇಟ್ಟ ನೆನಪಾಯಿತು. ಒಳಗಿನ ದೀಪದ ಸಹಾಯದಿಂದಲೇ ಮಿಂಚಿನಂತೆ ಓಡಿ ಬೀಗ ಎತ್ತಿಕೊಂಡು ಬಂದ. ಆ ಹುಲಿ ಬಹುಶ: ಕೊಳದ ಸುತ್ತಲೂ ಸುತ್ತುತ್ತಿದ್ದದ್ದು ಮನುಷ್ಯನ ವಾಸನೆ ಬಡಿದು ಗುಡಿಯ ಹತ್ತಿರಕ್ಕೆ ಬಂತು. ರಾಮನ ಎದೆ ಢವಗುಟ್ಟತೊಡಗಿತು. ಆತನ ಎದೆ ಬಡಿತದ ಸದ್ದು ನಗಾರಿ ಬಾರಿಸಿದಂತೆ ಕೇಳಿಸತೊಡಗಿತು. ಮೇಲಿನ ಉಸಿರು ಮೇಲಕ್ಕೆ ಕೆಳಗಿನ ಉಸಿರು ಕೆಳಕ್ಕೆ ಆದಂತಾಯಿತು. ಇಡೀ ದೇಹಾಂತ ದೇಹ ಕಂಪಿಸಿ ಕೆಳಕ್ಕೆ ಕುಸಿದ. ಒಂದು ಕೈಯಿಂದ ಢವಗುಟ್ಟುತ್ತಿರುವ ಎದೆಯನ್ನು ಗಟ್ಟಿಯಾಗಿ ಹಿಡಿದುಕೊಂಡು ಮತ್ತೊಂದು ಕೈಯಿಂದ ಬಾಯಿ ಮುಚ್ಚಿ ನೋಡಲೋ ಬೇಡವೋ ಎಂಬಂತೆ ಮರೆಗೆ ನಿಂತು ಗುಡಿಯ ಮುಂದುಗಡೆ ಇಣುಕಿ ನೋಡಿದ. ತನ್ನನ್ನು ಈಗಿಂದೀಗಲೇ ನುಂಗಿ ನೀರು ಕುಡಿಯುವಂತೆ ನಿಂತಿದ್ದ ಸೂರ್ಯನಿಗಿಂತಲೂ ಪ್ರಖರವಾಗಿ ಪ್ರಜ್ವಲಿಸುವ ಗಾಜಿನ ಕಣ್ಣುಗಳನ್ನು ಹೊಂದಿದ ಹುಲಿಯನ್ನು ನೋಡಿ ಭೀಷಣ ಹುಟ್ಟಿ ಒಂದೆರಡು ಕ್ಷಣ ಕಣ್ಣಿಗೆ ಕತ್ತಲಿಟ್ಟಂತಾಯಿತು.

ಹುಲಿಗೆ ಬಹುಶ: ಆತ ಗೋಚರಿಸಲಿಲ್ಲ. ಅದಕ್ಕಾಗಿಯೇ ಅದು ಗರ್ಭ ಗುಡಿಯ ಹತ್ತಿರ ಬರದೇ ಗುಡುಗು ಹಾಕುತ್ತಲೇ ಗುಡಿಯನ್ನು ಸುತ್ತತೊಡಗಿತು. ಮತ್ತೆ ಗರ್ಭ ಗುಡಿಯತ್ತಲೇ ಮನುಷ್ಯನ ವಾಸನೆ ಬಂದು ಗರ್ಭ ಗುಡಿಯ ಮುಂದಿನ ಗುಡಿಯ ಮೆಟ್ಟಿಲನ್ನೇರತೊಡಗಿತು. ರಾಮ ಭಯದಿಂದ ತತ್ತರಿಸಿ ಕುಸಿದು ಲಿಂಗವನ್ನು ಬಿಗಿದಪ್ಪಿಕೊಂಡ. ಆತನ ಕಾಲಿಗೆ ಬೀಗ ತಾಕಿತು. ಅಯ್ಯಯ್ಯೋ, ಬೀಗವನ್ನು ಇರಲಿ ಕಬ್ಬಿಣ ಸಳಿಗಳಿಂದ ಕೂಡಿದ ಬಾಗಿಲನ್ನು ಕೂಡ ಸರಿಯಾಗಿ ಹಾಕಿರಲಿಲ್ಲ. ತನಗಿನ್ನು ಉಳಿವಿಲ್ಲ ಎನ್ನುತ್ತಲೇ ಗಡಗಡ ನಡುಗುವ ಕೈಗಳಿಂದ ಹೇಗೋ ಬಾಗಿಲು ಹಾಕಿದ. ಆದರೆ ಹೊರಬದಿಯಿಂದ ಚಿಲಕ ಹಾಕಿ ಬೀಗ ಹಾಕಬೇಕಿತ್ತಾದ್ದರಿಂದ ಅದು ಸಾಧ್ಯವಾಗಲಿಲ್ಲ. ಜೊತೆಗೆ ಜೋರಾಗಿ ಬೀಸಿದ ಗಾಳಿಗೆ ಒಳಗಡೆಯ ದೀಪಗಳೂ ಆರಿಹೋದವು. ಕತ್ತಲು ಕಗ್ಗತ್ತಲು! ಹತ್ತು ಹದಿನೈದು ಹೆಜ್ಜೆಗಳ ಆಚೆ ಪ್ರಜ್ವಲಿಸುತ್ತಿದ್ದ ಹುಲಿಯ ಕಣ್ಣುಗಳನ್ನು ಬಿಟ್ಟರೆ ಮತ್ತೆ ಇನ್ನೇನೂ ಕಾಣಿಸುತ್ತಿಲ್ಲ. ಇಡೀ ದೇಹ ಗಡ ಗಡ ನಡುಗುತ್ತಿತ್ತು. ಆತನ ದೇಹದ ಯಾವ ಅಂಗಾಂಗಗಳ ಮೇಲೆಯೂ ಹಿಡಿತವಿರಲಿಲ್ಲ. ಹಾಗಾಗಿ ಕಡ್ಡಿ ಗೀರಿ ದೀಪ ಹಚ್ಚಲು ಪ್ರಯತ್ನಿಸಿ ಸೋತು ಹೋದ. ಕೊನೆಗೆ ಹೇಗೋ ಒಂದುಕಡೆಗೆ ದೀಪ ಹಚ್ಚಿದ. ಮತ್ತೆ ಈ ಕಡೆಗೂ

ಹಚ್ಚಿದ ಆದರೆ ಮತ್ತೆ ಆ ಬದಿಯ ದೀಪ ಆರಿತು. ಆ ಬದಿಗೆ ಹಚ್ಚಿದ ಈ ಬದಿಗೆ ಆರಿತು. ಆ ಕತ್ತಲು ಬೆಳಕಿನ ಆಟದಲ್ಲಿ ಬಾಗಿಲವರೆಗೂ ಬಂದ ಹುಲಿ ಬಾಗಿಲನ್ನು ಹಾಯಲಿತ್ತು ಅಷ್ಟರಲ್ಲಿ ಅದರ ಪ್ರೀತಿಯ ಬೇಟೆ ಕರಡಿಯ ಧ್ವನಿ ಕೇಳಿಸಿತು. ಆಗ ಅದು ಮಿಂಚಿನಂತೆ ಹೊರಗಡೆ ಓಡಿ ಹೋಯಿತು ಅದೇ ಸಮಯವೆಂದು ರಾಮ ಅದು ಹೇಗೋ ಹೊರ ಚಿಲಕ ಹಾಕಿ ಇನ್ನೇನು ಬೀಗ ಹಾಕಬೇಕೆನ್ನುವಷ್ಟರಲ್ಲಿ ಬೀಗದ ಕೈ ಗಡ ಗಡ ನಡುಗುವ ಕೈಗಳಿಂದ ಹೊರಗಡೆಯೇ ಜಾರಿ ಬಿತ್ತು!

ಅಧ್ಯಾಯ–6

ಹೊರಗಡೆ ಬಿದ್ದ ಬೀಗದ ಕೈಯನ್ನು ತೆಗೆದುಕೊಳ್ಳಬೇಕೆಂದರೆ ಮತ್ತೆ ಬಾಗಿಲನ್ನು ತೆರೆದೇ ಹೋಗಬೇಕು. ಹಾಗೆ ಬಾಗಿಲನ್ನು ತೆರೆದಾಗ, ಒಮ್ಮೆಲೇ ಆ ಹುಲಿ ಬಂದರೆ ಮುಗಿಯಿತು ಕಥೆ. ಆದರೆ ಬೀಗ ಹಾಕದೇ ಇರುವ ಬಾಗಿಲು ಕೂಡ ಭದ್ರವಲ್ಲ. ಮತ್ತೆ ಅದು ಬಂದು ತೆಗೆಯುವುದಿಲ್ಲವೆಂಬುದು ಯಾವ ಗ್ಯಾರಂಟಿ? ಒಂದೆರಡು ಕ್ಷಣ ಬೇಗನೇ ಬಾಗಿಲು ತೆಗೆದು ಬೀಗ ತಂದು ಈಗಲೇ ಹಾಕಿಕೊಂಡು ಬಿಡಲೇ ಎನ್ನಿಸಿ, ಬಾಗಿಲ ಒಳಗಿಂದಲೇ ಹೊರಗಡೆ ಇಣುಕಿದ ಆದರೆ ಒಳಗಡೆ ಉರಿಯುತ್ತಿದ್ದ ಒಂದೇ ಒಂದು ಆ ಮಂದವಾದ ದೀಪದ ಬೆಳಕಿನಲ್ಲಿ ಏನೇನೂ ಕಾಣಿಸುತ್ತಿಲ್ಲ. ಅದರಲ್ಲಿಯೂ ಹೊರಗಡೆಯ ದೃಶ್ಯವಂತೂ ಸ್ವಲ್ಪವೂ ಕಾಣಿಸುತ್ತಿಲ್ಲ.

ರಾಮ ಕಣ್ಣು ಬಿಟ್ಟಾಗ, ಬೆಳಗು ಹರಿಯುತ್ತಲಿತ್ತು. ಒಮ್ಮೆಲೇ ತಾನು ಎಲ್ಲಿರುವೆ ಏನು ಒಂದೂ ತಿಳಿಯುತ್ತಿಲ್ಲ. ಸುತ್ತಲೂ ನೋಡಿದಾಗ, ಪಕ್ಕದಲ್ಲಿಯೇ ಶಿವಲಿಂಗ, ತಾನು ಶಿವಲಿಂಗವನ್ನು ತಬ್ಬಿಕೊಂಡೇ ಮಲಗಿದ್ದು, ಹುಲಿಯ ಗುಡುಗು ಆರ್ಭಟ ಎಲ್ಲವೂ ನೆನಪಾಗಿ, ಒಂದು ಕ್ಷಣ ಭಯಭೀತನಾದ. ಆದರೆ ಹುಲಿ ಮತ್ತೆ ಬಾರದೇ ತಾನು ಇನ್ನೂ ಬದುಕೇ ಇದ್ದೇನೆ ಎಂಬುದನ್ನು ನೆನೆದು ಖುಷಿಪಡುತ್ತಲೇ ಮೇಲೆದ್ದ. ಬಾಗಿಲು ತೆರೆದು ಹೊರಬಿದ್ದಾಗ, ಹೊಸ್ತಿಲಿನ ಪಕ್ಕದಲ್ಲಿಯೇ ಬೀಗದ ಕೈ ಮಿಂಚಿತು. ಅದನ್ನು ಎತ್ತಿ ಬೀಗದೊಂದಿಗೆ ಸೇರಿಸಿ, ಕೊಳದಲ್ಲಿ ಕೈಕಾಲು ಮುಖ ತೊಳೆದುಕೊಂಡು ಇಡೀ ದೇಗುಲವನ್ನು ಸ್ವಚ್ಚಗೊಳಿಸುವಷ್ಟರಲ್ಲಿ ಪೂಜಾರಿ ಬಂದ. ಸ್ವಚ್ಛಗೊಂಡ ಗುಡಿಯನ್ನು ನೋಡಿ ಖುಷಿಗೊಂಡ. "ಎಲ್ಲಿ ಮಕ್ಕೊಂಡಿಪಾ ತಮ್ಮಾ? ನಿದ್ದಿ ಆತು? ಹುಲಿ ಕಡ್ಡಿ ಏನೂ ಬರಲಿಲ್ಲಾ?" ಎಂಬ ಪ್ರಶ್ನೆಗೆ ರಾಮ ಬರಿ ಗೋಣು ಮಾತ್ರ ಅಲ್ಲಾಡಿಸಿದ.

ಕೊಳದಲ್ಲಿ ಸ್ನಾನ ಮಾಡಿ ಪೂಜಾರಿಯೊಂದಿಗೆ ಶಿವಲಿಂಗಕ್ಕೆ ಪೂಜೆ ಗೈದು ರಾಮು ಮನೆಯತ್ತ ಕಾಲು ಹಾಕಿದ.

** ** **

ಶಿವಪ್ಪ ಕೊಲ್ಲಾಪುರದಲ್ಲಿ ಎರಡು ವರ್ಷಗಳ ಕಾಲ ಸಂಗೀತ ಅಭ್ಯಾಸವನ್ನು ಪೂರೈಸಿ, ಮುಂದೆ ಆತನ ಗುರು ಪಂಡಿತ್ ನಾಗಭೂಷಣರ ಸಲಹೆಯಂತೆ ಹೆಚ್ಚಿನ ಸಂಗೀತ ಅಭ್ಯಾಸಕ್ಕಾಗಿ, ಮುಂಬಯಿನ ಪಂಡಿತ್ ವಿದ್ಯಾಧರ ಅವರ ಹತ್ತಿರ ಸೇರಿಕೊಂಡ. ಅಲ್ಲಿ ಸತತ ಹತ್ತು ವರ್ಷಗಳ ಕಾಲ ಹಿಂದೂಸ್ತಾನೀ ಸಂಗೀತ ಅಭ್ಯಾಸವನ್ನು ಕಲಿತು ಮುಂದೆ ಅದು ಕರಗತವಾದ ನಂತರ, ಗುರು ಪಂಡಿತ್ ವಿದ್ಯಾಧರ ಅವರ ಆಶಯದಂತೆ ಮುಂಬಯಿಯಲ್ಲಿ ದೊಡ್ಡ ಸಂಗೀತ ಕಚೇರಿಯನ್ನು ಆಯೋಜಿಸಲಾಯಿತು. ಸತತವಾಗಿ ಹತ್ತು ವರ್ಷಗಳ ಕಾಲ ಪಂಡಿತ್ ವಿದ್ಯಾಧರ ಅವರ ಗರಡಿಯಲ್ಲಿ ಪಳಗಿದ ಶಿವಪ್ಪ ತನ್ನ ಪ್ರತಿಭೆಯನ್ನು ಪ್ರದರ್ಶನ ಮಾಡಲಿದ್ದ.

ಪಂಡಿತ್ ವಿದ್ಯಾಧರರ ಹೆಸರು ತುಂಬಾ ಪ್ರಖ್ಯಾತವಾದದ್ದು. ಅವರ ಶಿಷ್ಯನ ಸಂಗೀತ ಕಛೇರಿಗೆ ಜನ ಕಿಕ್ಕಿರಿದು ತುಂಬಿತ್ತು. ಶಿವಪ್ಪ ಆ ದೊಡ್ಡ ಹಾಲಿನೊಳಗಡೆ ಅಡಿ ಇಡುತ್ತಲೇ ಅಷ್ಟೊಂದು ಜನರನ್ನು ನೋಡಿ ಆತನಲ್ಲಿ ಆಶ್ಚರ್ಯ, ಹುರುಪು, ಹುಮ್ಮಸ್ಸು, ಉದ್ವೇಗಗಳು ಹುಟ್ಟಿಕೊಂಡವು. ಹಾಗೇ ಒಂದು ಕ್ಷಣ ಭಯವಾಗಿ ಬೆವರನ್ನು ಒರೆಸಿಕೊಂಡ. ತನ್ನ ಪ್ರತಿಭೆಯ ಮೇಲಿನ ನಂಬಿಕೆ ಒಂದೇ ಕ್ಷಣದಲ್ಲಿ ಆ ಭಯವನ್ನು ಹೋಗಲಾಡಿಸಿ, ಮಾನಸಿಕವಾಗಿ ಕಚೇರಿಗೆ ಸಿದ್ಧವಾಗತೊಡಗಿದ. ತಬಲಾ ಸಾಥಿ ಹಾಗೂ ಪಿಯಾನೋ, ಹಾರ್ಮೋನಿಯಂ ಮುಂತಾದ ವಾದ್ಯಗಾರರು ತಮ್ಮ ತಮ್ಮ ವಾದ್ಯಗಳನ್ನು ಸರಿಪಡಿಸಿಕೊಳ್ಳುತ್ತಿದ್ದರು.

ಒಂದು ಗಾಯನ ಮುಗಿಯುವುದರಲ್ಲಿ ಚಪ್ಪಾಳೆಯ ಸದ್ದು ಸುರಿಮಳೆಗರೆಯಿತು. ಆ ಸದ್ದು ಆತನಿಗೆ ಮತ್ತಷ್ಟು ಉತ್ಸಾಹವನ್ನೆರೆದು ಆತ ಸಂಪೂರ್ಣವಾಗಿ ಆ ಗಾಯನದಲ್ಲಿ ತಲ್ಲೀನನಾಗುವಂತೆ ಮಾಡಿತು. "ಮುಂದಿನ ಹಾಡು ರಾಗ ಭೈರವ..." ಹೀಗೇ ಒಂದರ ನಂತರ ಮತ್ತೊಂದು ಸತತವಾಗಿ ಮೂರು ಗಂಟೆಗಳವರೆಗಿನ ಸಂಗೀತ ಸಭಿಕರನ್ನು ಗಾನ ಗಂಧರ್ವ ಲೋಕಕ್ಕೆ ಕರೆದೊಯ್ಯಿತು. ಅಂತಿಮ ರಾಗ ಮುಗಿದೊಡನೆ ಸಭಿಕರ ಚಪ್ಪಾಳೆಯ ಸದ್ದು ಮುಗಿಲುಮುಟ್ಟಿ ಸುಮಾರು ಐದಾರು ನಿಮಿಷಗಳ ಕಾಲ ನಿಲ್ಲಲೇ ಇಲ್ಲ! ಗುರುಗಳು ಆನಂದತುಂದಿಲರಾಗಿ ತಮ್ಮ ಶಿಷ್ಯನನ್ನು ಬರಸೆಳೆದು ಬಿಗಿದಪ್ಪಿಕೊಂಡರು.

ವೇದಿಕೆಯಿಂದ ಇಳಿದು ಬರುತ್ತಲೇ ಅಭಿಮಾನಿಗಳು ಸಂಗೀತ ಶಿಖಾಮಣಿ ಶಿವಪ್ಪನನ್ನು ಮುಗಿಬಿದ್ದು ಆತನ ಸಂಗೀತದ ಬಗ್ಗೆ ಹಾಡಿ ಹೊಗಳಿದರು.

ಸ್ವತ: ಆತನಿಗೇ ಅಂಥಹದೊಂದು ಅದ್ಭುತ ಸಂಗೀತ ಕಚೇರಿ ನಡೆಸಿದ್ದಕ್ಕೆ ಆಶ್ಚರ್ಯವೆನ್ನಿಸಿತ್ತು.

ಮುಂಬಯಿನ ಆ ಸಂಗೀತ ಕಚೇರಿಯ ಸುದ್ದಿ ಮರಾಠಾ ನಾಡಿನಲ್ಲಿ ಅಷ್ಟೇ ಏಕೆ ಕನ್ನಡಿಗರ ನಾಡಿನಲ್ಲಿಯೂ ಹರಡಿಕೊಂಡು ಶಿವಪ್ಪನ ತವರು ದೇಸಾಯಿಪುರವನ್ನು ತಲುಪುವುದು ತಡವಾಗಲಿಲ್ಲ. ರಾಜಾ ವೀರನಗೌಡರು ತಮ್ಮ ಸಂಸ್ಥಾನಕ್ಕೆ ಒಳಪಟ್ಟ ಹುಡುಗ ತಮ್ಮ ದೊಡ್ಡ ಆಸ್ತಿ ಎಂದೇ ಬಗೆದರು. ತಡಮಾಡದೇ ಆತನಿಗೆ ತವರೂರಿಗೆ ಬಂದು ಸಂಗೀತ ಕಚೇರಿ ನೀಡಲು ಆಹ್ವಾನವಿತ್ತರು.

ಶಿವಪ್ಪನ ಆಗಮನ ದೇಸಾಯಿಪುರಕ್ಕೆ ಹಬ್ಬವನ್ನು ಕರೆತಂದಂತಾಗಿತ್ತು. ಅಲ್ಲಲ್ಲಿ ತಳಿರು ತೋರಣ, ಬಣ್ಣ ಬಣ್ಣದ ಪರಪರಿ, ಎಲ್ಲರ ಮನೆ ಮುಂದೆ ರಂಗೋಲಿಗಳು ಅರಳಿದ್ದವು. ಊರಿನ ಮುಂದಿನ ಅಗಸಿ ಬಾಗಲಿನಲ್ಲಿ ಊರ ಮುತ್ತೈದೆಯರು ಮೊದಲೇ ಆರತಿ ಹಿಡಿದು ಸಜ್ಜಾಗಿ ನಿಂತಿದ್ದರು. ಆತ ಬರುತ್ತಲೇ ಆರತಿ ಎತ್ತಿ ರಾಜ ಮರ್ಯಾದೆಯಿಂದ ಬರಮಾಡಿಕೊಂಡರು. ಮುಂದೆ ಸಾರೋಟಿನಲ್ಲಿ ಹತ್ತಿಸಿಕೊಂಡು ಅರಮನೆಗೆ ಕರೆದೊಯ್ದರು. ರಾಜಾ ವೀರನಗೌಡರನ್ನು ಕಾಣುತ್ತಲೇ ಶಿವಪ್ಪ ಅವರ ಕಾಲಿಗೆರಗಿದ. ರಾಜರು ಆತನನ್ನು ಮೇಲಕ್ಕೆತ್ತಿ ಖುಷಿಯಿಂದ ಅಪ್ಪಿಕೊಂಡರು.

ಶಿವಪ್ಪ ಮುಂಬಯಿಗೆ ಹೋದ ನಂತರ ಇದೇ ಮೊದಲ ಬಾರಿಗೆ ಏನು ಬಂದಿರಲಿಲ್ಲ. ಆತ ಮೊದಲ ಬಾರಿಗೆ ಮುಂಬಯಿ ಸೇರಿದ ನಂತರ ಆರು ತಿಂಗಳಿಗೆ ಬಂದು ತಾಯಿ ಚೆನ್ನವ್ವಳನ್ನು ಸಮಾಧಾನಪಡಿಸಿದ್ದ. ಆಮೇಲೆ ಆಕೆಗೂ ಆತನಿಗೂ ರೂಢಿಯಾದ ಮೇಲೆ ವರುಷಕ್ಕೊಮ್ಮೆ ಎರಡು ವರುಷಕ್ಕೊಮ್ಮೆ ಬಂದಿದ್ದ. ಆದರೆ ಆತ ಈ ಬಾರಿ ರಾಜರ ಆಹ್ವಾನದ ಮೇರೆಗೆ ಬಂದಿದ್ದರಿಂದ ಈ ಮರ್ಯಾದೆ ದೊರೆತಿತ್ತು.

ಆ ಸಡಗರ ಸಂಭ್ರಮ ಮಗನಿಗೆ ಸಂದ ಮರ್ಯಾದೆಯನ್ನು ನೋಡಿ ಚೆನ್ನವ್ವ ಮೂಕವಿಸ್ಮಿತಳಾದಳು. ಎಷ್ಟೊ ದಿನಗಳ ನಂತರ ಮಗ ಮನೆಗೆ ಬಂದ ಖುಷಿ ಒಂದೆಡೆಯಾದರೆ, ಆತನಿಗೆ ದೊರೆತ ರಾಜ ಮರ್ಯಾದೆ ಮತ್ತೊಂದೆಡೆ. ಒಟ್ಟಿನಲ್ಲಿ ಸ್ವರ್ಗದ ತುಣುಕು ಹತ್ತಿರ ಬಂದಂತಾಗಿ ಖುಷಿ ಉತ್ತುಂಗಕ್ಕೇರಿತ್ತು. ಆ ಖುಷಿಯಲ್ಲಿ ಮಗನನ್ನು ಮನಸಾರೆ ಹರಸಿದ್ದಳು. ಆತನ ತಲೆಯನ್ನು ನೇವರಿಸುತ್ತಾ, "ಬಂದ್ಯಾ ಯಪ್ಪಾ ಎಷ್ಟ ದಿನಾ ಆಗಿತ್ತ ನನ್ನಪ್ಪಾ" ಎನ್ನುತ್ತ ಮಮತೆಯ ಪ್ರೀತಿಯ ಹೊಳೆಯನ್ನೇ ಹರಿಸಿದಳು. ಆತ ಬೇಡವೆಂದರೂ ಎಣ್ಣೆ ಹಚ್ಚಿ ತಿಕ್ಕಿ ತಲೆ ಸ್ನಾನ ಮಾಡಿಸಿದಳು. ಆತನಿಗೆ ಏನೇನು ಇಷ್ಟವೋ ಆತ ಬರುವ 2–3 ದಿನ ಮೊದಲೇ ತಿಂಡಿಗಳನ್ನೆಲ್ಲ ಬುದ್ಧವ್ವನ ಸಹಾಯದಿಂದ

ಮಾಡಿ ಇಟ್ಟಿದ್ದಳು. ಅವುಗಳನ್ನೆಲ್ಲ ಹೊಟ್ಟೆತುಂಬ ತಿನ್ನಿಸಿದಳು. ಆತನೂ ಕೂಡ ತೃಪ್ತಿಯಿಂದ ತಿಂದ.

ಸಾಯಂಕಾಲದ ಇಳಿಹೊತ್ತಿಗೆ ಬುದ್ಧವ್ವ "ಏನಪಾ ಶಿವಪ್ಪ ಹ್ಯಾಂಗ ಅದಿ ಆರಾಮಾ?" ಎನ್ನುತ್ತ ಬಂದಳು. ಆತ, ಆಕೆಯನ್ನು ನೋಡುತ್ತಲೇ "ಹೂ ದೊಡ್ಡವ್ವಾ ಅರಾಮ ಅದೀನಿ ನೀ ಹ್ಯಾಂಗ ಅದಿ?" ಎನ್ನುತ್ತ ಆಕೆಯ ಕಾಲಿಗೆರಗಿದ. ಚೆನ್ನವ್ವ ಖುಷಿಯಿಂದ "ಬಂದ್ಯಾ ಯಕ್ಕಾ. ಬಾ ಬಾ. ನಿನ್ನ ಬಾಯಿ ಹರಕೀಲೆ ನನ್ನ ಮಗಾ ದೊಡ್ಡಾವ ಆದ ಯವ್ವಾ"

"ಬರೇ ದೊಡ್ಡಾವ ಅಲ್ಲಾ ಎಲ್ಲಾರಿಗಿಂತ ದೊಡ್ಡಾವ ಆಗಿ ಊರಿಗೆ ಕೀರ್ತಿ ತಂದಾ. ಹೆಂತಾ ಮಗನ್ನ ಹಡದಿ ನಿನ್ನ ಮಗಾ ಮಾಣಿಕ್ಯ ನೋಡ ತಂಗಿ" ಹಾಗೇ ಮಾತುಕತೆಗಳು ಮುಂದುವರೆದು, "ಆತಪಾ ನೀ ಇಷ್ಟೆಲ್ಲಾ ಹೆಸರ ಗಳಿಸೀದಿ. ತಂದಿತಾಯಿ ಅಷ್ಟ ಯಾಕ ಇಡೀ ನಮ್ಮ ನಾಡೀಗೆ ಕೀರ್ತಿ ತಂದಿ. ಇನ್ನ ಮದುವಿ ಯಾವಾಗ ಮಾಡಕೊಳ್ಳಾವ? ನಿನ್ನ ಗೆಳೆಯಾ ಲಕ್ಷ್ಮಣಾ ಬಂದಿಲ್ಲನ ಬೆಟ್ಟಿ ಆಗಾಕ? ನಾಳೆ ಸೋಮಾರಾ ಅವನ ಮದುವಿ" ಎಂದಾಗ, ಚೆನ್ನವ್ವ, "ಈ ಸಲಾ ಇವಗೂ ಹೆಣ್ಣ ನೋಡೇಬಿಡೂಣ ಯಕ್ಕಾ" ಎನ್ನುತ್ತ ಆಕೆಯನ್ನು ಅಡುಗೆ ಮನೆಗೆ ಕರೆದಳು. ಆದರೆ ಬುದ್ಧವ್ವ "ಅಯ್ಯ ತಂಗಿ, ಮದುವಿ ಗದ್ದಲಾ ನಿನಗ ಗೊತ್ತ ಐತೆಲ. ಲಗೂಣ ಹೋಗಲೀಕ ಗಂಗವ್ವಾ ಹತ್ತ ಸಲಾ ಕರಿಯಾಕ ಕಳಸ್ತಾಳಾ ನಾ ಮತ್ತ ಬರತೀನಿ" ಎಂದವಳೇ ಅಲ್ಲಿಂದ ಕಾಲ್ಕಿತ್ತು ಗಂಗವ್ವಳ ಮನೆಗೆ ಬಂದಳು.

ರಾಜನ ಅರಮನೆಯಲ್ಲಿ ಅಂದು ಶಿವಪ್ಪನ ಸಂಗೀತ ಕಾರ್ಯಕ್ರಮವಿತ್ತು ಹಾಗಾಗಿ ಸಂಗೀತ ಕಚೇರಿಯ ಸಿದ್ಧತೆ ಬಲು ಜೋರಾಗಿ ನಡೆದಿತ್ತು. ರಾಜ ಸುತ್ತಮುತ್ತಲಿನ ಸಂಗೀತ ಸಾಮ್ರಾಜ್ಞರಿಗೆ ಆಹ್ವಾನವಿತ್ತಿದ್ದ. ದೂರದ ಮಹರಾಷ್ಟ್ರದಿಂದಲೂ ಸಂಗೀತ ಸಾಮ್ರಾಜ್ಞರು ಕಾರ್ಯಕ್ರಮಕ್ಕೆ ಬಂದಿದ್ದರು. ಶಿವಪ್ಪನ ಗೆಳೆಯರಾದ ಲಕ್ಷ್ಮಣ, ಶಂಕರ, ಆತನಿಗೆ ಕಲಿಸಿದ ಮಾಸ್ತರು, ಆತನ ಅವ್ವ ಅಪ್ಪ ಅಷ್ಟೇ ಅಲ್ಲ ತಮ್ಮೂರಿನ ಹುಡುಗನೆಂಬ ಅಭಿಮಾನ ಹೊತ್ತ ಬುದ್ಧವ್ವ, ಆಕೆಯೊಂದಿಗೆ ನಾಗರತ್ನ ಎಲ್ಲರೂ ಆತನ ಸಂಗೀತ ಕೇಳಲು ಆತುರರಾಗಿ ಕುಳಿತಿದ್ದರು.

ಮೊದಲು ಶಿವಪ್ಪ ಮಹಾರಾಜರ ಕಾಲುಗಳಿಗೆರಗಿ, ಮುಂದೆ ತಂದೆ ತಾಯಿಗಳಿಗೆ ನಮಸ್ಕರಿಸಿ ನಂತರ ಎಲ್ಲ ವಿದ್ವಾಂಸರಿಗೆ ವೇದಿಕೆಯಿಂದಲೇ ನಮಸ್ಕರಿಸಿ, ತಾನು ಬೆಳೆದು ಬಂದ ಪರಿಯನ್ನು ವಿವರಿಸತೊಡಗಿದ. ಅದಕ್ಕೆ ಮೊದಲು ರಾಜರು ತನಗೆ ಪ್ರೋತ್ಸಾಹ ನೀಡಿ ಅಲ್ಲಿಗೆ ಕಳುಹಿಸಿಕೊಟ್ಟದ್ದನ್ನು ಹೇಳಿ, ನಂತರ ತಂದೆ ತಾಯಿಗಳ ಆ ಊರಿನ ಗುರುಹಿರಿಯರ ಸಹಾಯವನ್ನು ನೆನೆಯುತ್ತಾ ಎಲ್ಲರಿಗೂ ಕೃತಜ್ಞತೆಗಳನ್ನು ಸಲ್ಲಿಸುತ್ತಾ, ತಾನು ಆ ಮಟ್ಟವನ್ನು ಆ

ಎತ್ತರವನ್ನು ಏರಲು ಪ್ರತಿಯೊಬ್ಬರೂ ಒಂದೊಂದು ಮೆಟ್ಟಿಲಾದರು ಎಂದೆಲ್ಲ ಹೇಳಿ ಮತ್ತೊಮ್ಮೆ ಮಗದೊಮ್ಮೆ ಎಲ್ಲರಿಗೂ ಕೃತಜ್ಞತೆಗಳನ್ನು ಸಲ್ಲಿಸಿ, ತನ್ನ ಸಂಗೀತ ಕಚೇರಿಯನ್ನು ಪ್ರಾರಂಭಿಸಿದ.

ಸತತವಾಗಿ ನಾಲ್ಕು ಗಂಟೆಗಳ ಕಾಲ ಸುಶ್ರಾವ್ಯ ಸಂಗೀತ ಹರಿದು ಬಂದು ಆ ಅದ್ಭುತ ಸಂಗೀತ ಕೇಳುತ್ತ ಯಾರಿಗೂ ಸಮಯ ಸರಿದದ್ದೇ ತಿಳಿಯಲಿಲ್ಲ. ಶಿವಪ್ಪ ಸಭಿಕರನ್ನು ಯಾವುದೋ ಲೋಕಕ್ಕೆ ಕರೆದೊಯ್ದ. ಪ್ರತಿ ಹಾಡಿಗೂ ಪ್ರತಿ ರಾಗಕ್ಕೂ ಇನ್ನಿಲ್ಲದಂತೆ ಚಪ್ಪಾಳೆಗಳ ಸುರಿಮಳೆ. ಸಂಗೀತ ಕಚೇರಿ ಮುಗಿಯುವುದೊಂದೇ ತಡ, ರಾಜರು ಸಿಂಹಾಸನದಿಂದ ಇಳಿದುಬಂದವರೇ, ಶಿವಪ್ಪನನ್ನು ಅಪ್ಪಿಕೊಂಡರು. ಆತನಿಂದ ತಮ್ಮ ನಾಡು, ತಮ್ಮ ಸಂಸ್ಥಾನಕ್ಕೆ ಕೀರ್ತಿ ಸಂದಿತು ಎಂದೆಲ್ಲ ಹಾಡಿ ಹೊಗಳಿದರು. ಅಷ್ಟೇ ಅಲ್ಲ, ಶಿವಪ್ಪನಿಗೆ ಗಾನ ಗಂಧರ್ವನೆಂದು ಬಿರುದು ನೀಡಿದರು. ಆ ಬಿರುದಿನಿಂದ ಇಡೀ ಕಚೇರಿಯೇ ಉತ್ಸಾಹದ ಉತ್ತುಂಗಕ್ಕೇರಿ ಐದಾರು ನಿಮಿಷಗಳ ಕಾಲ ಚಪ್ಪಾಳೆಗಳ ಸುರಿಮಳೆ ಸುರಿಯಿತು. ಒಟ್ಟಿನಲ್ಲಿ ಅದೊಂದು ಎಂದಿಗೂ ಮರೆಯದಂತಹ ಅದ್ಭುತ ಸಂಗೀತ ಕಚೇರಿಯಾಗಿತ್ತು.

ಅಂದು ರಾತ್ರಿ ನಾಗರತ್ನಾ, ಆ ಕಚೇರಿಯ ಬಗ್ಗೆಯೇ ಆಲೋಚನೆ ಮಾಡುತ್ತಿದ್ದಳು. ಗಾನಗಂಧರ್ವನೆಂಬ ಬಿರುದು ಪಡೆದ ಬಗೆ, ಆತನ ಸಂಗೀತದ ಮಾಧುರ್ಯ ಕಿವಿಗೆ ಅಪ್ಪಳಿಸಿದಂತಾಯಿತು. ಅದೆಂತಹ ಅದ್ಭುತ ಸಂಗೀತಗಾರ ಎನ್ನಿಸಿತು. ಚಿಕ್ಕಂದಿನಲ್ಲಿಯೇ ಆತ ಅಷ್ಟೊಂದು ದೂರದ ಮುಂಬಯಿಗೆ ಸಂಗೀತ ಕಲಿಯಲು ಹೋದನಂತೆ. ಹತ್ತು ಹನ್ನೆರಡು ವರ್ಷಗಳ ಕಾಲ ಸತತ ಅಭ್ಯಾಸ ಮಾಡಲು ಎಷ್ಟು ಶ್ರಮಪಟ್ಟಿರಬಹುದು? ತಾನು? ತಾನೇನು ಆತನ ಎರಡು ಪಟ್ಟು ಶ್ರಮಪಡಬಹುದು ಆದರೆ ನನ್ನನ್ನು ಸಂಗೀತ ಅಭ್ಯಾಸಕ್ಕೆ ಕಳುಹಿಸುವವರಾರು? ಹೈಸ್ಕೂಲು ಓದಲೇ ಹಟಮಾಡಿ ಸಾಕು ಬೇಕಾಯಿತು. ಕಾಲೇಜಿಗಂತೂ ತಾನು ಸತ್ತರೂ ಕಳುಹಿಸುವುದಿಲ್ಲ ಎಂದರು. ಇನ್ನು ಸಂಗೀತ ಅಭ್ಯಾಸ ತನ್ನಂತವಳಿಗೆ ನಿಲುಕದ ನಕ್ಷತ್ರ. ಎಂದುಕೊಳ್ಳುತ್ತಲೇ ತನ್ನಲ್ಲಿಯೂ ಸಾಕಷ್ಟು ಕಲೆ ಇದ್ದರೂ ಅದನ್ನು ದುಡಿಸಿಕೊಳ್ಳುವ ಅದೃಷ್ಟ ತನಗಿಲ್ಲವಲ್ಲ ಎಂದು ಕೊರಗಿದಳು. ಆದರೂ ಇನ್ನು ಮೇಲೆಯಾದರೂ ಮನೆಬಿಟ್ಟು ಹೋದರೂ ಸರಿಯೇ, ತಾನೂ ಆ ಮಟ್ಟಕ್ಕೆ ಬರಬೇಕೆಂಬ ಹಂಬಲ ಮೊಳಕೆಯೊಡೆಯಿತು. ಏನಾದರೂ ಸರಿ, ಒಂದು ಸಲ ಶಿವಪ್ಪನನ್ನು ಭೇಟಿಯಾಗಬೇಕೆನ್ನಿಸಿ, ಸಾಧ್ಯವಾದರೆ ಮರುದಿನವೇ ಹೋಗಬೇಕೆಂದು ನಿರ್ಧರಿಸಿ ಮಲಗಿದಳು.

ನಾಗರತ್ನ ಮರುದಿನ ಅಂಜುತ್ತ ಅಳುಕುತ್ತ ಹೋಗಲೋ ಬೇಡವೋ ಎನ್ನುತ್ತಲೇ ಗೊಂದಲದಲ್ಲಿರುವಾಗ, ಆಕೆಯ ಸಂಗೀತದ ಪ್ರೀತಿ ಆಸಕ್ತಿ ಆಕೆಯನ್ನು ಮುಂದಕ್ಕೆ ನೂಕಿತ್ತು. ಮನೆಬಾಗಿಲಿಗೆ ಬಂದ ನಾಗರತ್ನಳನ್ನು

ಕಂಡು ಖುಷಿಗೊಂಡ ಚೆನ್ನವ್ವ "ಅಯ್ಯ ತಂಗಿ ಅದೇನ ಬಗಿ ಬಂದೆ ಯವ್ವಾ ಬಾ ಒಳಗ" ಎಂದು ಒಳಗೆ ಕರೆದಳು. "ಅಣ್ಣಾರು ಬೇಕಾಗಿದ್ದರು ಚಿಗವ್ವಾ, ಅವರ ಕಡೆ ಮಾತಾಡಬೇಕಾಗಿತ್ತು" ಎನ್ನುತ್ತಲೇ ಒಳನಡೆದಾಗ, "ಹಂಗಾ ಬಾ ಬಾ ಅದಾನ ಬಾ ನಿಮ್ಮ ಅಣ್ಣಾ" ಎನ್ನುತ್ತಲೇ ಆಕೆಗೆ ಒಂದು ಚಾಪೆ ಹಾಕಿ ಕುಳ್ಳಿರಿಸಿ, "ಏ ಶಿವಪ್ಪ ಎಲ್ಲಿ ಅದಿ ತಮ್ಮಾ?" ಎಂದು ಕೂಗಿ ಶಿವಪ್ಪನನ್ನು ಕರೆತಂದಳು. ಆತ, ಆಕೆ ಯಾರು ಎಂಬಂತೆ, ದಿಟ್ಟಿಸಿದಾಗ, "ನಾ ಲಕ್ಷ್ಮಣ ಅಣ್ಣಾನ ತಂಗಿ ಮಾದೇವಿ ಗೆಳತಿ ನಾಗರತ್ನಾರಿ.." ಎಂದು ತನ್ನನ್ನು ತಾನೇ ಪರಿಚಯಿಸಿಕೊಳ್ಳುತ್ತಿರುವಾಗ, ಚೆನ್ನವ್ವಾ, "ಅಯ್ಯ ಹಾರೂರ ಕೃಷ್ಣಪ್ಪನ ಮಗಳ ನಾಗರತ್ನಾ. ಸಣ್ಣಾಕಿ ಇದ್ದಾಗ, ಮಾದೇವಿ ಜೋಡಿ ಇಲ್ಲೇ ಆಡಾಕ ಬರತಿದ್ದಳು. ಇಕಿನೂ ಭಾಳ ಚೆಂದ ಹಾಡತಾಳಾ" ಎಂದಾಗ, ಶಿವಪ್ಪ ಆಕೆಯತ್ತ ಆಸಕ್ತಿತಳೆದ. ಚೆನ್ನವ್ವಾ ಆಕೆಗೆ ಒಂದು ಹಾಡು ಹಾಡಲು ಹೇಳಿದಾಗ, ಸುಮಧುರವಾಗಿ ಬಸವಣ್ಣನವರ ವಚನ "ಬೆಟ್ಟದಾ ಮೇಲೊಂದು ಮನೆಯ ಮಾಡಿ" ಎಂಬ ವಚನವನ್ನು ಸುಮಧುರವಾಗಿ ಹಾಡಿದಳು. ಶಿವಪ್ಪ ಮೆಚ್ಚುಗೆ ವ್ಯಕ್ತಪಡಿಸಿದಾಗ, ಆಕೆಗೆ ಖುಷಿಯೋ ಖುಷಿ! ಮೊದ ಮೊದಲು ಆಕೆ ತನ್ನ ಸೀರೆ ಸೆರಗನ್ನು ಸರಿಪಡಿಸಿಕೊಳ್ಳುತ್ತಲೇ ಸಂಕೋಚಪಡುತ್ತಿದ್ದವಳು, ಈಗ ಆತನ ಪ್ರೋತ್ಸಾಹದಾಯಕ ಮಾತುಗಳಿಂದ ನಿಸ್ಸಂಕೋಚದಿಂದ ಮಾತಾಡತೊಡಗಿದಳು. ಸುಮಾರು ಒಂದೆರಡು ತಾಸುಗಳವರೆಗೆ ಮಾತಿನ ಝುರಿ ಹರಿದೇ ಹರಿಯಿತು.

** ** **

ಲಕ್ಷ್ಮಣನ ಮದುವೆ ತಯಾರಿ ಬಲು ಜೋರಾಗಿ ನಡೆಯತೊಡಗಿತು. ಆತನ ಗಳಸ್ಯ ಕಂಠಸ್ಯ ಗೆಳೆಯರಾದ ವೀರಭದ್ರ ಹಾಗೂ ಹನುಮಂತರು ಆತನ ಮದುವೆ ತಯಾರಿಯ ಹೊಣೆಹೊತ್ತರು. ಕುಂಬಾರ ಕಾಶಪ್ಪ ಒಂದು ತಿಂಗಳು ಮೊದಲೇ ಮದುವೆಯ ಮಂಗಳ ಕಾರ್ಯಗಳಿಗೆ ಬೇಕಾಗುವ ಮಡಿಕೆಗಳನ್ನು ಮಾಡಿ ಕೊಟ್ಟಿದ್ದ. ಬಡಿಗೇರ ಬಾಳಣ್ಣನೂ ಸಹಿತ ಆತನ ಮದುವೆ ತಯಾರಿಗೆ ಮೊದಲೇ ಬಂದು ನಿಂತಿದ್ದ. ಶೆಟ್ಟರ ಕುಬೇರನಂತೂ ಎಲ್ಲ ಕಾಳುಕಡಿಗಳನ್ನು ಸರಬರಾಜು ಮಾಡಿದ್ದ. ಗಾಣಿಗೇರ ಬಸವಣ್ಣ, ಎಣ್ಣೆ ತೆಗೆದುಕೊಟ್ಟಿದ್ದ. ಮ್ಯಾದಾರ ಮಲ್ಲಣ್ಣ ಬಿದಿರಿನ ಬುಟ್ಟಿ ಹೆಣೆದು ಕೊಟ್ಟಿದ್ದ. ಒಟ್ಟಿನಲ್ಲಿ ಆತನ ಎಲ್ಲಾ ಗೆಳೆಯರು ಆತನ ಮದುವೆಗೆ ಕೈಜೋಡಿಸಿ ನಿಂತಿದ್ದರು. ಹೀಗಾಗಿ ಮದುವೆ ಕಾರ್ಯಗಳು ಬಲು ವಿಜೃಂಭಣೆಯಿಂದ ಸಾಗತೊಡಗಿದವು. ಬುದ್ಧವ್ವಳಂತೂ ಹದಿನೈದು ದಿನಗಳಿಂದ ಮದುವೆ ಮನೆಯಲ್ಲಿಯೇ ಟೆಂಟ್ ಹೂಡಿದ್ದಳು.

ಆತನ ಮದುವೆಗೆ ಈ ಎಲ್ಲರೂ ಊರಿನ ಗೆಳೆಯರಷ್ಟೇ ಅಲ್ಲದೇ, ಬೇರೆ ಊರಿಗೆ ಮಾಸ್ತರರಾಗಿ ಹೋದ ಗೆಳೆಯರು, ಬೇರೆ ಇತರೇ ನೌಕರಿಯನ್ನು ಅರಸಿಕೊಂಡು ಹೋದ ಗೆಳೆಯರೆಲ್ಲ ಲಕ್ಷ್ಮಣನ ಮದುವೆಗೆ ಬಂದಿದ್ದರು. ಎಲ್ಲಕ್ಕಿಂತ ಮಿಗಿಲಾಗಿ ಸಂಗೀತ ದಿಗ್ಗಜ, ಗಾನ ಗಂಧರ್ವನೆಂದು ಬಿರುದು ಪಡೆದ, ಶಿವಪ್ಪ ಮದುವೆಗೆ ಹಾಜರ ಇರುವುದು ಎಲ್ಲಕ್ಕಿಂತ ಮಿಗಿಲಾದ ವಿಷಯವಾಗಿ ಮದುವೆಗೆ ಇನ್ನಿಲ್ಲದ ಕಳೆ ಬಂದಿತ್ತು.

ಹಸೆಮನೆಯ ಮೇಲೆ ಕುಳಿತ ದಂಪತಿಗಳಿಗೆ ಅಕ್ಷತೆಯನ್ನು ಹಾಕಿದ ನಂತರ, ಶಿವಪ್ಪ ಗೆಳೆಯರೆಲ್ಲರ ಪ್ರೀತಿಯ ವಿನಂತಿಯ ಮೇರೆಗೆ ಹಾಡಲು ಪ್ರಾರಂಭಿಸಿದ. ಅಂತಹ ಅತ್ಯದ್ಭುತ ಹಾಡುಗಳನ್ನು ಸುಮಧುರವಾಗಿ ಹಾಡಿದಾಗ, ಆತನ ಹಾಡುಗಳನ್ನು ಸಾಮಾನ್ಯ ಜನರೂ ಕೂಡ ಕೇಳಿ ಆನಂದಿಸುವಂತಾಯಿತು. ಅದೇ ಸಮಯವೆಂದು ನಾಗರತ್ನ ಕೂಡ ಒಂದೆರಡು ಹಾಡು ಹಾಡಿದಳು. ಒಟ್ಟಿನಲ್ಲಿ ಮದುವೆ ಮಂಟಪದಲ್ಲಿ ಸೋಬಾನೆ ಪದದೊಂದಿಗೆ ಶಾಸ್ತ್ರೀಯ ಸಂಗೀತದ ಔತಣವೂ ದೊರೆಯಿತು.

ಹಿರಿಯರು ಮದುಮಕ್ಕಳಿಗೆ ಹರಸುತ್ತಾ ಸಾಗಿದರೆ ಕಿರಿಯರು, ಲಕ್ಷ್ಮಣನ ಗೆಳೆಯರು ಹಾಗೂ ಭಾರತಿಯ ಗೆಳತಿಯರೆಲ್ಲ ಮದುಮಕ್ಕಳನ್ನು ಗಂಡ ಹೆಂಡತಿಯ ಹೆಸರು ಕೇಳಲು ಕಂಕಣಬದ್ಧರಾಗಿ ನಿಂತರು.

ಆದರ್ಶವಾದಿ ಹೆಂಡತಿಯ ಮೇಲೆ ಬಲು ಪ್ರೀತಿಯನ್ನು ಹೊಂದಿದ್ದ ಲಕ್ಷ್ಮಣನನ್ನು ಗೆಳೆಯರು ಹೆಂಡತಿಯ ಹೆಸರು ಹೇಳೆಂದು ಪೀಡಿಸಿದಾಗ, "ಬಲು ಅಪರೂಪ ಭಾರತೀಯ ನಾರಿ ಈ ನನ್ನ ಭಾರತಿ" "ಬಂದು ನಿಂತಳು, ಬದುಕ ಬೆಳಗಿದಳು ಈ ನನ್ನ ಭಾರತಿ ನನ್ನ ಬದುಕಿಗೊಂದು ಆರತಿ" "..." ಎಂದೆಲ್ಲ ಹೆಂಡತಿಯ ಹೆಸರು ಹೇಳಿದರೆ, ಭಾರತಿ "ಗಾಂಧೀಜಿಗಿರುವುದು ಸ್ವತಂತ್ರ ಭಾರತದ ಕನಸು, ಲಕ್ಷ್ಮಣ ರಾಯರಿಗಿರುವುದು ಈ ಭಾರತಿಯ ಮೇಲೆ ಮನಸು" "ಪರತಂತ್ರವನು ಅಳಿದು ಸ್ವತಂತ್ರವಾಗಲಿ ಭಾರತ ದೇಶ, ಲಕ್ಷ್ಮಣ ರಾಯರ ಮನಸು ಅರಳಿಸಲಿ ಈ ಭಾರತಿಯ ಕೇಶ" "ಸ್ವರಾಜ್ಯ ನನ್ನ ಜನ್ಮಸಿದ್ಧ ಹಕ್ಕು ಎಂದರು ಬಾಲ ಗಂಗಾಧರ ತಿಲಕರು, ಲಕ್ಷ್ಮಣ ರಾಯರಿಗೆ ಹೆಣ್ಣು ನೀಡಿ ಕೃತಾರ್ಥರಾದರು ನನ್ನ ಪಾಲಕರು" ಎಂದೆಲ್ಲ ದೇಶದ ಸ್ಥಿತಿ ಹಾಗು ಸ್ವಾತಂತ್ರ್ಯದ ಕುರಿತು ಒಡಪಿನೊಂದಿಗೆ ಹೆಸರು ಹೇಳಿದಾಗ, ವಿದ್ಯಾವಂತ ಸ್ನೇಹಿತರೆಲ್ಲ ದಂಗಾದರು. ಅಷ್ಟೇ ಅಲ್ಲ ಆಕೆ ಯಾವ ಊರಿನವಳು? ಯಾರ ಮಗಳು ಎಂದೆಲ್ಲ ಕೇಳಿ ಸ್ವಾತಂತ್ರ್ಯ ಯೋಧನ ಮಗಳು ಎಂದು ತಿಳಿದುಕೊಂಡು ಹೆಮ್ಮೆಪಟ್ಟರು.

ಗೆಳೆಯರೆಲ್ಲ ಎಷ್ಟೋ ಹೊತ್ತಿನವರೆಗೆ ಕೂಡಿ ಕಲೆತು ಬೆರೆತು ಮಾತನಾಡಿ ಲಕ್ಷ್ಮಣನ ಮದುವೆ ನೆಪದಲ್ಲಿ ಎಲ್ಲರೂ ಸೇರಿದೆವು ಎಲ್ಲಕ್ಕಿಂತ ಮಿಗಿಲಾಗಿ ಶಿವಪ್ಪ

ಸಿಕ್ಕಿದ್ದು ಆತನ ಸಂಗೀತವನ್ನು ಆನಂದಿಸುವಂತಾಯಿತು. ಒಟ್ಟಿನಲ್ಲಿ ಎಲ್ಲರೂ ಖುಷಿಪಟ್ಟು ದಂಪತಿಗಳನ್ನು ಹರಸಿ ಮನೆಗೆ ತೆರಳಿದರು.

ತಾಯಿ ಇಲ್ಲದ ತಬ್ಬಲಿ ಭಾರತಿ ಗಂಡನ ಮನೆಗೆ ಹೊರಟು ನಿಂತಿದ್ದಾಳೆ. ಇನ್ನು ರಾಮಚಂದ್ರಪ್ಪನು ಒಂಟಿಯಾಗಿಯೇ ಬದುಕಬೇಕು. ಅದನ್ನು ನೆನಪಿಸಿಕೊಂಡು ಇನ್ನಿಲ್ಲದಂತೆ ದುಃಖಿಸುತ್ತಿದ್ದ ಭಾರತಿಯನ್ನು ಕಂಡು ತಂದೆಯೂ ಕೂಡ ಕಣ್ಣೀರಗರೆಯುತ್ತಿದ್ದಾನೆ. ಆ ತಬ್ಬಲಿಗೆ ಉಡಿಅಕ್ಕಿ ಹಾಕಲು ಬಂದ ಹೆಂಗಳೆಯರು ಅವರಿಬ್ಬರನ್ನು ಕಂಡು ಕಣ್ಣೀರು ಹಾಕುತ್ತಲೇ "ಅಳಬ್ಯಾಡ ಬಿಡ ತಂಗಿ, ಒಂದಲ್ಲ ಒಂದ ದಿನಾ ಹೆಣ್ಣ ಮಕ್ಕಳು ಗಂಡನ ಮನಿಗೆ ಹೋಗಾಕಬೇಕ. ಸಮಾಧಾನಾ ಮಾಡಕೋ ಯವ್ವಾ" ಎಂದು ರಮಿಸುತ್ತ ಉಡಿಯಕ್ಕಿ ಹಾಕಿದರು. ಹತ್ತು ಹನ್ನೆರಡು ಹರಕೆ ಹೊತ್ತು ಹಡೆದ ಏಕೈಕ ಮಗಳು ರಾಣಿ ಮಹಾರಾಣಿಯಂತೆ ಬೆಳೆದ ತಂದೆ ತಾಯಿಯರ ಕಣ್ಮಣಿ ಇಂದು ತವರನ್ನು ತೊರೆದು ಹೊರಟಿದ್ದಾಳೆ. ಅದೂ ಕೂಡ ತಾಯಿಯನ್ನು ಕಳೆದುಕೊಂಡು ಅನಾಥೆಯಾಗಿ. ಆ ವಿಷಯ ರಾಮಚಂದ್ರನನ್ನು ಇನ್ನಷ್ಟು ಮತ್ತಷ್ಟು ಕುಗ್ಗಿಸಿಬಿಟ್ಟಿತ್ತು. ಆತ ತನ್ನ ಮಗಳಿಗೆ ಉಡಿಅಕ್ಕಿಯನ್ನೂ ಕೂಡ ಹಾಕಲು ದಿಕ್ಕಿಲ್ಲವಾಯಿತಲ್ಲ ಎಂದು ನೊಂದುಕೊಂಡರೆ, ಭಾರತಿ ತಾನು ಹುಟ್ಟಿ ಬೆಳೆದು ದೊಡ್ಡವಳಾದ ಆ ಮನೆಯನ್ನು ಅದಕ್ಕಿಂತ ಮುಖ್ಯವಾಗಿ ಹಡೆದ ತಂದೆಯನ್ನು ಒಂಟಿಯಾಗಿ ಬಿಟ್ಟು ಹೋಗುವುದು ವೇದನೆಯನ್ನು ತಂದೊಡ್ಡಿತು. ಇಡೀ ಮನೆಯಲ್ಲಿ ಅಪ್ಪ ಒಬ್ಬನೇ ದಿಕ್ಕಿಲ್ಲದ ಪರದೇಶಿಯಂತೆ ಸುತ್ತಾಡುವ ದೃಶ್ಯವನ್ನು ಕಲ್ಪಿಸಿಕೊಂಡು ಕರುಳು ಕಿತ್ತುಬಂತು. ಗಳಿಗೆಗೊಮ್ಮೆ ತಾಸಿಗೊಮ್ಮೆ ಮಗಳ ಹತ್ತಿರ ಬಂದು "ಯವ್ವಾ ಏನ ಮಾಡಾಕತ್ತಿ?" ಎಂದು ಕೇಳುತ್ತಿದ್ದ. ಆತ ಮಗಳಿಗೆ ಅವ್ವ ಎಂದು ಸಂಭೋದಿಸುತ್ತಿದ್ದ. ಭಾರತಿ ಕೂಡ ಅವ್ವ ತೀರಿಕೊಂಡ ನಂತರ ಅಪ್ಪನನ್ನು ಮಗನಂತೆ ಪೊರೆಯುತ್ತಿದ್ದಳು. ಹೊತ್ತು ಹೊತ್ತಿಗೆ ಬಿಸಿ ಬಿಸಿ ಊಟ ಚಹ ಎಂದೆಲ್ಲ ನೋಡಿಕೊಳ್ಳುತ್ತಿದ್ದಳು. ರಾಮಚಂದ್ರಪ್ಪನೂ ಸಹ ಭಾರತಿ ತಾಯಿ ಇಲ್ಲದ ತಬ್ಬಲಿ ಎಂದು ಯಾವುದಕ್ಕೂ ಕೊರತೆಯಾಗದಂತೇ ನೋಡಿಕೊಂಡಿದ್ದ. ಅಂತಹ ಭಾಂದವ್ಯವನ್ನು ತೊರೆದು ಹೋಗುವುದು ಕಷ್ಟವಾಗಿ ಓಣಿಯ ಹೆಂಗಳೆಯರು ಹಾಕಿದ ಉಡಿಅಕ್ಕಿಯ ಜೊತೆಗೇ ಕುಸಿದು ಕುಳಿತಾಗ, ಆಕೆಯನ್ನು ರಮಿಸುತ್ತಾ "ಏಳ ತಂಗಿ ಏಳು ನಿನ್ನ ಗಂಡನ ಮನಿಯರ ಎಷ್ಟ ದೂರಿಂದ ಏಳ ನಿಮ್ಮ ಅಪ್ಪ ಮತ್ತ ಕರಿಯಾಕ ಬಂದ ಬರತಾನಾ. ಇಲ್ಲಾ ಅಂದ್ರ ನೋಡಾಕ ಬರ್ತಾನಾ. ತ್ರಾಸ ಮಾಡಕೋಬ್ಯಾಡಾ ಏಳ" ಎಂದೆಲ್ಲ ರಮಿಸಿ ಎಬ್ಬಿಸಿ ಆ ಓಣಿಯ ಹತ್ತಾರು ಮನೆಗೆ ಉಡಿ ಹಾಕಿಸಿಕೊಳ್ಳಲು ಕರೆದೊಯ್ದರು. ಭಾರತಿ ಪ್ರತಿಯೊಂದು ಮನೆಯಲ್ಲಿ "ಹೋಗಿ ಬರ್ತೀನೆ ದೊಡ್ಡವ್ವ" "ಹೋಗಿ ಬರ್ತೀನೆ ಚಿಗವ್ವಾ ಯತ್ತಿ... ಕಾಕಾ.. ದೊಡ್ಡಪ್ಪಾ.. ಯಜ್ಜಾ" ಎಂದೆಲ್ಲ ಕಣ್ಣೀರು

ಸುರಿಸುತ್ತಲೇ ಹೇಳಿದಾಗ, ಹೊಸದಾಗಿ ಗಂಡನಮನೆಗೆ ತೆರಳಲಿದ್ದ ಆ ಹೆಣ್ಣುಮಗಳನ್ನು ತಾವೂ ಕಣ್ಣೀರು ಹಾಕುತ್ತಾ ಮೂಗು ಏರಿಸುತ್ತಾ "ಹೋಗಿ ಬಾ ಮಗಳ, ಚೆಂದಂಗ ಇರ ಯವ್ವಾ" ಎಂದು ಹರಸಿದ್ದರು. ಹೀಗೆ ನಾಲ್ಕೈದು ಮುತ್ತೈದೆಯರೊಂದಿಗೆ ಇಡೀ ಓಣಿಯನ್ನು ಸುತ್ತು ಹಾಕಿದಳು. ಹಾಗೇ ಇಡೀ ಓಣಿಯ ಜನ ಆಕೆಯನ್ನು ಕಳುಹಿಸಲು ಗಾಡಿಯವರೆಗೆ ಬಂದು ಆಕೆ ಚಕ್ಕಡಿ ಗಾಡಿಯನ್ನು ಹತ್ತಿ ಅದು ಧೂಳೆಬ್ಬಿಸುತ್ತಾ ಎಷ್ಟೋ ದೂರ ಚಲಿಸುವವರೆಗೆ ಕೈಯ್ಯಾಡಿಸುತ್ತಲೇ ಇದ್ದರು.

ಲಕ್ಷ್ಮಣನ ಮದುವೆಯಾದ ನಂತರ, ಸೊಸೆಯನ್ನು ಮನೆ ತುಂಬಿಸಿಕೊಳ್ಳುವ ಕಾರ್ಯಕ್ರಮ, ಸತ್ಯ ನಾರಾಯಣ ಪೂಜೆ, ಮದುವೆಯಲ್ಲಿ ಓಡಾಡಿದ ಹುಡುಗರು ಹಿರಿಯರ ಊಟ ಎಂದೆಲ್ಲ ಕಾರ್ಯಕ್ರಮಗಳು ಮುಗಿಯಲೇ ಇಲ್ಲ. ರಾಮನಿಗೆ ಅದು ಏಕೋ ಮುಗಿಯದ ಕತೆ ಎನ್ನಿಸಿತು. ಭಾರತಿ ಬಂದು ಮನೆ ತುಂಬಿದ ಮೇಲೆಯಂತೂ ಮನೆ ಬೇರೆಯೇ ಎನ್ನಿಸತೊಡಗಿತು. ಗಂಡ ಹೆಂಡಿರ ಪ್ರೀತಿ ಪ್ರಣಯದಂತಹ ವಿಷಯಗಳೆಲ್ಲ ಏಕೋ ಆತನ ಮನಸ್ಸನ್ನು ಘಾಸಿಗೊಳಿಸಿದವು. ಇನ್ನು ತಾನು ಇಲ್ಲಿ ಇರಬಾರದೆಂಬ ಭಾವ ಬೆಳೆಯಿತು. ಇಲ್ಲಿ ಇರಬಾರದೆಂದರೆ ಬೇರೆ ಮನೆ ಮಾಡಿಕೊಳ್ಳಬೇಕು. ಬೇರೆ ಮನೆ ಮಾಡಿಕೊಳ್ಳಬೇಕೆಂದರೆ ದುಡಿದು ಗಳಿಸಬೇಕು. ದುಡಿದು ಗಳಿಸಿ ಬೇರೆ ಮನೆ ಮಾಡಿ ಮತ್ತೆ ನಾನೇದಾರೂ ಮದುವೆ ಮಾಡಿಕೊಂಡು ಸಂಸಾರಿಯಾಗಬೇಕೆ? ಸಂಸಾರಿಯೇ ಆಗುವುದಾದರೆ ಇರುವ ಮನೆಯಲ್ಲಿಯೇ ಇರಬಹುದಲ್ಲ? ಆದರೆ ಅದು ನನ್ನಿಂದಾಗದು. ಆಗದೆಂದರೆ ಮತ್ತಿನ್ನೇನು ಮಾಡಬೇಕು? ಈ ಜನರು ಈ ಜಾತ್ರೆ ಇದು ಒಂದೂ ತನಗೆ ಇಷ್ಟವಾಗಲಾರದು. ತನಗೇನಿದ್ದರೂ ನಿರ್ಜನ ಪ್ರದೇಶ. ತಾನು ಹೇಗಾದರೂ ಮಾಡಿ ಈ ಲೌಕಿಕ ಬದುಕನ್ನು ತೊರೆದು ಒಂದು ಸ್ಥಿರವಾದ ಜಾಗ ಹುಡುಕಬೇಕೆಂದ. ಆ ವಿಚಾರದ ಬೀಜ ಆತನ ಎದೆಯಲ್ಲಿ ನೆಟ್ಟಿತ್ತು.

ರಾಮನಿಗೆ ಯಾವುದೇ ಕೆಲಸದಲ್ಲಿ ಆಸಕ್ತಿಯೇ ಇಲ್ಲದೇ ಯಾವುದೋ ಆಳವಾದ ಚಿಂತೆಯಲ್ಲಿಯೇ ಕುಳಿತಿರುತ್ತಿದ್ದ. ಇಲ್ಲವೇ ಸಾಯಂಕಾಲದವರೆಗೂ ಪತ್ತೆಯೇ ಇರುತ್ತಿರಲಿಲ್ಲ. ಅದನ್ನು ನೋಡಿ ನೋಡಿ ಭಾರತಿಗೂ ಬೇಸರವೆನ್ನಿಸಿತು. ಭಾರತಿ ಮನೆಯವಳೇ ಆದರೂ ರಾಮ ಆಕೆಯೊಂದಿಗೆ ಹೆಚ್ಚು ಸಲುಗೆಯಿಂದ ಇರಲಿಲ್ಲ. ಆಕೆಯೊಂದಿಗೆ ಅಷ್ಟೇ ಏಕೆ, ಯಾರೊಂದಿಗೂ ಕೂಡ ಹೆಚ್ಚಿಗೆ ಮಾತನಾಡುತ್ತಿರಲಿಲ್ಲ. ಸ್ವತಃ ತಾಯಿ ಗಂಗವ್ವಳ ಜೊತೆಗೂ ಕೂಡ ಅವಶ್ಯಕತೆ ಇದ್ದಷ್ಟೇ ಮಾತನಾಡುತ್ತಿದ್ದ.

ಭಾರತಿ, ಆತನ ಬಗ್ಗೆ ಚಿಂತನೆ ಮಾಡುತ್ತಾ, ಆತನಿಗೆ ಮದುವೆ ಬೇಡವಾದರೆ ಪರವಾಗಿಲ್ಲ. ಹೀಗೆ ಕುಳಿತುಕೊಳ್ಳುವ ಬದಲಿಗೆ ಸ್ವಾತಂತ್ರ್ಯ ಹೋರಾಟದ

ಕಾರ್ಯ ಚಟುವಟಿಕೆಯಲ್ಲಾದರೂ ತೊಡಗಿಕೊಳ್ಳಬಾರದೇ ಎನ್ನಿಸಿತು. ಆತ ಹೇಗೂ ದಷ್ಟಪುಷ್ಟನಾಗಿದ್ದ. ಆ ಕಾರ್ಯಕ್ಕೆ ಆತ ಯೋಗ್ಯನಾಗಿದ್ದಾನೆ ಎನ್ನಿಸಿತು. ಹಾಗೆ ಮಾಡಿದಲ್ಲಿ ದೇಶಕ್ಕೆ ನಮ್ಮಿಂದಲೂ ಸೇವೆ ದೊರಕಿದಂತಾಗುತ್ತದೆ. ಎನ್ನಿಸಿಕೊಳ್ಳುತ್ತಲೇ ಮನೆಗೊಬ್ಬರು ಇಂತಹ ಯುವಕರು ದೇಶ ಸೇವೆಗಾಗಿ ತಯಾರಾಗಿ ನಿಂತರೆ ಆದಷ್ಟು ಬೇಗ ದೇಶವನ್ನು ಗುಲಾಮಗಿರಿಯಿಂದ ರಕ್ಷಿಸಬಹುದೆನ್ನಿಸಿತು.

ಆತನಿಗೆ ಸೇವೆಗೆ ಸೇರುವಂತೆ ಹುರಿದುಂಬಿಸುವಂತೆ ಮನಸ್ಸಾಯಿತಾದರೂ, ಆತ ಆಕೆಯೊಂದಿಗೆ ಮಾತನಾಡುತ್ತಲೇ ಇರಲಿಲ್ಲವಾದ್ದರಿಂದ ಗಂಡನ ಮುಂದೆ, "ಅಲ್ರಿ ರಾಮಣ್ಣ ಹಿಂಗ ಸುಮ್ಮನ ಕುಂಡ್ರು ಬದಲಿಗೆ ಅಪ್ಪನ ಹಂಗ ಹೋರಾಟದಾಗ ಭಾಗಿ ಆಗಲಿ. ಆ ಯುವ ಶಕ್ತಿ ಹಾಳ ಆಗಬಾರದು. ಹ್ಯಾಂಗಾರ ಮಾಡಿ ನೀವ ಒಪ್ಪಿಸಿದ್ರ ನಾ ಅಪ್ಪಗ ಹೇಳತೀನಿ." ಎಂದಾಗ, ಲಕ್ಷ್ಮಣ ನಗುತ್ತಲೇ "ಅಯ್ಯ ನಿನ ಪೆದ್ದಿ, ಅಲ್ಲಾ ಅವಾ ಮನೀನ ನೋಡಕೊಳ್ಳುದಿಲ್ಲಾ ಇನ್ನ ದೇಶಾ ನೋಡಾಕ ಹೊಕ್ಕಾನಾ? ಸುಮ್ಮನ ಇರ. ಅವಗ ಏನು ಹೇಳಲ್ಲದ ಮನಿ ಬಿಟ್ಟ ಹೊಕ್ಕಾನಾ ಇನ್ನ ಆ ಸೇವಾಕ್ಕ ಹೋಗ ಅಂದ್ರ ನಮ್ಮನ್ನ ಬಿಟ್ಟ ಹೊಕ್ಕಾನಾ" ಎಂದೆಲ್ಲ ಹೇಳಿ ನಕ್ಕಾಗ, ಭಾರತಿ ಸುಮ್ಮನಿರಬೇಕಾಯಿತು. ಆದರೆ ಅದೇ ವಿಷಯವನ್ನು ಅತ್ತೆಯೊಂದಿಗೆ ಹೇಳಿದಾಗ, ಅತ್ತೆ, "ಎಲ್ಲಿದ ಬಿಡ ತಂಗಿ ಅಂವಗೂ ಹ್ಯಾಂಗಾರ ಮಾಡಿ ಒಂದ ಹೆಣ್ಣ ನೋಡಿ ಮದವಿ ಮಾಡಿ ಬಿಟ್ಟರಾತು. ಆಮ್ಯಾಲೆ ತಾನ ಸುದ್ದ ಆಕ್ಕಾನಾ" ಎಂದಳು. ಏಷ್ಟಾದರೂ ಅದು ತಾಯಿಯ ಕರುಳು. ಮಗ ಸಂಸಾರಸ್ಥನಾಗಿ ಆರಾಮವಾಗಿ ಬಾಳಲಿ ಎಂದುಕೊಳ್ಳುವುದು ತಪ್ಪಲ್ಲ ಎಂದುಕೊಂಡು ಸುಮ್ಮನಾದಳು.

** ** **

ಈ ಬಾರಿ ರಾಮ ಮನೆಬಿಟ್ಟು ಹೋದವ ಮರುದಿನ ರಾತ್ರಿಯಾದರೂ ಮನೆಗೆ ಮರಳಲಿಲ್ಲ. ಆತ ಮನೆ ಬಿಟ್ಟು ಹೋಗುವುದು ಏನು ಹೊಸತಾಗಿರಲಿಲ್ಲ. ಒಂದೆರಡು ಬಾರಿ ಬೆಳಿಗ್ಗೆ ಮನೆ ಬಿಟ್ಟು ಹೋದವನು ಮರುದಿನ ಸಾಯಂಕಾಲದಲ್ಲಿ ಬಂದು ಸೇರುತ್ತಿದ್ದ. ಆದರೆ ಈ ಬಾರಿ ಮರುದಿನವೂ ಬರದೇಹೋದಾಗ, ಮೊದಲು ಗಂಗವ್ವ ಆತಂಕಪಟ್ಟುಕೊಂಡು "ಎಲ್ಲಿ ಹೋತರೆಯವ್ವಾ ಹುಡುಗಾ" ಎಂದು ಗಾಬರಿಯಾಗಿ ತನ್ನಷ್ಟಕ್ಕೆ ತಾನು ಅತ್ತು ಸುಮ್ಮನಾದಳು. ಅವರೆಲ್ಲರ ಮುಂದೆ ಅತ್ತು ರಂಪ ಮಾಡಿದರೆಲ್ಲಿ ಬೈಯುವರೆಂದು ತನ್ನಷ್ಟಕ್ಕೆ ತಾನೇ ಒಳಗೊಳಗೇ ದುಃಖಿಸಿದಳು. ಹೆಚ್ಚು ಕಡಿಮೆಯಾದರೆ, ಲಕ್ಷ್ಮಣ "ಅಂವಾ ಏನ ಹಂಗ ತಿರಿಗಿಕೊಂತ ಹೊಕ್ಕಾನಾ. ಅವಗಂತೂ ಕೆಲಸ ಇಲ್ಲಾ ಬಗಸಿ ಇಲ್ಲಾ ಆದರ ಅದ ನಮಗ? ಕೆರಕೊಳ್ಳಾಕೂ ಪುರುಸೊತ್ತ ಇರೂದಿಲ್ಲಾ.

ನಾವು ಅವನ್ನೆಲ್ಲಿ ನೋಡಕೊಂತ ಹೋಗುಣು?" ಎಂದು ಗದರುತ್ತಾನೆ. ಹಾಗಾಗಿಯೇ ದುಃಖ ನುಂಗಿದಳು. ಆದರೆ, ಎಷ್ಟಾದರೂ ಹೆತ್ತ ಕರುಳು ಕೇಳಬೇಕಲ್ಲ? ಇಡೀ ರಾತ್ರಿ ನಿದ್ದೆ ಬಾರದೆ ಹೊರಳಾಡಿದಳು. ಮರುದಿನ ಬೆಳಿಗ್ಗೆ ಎದ್ದು ಕೆಲಸ ಮಾಡಲೂ ಅಶಕ್ತಳಾದಂತಾದಳು. ಮೇಲೇಳಲೂ ಆಗುತ್ತಿಲ್ಲ ಇತ್ತ ಮಲಗಲೂ ಆಗುತ್ತಿಲ್ಲ. ಬೆಳಿಗ್ಗೆ ಅತ್ತೆ ಇನ್ನೂ ಮಲಗಿದ್ದನ್ನು ಕಂಡು ಭಾರತಿ "ಯಾಕ ಯತ್ತಿ ಏನಾತು? ಆರಾಮ ಇಲ್ಲಾ?" ಎನ್ನುವುದಷ್ಟೇ ತಡ ಆಕೆಯ ದುಃಖದ ಕಟ್ಟೆಯೊಡೆಯಿತು. ಭಾರತಿ "ರಾಮಣ್ಣ ಹಂಗ ಹೋಗುದು ಬರುದು ಇದ್ದದ್ದ. ನೀವ್ಯಾಕ ತ್ರಾಸ ತುಗೊಂತೀರಿ? ಅಂವಾ ತಾನಾಗಿನ ಮನೀಗೆ ಬಂದ ಬರ್ತಾನಾ" ಎನ್ನುತ್ತ ಆಕೆಯನ್ನು ಸಮಾಧಾನಪಡಿಸಿ ಎಬ್ಬಿಸಿ ಚಹಾ ಮಾಡಿ ಕೊಟ್ಟಳು.

ಮತ್ತೆ ಎರಡು ದಿನ ರಾಮ ಸಿಗದೇ ಹೋದಾಗ, ಗಂಗವ್ವ ಕಂಗೆಟ್ಟು ಹೋದಳು. ಆತ ಯಾವಾಗಲೂ ಹೋಗುತ್ತಿದ್ದ ಕರಡಿಪಡಿ, ಹಳ್ಳ ಕೊಳ್ಳಗಳನ್ನೂ ಹುಡುಕಿಸಿದರು. ಹೂವಿನ ಕೊಳ್ಳಕ್ಕೆ ಸ್ವತ: ಲಕ್ಷ್ಮಣನೇ ಹೋಗಿ ವಿಚಾರಿಸಿದಾಗ, ರಾಮ ಅಲ್ಲಿ ಒಂದು ದಿನ ಕಳೆದದ್ದು ಆ ದೇವಸ್ಥಾನದ ಪೂಜಾರಿಯಿಂದ ತಿಳಿಯಿತು. ಹೀಗೆ ಆತ ಹೋಗುತ್ತಿದ್ದ ಜಾಗವನ್ನೆಲ್ಲ ಜಾಲಾಡಿಸಿದರು. ಆದರೆ ಆತನ ಪತ್ತೆಯೇ ಆಗಲಿಲ್ಲ.

ಗಂಗವ್ವ ಮಗ ಸಿಗದೇ ಹಾಸಿಗೆ ಹಿಡಿದಳು. ಮಹಾದೇವಿ ಸುದ್ದಿ ತಿಳಿದು ತವರಿಗೆ ಓಡೋಡಿ ಬಂದಳು. ಗಂಗವ್ವ ಮಗಳನ್ನು ತಬ್ಬಿಕೊಂಡು ಅತ್ತಳು. "ಬಾ ನೀ ಹಿಂಗ ಅತ್ತಗೊಂತ ಕುಂತಿ ಅಂದ್ರ ಹುಚ್ಚಿ ಆಕ್ಕಿ ಒಂದೆರಡ ದಿನಾ ನಮ್ಮ ಮನ್ಯಾಗ ಇದ್ದ ಬರೀಯಂತೆ ಬಾ" ಎಂದು ತನ್ನ ಗಂಡನ ಮನೆಗೆ ಕರೆದಾಗ, ಗಂಗವ್ವ ಇಲ್ಲ ಎಂದಳು. ಕೊನೆಗೆ ಆಕೆಯನ್ನು ಬುದ್ಧವ್ವಳ ಹತ್ತಿರ ಕರೆದೊಯ್ದಳು. ಬುದ್ಧವ್ವ ಕೂಡ ಅದಾಗಲೇ ಒಂದು ಸಲ ಬಂದು ಗಂಗವ್ವಳನ್ನು ಮಾತನಾಡಿಸಿಕೊಂಡು ಹೋಗಿದ್ದಳು. ಆದರೆ ಆಕೆ ಇನ್ನೂ ಆ ಕೊರಗಿನಿಂದ ಹೊರಬಂದಿರಲಿಲ್ಲ. "ಏನ ಮಾಡಾಕತ್ತಿಯ ಯತ್ತಿ?" ಎನ್ನುತ್ತಲೇ ಬುದ್ಧವ್ವಳ ಮನೆಗೆ ಹೋದಾಗ, ಬುದ್ಧವ್ವ ಮಹಾದೇವಿಯನ್ನು ಕಂಡು "ಅಯ್ಯ ಬಾರ ತಂಗಿ ಯಾವಾಗ ಬಂದೀಯ? ಹ್ಯಾಂಗ ಅದೀಯ ಯವ್ವಾ ಮಗಳು ನಂದಾ ಹ್ಯಾಂಗ ಐತಿ?" ಎನ್ನುತ್ತಲೇ ಒಳಗೆ ಕರೆದಳು. ಮಹಾದೇವಿಯ ಮಗಳು ನಂದಾಳನ್ನು ಎತ್ತಿಕೊಂಡು "ಬಾರ ಕೂಸ" ಎಂದು ಬೆಲ್ಲದ ಡಬ್ಬಿ ಎತ್ತಿಕೊಂಡು ಒಂದು ಚೂರು ಬೆಲ್ಲ ಕೊಟ್ಟಳು. ನಂದಾ ಅದನ್ನು ಚೀಪುತ್ತ ಕುಳಿತಳು.

ಸ್ವಲ್ಪ ಹೊತ್ತು ಮಹಾದೇವಿಯ ಜೊತೆಗೆ ಮಾತನಾಡಿ ಬುದ್ಧವ್ವ ಗಂಗವ್ವಳತ್ತ ಹೊರಳಿದಾಗ, ಗಂಗವ್ವ ಕಣ್ಣೀರು ಸುರಿಸತೊಡಗಿದಳು. ಬುದ್ದವ್ವ, "ನೀ ಇನ್ನ

ಅಳುದರಾಗ ಅದಿಯಾ? ನಿನಗ ಮೊನ್ನೆ ಹೇಳಿಲ್ಲಾ. ಬಿಟ್ಟ ಬಿಡ ಇನ್ನ ಆ ಸುದ್ದಿ ಅಂತ ಹೇಳಿ"

"ನೋಡ ಯತ್ತಿ ಹಿಂಗ ಅಳಾಕತ್ತಾಳಾ. ಅತ್ತ ಅತ್ತ ಕಣ್ಣರ ಯಾತಕ ಬರತಾವು? ಆಕಿನ್ನ ನಿನ್ನ ಕಡೆ ಅದಕ ಕರಕೊಂಡ ಬಂದೀನಿ. ನೀನ ಬುದ್ದಿ ಹೇಳ ಆಕಿಗೆ"

"ನೋಡವಾ ನೀ ಎಷ್ಟ ಅತ್ತರೂ ಎಷ್ಟ ಚಿಂತಿ ಮಾಡಿದ್ರೂ ಉಪಯೋಗ ಇಲ್ಲಾ. ಅದರ ಬದಲಿ ಅವಾ ಎಲ್ಲಿದ್ರೂ ಚೊಲೋತಂಗ ಇರಲಿ ಅಂತ ದೇವರನ್ನ ನೆನಸ. ಯಾರಿಗೆ ಗೊತ್ತು? ಮುಂದ ಅವಾ ಲೋಕ ಕಲ್ಯಾಣ ಮಾಡು ಮಹಾತ್ಮ ಯೋಗಿ ಯಾಕ ಆಗಬಾರದು? ಅದಕ ಅವಾ ಲೌಕಿಕ ಜಗತ್ತ ಬಿಟ್ಟ ಹೋಗ್ಯಾಣ. ಹುಚ್ಚಿ ಜೀವನಾ ಅಂದ್ರ ಗಂಡಾ ಹೆಂತಿ ಮಕ್ಕಳು ಅಷ್ಟ ಅಲ್ಲಾ. ನಿನ್ನ ಮಗಾ ಅದನ್ನ ಮೀರಿ ನಿಂತಾನಾ. ಇಷ್ಟ ದಿನಾ ಆತು ಅವಾ ಏನಾರ ಒಂದರ ಕೆಟ್ಟ ಕೆಲಸಾ ಮಾಡ್ಯಾಣ? ಅವಾ ಹೋಗು ಜಾಗಾ ಆದ್ರೂ ಹೆಂತಾದ್ದು? ಬೆಟ್ಟಾ ಗುಡ್ಡಾ, ಗುಡಿ ಗುಂಡಾರಾ. ಇಷ್ಟರ ಮ್ಯಾಲೆ ನೀ ತಿಳಕೋಬೇಕ. ಅವಾ ಸಾಮಾನ್ಯ ಅಲ್ಲಾ ಅಂತ. ಲೋಕ ಕಲ್ಯಾಣಕ್ಕ ಅಂತ ಎಷ್ಟ ಮಂದಿ ಮನಿ ಮಠಾ ಬಿಟ್ಟ ಹೋಗಿಲ್ಲಾ? ಸಾಧು ಸಂತರು ಅದಕಂತ ಹುಟ್ಟಿ ಬಂದಿರತಾರಾ. ಅದಕ ಅವರು ತಾನು ತನ್ನದು ಅಂತ ಮನಿ ಹೆಂಡತಿ ಮಕ್ಕಳು ಅನ್ನಕೊಂತ ನಿಂದ್ರೂದಿಲ್ಲ. ಹೀಂಗ ನಾನು ತಾನು ಅನ್ನೂ ಸ್ವಾರ್ಥ ಭಾವನಾ ತೊರದ ನಿಸ್ವಾರ್ಥ ಆಗಿ ಎಲ್ಲಾನೂ ತ್ಯಾಗ ಮಾಡಿ ಹೊಕ್ಕಾರಾ. ಅದಕ ನಾವು ಕೊರಗಬಾರದು ಮರಗಬಾರದು. ಎಲ್ಲಾ ದೈವೀಚ್ಚೆ" ಬುದ್ಧವ್ವ ನುಡಿದ ಒಂದೊಂದು ಮಾತೂ ಗಂಗವ್ವಳಿಗೆ ಸಮಾಧಾನ ನೀಡತೊಡಗಿ ನಿಧಾನವಾಗಿ ಅವಳಲ್ಲಿ ಚೈತನ್ಯವನ್ನು ಮೂಡಿಸತೊಡಗಿತು.

ಮುಂದುವರೆದ ಬುದ್ಧವ್ವಾ "ಅವನ ವಾರಗಿ ಸಾಕಷ್ಟ ಹುಡುಗುರು ಮನಿ ಬಿಡತಾರಾ ಆದ್ರ ಕುಡಕೊಂತ ಅಡ್ಡಾಡತಾರಾ. ಮನಿಯಾಗಿನ್ನ ಸಾಮಾನಾ ಮಾರತಾರಾ. ಅವ್ವಾ ಅಪ್ಪಾಗ ಸಾಯುತನಾ ಚಿಂತಿ ಹಚ್ಚತಾರಾ. ಇಲ್ಲೆ ಇದ ಊರಾಗ ಜಮೀನದಾರನ್ನ ಮಗಾ ಪುಂಡಲೀಕನ್ನ ನೋಡಿ ಇಲ್ಲೊ, ಸಾಕಷ್ಟ ಆಸ್ತಿ ಐತಿ ಆದ್ರ ಅವಾ ಹ್ಯಾಂಗ ಅವರ ಅಪ್ಪನ ಮಾನಾ ಕಳಕೊಂತ ಹೊಂಟಾನಾ" ಎಂದು ಹೇಳುತ್ತಿರುವಾಗ, ಗಂಗವ್ವಳಿಗೆ ಆಕೆಯ ಮಾತು ಸತ್ಯ ಎಂದು ಎನ್ನಿಸಿದ್ದಲ್ಲದೇ, ಪುಂಡಲೀಕ ಎನ್ನುತ್ತಲೇ ಆತ ಚುಮುನಾಳನ್ನು ಹೊತ್ತು ಒಯ್ದ ಘಟನೆ ನೆನಪಿಗೆ ಬಂದು ಅದಕ್ಕಿಂತ ಕೆಟ್ಟ ಘಟನೆಗಳನ್ನು ನೆನಪಿಸಿಕೊಂಡಾಗ, ಆಕೆಯ ಮಗ ರಾಮ ಬಹಳ ಎತ್ತರದಲ್ಲಿ ಗೋಚರಿಸಿದ್ದ. ಆದರೆ ಮತ್ತೆ "ಯಕ್ಕಾ ಅವಾ ಹೋದರ ಹೋಗವಲ್ಲಯಾಕ ಆದ್ರ ಹೇಳಿ ಕೇಳಿ ಹೋಗಬೇಕಿಲ್ಲ?"

"ಹುಂ, ಹೇಳಿ ಕೇಳಿ ಹೋಗಾಕ ಬಿಡತೀರಿ ನೋಡ. ಎಷ್ಟ ಅಂದ್ರೂ ಮಗನ ಮೋಹಾ ಹ್ಯಾಂಗ ಹೋದೀತು? ಇರಲಿ ನೀ ಏನ ಚಿಂತಿ ಮಾಡಬ್ಯಾಡಾ. ಅವಾ ನಿನ್ನ ಕಡೇನ ಅದಾನಾ ಅಂತ ತಿಳಕೊಂಡ ಬಿಡ."

"ಯವ್ವಾ ಯತ್ತಿ ಆಕಿಗೆ ಹಿಂಗ ಬುದ್ದಿ ಹೇಳಕೊಂತ ಹೋಗ" ಎಂದ ಮಹಾದೇವಿ ಅಳುವ ಮಗಳನ್ನು ಎತ್ತಿಕೊಂಡು "ನೀ ಇನ್ನೊಂದಿಟು ಕುಂದ್ರ ನಾ ಹೊಕ್ಕಿನಿ" ಎನ್ನುತ್ತ ಎದ್ದಳು. ಬುದ್ಧವ್ವ "ಅಯ್ಯ ಕುಂದ್ರ ಕುಂಡರು. ನೀನರ ಮನೀಗೆ ಹೋಗಿ ಏನ ಮಾಡೂವಾಕಿ ಅದಿ? ಒಲಿಮ್ಯಾಲೆ ಹೆಸರ ಕಾಳ ಕುದಿಹಾಕೀನಿ. ಎರಡ ಬಿಸಿ ರೊಟ್ಟಿ ಮಾಡತೀನಿ ತಿಂದ ಹೋಗಿರೆಂತ" ಎಂದಾಗ, ಮಹಾದೇವಿ "ಅಯ್ಯ ಯತ್ತಿ ಇಕಿ ಅಳಾಕತ್ತಾಳಾ"

"ಅಯ್ಯ ಸುಬ್ಬಿ ಅಳದ ಏನ ಮಾಡತಾಳಾ? ಸುಮ್ಮನ ಆಗ ಇಕಿನ್ನ ರಾಮನ ಕಾಲಿಗೆ ಕಟ್ಟಿದ್ರ ಈ ಸುಂದರಿನ್ನ ನೋಡಕೊಂತ ಮನಿಯಾಗ ಇರತಿದ್ದ ಅಂವಾ"

ಬುದ್ಧವಳ ಈ ಮಾತು ಗಂಗವ್ವಳಿಗೆ ಖುಷಿಕೊಟ್ಟಿತು. "ಏ ಹೌದ ಬೆ ಯಕ್ಕಾ. ಇನ್ನಟ ದೊಡ್ಡಾಕಿ ಇದ್ದಳು ಅಂದ್ರ ಅವನ ಜೋಡಿ ಮದುವಿನಾರ ಮಾಡಾಕ ಬರತಿತ್ತು" ಎಂದಳು ಆಶಾ ಭಾವನೆಯಿಂದ. ಬುದ್ಧವ್ವ "ನೋಡ ಮಾದೇವಿ ಕೊಡತಿ ಇಲ್ಲೊ ರಾಮಗ?"

"ಹುಂ ತವರ ಮನಿ ಬಿಟ್ಟ ಏನ ಮಾಡಲಿ?" ಎಂದು ಮಹಾದೇವಿ ಹೇಳಿದ ಮೇಲಂತೂ ಗಂಗವ್ವಳಿಗೆ ಏನೋ ಒಂದು ಬಗೆಯ ನೆಮ್ಮದಿ ಹುಟ್ಟಿತು.

ಬುದ್ಧವ್ವ ಅವರನ್ನು ಕುಳ್ಳಿರಿಸಿಕೊಂಡು ಊಟ ಮಾಡಿಸಿಯೇ ಮನೆಗೆ ಕಳುಹಿಸಿದಳು.

** ** **

ದೇಸಾಯಿಪುರದಲ್ಲಿ ಬೆಳ್ಳಂಬೆಳಿಗ್ಗೆಯೇ ಅಲ್ಲಲ್ಲಿ ಜನರ ಗುಂಪು ಸೇರಿ ಗುಸುಗುಸಾ ಪಿಸ ಪಿಸಾ ನಡೆದಿತ್ತು. ಇಡೀ ಊರಿಗೇ ಜಾಣೆ ಎನ್ನಿಸಿಕೊಂಡ ಹುಡುಗಿ ನಾಗರತ್ನ ಕಾಣೆಯಾಗಿದ್ದಳು. ಹಿಂದಿನ ದಿನ ಸಾಯಂಕಾಲದ ಹೊತ್ತಿಗೆ ಗುಡಿಗೆ ಹೋಗಿ ಬರುವೆನೆಂದು ಹೋದವಳು ಮನೆಗೆ ತಿರುಗಿ ಬಂದಿರಲೇ ಇಲ್ಲ. ಆಕೆ ಎಲ್ಲಿ ಹೋದಳೆಂದು ಸರಿಯಾಗಿ ಮನೆಯವರಿಗೇ ಗೊತ್ತಿರಲಿಲ್ಲ. ಅಂತಹುದರಲ್ಲಿ ಜನರೇ ತಮಗೆ ತಿಳಿದಂತೇ ಏನೇನೋ ಸುದ್ದಿ ಎಬ್ಬಿಸಿದ್ದರು. ಬಿಸಿಲು ಬಲಿಯುತ್ತಲೇ ಸುದ್ದಿಯೂ ಬಲಿಯುತ್ತಲೇ ಹೋಯಿತು. ಕೊನೆಗೆ ಓಡಿಹೋದಳೆಂದು ಸುದ್ದಿಯೂ ಆಯಿತು. ಆ ಸುದ್ದಿಯಿಂದ ಇಡೀ ಊರಿಗೆ ಊರೇ ತಲ್ಲಣಿಸಿತು.

ಹಾಗೆ ನೋಡಿದರೆ ಆಕೆ ಒಳ್ಳೆಯ ಹುಡುಗಿ. ಸಂಶಯಪಡುವಂತೆಯೂ ಇರಲಿಲ್ಲ. ಆದರೆ ಆಕೆ ಎಲ್ಲಿ ಹೋದಳೆಂದೇ ತಿಳಿಯಲಿಲ್ಲ. ತಂದೆ ತಾಯಿಗೆ ಆಕೆ ಕೆಟ್ಟವಳಲ್ಲವೆಂದು ಗೊತ್ತು ಆದರೂ ತಮಗೆ ತಿಳಿಸದೇ ಎಲ್ಲಿ ಹೋದಳೆಂದು ತಿಳಿಯದೇ ದುಃಖಿಸುವಂತಾಯಿತು. ಅವಕಾಶ ನೀಡಿದ್ದರೆ, ಆಕೆ ಒಬ್ಬ ಒಳ್ಳೆಯ ಶಿಕ್ಷಕಿ ಆಗುತ್ತಿದ್ದಳು. ಆದರೆ, ಮನೆಯವರು ನೌಕರಿ ಮಾಡುವುದು ಬೇಡ ಎಂದಿದ್ದರು. ಅದಕ್ಕೇನಾದರೂ ಆಕೆ ಮನ ನೊಂದು ಮನೆಬಿಟ್ಟಿರಬಹುದು ಎಂದುಕೊಂಡು ಆಕೆಯನ್ನು ಎಲ್ಲ ಕಡೆಗೆ ಹುಡುಕಿದರು. ಹಾಗೇ ಏನಾದರೂ ಅಪಾಯ ಮಾಡಿಕೊಂಡಿದ್ದರೆ ಎಂದು ಹೆದರಿ ಊರಿನ ಬಾವಿಗಳನ್ನೆಲ್ಲ ಶೋಧಿಸಿದರು. ಆದರೆ ಎಷ್ಟು ಹುಡುಕಿದರೂ ಸಿಗಲಿಲ್ಲ. ಲಕ್ಷ್ಮಣನ ತಾಯಿ ಗಂಗವ್ವಳಂತೇ ನಾಗರತ್ನಳ ತಾಯಿ ಯಶೋಧೆ ಹಾಸಿಗೆ ಹಿಡಿದಳು. ಹದಿನೈದು ದಿನಗಳು ಕಳೆದ ನಂತರ ಆಕೆಯಿಂದ ಪತ್ರವೊಂದು ಬಂತು. ಅಪ್ಪ ನಾರಾಯಣಪ್ಪ ಎಲ್ಲಿಂದ ಎಂದು ನೋಡಿದಾಗ, ಅದು ಮೈಸೂರಿನಿಂದ ಬಂದ ಪತ್ರ! ಸೋಜಿಗದಿಂದ ಆ ಪತ್ರವನ್ನು ತೆರೆಯತೊಡಗಿದ.

ಅಧ್ಯಾಯ–7

ನಾಗರತ್ನ ಹೈಸ್ಕೂಲು ಮಟ್ಟದಲ್ಲಿ ಓದಿದ್ದರೂ ನೌಕರಿಗೆ ಕಳುಹಿಸದೇ ಚಡಪಡಿಸಿದಳು. ಆಕೆಯ ಆಶೆ ನೌಕರಿ ಮಾಡುತ್ತ ಸಂಗೀತ ಮುಂದುವರೆಸ ಬೇಕೆನ್ನುವುದಿತ್ತು. ಮನೆಯಲ್ಲಿ ಆಕೆಗೆ ಅದಾವುದಕ್ಕೂ ಆಸ್ಪದ ನೀಡದೇ ಆಕೆಯ ಮದುವೆ ಮಾಡಲು ಹುಡುಗನನ್ನು ಹುಡುಕುತ್ತಿದ್ದರು. ಇನ್ನು ತನ್ನ ಮದುವೆಯಾದಲ್ಲಿ ಸಂಗೀತವನ್ನು ಮರೆತೇ ಬಿಡಬೇಕೆನ್ನುವ ಅಳುಕು ಹುಟ್ಟಿತು. ಒಂದು ಕಡೆ ಇಂತಹ ಭಯ ಮತ್ತೊಂದು ಕಡೆಗೆ ಸಂಗೀತದ ಸೆಳೆತ. ಶಿವಪ್ಪ ಊರಿಗೆ ಬಂದು ಸಂಗೀತ ಕಚೇರಿ ನೀಡಿದಾಗ ಮತ್ತು ಲಕ್ಷ್ಮಣನ ಮದುವೆಯಲ್ಲಿ ಆಕೆ ಹಾಡು ಹಾಡಿ ಅಂತಹ ಸಂಗೀತ ದಿಗ್ಗಜರಿಂದ ಹೊಗಳಿಕೆ ಪಡೆದದ್ದೆಲ್ಲ ಅಕೆಗೆ ಸಂಗೀತದ ಮೇಲೆ ಪ್ರೀತಿಯಷ್ಟೇ ಅಲ್ಲ, ಆಸಕ್ತಿಯೂ ಹೆಚ್ಚಿ ಜಾಗೃತವಾಗಿತ್ತು. ಹೇಗಾದರೂ ಮಾಡಿ ತಾನು ಸಂಗೀತ ಕಲಿಯಲೇಬೇಕು. ಎಂದು ಯೋಚಿಸುತ್ತಿರುವಾಗಲೇ ಶಿವಪ್ಪನ ಹತ್ತಿರ ಹೋಗಿ, ಚರ್ಚೆ ಮಾಡಿ ಸಂಗೀತ ಅಭ್ಯಾಸ, ಶಾಲೆಗಳ ಬಗ್ಗೆ ತಿಳಿದುಕೊಂಡಳು. ತನ್ನಷ್ಟಕ್ಕೆ ತಾನೇ ತಾನು ಎಲ್ಲಿ ಹೋದರೆ ಒಳಿತು ಎಂದು ಚಿಂತನೆ ಮಾಡುತ್ತಲೇ ಮೈಸೂರನ್ನು ಆಯ್ದುಕೊಂಡಿದ್ದಳು.

ಮನೆಯಲ್ಲಿ ಯಾರಿಗೂ ಗೊತ್ತಾಗದಂತೆ ಬಂಗಾರದ ಕಿವಿ ಓಲೆಗಳನ್ನು ಒತ್ತೆ ಇಟ್ಟು ಹಣಪಡೆದು ಮೈಸೂರಿಗೆ ಹೋದಳು. ಅಲ್ಲಿ ಅಲೆದಾಡಿ ಹಸಿವಾದಾಗ ಅನ್ನ ಛತ್ರದಲ್ಲಿ ಊಟ ಮಾಡಿ ಶಿವಪ್ಪ ತಿಳಿಸಿದ್ದ ಗುರುಗೋವಿಂದಾಚಾರ್ಯರನ್ನು ಹುಡುಕಿದಳು. ಅವರು ಅಷ್ಟೊಂದು ದೂರಿನಿಂದ ಬಂದ ನಾಗರತ್ನಳನ್ನು ಕಂಡು ಆಶ್ಚರ್ಯಚಕಿತರಾದರು. ಹಾಗೆಯೇ ಆಕೆಯ ಸಂಗೀತ ಆಸಕ್ತಿಯನ್ನು ಕಂಡು ಮೆಚ್ಚಿ ಆಕೆಗೆ ಆಶ್ರಯ ನೀಡಿದರು. ಆಕೆ ಮನೆಯಲ್ಲಿ ಹೇಳದೇ

ಕೇಳದೆ ಬಂದದ್ದು ತಿಳಿದಾಗ, ಮಾತ್ರ ಗಾಬರಿಯಿಂದ ಮೊದಲು ಆಕೆಗೆ ಮನೆಗೆ ಪತ್ರ ಬರೆಯುವಂತೆ ಒತ್ತಾಯಿಸಿದರು. ಆದರೆ ತಾನು ಇಲ್ಲಿರುವುದು ತಿಳಿದರೆಲ್ಲಿ ಮತ್ತೆ ಮನೆಗೆ ಕರೆದೊಯ್ಯುವರೆಂದು ಅಳುಕು ಹುಟ್ಟಿ ನಾಗರತ್ನ ಹಿಂಜರಿದಳು. ಮತ್ತೆ ತನ್ನ ಅಳುಕನ್ನು ಗುರುಗಳ ಮುಂದೆ ಹೇಳಿದಳು. ಅವರು ಮನೆಯಲ್ಲಿ ತಿಳಿಹೇಳುವುದಾಗಿ ಹೇಳಿದ ನಂತರವಷ್ಟೇ ಪತ್ರ ಬರೆದು ಹಾಕಿದ್ದಳು.

ನಾರಾಯಣಪ್ಪ ಬಹಳಷ್ಟು ಕುತೂಹಲದಿಂದ ಪತ್ರವನ್ನು ಓದತೊಡಗಿದ.

ಪೂಜ್ಯ ತಂದೆಯವರಿಗೆ,

ನಿಮ್ಮ ಮಗಳು ನಾಗರತ್ನ ಮಾಡುವ ಶಿರಸಾಷ್ಟಾಂಗ ನಮಸ್ಕಾರಗಳು.

ಮೊದಲು ನನ್ನನ್ನು ಕ್ಷಮಿಸಿ. ನಿಮಗೆ ಹೇಳದೇ ಕೇಳದೆ ಊರುಬಿಟ್ಟು ಬಂದೆ. ಅದಕ್ಕೆ ಕಾರಣ ನನ್ನ ಸಂಗೀತ ಕಲಿಯಬೇಕೆನ್ನುವ ಹಂಬಲ. ನಾನು ನಿಮಗೆ ತಿಳಿಸಿದ್ದಲ್ಲಿ ನೀವು ಖಂಡಿತ ನನ್ನನ್ನು ಕಳುಹಿಸುತ್ತಿರಲಿಲ್ಲ. ಬದಲಾಗಿ ಮದುವೆ ಮಾಡುತ್ತಿದ್ದಿರಿ. ಹಡೆದ ತಂದೆ ತಾಯಿಗಳು ನೀವೆ ಸಂಗೀತಕ್ಕೆ ಒಪ್ಪದಿರುವಾಗ ಕಟ್ಟಿಕೊಂಡ ಗಂಡ ಒಪ್ಪಬಲ್ಲನೇ? ಸಾಧ್ಯವೇ ಇಲ್ಲ. ಸಂಗೀತ ನನ್ನ ಉಸಿರು, ನನ್ನ ಬದುಕು. ಹಾಗಾಗಿ ನನಗೆ ಆಶ್ರಯ ನೀಡಬಲ್ಲ ಒಳ್ಳೆಯ ಗುರುವನ್ನರಸುತ್ತಾ ಇಲ್ಲಿಗೆ ಅಂದರೆ ಮೈಸೂರಿಗೆ ಬಂದಿದ್ದೇನೆ.

ನನ್ನ ಪೂರ್ವ ಜನ್ಮದ ಪುಣ್ಯವೋ ಏನೋ ಎಂಬಂತೆ ನಾನು ಆಶೆಪಟ್ಟಂತೆ ನನಗೊಬ್ಬರು ಒಳ್ಳೆಯ ಗುರುಗಳು ಆಶ್ರಯ ನೀಡಿ ವಿದ್ಯೆಯನ್ನು ನೀಡುತ್ತಿದ್ದಾರೆ. ಇಂತಹ ಒಂದು ಅವಕಾಶವನ್ನು ನಾನು ಖಂಡಿತ ಕಳೆದುಕೊಳ್ಳಲಾರೆ. ಮತ್ತೆ ಮದುವೆ ಮುಂಜಿ ಅಂತೆಲ್ಲ ನನಗೇನು ಬೇಡ ನನಗೆ ಸಂಗೀತದೊಟ್ಟಿಗೆ ಮದುವೆಯಾಗಿದೆ. ಹಾಗಾಗಿ ನನ್ನನ್ನು ಮರಳಿ ಕರೆಸುವ ಯತ್ನ ಬೇಡ. ಮುಂದೊಂದು ದಿನ ನನ್ನ ಗುರಿ ತಲುಪಿಯೇ ಊರಿಗೆ ಮರಳುವೆ.

ಅವ್ವನನ್ನು ಬಿಟ್ಟು ಇರುವುದು ಕಷ್ಟ ಎನ್ನಿಸುತ್ತಿದೆ. ನಾನು ಬಂದ ನಂತರ ಆಕೆ ಸಾಕಷ್ಟು ದುಃಖಪಟ್ಟಿರಬಹುದು. ನಾನೂ ಕೂಡ ಸಾಕಷ್ಟು ಸಂಕಟಪಟ್ಟಿದ್ದೇನೆ. ಆಕೆಗೆ ನನ್ನ ಬಗ್ಗೆ ತಿಳಿಸಿ ಹೇಳಿ ಅಳದಂತೆ ಆಕೆಗೆ ಯಾವ ನೋವು ಆಗದಂತೆ ನೋಡಿಕೊಳ್ಳಿ. ಅವಳ ಹಾಗೂ ನಿಮ್ಮ ಕ್ಷೇಮ ಸಮಾಚಾರವನ್ನು ದಯವಿಟ್ಟು ಪತ್ರ ಬರೆದು ತಿಳಿಸಿ. ಮತ್ತೊಮ್ಮೆ ಕ್ಷಮೆ ಇರಲಿ ಎಂದು ಬೇಡಿಕೊಳ್ಳುವೆ.

ಮತ್ತೊಮ್ಮೆ ಸಾಷ್ಟಾಂಗ ನಮಸ್ಕಾರಗಳು.

ಇಂತಿ,
ತಮ್ಮ ಪುತ್ರಿ
ನಾಗರತ್ನ

ಪತ್ರ ಓದಿದ ನಾರಾಯಣಪ್ಪನಿಗೆ ಕಣ್ಣಂಚಿನಲ್ಲಿ ನೀರು ಬಂತು. ಹಾಸಿಗೆ ಹಿಡಿದ ಹೆಂಡತಿ ಹತ್ತಿರ ಹೋಗಿ ಪತ್ರದ ಬಗ್ಗೆ ತಿಳಿಸಿದಾಗ ಆಕೆ ಹಾಸಿಗೆಯಿಂದ ಮೇಲೆದ್ದು ಮೊದಲು ದೇವರಿಗೆ ತುಪ್ಪದ ದೀಪ ಬೆಳಗಿದಳು. ಆಕೆಗೆ ಹೋದ ಜೀವ ಮರುಕಳಿಸಿ ಬಂದಂತಾಯಿತು. ಗಾಡಾಂಧಕಾರದಲ್ಲಿ ಬಿದ್ದವಳಿಗೆ ಒಮ್ಮೆಲೇ ಝಗ್ಗನೇ ಕೋಲ್ಮಿಂಚು ಹರಿದಂತಾಗಿ, ಆಕೆಯಲ್ಲಿ ಮತ್ತೆ ಜೀವ ತುಂಬಿಕೊಂಡಂತಾಗಿ ನೂರು ಬಾರಿ ದೇವರಿಗೆ ಕೈಮುಗಿದಳು. ಸಜ್ಜಕ ಮಾಡಿ ನೈವೇದ್ಯ ಮಾಡಿಕೊಂಡು ಜೋಡು ಲಿಂಗಗಳ ದೇವಸ್ಥಾನಕ್ಕೆ ಹೋಗಿ ನೈವೇದ್ಯ ಕೊಟ್ಟು ಕಾಯಿ ಒಡೆಸಿಕೊಂಡು ಬಂದಳು. ಈ ಖುಷಿ ವಿಷಯವನ್ನು ಯಾವಾಗ ಬುದ್ಧವ್ವಳ ಮುಂದೆ ಹೇಳುವೆನೋ ಎನ್ನಿಸಿ ಬುದ್ಧವ್ವಳ ಮನೆಗೆ ಹಾರಿದಳು.

ಹೊಳಪುಕಂಗಳನ್ನು ಹೊತ್ತು ದೌಡಾಯಿಸಿ ಬಂದ ಯಶೋಧಳನ್ನು ನೋಡಿ ಬುದ್ಧವ್ವ ಒಳಗೆ ಕರೆದವಳು "ತಂಗಿದ ಏನಾರ ಸುದ್ದಿ ತಿಳಿತನು?" ಮಾತು ಇನ್ನೂ ಪೂರ್ಣ ಮುಗಿದಿರಲಿಲ್ಲ. "ಅಯ್ಯ ಯಕ್ಕಾ ಆಕಿದು ಪತ್ರಾ ಬಂದೈತಿ. ನೀವೊಮ್ಮೆ ಓದ ತುಗೊ ಹಿಡೀ ಇದನ್ನ" ಆಕೆಯ ಕೈಗೆ ಪತ್ರ ರವಾಣಿಸಿದಳು.

ಬುದ್ಧವ್ವ ಒಂದು ಸಲ ಪತ್ರ ಓದಿ ಆಕೆಯೂ ಖುಷಿಯಿಂದ "ಈ ಹುಚ್ಚಿ ನಾಗರತ್ನಾ ನನ್ನ ಮುಂದರ ಹೇಳಬಾರದಾ? ಇರಲಿ ಆಗೂದೆಲ್ಲಾ ಒಳ್ಳೆದಕ್ಕ ಆಕೈತಿ. ನಿಮ್ಮನ್ನ ಆಡಕೊಂಡ ನಕ್ಕಾರ ಎಲ್ಲಾ ಒಂದ ದಿನ ನಿಮಗ ಸಲಾಮ ಹೊಡೀತಾರಾ ನೋಡಕೊಂತ ಇರ" ಎಂಬ ಬುದ್ದವ್ವಳ ಮಾತಿನಿಂದ ಉತ್ತೇಜಿತಳಾದ ಯಶೋಧಾ, ಮಗಳ ವಿಷಯವನ್ನು ತಿಳಿಸಲು ಮತ್ತೊಂದೆರಡು ಓಣಿಯನ್ನೇ ಸುತ್ತಿದ್ದಳು.

ಒಂದು ವಾರ ಸುಮ್ಮನಿದ್ದು ಮುಂದೆ ಮಗಳನ್ನು ನೋಡದೇ ಇರಲಾರದೇ ನಾರಾಯಣಪ್ಪ ಮೈಸೂರಿನತ್ತ ನಡೆದ. ಅಲ್ಲಿ ಮಗಳನ್ನು ಕಾಣುತ್ತಲೇ ಖುಷಿಯಿಂದ ತಬ್ಬಿಕೊಂಡ. ಒಂದೆರಡು ದಿನಗಳಿದ್ದು ಆಕೆ ಮಾಡುವ ಗುರುವಿನ ಸೇವೆ, ಗುರುಗಳು ನೀಡುವ ಸಂಗೀತ ಸೇವೆ, ಮತ್ತೆ ಅಲ್ಲಿಗೆ ಕಲಿಯಲು ಬರುವ ಹಲವು ಶಿಷ್ಯರು, ಅಲ್ಲಿನ ಸಂಗೀತ ವಾತಾವರಣ ಒಂದು ಬಗೆಯಲ್ಲಿ ಹೊಸ ಲೋಕವನ್ನು ಕಂಡಂತಾಯಿತು. ಅಂತಹ ಸ್ಥಳದಲ್ಲಿ ಮಗಳು ಸಂಗೀತ ಅಭ್ಯಾಸ ಮಾಡುವುದು ಒಳ್ಳೆಯದೇ ಎನ್ನಿಸಿತು. ಆದರೆ ಮಗಳನ್ನು ಒಬ್ಬಳನ್ನೇ ಅಷ್ಟು ದೂರದಲ್ಲಿ ಬಿಟ್ಟು ಹೋಗುವುದು ದುಸ್ತರವೆನ್ನಿಸಿ ಮರಳಿ ಬರುವಾಗ, ಕಣ್ಣೀರಿಟ್ಟ, ಗುರುಗೋವಿಂದಾಚಾರ್ಯರು ಆಕೆಯ ವಿಷಯದ ಬಗ್ಗೆ ನಿಶ್ಚಿಂತೆಯಿಂದ ಇರಿ ಎಂದಾಗ ಚಿಂತೆಬಿಟ್ಟ.

ನಾರಾಯಣಪ್ಪ ಮರಳಿ ಊರಿಗೆ ಬಂದ ನಂತರ ಅಲ್ಲಿನ ವಾತಾವರಣ ಮಗಳು ಹುಡುಕಿಕೊಂಡ ಸುಂದರ ಭವಿಷ್ಯದ ಬಗ್ಗೆ ಖುಷಿಯಿಂದಲೇ ಸುದ್ದಿಯನ್ನು ಎಲ್ಲರೊಂದಿಗೆ ಹಂಚಿಕೊಂಡ. ಆ ಸುದ್ದಿ ಊರುತುಂಬ ಹರಡಿ, ಗಂಗವ್ವ ಮತ್ತೆ ಮಗನನ್ನು ನೆನೆದು ಪರಿತಪಿಸುವಂತಾಯಿತು.

ರಾಮ ಮನೆಬಿಟ್ಟು ಅವೆಷ್ಟೋ ತಿಂಗಳುಗಳು ಗತಿಸಿದ್ದವು. ಆತನ ದೆಸೆಯಿಂದ ಮನೆಯವರೆಲ್ಲ ಕಂಗಾಲಾಗಿದ್ದರು. ತಾಯಿ ಗಂಗವ್ವ ರಾಮನನ್ನು ನೆನಪಿಸಿಕೊಳ್ಳುವುದು ಅಳುವುದು ಮಾಡುವುದನ್ನು ಸಹಿಸದ ಲಕ್ಷ್ಮಣ ರಾಮನನ್ನು ಹುಡುಕಲು ಪ್ರಯತ್ನಿಸುತ್ತಿದ್ದ.

ಹಾರೂರ ರಾಧಕ್ಕಾ ಹಾಗೂ ಆಕೆಯ ತಮ್ಮ ಶ್ರೀನಿವಾಸ ಕಾಶಿ ಯಾತ್ರೆಗೆಂದು ಹೋಗಿ ಬಂದ ಮೇಲೆ ಉತ್ತರದ ಕಡೆಗೆ ಒಂದು ಸುಕ್ಷೇತ್ರದಲ್ಲಿ ರಾಮನನ್ನು ಕಂಡುದುದಾಗಿಯೂ ಆತನನ್ನು ಮಾತನಾಡಿಸಲು ಪ್ರಯತ್ನಿಸಿದಾಗ, ಗುರುತೇ ಸಿಗದವರಂತೆ ಎತ್ತಲೋ ಮಾಯವಾದ ಬಗೆಯನ್ನು ವಿವರಿಸಿದಾಗ, ಗಂಗವ್ವ ಅದೆಷ್ಟೋ ದಿನಗಳಿಂದ ಕೂಡಿಟ್ಟ ಹಣದ ಗಂಟನ್ನು ಲಕ್ಷ್ಮಣನ ಕೈಗಿತ್ತು "ಹೋಗು ಇದೊಂದ ಸಲಾ ಅವನ್ನ ಹುಡಕ ಹೋಗು. ಹ್ಯಾಂಗಾರ ಮಾಡಿ ಇದೊಂದ ಸಲಾ ಕರಕೊಂಡ ಬಾ" ಎಂದು ಕಣ್ಣೀರಿಡುತ್ತಾ ತಾಯಿ ಅಂಗಲಾಚಿದಾಗ, ಲಕ್ಷ್ಮಣನ ಕರುಳು ಚುರುಕ್ ಎಂದಿತಲ್ಲದೇ ಆತನಿಗೂ ತನ್ನ ಪ್ರೀತಿಯ ಸಹೋದರ ಹೇಗಾದರೂ ಮಾಡಿ ಮನೆ ಸೇರಲೆಂಬ ಆಶೆ ಇತ್ತು. ಹಾಗಾಗಿ ಆತ ಲಕ್ಷ್ಮಣನನ್ನು ಹುಡುಕಲು ತಯಾರಾಗತೊಡಗಿದ.

ದೂರದ ಕಾಶಿಯ ಕಡೆಗೆ ಹೋಗಿ ರಾಮನನ್ನು ಹುಡುಕಿಕೊಂಡು ಬರುವುದು ತಿಂಗಳು ಎರಡು ತಿಂಗಳು ಬೇಕೇ ಬೇಕು. ಅಲ್ಲಿಯವರೆಗೆ ತನ್ನ ಮನೆಯ ಹಾಗೂ ಬಟ್ಟೆ ಅಂಗಡಿಯ ಉಸ್ತುವಾರಿಯನ್ನು ಗೆಳೆಯ ವೀರಭದ್ರನಿಗೆ ವಹಿಸಿಕೊಟ್ಟು, "ನೋಡಪಾ ನಾ ಬರೂತನಾ ನಮ್ಮ ಮನಿ ನೀನ ನೋಡಕೊ"

"ಹೇ, ನೀ ನಿಶ್ಚಿಂತಿಯಾಗಿ ಹೋಗಿ ಬಾ. ಹ್ಯಾಂಗರಾ ಆಗಿ ರಾಮ ಸಿಕ್ಕರ ಸಾಕ. ನಿಮ್ಮ ಮನಿ ನೋಡಕೊಳ್ಳುದು ನನ್ನ ಜವಾಬ್ದಾರಿ" ಎಂದು ವೀರಭದ್ರ ಆಶ್ವಾಸನೆ ಕೊಟ್ಟ.

ಕಾಶಿ ವಾರಣಾಶಿ ಎಂದೆಲ್ಲ ಸುತ್ತಿ ಸುಳಿದು ರಾಮನನ್ನು ಹುಡುಕಿ ಹುಡುಕಿ ಬತ್ತಿ ಬಸವಳಿದ ಲಕ್ಷ್ಮಣನ ಕೈಯಲ್ಲಿನ ಗಂಟೂ ಕರಗತೊಡಗಿತು. ತಾಯಿಯ ದಯನೀಯ ಸ್ಥಿತಿ ನೆನಪಾಗಿ, ಹಟ ಬಿಡದೇ ಸುಳಿವು ಸಿಕ್ಕಲ್ಲೆಲ್ಲ ಅಲೆದಾಡಿದನಾದರೂ ಎಲ್ಲ ಕಡೆಗೂ ನಿರಾಸೆಯೇ ಹುಟ್ಟಿಕೊಂಡಿತು. ಇನ್ನು ಸುಮ್ಮನೇ ಕುಳಿತಲ್ಲಿ ಊರು ತಲುಪುವುದೇ ಕಷ್ಟವಾಗಬಹುದೆನ್ನಿಸಿತು. ಹಾಗಾಗಿ ಆತ ಗುಜರಾತಿನವರೆಗೂ ರೈಲಿನಲ್ಲಿ ಚಲಿಸಿಬಂದ. ಇನ್ನು ಮುಂದೆ ಸಾಗಬೇಕಾದರೆ, ಹೇಗಾದರೂ ಮಾಡಿ ದುಡಿಯಲೇಬೇಕು. ಕೆಲಸ ಅನಿವಾರ್ಯ.

ಹಾಗಾಗಿ ಗುಜರಾತಿನ ಆ ಪಟ್ಟಣದಲ್ಲಿ ಕೆಲಸ ಹುಡುಕುತ್ತಾ ಅಂಗಡಿಗಳಲ್ಲಿ ತನಗೆ ತಿಳಿದ ಅರ್ಧಂಬರ್ಧ ಹಿಂದಿಯಲ್ಲಿ ಮಾತನಾಡಿ ವಿಚಾರಿಸತೊಡಗಿದ. ಆತನ ಪ್ರಯತ್ನದ ಫಲದಿಂದ ಒಂದು ಬಟ್ಟೆ ಅಂಗಡಿಯಲ್ಲಿ ಕೆಲಸ ನೋಡಿದ ನಂತರ ಸಂಬಳದ ಮಾತು ಅಲ್ಲಿಯವರೆಗೆ ಊಟ ತಿಂಡಿ ಮಾತ್ರ ಎಂಬ ಕರಾರಿನ ಮೇಲೆ ಕೆಲಸ ಸಿಕ್ಕಿತು.

ಲಕ್ಷ್ಮಣ ಹೇಳಿಕೇಳಿ ಪಕ್ಕಾ ವ್ಯಾಪಾರಸ್ಥ ಜೊತೆಗೆ ಎರಡು ವಾರಗಳಲ್ಲಿ ಗುಜರಾಥಿ ಭಾಷೆ ಕಲಿತು ಪಕ್ಕಾ ಮಾರವಾಡಿಯೇ ಆಗಿಬಿಟ್ಟ. ಅಂಗಡಿಯ ಮಾಲೀಕ ಗಣಶ್ಯಾಮ್ ಭಾಯಿ ಪಟೇಲ್ ಈ ಹುಡುಗನ ಚಾಕಚಕ್ಯತೆಯನ್ನು ಕಂಡು ಮರುಳಾದ. ಹಾಗಾಗಿ ತನ್ನದೇ ಮನೆಯ ಹಿತ್ತಲಿನ ರೂಮನ್ನು ಆತನಿಗೆ ಉಳಿದುಕೊಳ್ಳಲು ಕೊಟ್ಟು ಜೊತೆಗೆ ಒಂದು ಬಕೇಟು ಚೆಂಬನ್ನು ಕೊಟ್ಟು ಅಲ್ಲಿಯೇ ಹಿತ್ತಲಿನ ಬಾವಿಯ ನೀರನ್ನು ಸೇದಿ ಜಳಕಕ್ಕೆ ವ್ಯವಸ್ಥೆ ಮಾಡಿಕೊಟ್ಟು ಆತನನ್ನು ತನ್ನ ಮನೆಯಲ್ಲಿಯೇ ಇರಿಸಿಕೊಂಡ. ಬದುಕಿನ ಮೂಲ ಸೌಕರ್ಯಗಳು ಒದಗಿದಾಗ, ಆತನಿಗೂ ಅಲ್ಲಿ ಇರಲು ಕಷ್ಟವೆನ್ನಿಸಲಿಲ್ಲ. ಮನೆಗೆ ಪತ್ರ ಬರೆದು ತಿಳಿಸಿದ.

ತಿಂಗಳು... ಎರಡು ತಿಂಗಳು ಹೀಗೆ ದಿನಗಳು ಕಳೆದವು. ತನ್ನೂರು ತಲುಪುವುದಕ್ಕೆ ಪಗಾರ ಸಿಕ್ಕಿತ್ತು. ತಾನು ಊರಿಗೆ ಹೊರಡುವುದನ್ನು ಪಟೇಲನ ಮುಂದೆ ಪ್ರಸ್ತಾಪ ಮಾಡಿದಾಗ, ಆತ ಇನ್ನೂ ಹೆಚ್ಚಿಗೆ ಪಗಾರ ನೀಡುವುದಾಗಿ ಪುಸಲಾಯಿಸಿ ಊರಿಗೆ ಹೋಗಗೊಡಲಿಲ್ಲ. ಲಕ್ಷ್ಮಣನ ಊರಿನ ತನ್ನ ಅಂಗಡಿಯ ವ್ಯಾಪಾರದ ಮುಂದೆ ಇಲ್ಲಿಯ ವ್ಯಾಪಾರ ಬಹಳ ಲಾಭದಾಯಕವೆನ್ನಿಸಿತು. ಹಾಗಾಗಿ ಆತನಿಗೂ ಆ ಗಳಿಕೆ ಬಿಟ್ಟು ಬರಲು ಇಷ್ಟವಿರಲಿಲ್ಲ. ಸಾಧ್ಯವಾದಷ್ಟು ದುಡಿದುಕೊಂಡೇ ಹೋಗುವುದೆಂದು ನಿರ್ಧರಿಸಿ ಪತ್ರ ಬರೆದ. ಹಾಗೇ ಒಂದಿಷ್ಟು ಹಣವನ್ನೂ ಕೂಡ ಮನಿ ಆರ್ಡರ್ ಮುಖಾಂತರ ಕಳುಹಿಸಿದ.

ಭಾರತಿ, ಆತನ ಪತ್ರವನ್ನು ಅತ್ತೆ ಗಂಗವ್ವಳ ಮುಂದೆ ಓದಿದಾಗ, ಆಕೆಗೆ ಕಳವಳ ಹುಟ್ಟಿಕೊಂಡಿತು. ಆ ದಿನವೇ ಆಕೆ ಕಾರ್ಡ ತರಿಸಿ,

ಪ್ರೀತಿಯ ಮಗನೇ,

ನಿನ್ನ ಪತ್ರ ಓದಿ ಖುಷಿಯಾಯಿತು. ನೀನು ಕಳುಹಿಸಿದ ಹಣದಿಂದ ನಮ್ಮ ತಾಪತ್ರಯಗಳೂ ಸ್ವಲ್ಪಮಟ್ಟಿಗೆ ಕಡಿಮೆಯಾದವು. ರಾಮ ಸಿಗಲಿಲ್ಲವೆಂದು ತಿಳಿದು ಬಹಳ ಬೇಸರವಾಯಿತು. ಇರಲಿ ಇರುವ ನೀನೊಬ್ಬ ಮಗನಾದರೂ ಸುರಕ್ಷಿತವಾಗಿ ಮನೆಗೆ ಬಾ. ನಮಗೆ ನೀನು ಗಳಿಸುವ ಹಣಕ್ಕಿಂತ ನೀನು ಮುಖ್ಯ ನಿನ್ನ ಹೆಂಡತಿ ನಿನಗಾಗಿ ಕಾಯುತ್ತಿದ್ದಾಳೆ. ಆದಷ್ಟು ಬೇಗ ಬಾ.

ಇಂತಿ ನಿನ್ನ ಅವ್ವ

ಎಂದೆಲ್ಲ ಭಾರತಿಯ ಕೈಯಿಂದ ಪತ್ರ ಬರೆಯಿಸಿದಳು.

ಲಕ್ಷ್ಮಣನ ಪತ್ರ ಓದಿದಾಗ, ಭಾರತಿಯ ಮನಸ್ಸಿನಲ್ಲಿಯೂ ತಳಮಳ ಹುಟ್ಟಿಕೊಂಡಿತ್ತು. ಗಂಡ ಲಕ್ಷ್ಮಣನ ವ್ಯಾಪಾರಿ ಬುದ್ಧಿ ಆಕೆಗೆ ತಿಳಿದದ್ದೇ. ಹಣ ಗಳಿಸುವ ಭರದಲ್ಲಿ ಅಲ್ಲಿಯೇ ತಳ ಊರಿದಲ್ಲಿ ಎಂಬ ಆತಂಕವೂ ಕಾಡದೇ ಇರಲಿಲ್ಲ. ಅತ್ತೆ ಆಕೆಗೆ ಹೇಳಿ ಪತ್ರ ಬರೆಯಿಸಿದ ಮೇಲೆ ಸ್ವಲ್ಪ ನಿರಾಳವೆನ್ನಿಸಿತ್ತು.

ತಾಯಿಯ ಪತ್ರ ಓದಿದ ಮೇಲೆ ಲಕ್ಷ್ಮಣನಿಗೆ ತಾಯಿಯ ಹಾಗೂ ಹೆಂಡತಿಯ ನೆನಪು ಕಾಡಿತು, ಆ ಮನೆಗೆ ಗಂಡು ದಿಕ್ಕು ತಾನೊಬ್ಬನೆ. ಈಗಾಗಲೇ ಒಬ್ಬ ಮಗನನ್ನು ಕಳೆದುಕೊಂಡ ತಾಯಿಯ ತಳಮಳವನ್ನು ಅರ್ಥ ಮಾಡಿಕೊಂಡ. ಆದರೂ ಸಧ್ಯಕ್ಕೆ ಇಲ್ಲಿ ಸಿಕ್ಕ ಅವಕಾಶವನ್ನು ಉಪಯೋಗಿಸಿಕೊಂಡು ಒಂದಿಷ್ಟು ಹಣವನ್ನು ಗಳಿಸಿಕೊಂಡೇ ಹೋಗುವುದೆಂದು ನಿರ್ಧರಿಸಿದ್ದ.

ಗೆಳೆಯ ವೀರಭದ್ರನಿಗೂ ಲಕ್ಷ್ಮಣ ಪತ್ರ ಬರೆಯುತ್ತಿದ್ದ. ಆತನ ಪತ್ರ ಬಂದಾಗಲೊಮ್ಮೆ ವೀರಭದ್ರ ಗೆಳೆಯನ ಮನೆಗೆ ಹೋಗಿ ಪತ್ರದ ವಿಷಯ ತಿಳಿಸುತ್ತಿದ್ದ. ಹಾಗೆಯೇ ಅವರ ಮನೆಯ ವಿಷಯಗಳನ್ನೆಲ್ಲ ಲಕ್ಷ್ಮಣನಿಗೆ ತಿಳಿಸುತ್ತಿದ್ದ.

ದಿನಗಳೆದಂತೆ ಲಕ್ಷ್ಮಣ ಹೆಚ್ಚು ಹೆಚ್ಚು ಮಾಲು ಹಾಕಿಸಿಕೊಳ್ಳತೊಡಗಿದ. ವಯಸ್ಸಾದ ಗನಶ್ಯಾಮ ಪಟೇಲರು ಲಕ್ಷ್ಮಣನನ್ನೇ ಮಾಲು ತರಲು ಕಳುಹಿಸುತ್ತಿದ್ದರು. ಇದರಿಂದ ಇನ್ನಷ್ಟು ಹೊಣೆಹೊತ್ತ ಲಕ್ಷ್ಮಣ ಮತ್ತಷ್ಟು ವ್ಯಾಪಾರಕ್ಕೆ ಅಂಟಿಕೊಂಡುಬಿಟ್ಟ. ಮೊದಲೇ ಹಣ ಗಳಿಸುವಲ್ಲಿ ಸಾಕಷ್ಟು ಆಸಕ್ತಿಯುತವಾದ ಮನೋಭಾವದ ಲಕ್ಷ್ಮಣನನ್ನು ಕೇಳುವುದೇನು? ತನ್ನ ಬುದ್ಧಿಶಕ್ತಿಯಿಂದ ಹೆಚ್ಚು ಲಾಭಮಾಡತೊಡಗಿದ.

ಲಕ್ಷ್ಮಣನಿಲ್ಲದೇ ಭಾರತಿಗೆ ಹಗಲು ಹೊತ್ತು ಕೆಲಸ ಮಾಡುತ್ತ ಸಮಯ ಸರಿಯುತ್ತಿತ್ತು. ಆದರೆ ಇರುಳು? ಇನಿಯನಿಲ್ಲದ ಇರುಳು ಕರಾಳವೆನ್ನಿಸುತ್ತಿತ್ತು. ಮದುವೆಯಾಗಿ ಆರು ತಿಂಗಳುಗಳವರೆಗೆ ಒಂದಿರುಳೂ ಏಕಾಂಗಿಯಾಗಿ ಮಲಗಿಲ್ಲ. ತವರಿಗೆ ಹೋದರೂ ಬೆನ್ನು ಹತ್ತಿಯೇ ಬರುತ್ತಿದ್ದ ಅಂತವನು ಇದ್ದಕ್ಕಿದ್ದಂತೆಯೇ ಮಾಯವಾದಾಗ, ಸಹಜವಾಗಿಯೇ ವಿರಹ ವೇದನೆ ಹುಟ್ಟಿಕೊಳ್ಳುತ್ತಿತ್ತು. ಆತನಿಗಾಗಿಯೇ ಸಾಕಷ್ಟು ಪರಿತಪಿಸುತ್ತಿದ್ದಳು. ತನ್ನ ಪತಿದೇವ ಲಕ್ಷ್ಮಣ ಹೇಗಿದ್ದಾನೆ, ಏನು ಮಾಡುತ್ತಿರುವ ಮುಂತಾದ ವಿಷಯಗಳೇ ಆಕೆಯನ್ನು ಸುತ್ತುವರಿಯುತ್ತಿದ್ದವು. ಆತನ ಪತ್ರ ಬಂದರಂತೂ ಆತನೇ ಬಂದಷ್ಟು ಸಂಭ್ರಮಪಡುತ್ತಿದ್ದಳು. ಹತ್ತು ಹದಿನೈದು ದಿನಗಳು ಕಳೆಯುತ್ತಲೇ ಪೋಸ್ಟಮನ್ ಬರುವ ಸಮಯದಲ್ಲಿ ಕಾಯುತ್ತಲೇ ನಿಲ್ಲುತ್ತಿದ್ದಳು. ಆಶಾದಾಯಕವಾದ ನೋಟಹೊತ್ತು ಅತ್ತಲಿಂದ ಬರುವ ಪೋಸ್ಟಮನ್ ನನ್ನು ನಿರೀಕ್ಷಿಸುತ್ತಿದ್ದಳು. ಆತ ಇವರ ಮನೆ ದಾಟಿ ಹೋಗತೊಡಗಿದರೂ, "ನಮ್ಮ

ಪತ್ರಾ ಬಂದಿಲ್ಲರಿ?" ಎಂದು ಕೇಳುತ್ತಿದ್ದಳು. ಆಗ ಪೋಸ್ಟಮನ್ "ಬಂದರ ಕೊಟ್ಟಹೊಕ್ಕಿನಲ್ಲ ತಂಗಿ?" ಎನ್ನುತ್ತ ತೆರಳುತ್ತಿದ್ದ ಅಷ್ಟು ಸಾಲದೆಂಬಂತೆ ಅತ್ತೆಯನ್ನು ವೀರಭದ್ರನ ಮನೆಗೆ ತನ್ನ ಗಂಡನ ಪತ್ರ ಬಂದಿದೆಯೇ? ಎಂದು ನೋಡಿಕೊಂಡು ಬರಲು ತಿಳಿಸುತ್ತಿದ್ದಳು.

ಗಂಡನ ನೆನಪು ಅತಿಯಾಗಿ ಕಾಡಿ ವೇದನೆ ಹುಟ್ಟಿಕೊಳ್ಳತೊಡಗಿದಾಗ, ಯಾವ ಕೆಲಸವನ್ನೂ ಕೂಡ ಸರಿಯಾಗಿ ಮಾಡಲಾಗುತ್ತಿರಲಿಲ್ಲ. ಆದರೆ ಆ ತರಹದ ಬದುಕು ಆಕೆಗೆ ಬೇಸರ ಹುಟ್ಟಿಸತೊಡಗಿತು. ಹಣದ ಮೇಲೆ ವ್ಯಾಮೋಹ ಹೊತ್ತು ಹೋದ ಗಂಡ ಇನ್ನು ಬೇಗ ಬರುವುದು ಅನುಮಾನ. ತಾನು ಆತನ ವ್ಯಾಮೋಹದಲ್ಲಿ ದುಃಖಿಸುವುದರಲ್ಲಿ ಅರ್ಥವೇ ಇಲ್ಲವೆನ್ನಿಸಿತು. ಗಂಡನ ಜಪ ಮಾಡುವುದು ಬಿಡಬೇಕು. ಅಷ್ಟೇ ಅಲ್ಲ, ಬರೀ ಅಡುಗೆ ಮಾಡುವುದು ಉಣ್ಣುವುದು ತಿನ್ನುವುದು ಇವುಗಳ ಹೊರತಾಗಿ ತಾನು ತನ್ನನ್ನು ಬೇರೆ ಕೆಲಸಗಳಿಗೆ ತೊಡಗಬೇಕು ಎನ್ನಿಸಿತು.

ಆದಷ್ಟು ಬೇಗ ಮನೆಗೆಲಸಗಳನ್ನು ಬೇಗ ಬೇಗ ಮುಗಿಸಿ, ಅತ್ತೆಯ ಅಪ್ಪಣೆ ಪಡೆದು ಬುದ್ಧವ್ವಳ ಮನೆಗೆ ಹೋಗತೊಡಗಿದಳು. ಅಲ್ಲಿ ಹಾಡು, ಹೇಣಿಕೆ ಎಂದೆಲ್ಲ ಮುಂತಾದ ಕಲೆಗಳನ್ನು ಆಕೆಯ ಹತ್ತಿರ ಹೇಳಿಸಿಕೊಳ್ಳತೊಡಗಿದಳು. ಬುದ್ಧವ್ವಳಂತೂ ಜಾನಪದ ಖನಿ. ಆಕೆಯ ಪ್ರತಿಭಾ ಸಮುದ್ರದಲ್ಲಿ ಎಲ್ಲ ತರಹದ ಹಾಡುಗಳೂ ಅಡಗಿದ್ದವು. ಅವುಗಳಲ್ಲಿ ಭಾರತಿ ವಿಶೇಷವಾಗಿ ಸ್ವಾತಂತ್ರ್ಯ ಹೋರಾಟಗಾರರ ಪದಗಳನ್ನು ಹಾಗೂ ಲಾವಣಿಗಳನ್ನು ಆಯ್ದುಕೊಳ್ಳುತ್ತಿದ್ದಳು. ವೀರರಾಣಿ ಕಿತ್ತೂರು ಚೆನ್ನಮ್ಮಾ, ಸಂಗೊಳ್ಳಿರಾಯಣ್ಣ, ಸಿಂಧೂರ ಲಕ್ಷ್ಮಣರಂತಹ ಸ್ವಾತಂತ್ರ್ಯ ಹೋರಾಟಗಾರರ ಕತೆಗಳು ಆಕೆಗೆ ತಿಳಿದವುಗಳೇ. ಆದರ ಕೂಡ ಅವು ಲಾವಣಿಗಳ ಹಾಗೂ ಪದದ ರೂಪದಲ್ಲಿ ಬಂದಾಗ, ಅವುಗಳನ್ನು ಹಾಡುತ್ತ ಹಾಡುತ್ತ ಭಾರತೀಯ ಮೈಯಲ್ಲಿ ವೀರಾವೇಷ ತುಂಬುತ್ತಿತ್ತು.

ರಾಮಚಂದ್ರಪ್ಪ ದೇಸಾಯಿಪುರಕ್ಕೆ ಬಂದಾಗ, ಮಗಳ ಪದಗಳನ್ನು ಹಾಡುಗಳನ್ನು ಕೇಳಿ ಖುಷಿಯಾಗಿ ಆಕೆಗೆ ಮತ್ತಷ್ಟು ಪ್ರೋತ್ಸಾಹ ನೀಡಿದ್ದ. ಅದರ ಪರಿಣಾಮವಾಗಿ ಭಾರತಿ ಬುದ್ಧವ್ವ ಸೇರಿದಂತೆ ಸ್ವಲ್ಪ ಓದಿಕೊಂಡ ಐದಾರು ಜನ ಹೆಂಗಳೆಯರನ್ನು ಕೂಡಿಸಿಕೊಂಡು ಹಾಡುವುದು, ಅವರಿಂದಲೂ ಹಾಡಿಸುವುದು ಮಾಡಿದಳು. ಬರಬರುತ್ತ ಆಕೆಯ ಆ ಮಹಿಳಾ ಸಂಘ ವೃದ್ಧಿಸುತ್ತಾ ಸಾಗಿತು. ಮೊದಲು ನಾಲ್ಕೈದು ಜನರಿಂದ ಪ್ರಾರಂಭಿಸಿದ ಮಹಿಳಾ ಸಂಘ ನಾಲ್ಕೈದು ತಿಂಗಳಲ್ಲಿ ಇಪ್ಪತ್ತು–ಇಪ್ಪತ್ತೈದು ಜನರವರೆಗೆ ಬೆಳೆಯಿತು. ಹೀಗೆ ಬೆಳೆದು ನಿಂತ ಸಂಘಕ್ಕೆ ರಾಮಚಂದ್ರಪ್ಪ ಆಗಾಗ ಬೆಟ್ಟಿ ಕೊಡುವುದು ಸ್ವಾತಂತ್ರ್ಯ ಹೋರಾಟದ ಬಗ್ಗೆ ಕಿಚ್ಚು ಹಚ್ಚುವುದು ಮಾಡತೊಡಗಿದ್ದ.

ಹೀಗೊಮ್ಮೆ ಚಂದೂರಿನ ತೋಟದ ಮನೆಯಲ್ಲಿ ನಡೆದ ಗುಪ್ತ ಸಭೆಯಲ್ಲಿ ಭಾರತಿ ಮಾತನಾಡಿ ಎಲ್ಲರಿಂದಲೂ ಶಹಭಾಶಗಿರಿ ಪಡೆದಳು. ಅಂದಿನಿಂದ ಆಕೆಗೆ ಸ್ವಾತಂತ್ರ್ಯ ಹೋರಾಟದಲ್ಲಿ ಮತ್ತಷ್ಟು ಒಲವು ಮೂಡಿತು.

** ** **

ನಾಲ್ಕೈದು ತಿಂಗಳುಗಳಿಂದ ಅಲ್ಲಿ ದುಡಿಯುತ್ತಿರುವ ಲಕ್ಷ್ಮಣ, ಕೇವಲ ಗಣಶ್ಯಾಮನ ವ್ಯಾಪಾರಕ್ಕಷ್ಟೇ ಹತ್ತಿರವಾಗಲಿಲ್ಲ. ಆತನ ಮನೆಗೂ ಹತ್ತಿರವಾದ. ಗಣಶ್ಯಾಮನ ಮನೆ ಎಂದರೆ, ಆತನ ಸುಂದರವಾದ ಮಗಳು ಸುನಿತಾ.

ಹೊಸದಾಗಿ ಅಂಗಡಿಗೆ ಬಂದಾಗ, ಆತನ ಮನಸ್ಸಿನಲ್ಲಿ ಕೇವಲ ಹೊಟ್ಟೆಹೊರೆದುಕೊಂಡು ಊರಿಗೆ ಹೋಗಿ ತಲುಪುವುವಷ್ಟು ಹಣಗಳಿಸುವುದಾಗಿತ್ತು ಆದರೆ ತಿಂಗಳು ಕಳೆಯುವುದರಲ್ಲಿ ಸುನಿತಳ ಚೆಲುವು ಆತನ ಗಮನ ಸೆಳೆಯಿತು. ಬರಬರುತ್ತಾ ಆಕೆಯ ಚೆಲುವು ಮಾತ್ರವಲ್ಲ ಆಕೆಯ ಗುಣಸ್ವಭಾವಗಳೂ ಕೂಡ ಆಕರ್ಷಿಸಿದವು. ತಿಳಿದೋ ತಿಳಿಯದೆಯೋ ಸುನಿತಳ ಮೋಹಪಾಶದಲ್ಲಿ ಆತ ಸಿಲುಕಿಹೋದ. ಬಹುಶ: ಹೊಸದಾಗಿ ಮದುವೆಯಾದ ಆತನಿಗೆ ಹೆಣ್ಣಿನ ಅನುರಾಗ, ಸಖ್ಯ, ಸುಖ ಸಂಭೋಗದಿಂದ ದೂರವಾಗಿದ್ದುದು ಕೂಡ ಸುನಿತಳ ಮೋಹ ಪಾಶದಲ್ಲಿ ಬೀಳಲು ಕಾರಣವಾಗಿದ್ದಿತೇನೋ. ಅಷ್ಟೇ ಅಲ್ಲ, ಭಾರತಿಯಲ್ಲಿ ಕಾಣಿಸದೇ ಇರುವ ರಸಿಕತೆ ಸುನಿತಳಲ್ಲಿ ಕಾಣಿಸಿತು. ಭಾರತಿ ಗಂಡನನ್ನು ಪ್ರೀತಿಸುತ್ತಿದ್ದಳಾದರೂ ಆದರೆ ಆಕೆ ಸದಾ ಆತನ ಸಾಮಿಪ್ಯದಲ್ಲಿಯೇ ಇದ್ದು ಆತನನ್ನು ಆಕರ್ಷಿಸಲು ಪ್ರಯತ್ನಿಸುತ್ತಿದ್ದಿಲ್ಲ. ಬದಲಿಗೆ ಆಕೆಯ ಸೆಳೆತ ಬೇರೆಡೆಯೇ ಇತ್ತು. ಹಾಗಾಗಿ ಆಕೆ ಗಂಡನಿಗೆ ಪತಿ ಎಂದು ತನ್ನ ಕರ್ತವ್ಯ ನಿಭಾಯಿಸಿ ಆತನ ಬೇಕು ಬೇಡಗಳನ್ನು ಮಾತ್ರ ಗಮನಿಸುತ್ತಿದ್ದಳು. ಸುನಿತ ಸಾಮಾನ್ಯ ಹೆಣ್ಣು. ಆಕೆಗೆ ಭಾರತಿಗಿರುವಂತಹ ಚಿಂತನೆ ಇದ್ದಿರಲಿಲ್ಲ. ಆಕೆಗೆ ಪ್ರಿಯಕರನ ಪ್ರೇಮ ಪಾಶದಲ್ಲಿ ಸಿಲುಕಿಕೊಳ್ಳುವುದೇ ಮುಖ್ಯವಾಗಿತ್ತು.

ಅಷ್ಟೇ ಅಲ್ಲ, ಆಕೆ ಈಗಾಗಲೇ ಲಕ್ಷ್ಮಣನನ್ನು ತನ್ನ ಯಜಮಾನನೆಂದು ನಿರ್ಧರಿಸಿಬಿಟ್ಟಳು. ಬೆಣ್ಣೆ ಬಿಸಿಗೆ ಕರಗಲು ಬಹಳ ಸಮಯ ಹಿಡಿಯಲಿಲ್ಲ. ಸಂಯಮವೂ ಉಳಿಯಲಿಲ್ಲ. ಅದೇನು ಕೆಟ್ಟಗಳಿಗೆಯೋ ಒಳ್ಳೆಯದೋ ಪ್ರಕೃತಿ ಪುರುಷನಲ್ಲಿ ಲೀನವಾಗಿ ಹೋಗಿದ್ದರು. ತಿಳುವಳಿಕೆ ಬಂದಾಗ, ಲಕ್ಷ್ಮಣನ ಕಣ್ಮುಂದೆ ತಾಯಿ ಹಾಗೂ ಹೆಂಡತಿ ನಿಂತಿದ್ದರು. ಆಗ ಆತನ ಜಂಘಾಬಲವೇ ಉಡುಗಿಹೋಗಿತ್ತು. ಸರಿಪಡಿಸಲು ಆಗದಂತಹ ತಪ್ಪು ನಡೆದುಹೋಗಿದೆ ಮುಂದೇನು ಎಂದು ದಿಗ್ಭ್ರಮೆ ಹೊತ್ತು ಕುಳಿತ. ಸಾಲದ್ದಕ್ಕೆ ಎರಡು ದಿನಗಳಲ್ಲಿಯೇ ಹೆಂಡತಿಯ ಅಕ್ಷರಗಳನ್ನು ಹೊತ್ತ ತಾಯಿಯ ಹೆಸರಿನ ಪತ್ರ

ಬಂದಿತು. ತನ್ನ ತಪ್ಪಿಗೆ ಪ್ರಾಯಶ್ಚಿತ್ತ ಎಂಬಂತೆ ಈ ಬಾರಿ ಸ್ವಲ್ಪ ಹೆಚ್ಚಾಗಿಯೇ ಹಣ ಕಳುಹಿಸಿದ.

ಜೀವಗಳೆರಡು ಬೆರೆತು ಹೋದ ಮೇಲೆ ಸುನೀತ ಲಕ್ಷ್ಮಣನನ್ನು ಮತ್ತಷ್ಟು ಪ್ರೀತಿಯಿಂದ ತನ್ನ ಪತಿದೇವನೇ ಎಂಬಷ್ಟು ಪ್ರೀತಿ ಹರಿಸಿ ನೋಡಿಕೊಳ್ಳತೊಡಗಿದಳು. ಇಷ್ಟೊಂದು ಪ್ರೀತಿ ಹರಿಸುತ್ತಿರುವ ಸುನಿತಳನ್ನೋ ಅಥವಾ ಅಗ್ನಿಸಾಕ್ಷಿಯಾಗಿ ಕೈಹಿಡಿದ ಹೆಂಡತಿಯನ್ನು ನೋಡಬೇಕೋ ಎಂಬ ಇಬ್ಬಗೆಯ ಬೇಗುದಿಗೆ ಬಿದ್ದ. ಪಟೇಲನಿಗೆ ಅವರಿಬ್ಬರೂ ಪ್ರೀತಿಸುವ ಮುನ್ನವೇ ಲಕ್ಷ್ಮಣನನ್ನು ಮನೆ ಅಳಿಯನನ್ನಾಗಿ ಮಾಡಿಕೊಳ್ಳುವ ಬಯಕೆ ಹುಟ್ಟಿತ್ತು. ಆದರೆ ಆತ ಎಲ್ಲಿಂದಲೋ ಬಂದವನು ಜಾತಿ ಯಾವುದೋ ಏನೋ ಎಂದುಕೊಂಡ. ಆತ ಕೆಲಸಗಾರನಾಗಿ ಬಂದಾಗ, ಆತನ ಕುಲ ಗೋತ್ರ ಯಾವುದೂ ಅವಶ್ಯವಾಗಿರಲಿಲ್ಲ. ವ್ಯಾಪಾರಕ್ಕೆ ಬೇಕಾದ ಚುರುಕುತನ, ಜಾಣತನ ಆತನಲ್ಲಿದ್ದಿತು.

ಆದರೆ ಈಗ ಲಕ್ಷ್ಮಣ ಹಾಗೂ ಮಗಳ ಒಡನಾಟದ ವಾಸನೆ ಬಡಿದು ಕೇಳಬೇಕಾಗಿ ಬಂತು. ಎಲ್ಲವನ್ನೂ ವಿಚಾರಿಸಿದಾಗ ಜಾತಿ ಕುಲ ಅಡ್ಡಬಂತು. ಆದರೂ ಹೊರಗೆ ಅಂತಹ ಅಳಿಯ ಸಿಗಲಾರ ಅಲ್ಲದೇ ಮಗಳು ಮನಸಾರೆ ಒಪ್ಪಿದ ಗಂಡು ಎಂಬ ಕಾರಣಕ್ಕೆ ಸಮಾಜಕ್ಕೆ ತಪ್ಪು ಕಾಣಿಕೆ ಕೊಟ್ಟು ಅವರ ಮದುವೆ ಮಾಡಿದ.

ಮದುವೆಯ ನಂತರ ಲಕ್ಷ್ಮಣನಿಗೆ ಮತ್ತಷ್ಟು ಪಾಪಪ್ರಜ್ಞೆ ಕಾಡತೊಡಗಿ, ಅವ್ವ ಹಾಗೂ ಹೆಂಡತಿಯ ನೆನಪು ಬಾಧಿಸತೊಡಗಿತು. ಊರುಬಿಟ್ಟು ಆರು ತಿಂಗಳಾಯಿತು. ಈ ನಡುವೆ ಹೆಂಡತಿಯಿಂದ ಮೂರ್ನಾಲ್ಕು ಪತ್ರಗಳೂ ಬಂದವು. ಸಾಲದ್ದಕ್ಕೆ ವೀರಭದ್ರನ ಪತ್ರವೂ ಬಂದು ಆತನ ಹೆಂಡತಿ ಮತ್ತು ತಾಯಿ ಆತನನ್ನು ಬಹಳಷ್ಟು ನೆನಪಿಸುತ್ತಿದ್ದಾರೆ ಎಂಬುದನ್ನು ಸಾರಿತ್ತು. ಹಾಗಾಗಿ ಊರಿಗೆ ಹೋಗಿಯೇ ಬರಬೇಕೆಂದ. ವಿಷಯ ತಿಳಿಸಿದಾಗ ಸುನಿತ "ಮೈಭೀ ಆವೂಂಗಿ ಮೇರಿ ಸಸುರಾಲ್" ಎಂದಳು ಲಕ್ಷ್ಮಣ ಈ ಬಾರಿ ಬೇಡ. ತನ್ನ ಮದುವೆಯ ಬಗ್ಗೆ ತಿಳಿದಲ್ಲಿ ಅವ್ವ ಮತ್ತೆ ಮರಳಿ ಕಳುಹಿಸುವುದೇ ಇಲ್ಲ ಎಂದಾಗ, ತೆಪ್ಪಗಾದಳು.

** ** **

ಆರು ತಿಂಗಳ ನಂತರ ಬಂದ ಮಗನನ್ನು ಕಂಡು ಗಂಗವ್ವ ಹರ್ಷಭರಿತಳಾಗಿದ್ದಳು. ಮಗ ತೆಗೆದುಕೊಂಡು ಬಂದ ಸೀರೆಗಳನ್ನು ಇಡೀ ಓಣಿಯನ್ನು ಸುತ್ತಾಡಿ ಹೆಮ್ಮೆಯಿಂದ ತೋರಿಸುತ್ತ ಓಡಾಡಿದಳು. ಅಣ್ಣಾ ಬಂದ ಸುದ್ದಿ ತಿಳಿದು ಮಹಾದೇವಿ ತನ್ನ ಗಂಡ ಹಾಗೂ ಮಗಳೊಂದಿಗೆ ಹಾಜರ

ಆಗಿದ್ದಳು. ಅಣ್ಣನಿಗೋಸ್ಕರವೇ ಉಂಡಿ ಕಟ್ಟಿಕೊಂಡು ಬಂದಿದ್ದಳು. ಅಣ್ಣ ಕೂಡ ತಂಗಿಗೆ ಸೀರೆ ತಂದಿದ್ದ.

ಮನೆಯಲ್ಲಿ ಎಲ್ಲರೂ ಯಾವ ಪರಿವೆಯೂ ಇರದೇ ಮುಗ್ಧತೆಯಿಂದ ಹರ್ಷಪಡುತ್ತಾ ಓಡಾಡುವ ಪರಿಯನ್ನು ಕಂಡು ಅವರಿಗೆ ಅರುಹದೇ ಬಚ್ಚಿಟ್ಟ ಸತ್ಯದಿಂದ ಆತ ಬಳಲತೊಡಗಿದ. ಮೈಮೇಲೆ ಬೂದಿ ಹೊತ್ತು ಒಳಗಡೆ ಕೆಂಡದ ಮಡುವಿನಲ್ಲಿ ಬಿದ್ದು ತತ್ತರಿಸಿಹೋದ.

ಅಂದು ರಾತ್ರಿ, ಊಟದ ನಂತರ ಪಾತ್ರೆ ತೊಳೆಯುತ್ತಿದ್ದ ಅತ್ತಿಗೆ ಭಾರತಿಯನ್ನು ನೋಡಿ ಮಹಾದೇವಿ, "ಹುಂ ಹೋಗವಾ ನೀ, ನಾ ಎಲ್ಲಾ ತೊಳೀತಿನಿ. ನಿಮ್ಮ ಯಜಮಾನರು ನಿನ್ನ ಹಾದಿಕಾಯಾಕತ್ತಾರಾ. ಹೇಳಿಕೇಳಿ ಆರ ತಿಂಗಳು ನಿನ್ನ ಬಿಟ್ಟು ದೂರ ಇದ್ದಾ. ಇನ್ನ ಎಷ್ಟ ದಿನಾ ಹಂಗ ಇದ್ದಾನು?" ಎಂದೆಲ್ಲ ಛೇಡಿಸುತ್ತ ಅವರ ಕೊಠಡಿಗೆ ನೂಕಿದಳು. ಭಾರತಿ ನಾಚುತ್ತಾ ಮುಖ ಕೆಂಪಗೇ ಮಾಡಿಕೊಂಡು ಒಳನಡೆದಳು. ಅಷ್ಟೊತ್ತಿಗಾಗಲೇ ಹಾಸಿಗೆ ಹಾಸಿ ಆಕೆಗಾಗಿಯೇ ಕಾಯುತ್ತ, ಸತ್ಯವನ್ನು ಹೇಗೆ ಹೇಳುವುದೆಂದು ಚಿಂತಿಸುತ್ತಿದ್ದ. ಅಷ್ಟೊತ್ತಿಗೆ ಆಕೆ ಬಂದು ನಾಚುತ್ತಲೇ ರೂಮಿನ ಬಾಗಿಲು ಹಾಕಿಕೊಂಡು ಹಾಸಿಗೆಯಲ್ಲಿ ಕುಳಿತಳು. ಆಕೆ ಕಲ್ಪಿಸಿಕೊಂಡಿದ್ದೇನು ನಡೆಯದೇ ವಿಚಿತ್ರವೆನ್ನಿಸಿ ಆಕೆಯೂ ಹಾಗೆ ಹಾಸಿಗೆಯಲ್ಲಿ ಉರುಳಿದಳು. ಸ್ವಲ್ಪ ಹೊತ್ತಿನ ನಂತರ ತಾನೇ ನಿಧಾನವಾಗಿ ಪ್ರೀತಿಯಿಂದ ಪತಿಯನ್ನು ಅಪ್ಪಿಕೊಂಡಳು. ಲಕ್ಷ್ಮಣ ಮತ್ತಷ್ಟು ತಳಮಳಿಸಿದ. ಸತ್ಯವನ್ನು ಬಚ್ಚಿಡುವುದು ಇನ್ನು ಸಾಧ್ಯವೇ ಇಲ್ಲ ಎಂದೆನ್ನಿಸಿ "ಭಾರತಿ ನಾ ತಪ್ಪ ಮಾಡೀನಿ" ಎಂದಾಗ ಭಾರತಿ "ಏನ್ರಿ ನೀವೇನ ತೆಪ್ಪ ಮಾಡತೀರಿ? ನೀವು ತೆಪ್ಪ ಮಾಡಾಕ ಸಾಧ್ಯನ ಇಲ್ಲಾ. ಇಡೀ ಊರ ಮಂದಿ ಲಕ್ಷ್ಮಣಾ ಭಾಳ ಶ್ಯಾಣ್ಯಾ ಹುಡುಗಾ ಅಂತೈತಿ."

"ಆದ್ರ ಈ ಶ್ಯಾಣ್ಯಾ ಶೆಗಣಾ ತಿನ್ನೂ ಕೆಲಸಾ ಮಾಡ್ಯಾಣ."

"ಹಾಂ ಹಂಗ ಅಂದ್ರ ಏನ್ರಿ? ಚೆಂತಂಗೆ ಹೇಳ್ರಿ."

"ಹೇಳ್ತಿನಿ ಆದ್ರ ನಾ ಹೇಳಿದ್ದನ್ನ ಇಲ್ಲೆ ಯಾರ ಹತ್ರನೂ ಹೇಳುದಿಲ್ಲಾ ಅಂತ ಮಾತ ಕೊಡ" ಎಂಬ ಮಾತು ಹುಡುಗಾಟಿಕೆ ಎನ್ನಿಸಿ,

"ಹುಂ. ನಾ ಏನು ಯಾರ ಮುಂದನೂ ಹೇಳುದಿಲ್ಲಾ ಹೇಳ್ರಿ" ರಾಗಬದ್ಧವಾಗಿ ಹೇಳುತ್ತಾ ಕೈಮುಂದೆ ಚಾಚಿ ಆತನ ಕೈ ಮೇಲೆ ಕೈ ಹಾಕಿದಾಗ, ಆಕೆಯಿಂದ ಭಾಷೆ ತೆಗೆದುಕೊಂಡ ನಂತರ ಕೊಂಚ ಧೈರ್ಯದಿಂದ ಎಲ್ಲವನ್ನೂ ಒಂದೇ ಉಸುರಿನಲ್ಲಿ ಹೇಳಿ ಮುಗಿಸಿದಾಗ, ಭಾರತಿ ಕಂಗೆಟ್ಟಳು. ಆಣೆಕಟ್ಟಿನ ಬಾಗಿಲು ತೆರೆದಾಗ, ಒಮ್ಮಿಂದೊಮ್ಮೆಯೇ ಧುಮ್ಮಿಕ್ಕುವ ನದಿಯಂತೆ ಆಕೆಯ ಕಣ್ಣಿಂದ ಕಣ್ಣೀರು ಹರಿಯತೊಡಗಿತು. ಹಾಗೇ ಒಂದೇ ಸಮನೆ ಬಿಕ್ಕುತ್ತಿದ್ದಳು. ಆ ರಾತ್ರಿಯ ನೀರವತೆಯಲ್ಲಿ ಆಕೆಯ ಬಿಕ್ಕಳಿಕೆ ಭಯಂಕರವಾಗಿತ್ತು. ಸೂತಕದ

ರೋಧನದಂತಿದ್ದ ಆಕೆಯ ರೋಧನ ಹೆಚ್ಚುತ್ತಾ ಹೋದಂತೆ ಆ ರೋಧನವೆಲ್ಲಿ ನಡು ಮನೆಯಲ್ಲಿ ಹಾಗೂ ಅಡುಗೆ ಮನೆಯಲ್ಲಿ ಮಲಗಿರುವವರನ್ನು ತಲುಪುವುದೋ ಎಂದು ಭಾರತಿಯನ್ನು ಸಂತೈಸುತ್ತಾ, "ಅಳಬ್ಯಾಡಾ ನಾ ನಿನ್ನ ಬಿಟ್ಟಿಲ್ಲ" ಎಂದು ರಮಿಸಲು ಪ್ರಯತ್ನಿಸಿದವನನ್ನು ದೂರ ನೂಕಿ, "ನೀ ಬಿಡಲೀಕ ನಾ ನಿಮ್ಮನ್ನ ಬಿಟ್ಟನಿ ಹೋಗ್ರಿ" ಎಂದಾಗ, ಲಕ್ಷ್ಮಣ ಅಪ್ರತಿಭನಾದ.

ಮತ್ತೊಂದು ಪ್ರಯತ್ನ ಎಂಬಂತೆ,

"ನಾ ಬರತೀನಿ ಅಂತ ಹೇಳಿನೆಲಾ. ಹಂಗ ಆಗಾಗ ರೊಕ್ಕಾನೂ ಕಳಸತೀನಿ" ಭಾರತಿಯ ರಕ್ತ ಕೊತಕೊತನೇ ಕುದಿದು, "ಹಾಂ, ಇಲ್ಲಿಗೆ ಬರತೀರಿ ಮತ್ಯಾಕ ಬರತೀರಿ, ಏನ ಮಾಡಾಕ ಬರತೀರಿ? ಅತ್ತಾಗ ಹೋಗ್ರಿ. ಮತ್ತ ರೊಕ್ಕಾ ಕಳಸ್ತೀರಿ? ನಿಮ್ಮ ರೊಕ್ಕಾ ತುಗೊಂಡ ನಮಗೇನ ಮಾಡಬೇಕಾಗೇತಿ? ನಿಮ್ಮ ರೊಕ್ಕಾ ಓದ ಸುಡರಿ. ಯಾರಿಗೆ ಬೇಕ ನಿಮ್ಮ ರೊಕ್ಕಾ?"... ಗುಡುಗಿದಳು. ಹೇಳಿ ಕೇಳಿ ಅನ್ಯಾಯ ಕಂಡಲ್ಲೆಲ್ಲ ಸಿಡಿದೇಳುವ ಸಿಂಹಿಣಿ ಸುಮ್ಮನಿದ್ದಾಳೆಯೆ?

ಅಧ್ಯಾಯ–8

ಆರು ತಿಂಗಳುಗಳ ಕಾಲ ಪತಿದೇವನ ಅನುಪಸ್ಥಿತಿಯಲ್ಲಿಯೂ ಕೂಡ ಆತನನ್ನು ತನು ಮನದಿಂದ ಪೂಜಿಸಿ ಆರಾಧಿಸಿದ್ದಳು. ಕುಳಿತರೂ ನಿಂತರೂ ಅವನ ಧ್ಯಾನವೇ. ಆತನ ಧ್ಯಾನ ಮಾಡಿ ಸೋತಾಗಲೇ ಬೇರೆ ಅಮೂಲ್ಯ ಕೆಲಸಗಳಲ್ಲಿ ತೊಡಗಿಕೊಂಡದ್ದು. ಈಗ ಆತ ನುಡಿದ ನುಡಿಗಳಿಂದ ಆ ಬಾವನೆಗಳೆಲ್ಲ ಕೊಚ್ಚಿಕೊಂಡುಹೋಗಿ ನುಚ್ಚುನೂರಾದವು. ಮೈಯ್ಯೆಲ್ಲಾ ಧಗಧಗನೇ ಉರಿದು ಒಡಲೊಳಗೆ ಎಂದೆಂದಿಗೂ ಆರದ ಬೆಂಕಿ ಕೆಂಡ ನಿಗಿನಿಗಿ ಎನ್ನತೊಡಗಿತು. ತನ್ನ ಗಂಡ ಸಂಪೂರ್ಣವಾಗಿ ತನ್ನವನೇ ಎಂಬ ಅಧಿಪತ್ಯ ಅಳಿಸಿಹೋಗಿದೆ. ತನ್ನದೇ ಒಂದು ಅಂಗಾಂಗ ಕಳಚಿಹೋದ, ನಿಂತ ನೆಲ ಕುಸಿದು ಹೋದಂತಹ ಅನುಭವ! ನಂಬಲಾಗದ ಸತ್ಯ ಆದರೆ ಆತನೇ ಸ್ವತ: ಹೇಳಿದ್ದರಿಂದ ನಂಬಲೇಬೇಕು. ಆದರೆ ಆಕೆಗೆ ಆಸರೆಯಾಗಿ ಆಕೆಯ ಕೆಲಸ ಒಂದು ಬಗೆಯಲ್ಲಿ ಸಮಾಧಾನವನ್ನು ಎರೆದಿತ್ತು.

ಸಂಕಟ, ನೋವು ನಿರಾಸೆಗಳೆಲ್ಲ ಮೇಳೈಸಿ ರಾತ್ರಿ ಇಡೀ ಬಿಕ್ಕಿ ಬಿಕ್ಕಿ ಬಳಲಿಕೆಯಾಗಿ ಅದ್ಯಾವಾಗ ಕಣ್ಣುಗಳು ಮುಚ್ಚಿದವೋ ತಿಳಿಯಲಿಲ್ಲ.

ಅತ್ತಿಗೆ ಬೆಳಿಗ್ಗೆ ಬೇಗ ಎದ್ದು ಬರದಾದಾಗ, ಮಹಾದೇವಿ ಬೇರೆಯೇ ಕಲ್ಪಿಸಿಕೊಂಡು ಆರಾಮವಾಗಿ ಎದ್ದು ಬರಲೆಂದು ತಾನೇ ಕೆಲಸಕ್ಕೆ ತೊಡಗಿದಳು. ಪಾತ್ರೆಗಳ ಸಪ್ಪಳಕ್ಕೆ ಎಚ್ಚರವಾಗಿ ಗಾಬರಿಯಿಂದ ಎದ್ದ ಭಾರತಿಗೆ ಕಹಿ ಘಟನೆ ಥುತ್ತನೆ ನೆನಪಾಗಿ ಕಾರ್ಕೋಟಕ ವಿಷ ಕುಡಿದಂತಾಯಿತು. ಕಿಟಕಿಯಿಂದ ಒಳಹೊಕ್ಕ ಸೂರ್ಯನ ಕಿರಣದಿಂದ ಸಮಯದ ಪರಿವೆಯಾಗಿ ಅನಿವಾರ್ಯವಾಗಿ ಮೇಲೆದ್ದು ಮುಖ ತೊಳೆದುಕೊಂಡು ಕೆಲಸಕ್ಕೆ ತೊಡಗಲನುವಾದವಳನ್ನು "ನಾವೆಲ್ಲಾ ಮಾಡತೀವಿ ನೀ ಹೋಗವಾ" ಎಂದು

ಹುಸಿ ಮುನಿಸು ತೋರಿದ ನಾದಿನಿಗೆ ಏನನ್ನಬೇಕು ಎಂದು ಗೊತ್ತಾಗದೇ ಸುಮ್ಮನಾದಳು.

ಮರುದಿನವೇ, ಭಾರತಿ ಪ್ರತಿ ದಿನದಂತೆ ಬೇಗ ಕೆಲಸ ಮುಗಿಸಿ ತನ್ನ ಸಂಘಕ್ಕೆ ತಯಾರಾಗತೊಡಗಿದಳು. ಮಹಾದೇವಿ "ಇದೇನ್ರಿ ವೈನಿ? ಅಣ್ಣಾ ಇಷ್ಟ ದಿನದ ಮ್ಯಾಲೆ ಬಂದಾನಾ. ಅವಾ ಹೋಗುತನಾ ಆದ್ರೂ ಆ ಚಳುವಳಿ, ಈ ಚಳುವಳಿ, ಹಾಡು, ಭಾಷಣಾ ಎಲ್ಲಾ ಬಿಟ್ಟ ಅಣ್ಣನ ಜೋಡಿ ಇರಿ" ಎಂದಾಗ, "ಅಯ್ಯ ಅವರ ಬಂದಾರಾ ಅಂತ ಹೇಳಿ ಅವರ ಮುಂದ ಕುಂಡ್ರೂದ ಐತಿ? ನಾ ನನ್ನ ಕೆಲಸಾ ನನ್ನ ಕರ್ತವ್ಯ ಮಾಡಬೇಕಲಾ" ಎಂದು ಆತನನ್ನು ಧಿಕ್ಕರಿಸಿದಂತೆ ಮಾಡಿ ಹೊರನಡೆದಳು. ಲಕ್ಷ್ಮಣ, "ಎಲ್ಲೆ ಆಕಿ ಎಲ್ಲಿ ಹೊಕ್ಕಾಳಾ?" ಎಂದು ಗಾಬರಿಯಿಂದ ಕೇಳಿದ. "ಏ ನಿನಗ ಗೊತ್ತ ಇಲ್ಲಾ? ಆಕಿ ನಿನ್ನ ಮುಂದ ಎಲ್ಲಾ ಹೇಳ್ಯಾಳಾ ಅನ್ನಕೊಂಡಿದ್ನಿ"

"ಇಲ್ಲಾ ನನಗ ಏನೂ ಗೊತ್ತಿಲ್ಲ"

"..."

ಮಹಾದೇವಿ ಅತ್ತಿಗೆಯ ಕೆಲಸ ಕಾರ್ಯಗಳನ್ನು ಅರುಹಿದಾಗ, ಆಕೆ ಹಾಗೆ ಗಂಡಸರು ಹೆಂಗಸರು ಎನ್ನದೇ ಸ್ವಾತಂತ್ರ್ಯ ಚಳುವಳಿಯಲ್ಲಿ ಧುಮಿಕಿದ್ದು ಲಕ್ಷ್ಮಣನಿಗೆ ಸ್ವಲ್ಪವೂ ಇಷ್ಟವಾಗಲಿಲ್ಲ. ತಾಯಿಯನ್ನು ಉದ್ದೇಶಿಸಿ "ಆಕಿನ್ನ ಯಾಕ ಹಂತಲ್ಲಿ ಕಳಸಾಕ ಹೋದಿ?"

"ಮತ್ತ ಇನ್ನೇನ ಮಾಡೂದ ತಮ್ಮಾ? ನೀನಂತೂ ಹೋದಿ. ಆಕಿ ಏನ ಮಾಡಬೇಕು? ಅಷ್ಟಕ್ಕೂ ಆಕಿ ಏನ ಕೆಟ್ಟ ಕೆಲಸಕ್ಕ ಹೊಂಟಿಲ್ಲಾ. ನಮ್ಮ ಮನಿ ಮಾನಾ ಮರ್ಯಾದಿ ತರೂ ಕೆಲಸಾನ ಮಾಡಾಕತ್ತಾಳಾ. ಊರಾನ್ನ ಎಷ್ಟೊಕೊಂಡ ಮಂದಿ ನಿನ್ನ ಸೊಸಿ ಎಷ್ಟ ಶ್ಯಾಣ್ಯಾಕಿ ಅದಾಳಾ. ಎಷ್ಟ ಚೆಂದ ಭಾಷಣಾ ಮಾಡತಾಳಾ. ಅಂತ ಅಂತಾರಾ" ಎಂದು ಸೊಸೆಯನ್ನು ಬಿಟ್ಟುಕೊಡದೇ ಮಾತನಾಡಿದಾಗ, ಏನೂ ಹೇಳಲಾಗದೇ ಆದರೆ ಮನದಲ್ಲಿಯೇ ಬೇಸರಿಸಿಕೊಂಡು ಸುಮ್ಮನಾದ.

ಒಂದೆರಡು ದಿನಗಳ ಕಾಲ, ಮಹಾದೇವಿಗೆ ಒಲವಿನಿಂದ ಮಾತೂ ಕೂಡ ಆಡದ ಈ ಗಂಡ ಹೆಂಡಿರ ನಾಟಕವೇ ತಿಳಿಯಲಿಲ್ಲ. ಇಬ್ಬರೂ ಲವಲವಿಕೆ ಇಲ್ಲದೇ ಓಡಾಡುವುದನ್ನು ಕಂಡು ಬೇಸತ್ತಳು. ಒಂದೆರಡು ಬಾರಿ ಅತ್ತಿಗೆಯನ್ನೋ ಅಣ್ಣನನ್ನೋ ಕೇಳಬೇಕೆನ್ನಿಸಿತ್ತು. ಆದರೆ ಏನೆಂದು ಕೇಳಬೇಕೆನ್ನುವುದೇ ತಿಳಿಯಲಿಲ್ಲ. ಮಹಾದೇವಿ ಊರಿಗೆ ಹೊರಟು ನಿಂತಾಗ ಮಾತ್ರ ಭಾರತಿ ಆಕೆಯನ್ನು ತಬ್ಬಿಕೊಂಡು ಅತ್ತಿದ್ದಳು.

ಲಕ್ಷ್ಮಣ ಬಂದು ಹದಿನೈದು ದಿನಗಳ ನಂತರ ಹೊರಟು ನಿಂತಾಗ ತಾಯಿ ಹೋಗಬೇಡವೆಂದು ಗೋಗರೆದಳು. ಇನ್ನೊಂದು ವರ್ಷ ದುಡಿದುಕೊಂಡು

ಮುಂದೆ ಇಲ್ಲಿಯೇ ಬಟ್ಟೆ ಅಂಗಡಿಯನ್ನು ಇನ್ನಷ್ಟು ಚೆನ್ನಾಗಿ ನಡೆಸಿಕೊಂಡು ಹೋಗುವುದಾಗಿ ಸಮಾಧಾನಪಡಿಸಿದ. ಆದರೆ ಅಸಲಿ ವಿಷಯ ತಿಳಿದ ಭಾರತಿ ರೂಮಿನಲ್ಲಿಯೇ ಜೋರಾಗಿ ಬಿಕ್ಕಿದಳು. ಹಾಗೆ ರೂಮಿನಲ್ಲಿಯೇ ಕುಳಿತು ಬಿಕ್ಕುತ್ತಿದ್ದ ಹೆಂಡತಿಯನ್ನು ಕಂಡು ಜೀವ ಬಾಯಿಗೆ ಬಂದಂತಾಯಿತು. ಆದರೆ ಅಲ್ಲೊಂದು ಸೆಳೆತವಿದೆಯಲ್ಲ?

** ** **

ಸುನಿತ ಗರ್ಭವತಿಯಾದಾಗ, ಎಲ್ಲರಿಗಿಂತ ಮಿಗಿಲಾಗಿ ಪಟೇಲರು ಬಹಳ ಹರ್ಷಗೊಂಡರು. ಸೀಮಂತ ಮಾಡಿ ತಮ್ಮ ಶಕ್ತಿ ಮೀರಿ ಊಟಕ್ಕೆ ಹಾಕಿದರು. ತನ್ನದೇ ಕುಡಿಯೊಂದು ಹೆಂಡತಿಯ ಉದರದಲ್ಲಿ ಬೆಳೆಯುತ್ತಿರುವುದನ್ನು ಕಂಡು ಲಕ್ಷ್ಮಣ ಪುಳಕಗೊಂಡ. ಆಕೆಯನ್ನು ಮತ್ತಷ್ಟು ಪ್ರೀತಿಯಿಂದ ಕಾಳಜಿಯಿಂದ ನೋಡಿಕೊಳ್ಳತೊಡಗಿದ. ಆಕೆಯನ್ನು ಅತ್ಯಂತ ಪ್ರೀತಿಯಿಂದ ನೋಡಿಕೊಂಡಾಗಲೊಮ್ಮೆ ತಾಯಿ ಹಾಗೂ ಭಾರತಿ ನೆನಪಾಗುತ್ತಿದ್ದರು. ಒಳಗೊಳಗೇ ತನ್ನ ತಪ್ಪಿಗೆ ಪಶ್ಚಾತ್ತಾಪ ಪಡುತ್ತಲೇ ಹೋದ. ಆ ಪಶ್ಚಾತ್ತಾಪದ ಬೇಗೆಯಲ್ಲಿ ಬೆಂದು ಸಾಕಾಯಿತು. ಬರಬರುತ್ತ ಆ ವಿಷಯ ಆತನ ಕತ್ತು ಹಿಸುಕತೊಡಗಿತು. ಹಾಗೇ ಬೆಂಬತ್ತಿದ ಭೂತದಂತೆ ಸದಾ ಕಾಡತೊಡಗಿದಾಗ, ಈ ಮೊದಲೇ ತನಗೊಬ್ಬಳು ಹೆಂಡತಿ ಇರುವ ವಿಷಯವನ್ನು ಸುನಿತಳಿಗೆ ಹೇಳಿದ. ವಿಷಯ ತಿಳಿದ ಸುನಿತಳಿಗೆ ಅರಿಯದೇ ಬೆಂಕಿಯ ಮೇಲೆ ಕಾಲಿಟ್ಟಂತಾಗಿತ್ತು. ಒಂದೆರಡು ದಿನ ಗಂಡನೊಂದಿಗೆ ಮಾತನಾಡುವುದನ್ನೇ ಬಿಟ್ಟಳು. ನಂತರ ಆಕೆಯನ್ನು ರಮಿಸಲು ಲಕ್ಷ್ಮಣನಿಗೆ ಸಾಕುಬೇಕಾಯಿತು. ಆಕೆ ಅದನ್ನು ಅಷ್ಟಕ್ಕೇ ಬಿಡಲಿಲ್ಲ. ತಂದೆ ಹತ್ತಿರವೂ ಹೇಳಿದಾಗ ಆತನೂ ಭಯಗೊಂಡ. ಇನ್ನು ಕೋಪಗೊಂಡಲ್ಲಿ ಅರ್ಥವಿಲ್ಲವೆಂದು ಲಕ್ಷ್ಮಣನಿಗೆ ಸೂಕ್ಷ್ಮವಾಗಿಯೇ ಇನ್ನು ಮುಂದೆ ಆತನು ಆತನ ಊರ ಕಡೆಗೆ ಕಣ್ಣೂ ಕೂಡ ಹಾಯಿಸಬಾರದೆಂದು ಅಪ್ಪಣೆ ಮಾಡಿದ್ದಲ್ಲದೇ ಆತನ ಕೈ ತೆಗೆದುಕೊಂಡು ತನ್ನ ಹೊಟ್ಟೆ ಮೇಲಿಟ್ಟು ಹುಟ್ಟಲಿರುವ ಮಗುವಿನ ಮೇಲೆ ಆಣೆ ಮಾಡಿ ಇನ್ನು ಮುಂದೆ ತನ್ನ ಊರಿಗೆ ಹೋಗಕೂಡದೆಂದು ಆಣೆ ಮಾಡಿಸಿಕೊಂಡಳು. ಇದರಿಂದ ಲಕ್ಷ್ಮಣನ ಕೈಕಾಲು ಕಟ್ಟಿಹಾಕಿದಂತಾಯಿತು. ಸಾಲದ್ದಕ್ಕೆ ಭಾರತಿ ಕೂಡ ಆತನನ್ನು ತಿರಸ್ಕರಿಸಿದ್ದರಿಂದಲೂ ಆತನಿಗೆ ಇಷ್ಟವಾಗದೇ ಇದ್ದ ಕಾರ್ಯಕ್ಕೆ ಇಳಿದಿದ್ದರಿಂದಲೂ ಆ ಕಡೆಯ ದಾರಿ ಕಡಿದುಹೋದಂತಾಯಿತು.

ಆದರೂ ಕೂಡ, ಘಟನೆ ನಡೆದ ನಂತರ, ತಾಯಿ ಹೆಂಡತಿಯ ನೆನಪು ಬಾಧಿಸುತ್ತಿದ್ದಾದರೂ ಮಗ ಮನೋಹರ ಹುಟ್ಟಿದ ನಂತರ ಆತನ ಲಾಲನೆ ಪಾಲನೆಯಲ್ಲಿ ಮುಳುಗಿಹೋದ. ಹಾಗೇ ಸುನಿತಳಿಗೆ ಆತನ

ವಿಷಯ ತಿಳಿದಾಗಿನಿಂದ ಆತನ ಹೆಸರಿನಿಂದ ಯಾವುದೇ ಪತ್ರ ಬಂದರೂ ತೆಗೆದಿಟ್ಟುಕೊಂಡುಬಿಡುತ್ತಿದ್ದಳು. ಹೀಗಾಗಿ ಎಂಟು-ಹತ್ತು ತಿಂಗಳು ಕಳೆದರೂ ತನ್ನ ಊರಿನ ಯಾವುದೇ ಪತ್ರ ಬರದೇ ಮತ್ತಷ್ಟು ಮರೆಸುವಂತಾಯಿತು. ಆದರೆ, ಪ್ರತಿ ತಿಂಗಳು ಹಣ ಕಳುಹಿಸುತ್ತಿದ್ದ.

ಇತ್ತ, ಅನಿವಾರ್ಯ ಪ್ರಸಂಗವೊಂದರಲ್ಲಿ ಲಕ್ಷ್ಮಣ ಬೇರೊಂದು ಮದುವೆಯಾದ ವಿಷಯವನ್ನು ಅತ್ತೆ ಗಂಗವ್ವಳಿಗೆ ಭಾರತಿ ಹೇಳಲೇಬೇಕಾಗಿ ಬಂದಾಗ, ಹೇಳಿಬಿಟ್ಟಳು. ನಿಜ ವಿಷಯ ತಿಳಿದ ನಂತರ ಗಂಗವ್ವ ಕೊರಗಿದಳು, ಸೊರಗಿದಳು ಆತ ಮನೆಗೆ ಬಾರದಾದಾಗ, ಆತಂಕಗೊಂಡಳು. ಹರೆಯದ ಸೊಸೆ ಭಾರತಿಯನ್ನು ಕಂಡು ಮರುಗಿದಳು. ಹಾಗೇ ಭಾರತಿಗೆ ಎಲ್ಲ ವಿಷಯಗಳಲ್ಲಿಯೂ ಸಂಪೂರ್ಣ ಸ್ವಾತಂತ್ರ್ಯ ಕೊಟ್ಟಳು. ಲಕ್ಷ್ಮಣನಿರುವಲ್ಲಿಗೆ ಆತನ ಗೆಳೆಯ ವೀರಭದ್ರನನ್ನು ಹಣ ಕೊಟ್ಟು ಕಳುಹಿಸಿ ಕರೆಸಬೇಕೆಂದವಳನ್ನು ಸೊಸೆ ತಡೆದಳು. ಕೊನೆಗೆ ಅದೇ ಕೊರಗಿನಲ್ಲಿ ಕೊನೆಯುಸಿರೆಳೆದಳು.

ಸ್ಟಾರ್ಟ ಇಮ್ಮಿಡಿಯೇಟ್ಲಿ... ಎಂದು ಟೆಲಿಗ್ರಾಮ್ ಬಂದಾಗ, ಲಕ್ಷ್ಮಣ ಹುಚ್ಚನಂತೆ ಅಳತೊಡಗಿದ.. ಆಗ ಪಟೇಲ ಆಗಲಿ ಸುನಿತ ಆಗಲಿ ಆತನಿಗೆ ಹೋಗಬೇಡ ಎನ್ನಲು ಆಗಲಿಲ್ಲ. ಆದರೆ ಜಾಣ ಪಟೇಲ ಅಳಿಯನನ್ನಷ್ಟೇ ಕಳುಹಿಸದೇ ತಾನು ಜೊತೆಗೆ ಹೋದ.

ಅವರು ಊರು ತಲುಪುವುದಕ್ಕೆ 3–4 ದಿನ ತಗುಲಿತು. ಅಷ್ಟರಲ್ಲಿ ತಾಯಿಯ ದೇಹ ಸುಟ್ಟು ಬೂದಿಯಾಗಿತ್ತು. ಮಹಾದೇವಿ ಆತ ಬರುತ್ತಲೇ ತಬ್ಬಿಕೊಂಡು ಅತ್ತಳು. ಭಾರತಿಯಂತೂ ಆತನ ಗೋಜಿಗೇ ಹೋಗಲಿಲ್ಲ. ಅಸ್ತಿಗುಡಿಸುವ ಕಾರ್ಯವನ್ನು ಆತನಿಗೋಸ್ಕರ ಇಟ್ಟಿದ್ದರು. ದುಃಖತಪ್ತನಾಗಿ ಬೂದಿಗೆ ಹಾಲುತುಪ್ಪ ಎರೆದು ಅಸ್ತಿ ಆರಿಸಿ ಗಡಿಗೆಯಲ್ಲಿ ಹಾಕಿ ಘಟಪ್ರಭೆಯ ಮಡಿಲಲ್ಲಿ ಅಸ್ತಿಗಡಿಗೆಯನ್ನು ಹರಿಬಿಟ್ಟ.

** ** **

ಎಲ್ಲ ಕಾರ್ಯ ಮುಗಿದ ನಂತರ, ಮಹಾದೇವಿ ಅಣ್ಣನ ಗೆಳೆಯ ವೀರಭದ್ರನನ್ನು ಕರೆಯಿಸಿ, ಎಲ್ಲರ ಮುಂದೆಯೆ ಅಣ್ಣನನ್ನು ಉದ್ದೇಶಿಸಿ "ನೀ ಹಿಂಗ್ಯಾಕ ಮಾಡಿದ್ಯೋ ಯಣ್ಣಾ? ನಮ್ಮ ವೈನಿಗೆ ಏನ ಆಗೇತಿ ಅಂತ ನೀ ಹಿಂಗ ಬ್ಯಾರೆದಾಕಿನ್ನ ಕಟಗೊಂಡಿ? ಅವ್ವಾ ನಿನ್ನ ಚಿಂತ್ಯಾಗ ಸತ್ತ ಹೋದಳು. ನಾವೆಲ್ಲಾ ಪರದೇಶಿ ಆಗಿಹೋದವಿ" ಎಂದೆಲ್ಲ ಗೋಳೋ ಎಂದು ಅಳತೊಡಗಿದಳು. ವೀರಭದ್ರನೂ "ಏ ಭಾಳ ತಪ್ಪ ಮಾಡಿದಿ ಬಿಡಪಾ" ಎಂದಾಗ, ಲಕ್ಷ್ಮಣ ಮಮ್ಮಲ ಮರುಗಿದ. ತನ್ನ ತಪ್ಪನ್ನು ತಪ್ಪು ನಡೆದ ಪರಿಯನ್ನು ತಿಳಿಸಿ ಹೇಳಿದ.

ಮತ್ತೊಮ್ಮೆ ಎಲ್ಲರನ್ನೂ ಕ್ಷಮೆ ಕೋರಿದ. ಆದರೆ ಭಾರತಿ ಮಾತ್ರ ಆತನ ಮಾತನ್ನೂ ಕೇಳಲಿಲ್ಲ ಮಾತನಾಡಿಸಲೂ ಇಲ್ಲ. ಯಾರೋ ಬಂದಿದ್ದಾರೆ ಎಂಬಂತಿದ್ದು ತನ್ನ ಕರ್ತವ್ಯವನ್ನು ಮಾತ್ರ ಚಾಚೂ ತಪ್ಪದೇ ಮಾಡುತ್ತಿದ್ದಳು. ರಾಮಚಂದ್ರಪ್ಪನೂ ಸಹ ಅಳಿಯನ ಮೇಲೆ ಕೆಂಡದಂತಹ ಕೋಪ ಮಾಡಿಕೊಂಡಿದ್ದ. ಒಂದು ಕಡೆಗೆ ತಂಗಿಯ ಸಾವಿಗೆ ಕಾರಣನಾಗಿ ಮತ್ತೊಂದು ಕಡೆಗೆ ಮಗಳ ಬಾಳನ್ನು ಹಾಳುಮಾಡಿದವನನ್ನು ಕ್ಷಮಿಸುವುದಾದರೂ ಹೇಗೆ? ಕ್ಷಮಿಸುವುದಿರಲಿ ಕಡುಕೋಪ ಬಂದು ಆತ ಬರುತ್ತಲೇ ಆತನನ್ನು ಥಳಿಸಲು ಹೊರಟವನನ್ನು ಭಾರತಿ "ಹಂತಾವನ್ನ ಬಡದ ಯಾಕ ಕೈ ಹೊಲಸ ಮಾಡಕೊಂತಿ?" ಎಂದು ಬಿಡಿಸಿದ್ದಳು.

ಲಕ್ಷ್ಮಣ ಬ್ಯಾಗ ಹೊತ್ತು ಮಾವ ಘನಶ್ಯಾಮನೊಂದಿಗೆ ಹೊರಡಲು ಸಜ್ಜಾದಾಗ, ಭಾರತಿಗೆ ಇಷ್ಟುದಿನ ತಡೆಹಿಡಿದ ದುಃಖ ಒತ್ತರಿಸಿತ್ತು. ಆಕೆಗೆ ಆತ ಇನ್ನು ಮರಳಿ ಬರುವುದಿಲ್ಲವೆಂದು ಚೆನ್ನಾಗಿ ಗೊತ್ತು. ಇಷ್ಟುದಿನ ತನಗೆ ಜೊತೆಯಾಗಿ ಅತ್ತೆ ಇದ್ದಳು. ಅವಳಿಗೋಸ್ಕರವಾದರೂ ಆತ ಬರುತ್ತಿದ್ದ, ಆದರೆ ಇನ್ನು ಖಂಡಿತವಾಗಿಯೂ ಬರುವುದಿಲ್ಲವೆಂದು ಆಕೆಗೆ ಗೊತ್ತಾಯಿತು. ಆತ ಬರುವುದೇನೂ ಆಕೆಗೆ ಬೇಕಾಗಿರಲಿಲ್ಲ. ಆದರೆ, ತನಗೆ ದಿಕ್ಕು ದೆಸೆ ಎಲ್ಲವೂ ಆಗಿದ್ದ ಅತ್ತೆ ಇಲ್ಲ, ಎಂಬುದನ್ನು ನೆನಪಿಸಿಕೊಂಡಾಗ, ಆಕೆಗೆ ಆಸರೆಯಾಗಿದ್ದ ಮನೆಬಿದ್ದು ಬಟಾಬಯಲಿನಲ್ಲಿ ಆಕೆಯನ್ನು ನಿಲ್ಲಿಸಿದಂತಾಗಿ, ಕಗ್ಗತ್ತಲಿನಲ್ಲಿ ದಟ್ಟ ಅಡವಿಯಲ್ಲಿ ಎಲ್ಲರೂ ಆಕೆಯ ಕೈಬಿಟ್ಟು ನಡೆದಂತ ಅನುಭವವಾದಂತಾಗಿ ಬೋರೆಂದು ಅಳತೊಡಗಿದಳು.

ಎಂಥಹ ಕಲ್ಲು ಹೃದಯವೂ ಕರಗುವಂತಹ ಆಕೆಯ ಆಕ್ರಂದನದಿಂದ ಲಕ್ಷ್ಮಣನಿಗೂ ದುಃಖ ಒತ್ತರಿಸಿತ್ತು. ಆಕೆಯನ್ನು ತಬ್ಬಿ ಸಮಾಧಾನಿಸಬೇಕೆಂದರೆ ಪಟೇಲ ಕಾವಲುಗಾರನಂತೆ ಪಕ್ಕದಲ್ಲೇ ಇದ್ದಾನೆ ಅದೂ ಅಲ್ಲದೆ ಆಕೆಯನ್ನು ತಬ್ಬಿಕೊಳ್ಳಲು ಹೋದರೆಲ್ಲಿ ಆಕೆ ಎಲ್ಲರೆದುರಿಗೆ ನೂಕಿ ಅಪಮಾನ ಮಾಡುವಳೋ ಎಂದು ಒಳಗೊಳಗೇ ಚಡಪಡಿಸಿದ, ಒದ್ದಾಡಿದ. ಭಾರತಿಗೆ ತಾನು ಘೋರ ಅನ್ಯಾಯವೆಸಗಿದೆ ಎನ್ನಿಸಿತು. ದುಃಖದಿಂದಲೇ ಅಳಬೇಡ ಭಾರತಿ ಎಂದು ಕಂಪಿಸಿದಾಗ, ಆಕೆ ಆವೇಶದಲ್ಲಿ "ಈ ಕಣ್ಣೀರು ನಿಮ್ಮ ಸಂಬಂಧ ಅಲ್ಲಾ ನಮ್ಮ ದೇವರಂಥಾ ಅತ್ತಿ..." ಮತ್ತೆ ಆಕ್ರಂದಿಸತೊಡಗಿದಳು. ಮಹಾದೇವಿ ಆಕೆಯನ್ನು ಸಮಾಧಾನಪಡಿಸುತ್ತ, ಅಣ್ಣನನ್ನು "ಯಣ್ಣಾ ನೀ ಹೋಗಬ್ಯಾಡ ನನ್ನ ತಂದೆ. ನೀ ಹೋದ್ರ ಮನಿ ಮುರದಂಗ ತಿಳಕೋ. ನೀ ಹಿಂಗ ಬಿಟ್ಟ ಹೋದ್ರ ವೈನಿ ಗತಿ ಏನ?" ಅಳುತ್ತಲೇ ಅಣ್ಣನನ್ನು ತಬ್ಬಿಹಿಡಿದಳು. ಆಕೆಯನ್ನು ರಮಿಸುತ್ತಲೇ ನಿಧಾನವಾಗಿ ಆಕೆಯಿಂದ ಬಿಡಿಸಿಕೊಂಡು, ತಾನು ಮನೆಗೆ ಪ್ರತಿ ತಿಂಗಳೂ ಹಣ ಕಳುಹಿಸುವುದಾಗಿ ತಿಳಿಸಿಹೇಳಿ ಬಹಳ ಹೊತ್ತು ನಿಂತರೆ ಕೆಲಸ ಕೆಡುವುದೆಂದು

ಅಲ್ಲಿಂದ ಕಾಲುಕೀಳತೊಡಗಿದಾಗ, "ಯಣ್ಣಾ, ನೀ ಹೋಗಬ್ಯಾಡಾ" ಎಂದು ಮತ್ತೆ ತಡೆಹಿಡಿಯುತ್ತಾ "ಏ ವೀರಭದ್ರ ಅಣ್ಣಾ ತಡಿಯ ಇವನ್ನ. ಇಂವಾ ಹೋದ್ರ ನಮ್ಮ ವೈನಿ ಗತಿ ಏನರೆ ಯವ್ವಾ? ಮಾವಾ ಬಾ ಹಿಡಕೋ ಇವನ್ನ" ಕಿರುಚತೊಡಗಿದಾಗ, ಭಾರತಿ "ಹೋಗುವಾರು ಕಾಲು ಹೊರಗ ಇರತಾವು. ಹಂತಾರನ್ನ ಎಷ್ಟಂತ ಹಿಡೀತಿ? ಬಿಟ್ಟ ಬಿಡ ಹೋಗಲಿ" ಧಿಕ್ಕರಿಸಿ ಹೇಳಿದಳು. ರಾಮಚಂದ್ರಪ್ಪ ಮಗಳನ್ನು ರಮಿಸತೊಡಗಿದ. ಸಧ್ಯ ಪರಿಸ್ಥಿತಿ ಸರಿ ಇಲ್ಲವೆಂದು ಅರ್ಥ ಮಾಡಿಕೊಂಡ ಗಣಶ್ಯಾಮ ಅಳಿಯನನ್ನು ತಡೆಹಿಡಿದು ಮತ್ತೆ ಒಂದು ಅರ್ಧ ತಾಸು ನಿಲ್ಲಿಸಿ ಪರಿಸ್ಥಿತಿ ತಿಳಿಯಾದ ನಂತರ ಅಳಿಯ ಮಾವ ಇಬ್ಬರೂ ಜಾಗ ಖಾಲಿ ಮಾಡತೊಡಗಿದರು. ಅವರು ಹೊರ ಬಂದ ನಂತರ, ವೀರಭದ್ರ "ನೋಡಪಾ ಆಕಿ ನಮ್ಮ ತಂಗಿ ಸಿಟ್ಟಿನ ಭರದಾಗ ಹಂಗ ಹೇಳ್ಯಾಳಾ ಆದ್ರ ನೀ ಬರೂದ ಮಾತ್ರ ಬಿಡಬ್ಯಾಡಾ"

"ಇಲ್ಲೋ ನಾ ಯಾಕ ಬಿಡಲಿ? ಬರತೀನಿ. ರೊಕ್ಕಾನೂ ಕಳಸ್ತೀನಿ. ಆದ್ರ ನೀ ನೋಡಕೊಂತನ ಇರು. ಮುಂದಿನ ಸಲಾ ಬಾಳದಿನಾ ಇರಾಕ ಅಂತ ಬರತೀನಿ" ಎನ್ನುತ್ತ ಹೊರಟುಹೋದರು

ಆ ಇರುಳು ಭಾರತಿಗೆ ನಿದ್ರೆ ಬರದೇ ಅತ್ತ ಇತ್ತ ಹೊರಳಾಡುತ್ತಿದ್ದಳು. ಅಷ್ಟಕ್ಕೂ ಅತ್ತೆ ತೀರಿಕೊಂಡ ನಂತರ ಆಕೆಗೆಲ್ಲಿಯ ನಿದ್ರೆ? ಹಾಗೆ ನೋಡಿದರೆ, ಲಕ್ಷ್ಮಣ ಹೋದ ದಿನದಿಂದಲೇ ಆಕೆಯ ನಿದ್ರೆಗೆ ಚ್ಯುತಿ ಬಂದಿತ್ತು. ಆತ ಬೇರೆ ಮದುವೆಯಾದ ವಿಷಯ ತಿಳಿದ ನಂತರವಂತೂ ನಿದ್ದೆಯೇ ಹಾರಿಹೋದಂತಾಗಿ, ಸ್ವಲ್ಪ ದಿನಗಳ ನಂತರ, ಆ ವಿಷಯ ಮರೆತು ಬಂಗಾರದಂತಹ ಅತ್ತೆಯ ಜೊತೆಗೆ ಹಾಗೂ ಎಲ್ಲರೂ ಮೆಚ್ಚುವಂತೆ ದೇಶಸೇವೆಯ ಕಾಯಕವನ್ನು ಮಾಡುತ್ತ ನೆಮ್ಮದಿಯಿಂದಲೇ ಹೇಗೋ ಕಾಲ ಕಳೆಯತೊಡಗಿದ್ದಳು. ಆದರೆ ಆ ಜೀವವೂ ಸ್ವರ್ಗಸ್ಥವಾದಾಗ, ರಾತ್ರಿ ಏತಕ್ಕಾದರೂ ಆಗುವುದೋ ಎನ್ನಿಸಿಬಿಟ್ಟಿತ್ತು. ಇಂದು ಗಂಡ ಊರಿಗೆ ಹೋದ, ನಾಳೆ ನಾದಿನಿ ಮಹಾದೇವಿ ಹೋಗುವಳು. ಅಪ್ಪನಾದರೂ ಎಷ್ಟು ದಿನ ಇದ್ದಾನು? ಎಂದುಕೊಳ್ಳುತ್ತಿದ್ದಂತೇ ತಾನು ಮುಂದೆ ಏನು ಮಾಡುವುದು? ಹೇಗೆ ಬದುಕುವುದು? ಎಂಬ ಪ್ರಶ್ನೆಗಳು ಮುಳ್ಳಿನ ಮೊನೆಯಂತೆ ಚುಚ್ಚತೊಡಗಿದವು. ಮುಳ್ಳಿನ ಕೊಂಪೆಯ ಮೇಲೆ ಮಲಗಿದಷ್ಟೇ ನೋವು ಸಂಕಟಗಳು ಹುಟ್ಟಿಕೊಂಡವು. ಗಂಡನನ್ನು ನೆನಪಿಸಿಕೊಂಡಾಗ ಮೈಯಲ್ಲಿ ರೋಷ ಉಕ್ಕಿತು. ತಾನೇನು ತಪ್ಪು ಮಾಡಿದೆ? ಅದು ಬೇಕು ಇದು ಬೇಕು ಎಂದು ಕೇಳಿದೆನಾ? ಎಂದು ಪ್ರಶ್ನಿಸಿಕೊಂಡವಳು ಮತ್ತೇಕೆ ಹೆಂಡತಿ ಇದ್ದಾಗಲೂ ಬೇರೆ ಮದುವೆ ಮಾಡಿಕೊಂಡ? ಎಂದುಕೊಳ್ಳುತ್ತಲೇ ಕೋಪ ಮತ್ತಷ್ಟು ಹೊತ್ತಿಕೊಂಡಿತು. ಜೊತೆಗೆ ಆ ಗಂಡನನ್ನು ಧಿಕ್ಕರಿಸುವ ಛಲ ಹುಟ್ಟಿಕೊಂಡಿತು. ಆ ಛಲವೇ ಬಲವಾಗಿ ಪರಿವರ್ತನೆಗೊಂಡು ತನ್ನನ್ನು

ಕೇಳುವವರಾರೂ ಇಲ್ಲ ತನಗೆ ತಾನೇ ದಿಕ್ಕು ಎಂಬುದನ್ನರಿತು ಭಾರತಿ ಕಲ್ಲಾದಳು.

ಅರುಣೋದಯವಾಗುತ್ತಿದ್ದಂತೇ ಅವಳ ಮನದಲ್ಲಿಯೂ ವಿಶ್ವಾಸದ ಉಷಾಕಿರಣಗಳು ಹೊತ್ತಿಕೊಂಡವು. ತಾನು ಇನ್ನು ಮುಂದೆ ಸಂಪೂರ್ಣವಾಗಿ ತನ್ನನ್ನು ತಾನು ಸ್ವಾತಂತ್ರ್ಯ ಸಂಗ್ರಾಮದಲ್ಲಿ ತೊಡಗಿಸಿಕೊಳ್ಳುವುದು ಎಂಬ ನಿರ್ಧಾರ ತಳೆದಳು. ಈ ಮೊದಲೇ ಆಕೆಯನ್ನು ಸ್ವಾತಂತ್ರ್ಯ ಹೋರಾಟಗಾರ್ತಿಯರ ಮುಂದಾಳತ್ವವನ್ನು ವಹಿಸುವ ಅವಕಾಶ ಒದಗಿತ್ತು. ಆದರೆ, ಆಕೆ ಏಕೋ ಹಿಂಜರಿದಿದ್ದಳು. ಈಗ ಮಾತ್ರ ದಿಟ್ಟ ನಿಲುವನ್ನು ತಳೆದಳು. ಆ ತೀರ್ಮಾಣ ಅವಳಲ್ಲಿ ಬದುಕಿನ ಛಲವನ್ನು ಉತ್ಸಾಹವನ್ನೂ ಹುಟ್ಟುಹಾಕಿತು.

** ** **

ಮುಂಜಾನೆ ಮಹಾದೇವಿ ದುಗುಡದಿಂದ ಅತ್ತಿಗೆ ಭಾರತಿ ಬಗ್ಗೆ ಯೋಚಿಸುತ್ತಲೇ ಮೇಲೆದ್ದಳು. ಆದರೆ ಆಕೆ ಭಾವಿಸಿಕೊಂಡಂತೆ ಭಾರತಿ ಇರಲಿಲ್ಲ. ಆಕೆ ಗೆಲುವಿನಿಂದಲೇ ಓಡಾಡುತ್ತಿದ್ದಳು. ಅದನ್ನು ನೋಡಿ ಸಮಾಧಾನಪಟ್ಟುಕೊಂಡಳು. ಆದರೂ ಅತ್ತಿಗೆಯ ಮುಂದಿನ ಬದುಕಿನ ಬಗ್ಗೆ ಚಿಂತಿಸಿ ದಾರಿ ಕಾಣದೇ ಬುದ್ಧವ್ವಳನ್ನು ಕರೆತಂದಳು. ಬುದ್ಧವ್ವ ಮೊದಲು ಗಂಗವ್ವಳನ್ನು ನೆನೆದು "ಯವ್ವಾ ನಿಮ್ಮವ್ವಾ ಹೆಂತಾ ಚೊಲೊ ಮನಶ್ಯಾಳ ಯವ್ವಾ ಇಷ್ಟ ಲಗೂಣ ದೇವರಾ ಆಕಿ ಕಣ್ಣ ಮುಚ್ಚೀದಾ" ಎನ್ನುತ್ತಲೇ ಎಲ್ಲರೂ ಕಣ್ಣೀರು ಹಾಕಿದರು. "ಯತ್ತಿ ಮುಂದ ನಮ್ಮ ವೈನಿ ಗತಿ ಏನು? ಆಂವಾ ಅಂತೂ ಕೈಕೊಟ್ಟ ಹೋದಾ. ಇನ್ನ ಮುಂದ ಬಂದಾನಾ ಅನ್ನೂ ನಂಬಿಕಿನೂ ಇಲ್ಲಾ..." ಮಹಾದೇವಿಯ ಮಾತಿನ ಮಧ್ಯಯೇ ಭಾರತಿ ಕೋಪದಿಂದ "ನಿಮ್ಮಣ್ಣಾ ಇದ್ರ ನಾ ಬದಕತೀನಿ ಅಂತ ನೀವೇನ ತಿಳಕೋಬ್ಯಾಡ್ರಿ. ಅಂವಾ ಈಗ ಬಂದರೂ ನನಗ ಬ್ಯಾಡಾ" ಧ್ವನಿಯಲ್ಲಿ ಆಕ್ರೋಶವಿತ್ತು. ಅದೇ ತರಹದ ನೋವನ್ನುಂಡ ಬುದ್ಧವ್ವಳಿಗೆ ಆಕೆಯ ಸಂಕಟ ಅರ್ಥವಾಯಿತು. "ಅಂವಾ ಹೋದನಿಲ್ಲೊ ಹೋಗಲಿ. ತಂಗಿ ನೀ ಏನ ಅಂಜಬ್ಯಾಡಾ ಯವ್ವಾ, ಅಕ್ಕ ಸತ್ತರ ಅಮಾಸಿ ನಿಂದ್ರೂದಿಲ್ಲಾ. ಎಲ್ಲಾ ಆಗೂವಂಗ ಆಕ್ಕತಿ ಹೋಗುವಂಗ ಹೊಕ್ಕತಿ. ಇನ್ನ ಮುಂದಿಂದು ವಿಚಾರಾ ಮಾಡೂಣಂತ" ಬುದ್ಧವ್ವಳ ಮಾತಿನ ಮಧ್ಯಯೇ ಮಹಾದೇವಿ ಬಾಯಿ ಹಾಕಿದಳು. "ಹುಂ ನಾನೂ ಅದನ್ನ ಅಂತೀನೆ ಯತ್ತಿ"

"ಈಗ ಇರೂ ಅಂಗಡಿ ಇಕಿ ನೋಡಕೋಲಿ. ಇಕಿ ಏನು ಹ್ಯಾಂಗೂ ಕಲತಾಕಿ ಅದಾಳಾ. ಬೇಕಾದ್ರ ರಾಮಚಂದ್ರಪ್ಪಗೂ ಇಲ್ಲೇ ಇರು ಅಂದ್ರ ಆತು..."

"ಹುನ ಬೇ..."

"..."

ಮೂವರೂ ಚರ್ಚೆ ಮಾಡಿ ಭಾರತಿಗೆ ಒಪ್ಪಿಗೆಯಾಗುವಂತೆ, ಆಕೆ ಅಂಗಡಿಯ ಜೊತೆಗೆ ಈ ಮೊದಲೇ ಆಕೆ ನಿರ್ಧರಿಸಿದಂತೆ ಸ್ವಾತಂತ್ರ್ಯ ಹೋರಾಟಪರ ಕಾರ್ಯಕ್ರಮಗಳಲ್ಲಿ ಮುಂದಾಳತ್ವ ವಹಿಸುವುದು ಎಂದೆಲ್ಲ ತೀರ್ಮಾನಕ್ಕೆ ಬಂದರು.

ಸ್ವಾತಂತ್ರ್ಯದ ಕಿಚ್ಚು ದೇಶದಾದ್ಯಂತ ಮತ್ತಷ್ಟು ತ್ವರಿತವಾಗಿ ಹರಡಿಕೊಂಡಿತ್ತು. ದೇಸಾಯಿಪುರದಲ್ಲಿಯೂ ಆ ಕಿಚ್ಚು ಜೋರಾಗಿತ್ತು. ಆಕೆ ಅಂದುಕೊಂಡಂತೇ ಭಾರತಿ ಸ್ವಾತಂತ್ರ್ಯ ಹೋರಾಟಗಾರರ ಸಭೆ ಸಮಾರಂಭಗಳಲ್ಲಿ ಭಾಗವಹಿಸತೊಡಗಿದಳು. ಆಕೆಯ ಆಸಕ್ತಿಯನ್ನು ಹಾಗೂ ಜಾಣತನವನ್ನು ಕಂಡು ಆಕೆಯ ಆಶೆಯಂತೆ ದೇಸಾಯಿಪುರದ ಯೋಧರು ಆಕೆಯನ್ನು ಮಹಿಳಾ ಹೋರಾಟಗಾರ್ತಿಯರ ಮುಖಂಡಳನ್ನಾಗಿ ಮಾಡಿದರು.

** ** **

ಸೂರ್ಯನ ಕಿರಣಗಳು ರೂಮಿನ ಒಳಗೆ ಹೊಕ್ಕಾಗ ಒಮ್ಮಿಂದೊಮ್ಮೆಲೇ ಎಚ್ಚರವಾಗಿ ಜಯದೇವಪ್ಪನಿಗೆ ತಾನೆಲ್ಲಿದ್ದೇನೆ ಎಂಬುದನ್ನೇ ಮರೆತಂತಾಗಿ ಗಲಿಬಿಲಿಗೊಂಡ. ನಂತರ ನಿಧಾನವಾಗಿ ಕಣ್ಣುತೆರೆದು ನೋಡಿದಾಗ, ತಾನು ಹೋಟೇಲಿನಲ್ಲಿರುವ ನೆನಪಾಯಿತು. ಹಾಗೇ ರಾತ್ರಿ ಯಾವಾಗ ಮಲಗಿದನೆಂಬುದು ತಿಳಿಯಪಲಿಲ್ಲ. ದೇಸಾಯಿಪುರ ಹಾಳಾಗಿ ಹೋಗಿರುವ ನೆನಪಿನಿಂದ ಮನದಲ್ಲಿ ಖೇದ ಹುಟ್ಟಿಕೊಂಡಿತು. ಹಾಗೇ ಹೊಸದೇಸಾಯಿಪುರ ನೆನಪಾಗಿ ಉತ್ಸಾಹ ಹುಟ್ಟಿಕೊಂಡಿತು. ರಾತ್ರಿ ನಿರ್ಧರಿಸಿದಂತೆ ಹೊಸ ದೇಸಾಯಿಪುರದತ್ತ ಹೋಗಲು ಅವಸರಿಸಿದ. ಒಡನೆಯೇ ಹೊಟೆಲ್ ಮಾಲೀಕನಿಗೆ ಈ ದಿನವೂ ತನಗೊಂದು ಕಾರು ಬೇಕೆಂದು ತಿಳಿಸಿ ತಾನು ರೆಡಿಯಾದ.

ಹೊಸದೇಸಾಯಿಪುರದಲ್ಲಿ ಕಾರು ನಿಲ್ಲಿಸಿ ಕಟ್ಟೆಯಲ್ಲಿ ಹರಟುತ್ತಾ ಕುಳಿತ ಹಿರಿಯರನ್ನು ಹಳೆಯ ದೇಸಾಯಿಪುರದ ತನಗೆ ಜ್ಞಾಪಕ ಇರುವ ಜನರ ಬಗ್ಗೆ ವಿಚಾರಿಸಿದಾಗ, ಆ ಹಿರಿಯರು ಮುಂದೆ ಕಾಣುವ ಮನೆಯನ್ನು ತೋರಿಸಿದರು. ಆ ಮನೆಯ ಒಳಗಡೆ ಹೋಗಿ ಮೊದಲು ತನ್ನ ಪರಿಚಯ ಮಾಡಿಕೊಂಡಾಗ, ಹೆಚ್ಚು ಕಡಿಮೆ ತನ್ನದೇ ವಯಸ್ಸಿನ ಮನುಷ್ಯ ಆಶ್ಚರ್ಯದಿಂದ ಆತನನ್ನು ದಿಟ್ಟಿಸುತ್ತ "ಅಯ್ಯ ಲಕ್ಷ್ಮಣ? ಎಲ್ಲಿ ಇದ್ದಿಪಾ ಇಷ್ಟ ದಿನಾ? ನಾನು ಕುಂಬಾರ ಕಾಶಪ್ಪಾ" ಎಂದು ಹೇಳುತ್ತಲೇ ಲಕ್ಷ್ಮಣ ಆತನನ್ನು ತಬ್ಬಿಕೊಂಡ. ಮುಂದೆ ಕಾಶಪ್ಪಾ ತನ್ನ ಮಂದಿಯನ್ನೆಲ್ಲ ಪರಿಚಯಿಸಿ ಸಾಕಷ್ಟು ಆದರದಿಂದ ಅತಿಥಿ ಉಪಚಾರ ಮಾಡಿದ. ಹಾಗೇ ದೇಸಾಯಿಪುರದ ಜನರ ಬಗ್ಗೆ ಮಾತನಾಡುವಾಗ,

ಆತನ ಆತ್ಮೀಯ ಗೆಳೆಯ ವೀರಭದ್ರನೂ ಅಲ್ಲಿಯೇ ಇರುವುದು ತಿಳಿದು ಲಕ್ಷ್ಮಣ ಅವಸರಿಸುತ್ತಾ ಅವರ ಮನೆಗೆ ಕರೆದೊಯ್ಯುವಂತೆ ತಿಳಿಸಿದ. ಲಕ್ಷ್ಮಣ ವೀರಭದ್ರನನ್ನು ಕಾಣುತ್ತಲೇ ಅಪಾರ ನಿಧಿಸಿಕ್ಕಷ್ಟು ಖುಷಿಯಾಗಿ ಜೋರಾಗಿ ತಬ್ಬಿಕೊಂಡಾಗ ವೀರಭದ್ರ ತಬ್ಬಿಬ್ಬಾದ. ನಂತರ ಅವನು ಲಕ್ಷ್ಮಣ ಎಂದು ತಿಳಿದಾಗ ಬಾಯಿಂದ ಮಾತೇ ಹೊರಡಲಿಲ್ಲ.

ವೀರಭದ್ರ ಗೆಳೆಯನ ಬಗ್ಗೆ ವಿಚಾರಿಸಿಕೊಂಡ ನಂತರ ತನ್ನ ಬಗ್ಗೆ ತನ್ನ ಸಂಸಾರದ ಬಗ್ಗೆ ಹೇಳುತ್ತಾ ದೊಡ್ಡ ಮನೆಯನ್ನು ತೋರಿಸುತ್ತ ಐವತ್ತು ಮಗ್ಗಗಳ ಕಾರ್ಖಾನೆಯನ್ನು ತೋರಿಸಿದಾಗ, ಲಕ್ಷ್ಮಣ ಆಶ್ಚರ್ಯಚಕಿತನಾದ.

ಸಾಯಂಕಾಲ ಚಹಾ ಸೇವನೆಯ ನಂತರ, ದೇಸಾಯಿಪುರದ ಜನರಿಗೆ ಲಕ್ಷ್ಮಣನನ್ನು ಬೇಟಿ ಮಾಡಿಸುವ ತವಕದಿಂದ ಅವನನ್ನು ಊರು ಸುತ್ತಲು ಕರೆದೊಯ್ದ. ಲಕ್ಷ್ಮಣ, ಸುಮಾರು ಅರವತ್ತನ್ನು ದಾಟಿದ ಇಳಿ ವಯಸ್ಸಿನ ಹೆಂಗಸರು ಕಂಡಲ್ಲಿ ದಿಟ್ಟಿಸಿ ನೋಡತೊಡಗಿದ.

ನಾಲ್ಕೈದು ಜನ ಸ್ನೇಹಿತರ ಬೇಟಿಯಾಯಿತು. ಬೇಟಿಯಾಗದೇ ಇರುವ ಜನರು ಸಾಕಷ್ಟಿದ್ದರು. ಇನ್ನು ಗೆಳೆಯರಿಬ್ಬರ ಮಧ್ಯೆ ಐವತ್ತು ವರ್ಷಗಳ ಮಾತುಕತೆಗಳಿದ್ದವು. ಅವೆಲ್ಲ ಒಂದೇ ದಿನದಲ್ಲಿ ಮುಗಿಯಲುಂಟೇ? ಅದಕ್ಕಾಗಿ ಮರುದಿನ ಬೆಳಿಗ್ಗೆಯೇ ಲಕ್ಷ್ಮಣ, ತನ್ನ ಸಾಮಾನು ಸರಂಜಾಮನ್ನು ಹೊಟೆಲಿನಿಂದ ಎತ್ತಿಕೊಂಡು ಬರುವುದೆಂದು ತೀರ್ಮಾನಿಸಿದರು.

ರಾತ್ರಿ ಬೆಡ್ ಮೇಲೆ ಉರುಳುತ್ತಲೇ ಭಾರತಿಯ ಚಿಂತನೆಯಲ್ಲಿ ತೊಡಗಿದ. ವೀರಭದ್ರನನ್ನು ಮೂರ್ನಾಲ್ಕು ಬಾರಿ ಕೇಳಬೇಕೆಂದರೂ ಅಪರಾಧಿ ಪ್ರಜ್ಞೆಯಿಂದ ಗಂಟಲನ್ನು ದಾಟಿ ಆ ಮಾತು ಹೊರಬರಲು ಆಗಲಿಲ್ಲ. ಈಗವಳು ಎಲ್ಲಿರಬಹುದು? ಹೇಗಿರಬಹುದು? ಬಹಳ ಸ್ವಾಭಿಮಾನಿ ಹೆಣ್ಣು. ಅವ್ವ ತೀರಿಕೊಂಡ ನಂತರ ತಾನು ಎಂದಿನಂತೆ ಹಣ ಕಳುಹಿಸಿದಾಗ, ಇನ್ನು ಮುಂದೆ ನಿಮ್ಮ ಭಿಕ್ಷೆ ತನಗೆ ಬೇಡವೆಂದು ದಿಟವಾಗಿ ಪತ್ರಬರೆದಿದ್ದಳು. ಆದರೂ ಜೀವ ಮರುಗಿ ಹಣ ಕಳುಹಿಸಿದಾಗ ಮತ್ತೆ ತನಗೇ ಮರಳಿಸಿದ್ದಳು. ಇಷ್ಟು ವರ್ಷವಾದರೂ ತಾನು ತನ್ನವರಿಗಾಗಲಿ, ತನ್ನ ಸ್ನೇಹಿತರಿಗಾಗಲಿ ಒಂದು ಪತ್ರವನ್ನೂ ಕೂಡ ಹಾಕಲಿಲ್ಲ. ಒಟ್ಟಿನಲ್ಲಿ ತನ್ನ ದೇಸಾಯಿಪುರದವರ ಯಾರ ಬಗ್ಗೆಯೂ ವಿಚಾರ ಮಾಡದ ತನ್ನ ಬಗ್ಗೆಯೇ ತನಗೆ ನಾಚಿಕೆಯಾಗಿತ್ತು.

ಭಾರತಿ, ದುಡಿಯಲು ಶಕ್ತಿ ಜೊತೆಗೆ ಬುದ್ಧಿ ಇದ್ದವಳು ತನ್ನ ಹೊಟ್ಟೆಪಾಡನ್ನು ನೋಡಿಕೊಂಡಿರುತ್ತಾಳೆ ಎಂದುಕೊಳ್ಳುತ್ತಿರುವಾಗಲೇ ಆಕೆಯೂ ಮತ್ತೆ ಮದುವೆ ಮಾಡಿಕೊಂಡಿದ್ದರೆ? ಎಂದುಕೊಳ್ಳುತ್ತಲೇ ಕಸಿವಿಸಿ ಎನ್ನಿಸಿತು. ಇಲ್ಲ ಮರುಮದುವೆ ಆಗಿರಲಾರಳು ಆದರೆ ಅಂತಹ ಸಣ್ಣ ವಯಸ್ಸಿನವಳನ್ನು ಕೆಟ್ಟ ಜನ ಸುಮ್ಮನೇ ಬಿಡುತ್ತಾರೆಯೇ? ಎನ್ನಿಸಿ ಮನಸ್ಸಿಗೆ ನೋವಾಯಿತು.

ಪಾಪ ಆಕೆ ಹೇಗಿದ್ದರೂ ಸರಿ ಈಗಲಾದರೂ ಆಕೆಗೆ ಇರಲು ಒಂದು ಸಣ್ಣದಾದ ಸೂರನ್ನು ಮಾಡಿಕೊಡಬೇಕು. ಅದೇನು ತನಗೆ ಕಷ್ಟವೇನಲ್ಲ. ಆಕೆ ಒಪ್ಪಿದಲ್ಲಿ ಮನೆಯಷ್ಟೇ ಅಲ್ಲ ನಾನು ಗಂಡನಾಗಿ ಆಕೆಯ ಮೈತುಂಬ ಒಡವೆ ವಸ್ತ್ರ... ಎಂದೆಲ್ಲ ಯೋಚಿಸತೊಡಗಿದ.

ಮರುದಿನ ಗೆಳೆಯ ತಿಳಿಸಿದಂತೆ ತನ್ನ ಸಾಮಾನು ಸರಂಜಾಮಿನೊಂದಿಗೆ ಆತನ ಮನೆಗೆ ಬಂದಿಳಿದು ನಿಶ್ಚಿಂತನಾದ. ಮತ್ತೆ ಈ ದಿನವೂ ಒಂದಿಷ್ಟು ಜನರ ಮನೆಗೆ ಬೇಟಿನೀಡುತ್ತ ಓಡಾಡಿದರು. ಲಕ್ಷ್ಮಣನ ಕಣ್ಣುಗಳು ಕಾತುರದಿಂದ ಹುಡುಕಬೇಕಾದವರನ್ನು ಹುಡುಕುತ್ತಲೇ ಇದ್ದವು.

ರಾತ್ರಿ ಗೆಳೆಯರಿಬ್ಬರು ಸೆಕೆಯದೆಸೆಯಿಂದಲೂ, ಆರಾಮವಾಗಿ ತಾವಷ್ಟೇ ಮಾತನಾಡಬಹುದೆಂಬ ಯೋಚನೆಯಿಂದಲೂ ಟೆರೇಸ್ ಮೇಲೆಯೇ ಗಾದಿಗಳನ್ನು ಹಾಸಿಕೊಂಡು ಪಟ್ಟಾಗಿ ಕುಳಿತರು. ಬಾಲ್ಯದ ಬದುಕನ್ನು ಹೆಕ್ಕಿ ತೆಗೆದು ಖುಷಿಯಿಂದ ಪುಳಕಿತಗೊಳ್ಳತೊಡಗಿದರು.

ಲಕ್ಷ್ಮಣ, ತಾನು ಮೊನ್ನೆಯ ದಿನ, ದೇಸಾಯಿಪುರವನ್ನು ಹುಡುಕುತ್ತಾ ಹೋಗಿದ್ದು, ಅಲ್ಲಿ ಹಳೆಯದೇಸಾಯಿಪುರದ ಬುದ್ಧವ್ವಳ ಸಮಾಧಿ ಹಾಗೂ ಗಣಪತಿ ವಿಗ್ರಹವನ್ನು ನೋಡಿದುದಾಗಿ ತಿಳಿಸಿದಾಗ, ಸ್ವಲ್ಪ ಹೊತ್ತು ಬುದ್ಧವ್ವಳ ಗುಣಗಾನ ಮಾಡಿ ಮುಂದೆ ಹಳೆಯ ದೇಸಾಯಿಪುರದ ದೇವರುಗಳ ಬಗ್ಗೆ ಚರ್ಚೆ ಪ್ರಾರಂಭವಾಯಿತು. ಹಾಗೇ ಅರಮನೆಯಲ್ಲಿದ್ದ ಬಾಲ ಗೋಪಾಲ ಕೃಷ್ಣನ ಬಂಗಾರದ ಮೂರ್ತಿಯ ನೆನಪಾಯಿತು.

ದೇಸಾಯಿಪುರದ ಅರಮನೆಯಲ್ಲಿ ದೊಡ್ಡದಾದ ದೇವರ ಮನೆ ಇತ್ತು. ಆ ದೇವರ ಮನೆಯ ಎತ್ತರವಾದ ಜಗುಲಿಯ ಮೇಲೆ ಒಂದಡಿ ಎತ್ತರದ ಬಂಗಾರದ ಬಾಲ ಗೋಪಾಲಕೃಷ್ಣನ ಮೂರ್ತಿ ಇತ್ತು. ಆ ಮೂರ್ತಿ ಪೂಜೆಗೆ ಗಣಾಚಾರಿ ಎಂಬ ಪೂಜಾರಪ್ಪ ನೇಮಿಸಲ್ಪಟ್ಟಿದ್ದ. ದಿನವೂ ಸೂರ್ಯೋದಯಕ್ಕೆ ಮುಂಚೆಯೇ ಆತ ಕೃಷ್ಣನ ಪೂಜೆ ನೆರವೇರಿಸುತ್ತಿದ್ದ. ಪೂಜೆಗಾಗಿಯೇ ಹೂಗಾರರು ಬಿಲ್ವಪತ್ರೆ ಹಾಗೂ ತರ ತರಹದ ಹೂವುಗಳನ್ನು ಕೊಡುತ್ತಿದ್ದರು. ಪೂಜಾರಿ ಆ ಬಿಲ್ವಪತ್ರೆ ಹೂವುಗಳಲ್ಲಿ ಕೃಷ್ಣನ ಮೂರ್ತಿಯನ್ನು ಮುಚ್ಚಿಬಿಡುತ್ತಿದ್ದ. ಅಷ್ಟೇ ಅಲ್ಲ, ದೇವರನ್ನು ಅಲಂಕಾರ ಮಾಡುವ ಸಮಯದಲ್ಲಿ ಬಾಗಿಲಿಗೆ ಬಟ್ಟೆ ಕಟ್ಟಿ ಯಾರೂ ನೋಡದಂತೆ ಕಟ್ಟಪ್ಪಣೆ ಮಾಡುತ್ತಿದ್ದ. ಅಲ್ಲದೇ ಹಾಗೇನಾದರೂ ನೋಡಿದಲ್ಲಿ ಕೆಡಕಾಗುವುದೆಂದು ಹೇಳುತ್ತಿದ್ದ. ಹಾಗಾಗಿ ಸ್ವತ: ಅರಮನೆಯವರಾರೂ ಆ ಸಮಯದಲ್ಲಿ ಅಲ್ಲಿ ಬರುತ್ತಿರಲಿಲ್ಲ.

ಕೃಷ್ಣನ ಮೂರ್ತಿ ಯಾವಾಗ ನೋಡಿದರೂ ಹೂವುಗಳಿಂದ, ಹೂವುಗಳಿರದಿದ್ದರೂ ಬಿಲ್ವಪತ್ರೆಗಳಿಂದ ಮುಚ್ಚಿರುತ್ತಿತ್ತು. ಬಿಲ್ವಪತ್ರೆ ಹಾಗೂ ಹೂವುಗಳಲ್ಲಿಯೆ ಮೂರ್ತಿ ಹುದುಗಿದಂತೆ ತೋರುತ್ತಿತ್ತು.

ಅರಮನೆಯಲ್ಲಿರುವ ಆ ಮೂರ್ತಿಯನ್ನು ಕಾಣುವ ಸೌಭಾಗ್ಯ ಜನ ಸಾಮಾನ್ಯರಿಗೆ ಇರುತ್ತಿರಲಿಲ್ಲ. ಆದರೆ ಪ್ರತಿವರ್ಷ ಕೃಷ್ಣ ಜನ್ಮಾಷ್ಟಮಿ ದಿನ ಕೃಷ್ಣನ ಭಕ್ತರಿಗೆ ದರುಶನದ ಭಾಗ್ಯ ದೊರೆಯುತ್ತಲಿತ್ತು. ಆದರೆ ಅದೂ ಕೂಡ ಬೀಗ ಹಾಕಿದ ಬಾಗಿಲಿನ ಸರಳುಗಳ ಕಿಟಕಿಯ ಮುಖಾಂತರ ದರುಶನ ಪಡೆಯುತ್ತಿದ್ದರು.

ಅರಮನೆಯನ್ನು ನೋಡಲು ವಿದೇಶಿಗರೂ ಬರುತ್ತಿದ್ದರು. ಹಾಗೆ ಬಂದವರನ್ನು ರಾಜ ಸಾಕಷ್ಟು ಆದರದಿಂದ ಕಾಣುತ್ತಲಿದ್ದ. ಹೀಗೊಮ್ಮೆ ಲಂಡನ್ ದಿಂದ ಭಾರತಕ್ಕೆ ಬಂದ ಯಾತ್ರಿಕನನ್ನು ದೇಸಾಯಿಪುರದ ಪಾದ್ರಿ ಅರಮನೆಗೆ ಕರೆತಂದಿದ್ದ. ಆ ವಿದೇಶಿಗ, ಅರಮನೆಯನ್ನು ಸುತ್ತು ಹಾಕಿ ದೇವರ ಮನೆಯಲ್ಲಿಯ ಬಂಗಾರದ ಮೂರ್ತಿ ನೋಡಿ ಕುತೂಹಲಹೊತ್ತ. ಆ ದಿನವೂ ಕೂಡ ಪೂಜಾರಿ ಪೂಜೆ ಮುಗಿದ ನಂತರ, ಆ ದೇವರ ಮನೆಯನ್ನು ಬೀಗ ಹಾಕಿಬಿಟ್ಟಿದ್ದ.

ಆ ಡೇವಿಡ್ ಗೂ ಕಬ್ಬಿಣ ಸರಳುಗಳಿಂದ ಕೂಡಿದ ಆ ಬಾಗಿಲಿನ ಹೊರಗಿನಿಂದಲೇ ದೇವರನ್ನು ನಮಸ್ಕರಿಸುವಂತೆ ತಿಳಿಸಿದರು. ಆದರೆ ಆ ವಿದೇಶಿಗ ಡೇವಿಡ್, ಮೊದಲು ಎಲ್ಲರಂತೆ ಸರಳುಗಳಿಂದಲೇ ನೋಡಿದ. ಆ ಬಂಗಾರದ ಮೂರ್ತಿ ಕುತೂಹಲ ಕೆರಳಿಸಿ, ಅದನ್ನು ಪೂರ್ಣವಾಗಿ ನೋಡುವ ಆಶೆ ವ್ಯಕ್ತಪಡಿಸಿದಾಗ, ರಾಜ ಆತನಿಗೆ ಅವಕಾಶ ನೀಡುವಂತೆ ತಿಳಿಸಿ, ಪೂಜಾರಿಯನ್ನು ಮೂರ್ತಿ ತೋರಿಸಲು ಬರುವಂತೆ ಅಪ್ಪಣೆ ಮಾಡಿದ. ಪೂಜಾರಿ ಎಷ್ಟೋ ಹೊತ್ತಾದರೂ ಬರದೇ ಹೋದಾಗ, ಕೊನೆಗೆ ಬೇರೆಯವರಿಂದ ಬೀಗ ತೆಗೆದು ತೋರಿಸಿದರು. ಆದರೆ ಅಲ್ಲಿ ಆಘಾತವಾಗಿತ್ತು. ಆ ಬಂಗಾರದ ಬಾಲಕೃಷ್ಣನ ಬೆನ್ನು ಸಂಪೂರ್ಣವಾಗಿ ಕೆತ್ತಲಾಗಿತ್ತು. ವಿಷಯ ರಾಜರವರೆಗೂ ತಲುಪಿದಾಗ, ವಿಚಾರಣೆ ನಡೆಸುವುದರಲ್ಲಿ ಪೂಜಾರಿ ಊರುಬಿಟ್ಟಿದ್ದ.

ಬಂಗಾರದ ಬಾಲಕೃಷ್ಣ ಸಂಸ್ಥಾನದ ಅಮೂಲ್ಯ ವಸ್ತುಗಳಲ್ಲಿ ಒಂದು. ಪೂಜಾರಿ ಮನೆತನದವರು ಅನಾದಿಕಾಲದಿಂದಲೂ ಪೀಳಿಗೆಯಿಂದ ಪೀಳಿಗೆಗೆ ಪೂಜೆ ಸಲ್ಲಿಸುತ್ತಲೇ ಬಂದು ನಂಬಿಕೆಗೆ ಅರ್ಹರಾಗಿದ್ದರು. ಆದರೆ, ಈ ಗಣಾಚಾರಿ ಮಾತ್ರ ನಂಬಿಕೆಗೆ ದ್ರೋಹ ಬಗೆದಿದ್ದ. ಅದೆಷ್ಟು ವರ್ಷಗಳಿಂದ ಆ ಬಂಗಾರದ ಮೂರ್ತಿ ಕೆತ್ತಿದ್ದನೋ ಏನೋ!

ಆ ಘಟನೆಯನ್ನು ನೆನೆದು ಲಕ್ಷ್ಮಣ, "ಅಲ್ಲಾ ಆ ಪೂಜಾರಿ ಹ್ಯಾಂಗ್ ಮೂರ್ತಿ. ಕೆತ್ತಿದ್ದಾ?"

"ಅಯ್ಯೊ ಆ ಕೆಲಸ ಅವಾ ಒಬ್ಬನ ಮಾಡಿದ್ದಿಲ್ಲಾ. ಅವನ ಜೋಡಿ ಪತ್ತಾರನೂ ಕೂಡಿದ್ದಾ. ಆ ಪತ್ತಾರಾ, ಬಂಗಾರಾ ಕೆತ್ತಾಕ ಹೇಳಿಕೊಟ್ಟಿದ್ದಾ.

ಅವಾ ಹೇಳಿದಂಗ ಇವಾ ದಿನಾನೂ ಗುಂಜಿ ಎರಡ ಗುಂಜಿ ದೇವರ ಬೆನ್ನ ಕೆತ್ತಿ ಬಂಗಾರ ತಕ್ಕೊಳ್ಳುದು ಅದನ್ನ ಪತ್ತಾರಗ ಕೊಟ್ಟ ಕೂಡಿಸಿ ಇಡೂದು ಮಾಡತಿದ್ದರು. ಅದಕ ತನ್ನ ತಪ್ಪ ಮಂದಿಗೆ ಕಾಣಬಾರದಂತ ಹೂವಾ ಪತ್ರಿಯೊಳಗ ಮೂರ್ತಿ ಮುಚ್ಚತಿದ್ದಾ"

"ಓಹೋ ಹಿಂಗಿತ್ತನ ಅವರ ಆಟಾ? ಆಮ್ಯಾಲೆ ಅವರು ತಪ್ಪಿಸಿಕೊಂಡ ಹೋಗಿದ್ರಲ್ಲ ಅವರು? ಆ ಮ್ಯಾಲೆ ಏನ ಆತು? ಆ ಪೂಜಾರಿ ಮತ್ತ ಊರಿಗೆ ಬಂದಾ ಇಲ್ಲೊ? "

"ಅಲ್ಲೊ ಮನುಷ್ಯಾರಿಗೆ ಅನ್ಯಾಯ ಮಾಡಿದಾರಿಗೆ ಉಳಿಗಾಲ ಇಲ್ಲಾ. ಇನ್ನ ಆ ಭಗವಂತಾ ಕೃಷ್ಣ ಪರಮಾತ್ಮನ್ನ ಕೆತ್ತಿರ ಬಿಟ್ಟಾನಾ? ರಾಜಾ ಎಷ್ಟೋ ಮಾಡಿರೂ ನರ ಮಾನವ. ರಾಜಾ ಕೊಡು ಶಿಕ್ಷೆಲಿಂದ ತಲಿ ಮರಿಸಿಕೊಂಡ ಉಳದಾ. ಆದರ ಭಗವಂತನಲಿಂದ ಅದ್ಹೆಂಗ ಪಾರ ಆಕ್ಕಾನು? ಅವಾ ತಪ್ಪಿಸಿಕೊಂಡ ಮುಂಬೈಕ ಹೋಗಿದ್ದ. ಆದರ ಅವಾ ಅಲ್ಲಿಗೆ ಹೋದ ಒಂದ ತಿಂಗಳದಾಗ, ಅಪಘಾತ ಆಗಿ ಸತ್ತಾ. ಇನ್ನ ಪತ್ತಾರನೂ ಬ್ಯಾರೆ ಕಡೆ ಹೋಗಿ ಶಿಡ್ಲ ಬಡದ ಸತ್ತಾ"

ರಾತ್ರಿ ಸಮಯ ಹನ್ನೆರಡಾದರೂ ಇನ್ನೂ ಮಾತುಗಳು ಮುಂದುವರೆದಿದ್ದವು. ಅವರ ಮಾತು ಬಾಲ್ಯವನ್ನು ದಾಟಿ ಯೌವ್ವನಕ್ಕೆ ಕಾಲಿಟ್ಟು ಹಾಗೇ ಮುಂದುವರೆದುಕೊಂಡು ಹೋದವು. ಲಕ್ಷ್ಮಣ, ತಾಯಿ ತೀರಿಕೊಂಡ ನಂತರ ಆತ ಊರಿಗೆ ಬಂದದ್ದೇ ಕೊನೆಯಾಯಿತು. ಒಂದು ಕಡೆಗೆ ಭಾರತಿಯ ತಿರಸ್ಕಾರ, ಮತ್ತೊಂದು ಕಡೆಗೆ ಆತನ ಎರಡನೆಯ ಹೆಂಡತಿ ಸುನೀತ ಹಾಗೂ ಅವಳ ತಂದೆಯ ಭಯ ಹಾಗೂ ಇಲ್ಲಿಗೆ ಬರದಂತೆ ಹೇರಿದ ನಿರ್ಭಂಧತೆ ಕಟ್ಟಿಹಾಕಿ ಆತ ಮತ್ತೊಮ್ಮೆ ಬರದಂತೆ ಮಾಡಿದ್ದವು. ಸಾಕಷ್ಟು ಸಲ ತನ್ನ ಊರು, ತನ್ನವರು, ಗೆಳೆಯರು ಎಲ್ಲರೂ ನೆನಪಾಗುತ್ತಿದ್ದರು. ಅಷ್ಟೇ ಅಲ್ಲ ಅದೆಷ್ಟೋ ಸಲ ತಾನು ಮಕ್ಕಳೊಂದಿಗೆ ಬೆಂಗಳೂರಿಗೆ ಬಂದಿದ್ದು, ಅವರು ತನ್ನೂರನ್ನು ತೋರಿಸು ಎಂದು ಹಟಮಾಡಿದರೂ ಇಲ್ಲಿ ಸ್ವಾಗತಿಸುವವರಾದರೂ ಯಾರು ಎಂದು ಬರಲಾಗದೇ ಇರುವ ಸಂಕಟವನ್ನು ಗೆಳೆಯನೊಂದಿಗೆ ತೋಡಿಕೊಳ್ಳುತ್ತಾ ತನ್ನ ಮುಂದಿನ ಬದುಕನ್ನು ಹೇಳುತ್ತ ಸಾಗಿದ.

ಲಕ್ಷ್ಮಣ, ತಾನು ರಾಮನನ್ನು ಹುಡುಕಲು ಹೋಗಿ ರಾಜಸ್ಥಾನದಲ್ಲಿ ತಳವೂರಿ ನಿಂತು ಮತ್ತೊಂದು ಮದುವೆಯಾಗಿ ಮಕ್ಕಳನ್ನು ಹೆತ್ತು ಮುಂದೆ ಮಕ್ಕಳಿಬ್ಬರೂ ಚೆನ್ನಾಗಿ ಓದಿಸಿ ಮುಂದೆ ಅವರು ಒಳ್ಳೆಯ ಕೆಲಸ ಹಿಡಿದು ಮಗ ಲಂಡನ್ನಲ್ಲಿ ಹಾಗೂ ಮಗಳು ರಷ್ಯಾಕ್ಕೆ ಹಾರಿಹೋಗಿ ಹೆಂಡತಿ ಸುನಿತಳೊಂದಿಗೆ ಹಾಯಾಗಿ ಬದುಕುತ್ತಿರುವಾಗಲೇ ಕಾರು ಅಪಘಾತದಲ್ಲಿ ಸುನಿತ ತೀರಿಹೋಗಿ ಲಕ್ಷ್ಮಣನನ್ನು ಒಂಟಿಯಾಗಿರಿಸಿದಳು. ಮಕ್ಕಳಿಬ್ಬರೂ ಲಕ್ಷ್ಮಣನಿಗೆ ತಮ್ಮೊಟ್ಟಿಗೆ

ಬರುವಂತೆ ಒತ್ತಾಯಿಸಿದರೂ ಅಲ್ಲಿಗೆ ಹೋಗಲು ಇಷ್ಟಪಡದೇ ಗುಜರಾತಿನಲ್ಲಿ ಇರಲೂ ಆಗದೇ ಕೊನೆಗೆ ತನ್ನ ಹುಟ್ಟೂರನ್ನು ನೆನೆದು ಇಲ್ಲಿಯೇ ಬದುಕಲೆಂದು ಆಸೆಹೊತ್ತು ಬಂದಿದ್ದನ್ನು ತಿಳಿಸಿದ. ಹಾಗೇ ಮಾತನಾಡುತ್ತ ಯಾವಾಗ ನಿದ್ರೆ ಹೋಗಿದ್ದರೋ ತಿಳಿಯಲಿಲ್ಲ. ಒಮ್ಮೆಲೇ ಬೆಳಕು ಹರಿದ ಮೇಲೆಯೇ ಎಚ್ಚರವಾದದ್ದು.

ಮರುದಿನ ಲಕ್ಷ್ಮಣ ಹೊಸ ದೇಸಾಯಿಪುರಕ್ಕೆ ಬಂದ ಸುದ್ದಿ ಊರೆಲ್ಲ ಹರಡಿ ಆತನ ಸ್ನೇಹಿತರೆಲ್ಲ ಆತನನ್ನು ಕಾಣಲು ಕಾತರಿಸಿದಾಗ, ಎಲ್ಲರೂ ಒಟ್ಟಾಗಿ ಹೊಸದೇಸಾಯಿಪುರದಲ್ಲಿ ಹಳೆಯ ದೇಸಾಯಿಪುರದ ನೆನಪಿಗಾಗಿ ಕಟ್ಟಿದ ರಾಜವಾಡೆ ಹಾಗೂ ಜೋಡುಲಿಂಗಗಳ ಗುಡಿಯಲ್ಲಿ ಸೇರುವುದಾಗಿ ತೀರ್ಮಾನಿಸಿದರು. ಆ ವಿಚಾರ ತಿಳಿದೇ ಲಕ್ಷ್ಮಣ ಪುಳಕಗೊಂಡ.

ವೀರಭದ್ರ ಗೆಳೆಯನನ್ನು ಕರೆದುಕೊಂಡು ರಾಜವಾಡೆಗೆ ಬಂದ. ಆ ರಾಜವಾಡೆ ಹಾಗೂ ಅಲ್ಲಿದ್ದ ಜೋಡುಲಿಂಗಗಳನ್ನು ನೋಡಿ ಲಕ್ಷ್ಮಣನಿಗೆ ಹರ್ಷ ಉಕ್ಕಿ ಹರಿಯಿತು. ಮೊದಲು ಆ ಲಿಂಗಗಳಿಗೆ ದೀರ್ಘದಂಡ ನಮಸ್ಕಾರ ಮಾಡಿದ. ಭಾವುಕನಾಗಿ ಗುಡಿಯನ್ನು ವೀಕ್ಷಿಸತೊಡಗಿದ. ಗುಡಿಯ ಸುತ್ತಲೂ ದೊಡ್ಡ ದೊಡ್ಡ ಫೋಟೋಗಳು ಕಂಗೊಳಿಸುತ್ತಿದ್ದವು. ಅರಮನೆಯಲ್ಲಿ ಸಿಂಹಾಸನದ ಮೇಲೆ ಕುಳಿತ ದೇಸಾಯಿಪುರದ ರಾಜಾ ದೇವೇಗೌಡನ ಫೋಟೋ, ಪಕ್ಕದಲ್ಲಿಯೇ ಬುದ್ಧವ್ವಳ ಫೋಟೋ! ಮುಂದೆ ನಾಡಿಗೆ ಕೀರ್ತಿ ನೀಡಿದ ಗಾನ ಗಂಧರ್ವನ ಫೋಟೋ, ನಾಗರತ್ನಳ ಫೋಟೋ, ಎಲ್ಲ ಫೋಟೋಗಳೂ ಒಂದೊಂದು ಕತೆ ಹೇಳುತ್ತಲಿದ್ದವು. ಗುಡಿಯ ಪಕ್ಕದಲ್ಲಿ ಅದೇ ಆವರಣದಲ್ಲಿಯೇ ದೊಡ್ಡದಾದ ಒಂದು ಕಟ್ಟಡದಲ್ಲಿ, ಅಂದರೆ ರಾಜವಾಡೆಯಲ್ಲಿ ಅರಮನೆಯ ಕುರ್ಚಿ ಟೇಬಲ್, ರಾಜ ಮನೆತನದವರ ಫೋಟೋಗಳು, ಉಡುಪುಗಳು, ಒಂದಿಷ್ಟು ಖಡ್ಗ, ತಲವಾರ, ನಿಂತುಹೋದ ದೊಡ್ಡದಾದ ಕಲ್ಲಿನ ಗಡಿಯಾರ, ಅವರು ಬಳಸುತ್ತಿದ್ದ ಪಾತ್ರೆ ಪಡಗ, ಪಗಡೆಯಾಟದ ಕವಡೆ, ಆಟದ ಮನೆ, ಒಂದಿಷ್ಟು ಗ್ರಂಥಗಳು ಮುಂತಾದ ವಸ್ತುಗಳನ್ನು ಸಂಗ್ರಹಣೆ ಮಾಡಿ ಸಂಗ್ರಹಣಾಲಯ ಮಾಡಲಾಗಿತ್ತು. ಎಲ್ಲಕ್ಕಿಂತ ಮಿಗಿಲಾಗಿ ಹಳೆಯ ದೇಸಾಯಿಪುರದಲ್ಲಿ ಜೋಡುಲಿಂಗಗಳ ದೇವಸ್ಥಾನದಲ್ಲಿದ್ದಂತೆಯೇ ಬಾವಿ ಕೂಡ ಇತ್ತು. ಹಾಗೇ ಆವರಣದಲ್ಲಿ ಹುಣಸೆ ಬೇವು ಮರಗಳನ್ನು ಬೆಳೆಸಲಾಗಿತ್ತು. ಎಲ್ಲವನ್ನೂ ನೋಡುವುದರಲ್ಲಿ ಲಕ್ಷ್ಮಣನ ಪರಿಚಯಸ್ಥರು ಬಂದರು. ಅವರೆಲ್ಲರನ್ನೂ ಸಾಲದ್ದಕ್ಕೆ ಹಳೆಯದೇ ಸಾಯಿಪುರದಲ್ಲಿರುವಂತೆಯೇ ಜೋಡು ಲಿಂಗಗಳ ದೇವಸ್ಥಾನ, ಅರಮನೆಯ ನೆನಪನ್ನು ಮರುಕಳಿಸುವಂತಹ ವಸ್ತುಗಳನ್ನೆಲ್ಲಾ ನೋಡಿ ಆತನಿಗೆ ಮನ ತುಂಬಿ ಬಂತು.

ನೇಕಾರ ಶೆಂಕ್ರೆಪ್ಪ, ಲಿಂಗಾಯತ ಶಿವರುದ್ರ ಹನಗಿ ದೇವೇಂದ್ರ, ಹಣಬರ ಹನುಮಂತಾ, ಹಾರೂರ ಶ್ರೀನಿವಾಸಾ, ಶೆಟ್ಟರ ಕುಬೇಂದ್ರಾ, ಬಡಿಗೇರ ಬಾಳಣ್ಣ, ಕುಂಬಾರ ಕಾಶಪ್ಪ, ಮೋಹನಾ, ರಮೇಶ ಮುಂತಾದವರು ಜಯದೇವನ ಸ್ನೇಹಿತರಷ್ಟೇ ಅಲ್ಲದೇ ಲಕ್ಷ್ಮಣನ ಪರಿಚಯವಿಲ್ಲದವರು ಆದರೆ ಹಳೆಯ ದೇಸಾಯಿಪುರದ ಮನೆತನದ ಮಧ್ಯಮ ವಯಸ್ಕರು, ಯುವಕರು ಕುತೂಹಲಕ್ಕಾಗಿ ಬಂದರು. ಅವರಲ್ಲೊಬ್ಬ ಸುಮಾರು ಮೂವತ್ತು ವರ್ಷದ ಆಸುಪಾಸಿನ ಯುವಕ ಎಲ್ಲರೂ ಕುಳಿತು ಚರ್ಚಿಸುವ ಸಮಯದಲ್ಲಿ ಬಂದು ಗುಡಿಯ ಗಂಟೆ ಬಾರಿಸಿ ಗಮನ ಸೆಳೆದ. ಲಕ್ಷ್ಮಣ ಆತನನ್ನು ದಿಟ್ಟಿಸಿದಾಗ, ಅವನನ್ನು ಎಲ್ಲಿಯೋ ನೋಡಿದಂತೆನ್ನಿಸಿ ಮತ್ತೆ ಮತ್ತೆ ನೋಡತೊಡಗಿದ. ಅಷ್ಟರಲ್ಲಿ ಆತ ಅವರು ಕುಳಿತಲ್ಲಿಯೇ ಬಂದು ಕುಳಿತ. ಕುಂಬಾರ ಕಾಶಪ್ಪ "ಯಾರ ಗೊತ್ತಾತ ಇಲ್ಲೊ ಲಕ್ಷ್ಮಣ?" ಎಂದಾಗ, "ಎಲ್ಲೊ ನೋಡಿದಂಗ ಅನ್ನಸ್ತತಿ"

"ಎಲ್ಲಿ ಇನ್ನಟ ನೋಡು"

ಒಂದು ಸಲ ಬಾಲ್ಯದ ಬದುಕನ್ನು ಇಣುಕಿ ನೋಡಿ "ಇಂವಾ, ಇಂವಾ ಪುಂಡಲೀಕ ಇದ್ದಂಗ ಅದಾನಾ. ಆದ್ರ?"

"ಹುಂ ನೋಡ ಅಂವಾ ಅವನ್ನ ಮಗಾನ"

ಪುಂಡಲೀಕನನ್ನು ನೆನಪಿಸಿಕೊಳ್ಳುತ್ತಲೇ ಮೊದಲು ನೆನಪಾದದ್ದು ಅವರ ಮನೆಗೆ ಬರುತ್ತಿದ್ದ ಚುಮುನಾ. ಚುಮುನಾ ನೆನಪಾದಾಗ, ಆಕೆಯ ನಾಟಕ, ನಾಟಕ ತಂಡಗಳೆಲ್ಲ ನೆನಪಾದವು. ಹಾಗೇ ಅಂದಿನ ಬಯಲು ನಾಟಕಗಳು, ಆ ನಾಟಕಗಳನ್ನು ಮ್ಯಾಳಿಗೆ ಮೇಲೆ ವೀಕ್ಷಿಸುತ್ತ ಮೋಜು ಮಾಡುತ್ತ ಕುಳಿತಿರುತ್ತಿದ್ದ ಎಲ್ಲ ನೆನಪುಗಳೂ ದುತ್ತನೇ ಬಂದು ಪುಳಕಗೊಂಡ. ಹಾಗೇ ಕುತೂಹಲದಿಂದ ಪುಂಡಲೀಕನನ್ನು ವಿಚಾರಿಸಿದಾಗ, ಗುರುಸಿದ್ದ, "ಅಯ್ಯೊ ಅವನ ವಿಚಾರಾ ಏನ ಕೇಳತಿಪಾ, ಪಾಪ ಗೌಡ್ರು ಹೊಲಾ ಮನಿ ಅಂತ ಹೇಳಿ ಸಾಕಷ್ಟ ಆಸ್ತಿ ಮಾಡಿದ್ರು. ಆದ್ರ ಅಂವಾ ಮತ್ತಷ್ಟು ಗಳಸು ಮಾತ ಒತ್ತಟ್ಟಿಗಿ ಇರಲಿ ಅಪ್ಪ ಗಳಿಸಿದ್ದೆಲ್ಲಾ ಹಾಳ ಮಾಡಿ ಕುಡದ ಕುಡದ ತಾನೂ ಹಾಳಾಗಿ ಹೋದಾ. ಪಾಪ ಈ ಮಕ್ಕಳು ಶ್ಯಾಣ್ಯಾ ಅದಾವು. ಆದರ ಅವರೀಗೆ ಮನಿ ಒಂದ ಬಿಟ್ಟ ಏನೂ ಉಳಿಸಿಲ್ಲ..."

ಪುಂಡಲೀಕನ ಪುಂಡತನದ ಬುದ್ಧಿ ಹಾಗೇ ಬೆಳೆಯುತ್ತಾ ಹೋಗಿತ್ತು. ಆತ ಚುಮುನಾಳನ್ನಷ್ಟೇ ಅಲ್ಲ, ಅದೆಷ್ಟೋ ಹೆಣ್ಣು ಮಕ್ಕಳನ್ನು ಗೋಳುಹೋಯ್ದದ್ದಲ್ಲದೇ ಹಲವಾರು ಹೆಣ್ಣು ಮಕ್ಕಳ ಬದುಕು ಹಾಳು ಮಾಡಿದ್ದ. ಹೀಗೆ ಆತ ದಾರಿ ತಪ್ಪುತ್ತಲೇ ನಡೆದಾಗ, ಗೌಡರು ಮಗನನ್ನು ದಾರಿಗೆ ತರಲು ಸಾಕಷ್ಟು ಪ್ರಯತ್ನಿಸಿದರು. ಮೊದಲು ಅವನಿಗೆ ಮೂಗುದಾರ ಹಾಕಲು

ಹೆಣ್ಣು ಹುಡುಕಿ ಮದುವೆ ಮಾಡಿದರು. ಪುಂಡಲೀಕನ ಹೆಂಡತಿ ಸರಸ್ವತಿ ಬಹಳ ಚೆಲುವೆ. ಕೈತೊಳೆದುಕೊಂಡು ಮುಟ್ಟುವಂತಹ ಹಾಲಿನ ಬಣ್ಣ, ಹಾಗಿದ್ದೂ ಕೂಡ ಆತ ಬೇರೆ ಹೆಣ್ಣುಮಕ್ಕಳ ಸಹವಾಸ ಬಿಡಲಿಲ್ಲ. ಸರಸ್ವತಿ ಪಾಪದ ಹೆಣ್ಣು ಸಂಭಾವಿತೆ. ಹಾಗಾಗಿಯೇ ಆತನ ರಾಸಲೀಲೆಗಳನ್ನು ಸಹಿಸುತ್ತಲೇ ಬಂದಳು. ಹಾಗೂ ಹೀಗೂ ಮೂರು ಮಕ್ಕಳಾದವು. ಅಷ್ಟಾದರೂ ಆತನಿಗೆ ಬುದ್ಧಿ ಬರದೇ ತನ್ನ ಆಟ ನಡೆಸುವುದಲ್ಲದೇ ಅದೆಷ್ಟೋ ಎಕರೆ ಹೊಲಗದ್ದೆಗಳನ್ನು ತನ್ನ ಕೆಟ್ಟ ಚಟಕ್ಕಾಗಿ ಮಾರಿ ಹಳ್ಳ ಹಿಡಿಸಿದ್ದ. ಮಗನ ಆಟ ನೋಡಿ ನೋಡಿ ಸಾಕಾಗಿ ಗೌಡರು ಮಾನಸಿಕ ಯಾತನೆಯಿಂದ ರೋಗಕ್ಕೆ ತುತ್ತಾಗಿ ಅಕಾಲಿಕ ಮರಣ ಹೊಂದಿದರು. ಗಂಡನ ಚಿಂತೆಯಲ್ಲಿಯೇ ಗೌಡತಿಯೂ ತೀರಿಕೊಂಡಳು. ನಂತರವಂತೂ ಆತನನ್ನು ಹೇಳುವವರು ಕೇಳುವವರಿಲ್ಲದೇ ಮತ್ತಷ್ಟು ಹದಗೆಟ್ಟು ಹೋದ. ಪಾಪದ ಹೆಂಡತಿ ಸರಸ್ವತಿಯಾದರೂ ಏನು ಮಾಡುವಳು? ಉಳುಮೆಗೆ ಒಂದಿಷ್ಟು ಜಮೀನು ಮನೆಯನ್ನು ಹೊರತುಪಡಿಸಿ ಆ ಪುಂಡಲೀಕನ ಕೈಯಲ್ಲಿ ಎಲ್ಲ ಆಸ್ತಿಯೂ ಹಾಳಾಗಿ ಹೋಗಿತ್ತು. ಮಕ್ಕಳು ಕೈಗೆ ಬರುವ ಮುನ್ನವೇ ತನ್ನ ಕೆಟ್ಟ ಚಟಕ್ಕೆ ಆಸ್ತಿ ಹಾಳಾಗಿ ಹೋಗುವುದಲ್ಲದೇ ತಾನೂ ಕೂಡ ಅಸುನೀಗಿದ್ದ. ಗೌಡರ ಮೊಮ್ಮಕ್ಕಳು ಎಂಬ ಕಾರಣಕ್ಕಾಗಿ ಊರಿನ ದೊಡ್ಡ ಮನದ ಜನರಿಂದ ಆ ಮಕ್ಕಳು ಬೆಳೆದು ದೊಡ್ಡವರಾಗಿದ್ದರು.

ಆ ಗೆಳೆಯರ ಗುಂಪಿನಲ್ಲಿ ಪುಂಡಲೀಕನ ಪ್ರಸ್ತಾಪ ಬರುತ್ತಲೇ ಚುಮುನಾ ನೆನಪಾಗಿದ್ದಳು. ಆಕೆಯನ್ನು ಹೊತ್ತೊಯ್ದ ಘಟನೆಯನ್ನು ನೆನೆಪು ಮಾಡಿಕೊಂಡು ನಕ್ಕರು. "ಅಲ್ಲೋ ಲಕ್ಷ್ಮಣ ಆ ಚುಮುನಾ ನಿಮ್ಮ ಮನೀಗೆ ಬರ್ತಿದ್ದಳಲ್ಲನ? "

"ಹೌದು ಪಾಪ ಹಂಗ ಆದ ಮ್ಯಾಲೆ ಆಕಿ ಮತ್ತ ಬರಲೇ ಇಲ್ಲಾ"

"ಆದರ ಆಕಿ ಬಯಲಾಟ ಬಿಟ್ಟ ನಾಟಕ ಕಂಪನಿ ಸೇರಿಳಂತ"

"ಅಲ್ಲೋ ಸಿನಿಮಾನ ಸೇರಿಳಂತ. ಆಕಿ ಮೊದಲ ಚೆಂದ ಇದ್ದಳು. ನಾಟಕನೂ ಚೆಂದ ಮಾಡತಿದ್ದಳು. ಹಂಗಾಗಿ ಮೊದಲ ನಾಟಕ ಕಂಪನಿ ಸೇರಿಳು ಅಲ್ಲಿ ಭಾಳಷ್ಟು ಪ್ರಚಾರ ಸಿಕ್ಕ ಮುಂದ ಸಿನಿಮಾದಾಗ ಸೇರಿಳು" ಎಂದಾಗ, ಲಕ್ಷ್ಮಣನಿಗೆ ದಂಗುಬಡಿಯಿತು.

** ** **

ಮುಂಜಾನೆ ಯಾರೋ ಒಬ್ಬಳು ಹೆಣ್ಣು ಮಗಳು ತನ್ನನ್ನು ಕೇಳಿಕೊಂಡು ಬಂದದ್ದು ತಿಳಿದು ಲಕ್ಷ್ಮಣ ಅಚ್ಚರಿಗೊಂಡ. ಹಾಗೇ ಆತ ಬಂದವಳನ್ನು ದಿಟ್ಟಿಸುತ್ತ ನಿಂತಾಗ, ವೀರಭದ್ರ "ಆಕಿ ಯಾರ ಅಂತ ಗೊತ್ತಾತ ಇಲ್ಲೊ? ನಿಮ್ಮ ತಂಗಿ ಮಾದೇವಿ" ಎಂದು ಹೇಳಿದ. ಅಷ್ಟರಲ್ಲಿ ವೀರಭದ್ರನ ಹೆಂಡತಿ ಸಾವಿತ್ರಿ

ಚಾಪೆ ಹಾಸಿ, "ಕುಂದರ ತಂಗಿ ಕುಂದರ ಎಂದು ಆಕೆಯನ್ನು ಕುಳ್ಳಿರಿಸಿದಳು. ಲಕ್ಷ್ಮಣನ ಮನದಲ್ಲಿ ಹರ್ಷ ಉಕ್ಕಿ ಕೆಲವು ಕ್ಷಣಗಳ ಕಾಲ ಬಾಯಿಂದ ಮಾತು ಹೊರಡದಾಯಿತು. ಆತನಿಗಿಂತ ಮಹಾದೇವಿ ಇನ್ನೂ ಖುಷಿಯಿಂದ ಗದ್ಗದಿತಳಾಗಿ ಆಕೆಯಿಂದ "ಯಣ್ಣಾ" ಎಂಬ ಶಬ್ದ ಹೊರಬಂತು. ಆ ಸ್ವರದಲ್ಲಿ ಮಮತೆ, ಪ್ರೀತಿ, ವಾತ್ಸಲ್ಯ ತುಂಬಿ ತುಳುಕುವಂತಿತ್ತು. ಆ ವಾತ್ಸಲ್ಯದ ಜೊತೆಗೇ ಕಂಬನಿ ಉಕ್ಕಿತು. ಭಗವಂತ ನನ್ನ ತಂಗಿಯ ವಿಷಯವನ್ನೇ ಮರೆತುಬಿಟ್ಟಿರುವೆನಲ್ಲ? ಎಂದುಕೊಂಡು ಆಕೆಯನ್ನು ಮರೆತದ್ದಕ್ಕೆ ನಾಚಿಕೆ, ಸಿಕ್ಕದ್ದಕ್ಕೆ ಖುಷಿ, ಸಂಭ್ರಮ, ಸಡಗರಗಳು ಒಮ್ಮೆಲೇ ಹುಟ್ಟಿಕೊಂಡವು. ಏನು ಹೇಳಬೇಕು? ಏನು ಮಾತನಾಡಬೇಕು? ಒಂದೂ ತಿಳಿಯುತ್ತಿಲ್ಲ. ಶಿಲೆಯಂತೇ ಹಾಗೇ ನಿಂತವನು ತನಗೆ ಅರಿವಿಲ್ಲದೇ ಮಹಾದೇವಿಯ ಹತ್ತಿರ ಸುಳಿದುಬಂದು ಒಮ್ಮೆಲೇ ಆಕೆಯ ತೊಡೆಯ ಮೇಲೆ ಮುಖ ಹುದುಗಿಸಿ ದುಃಖಿಸತೊಡಗಿದ. ಆಕೆಯ ತೊಡೆ ಮಮತೆಯ ಆಗರದಂತೆ ತೋರಿ, ತಾಯಿಯನ್ನು ನೆನಪಿಸಿತ್ತು. ಇಬ್ಬರ ಕಣ್ಣುಗಳಲ್ಲಿ ಕಣ್ಣೀರ ಧಾರೆ. ಇಬ್ಬರ ಕಣ್ಣೋಟದಲ್ಲಿ ಹಲವಾರು ವರ್ಷಗಳ ಕತೆ ಇತ್ತು ವ್ಯಥೆ ಇತ್ತು.

ಊಟ ಮಾಡಿ ಹೋಗುವಂತೆ ವೀರಭದ್ರ ಹಾಗೂ ಆತನ ಮನೆಯವರು ಒತ್ತಾಯಪಡಿಸಿದರೂ ಮಹಾದೇವಿ ಕೇಳದೇ ಅಣ್ಣನನ್ನು ಆತುರದಿಂದ ತನ್ನ ಮನೆಗೆ ಕರೆದೊಯ್ದಳು.

ಲಕ್ಷ್ಮಣ, ತಾನು ತಂಗಿಯ ಜೊತೆಗೆ ಚಂದೂರಿಗೆ ಸಾಗಿದವನಿಗೆ ಆ ಊರು ಗುರುತು ಸಿಗದಂತಾಗಿತ್ತು. ಅಂದಿನ ಚಂದೂರು ಬಹಳ ಚೆಲುವಾದ ತಾಣವಾಗಿತ್ತು. ಅದಕ್ಕಾಗಿಯೇ ಆ ಊರು ಚೆಂದದ ಊರು ಚೆಂದೂರು ಎಂಬ ಹೆಸರು ಬಂದಿತ್ತು. ಹಳೆಯ ದೇಸಾಯಿಪುರದಿಂದ ಸುಮಾರು ಹತ್ತು ಕೀಲೋಮೀಟರ ದೂರವಿದ್ದ ಊರಿಗೆ ಅಂದಿನ ದಿನಗಳಲ್ಲಿ ಸಾಮಾನ್ಯವಾಗಿ ನಡೆದೇ ಹೋಗುವುದು ಅಥವಾ ಚಕ್ಕಡಿ ಸೈಕಲ್ಲುಗಳ ಮೂಲಕ ಹೋಗುತ್ತಿದ್ದುದನ್ನು ತಾವು ದೊಡ್ಡವರಾದ ನಂತರವಷ್ಟೇ ಮೋಟಾರಗಳು ಓಡಾಡತೊಡಗಿದ್ದನ್ನು ಜ್ಞಾಪಿಸಿಕೊಂಡ.

ಅಂದಿನ ಆ ಚಂದೂರು ಸುಮಾರು 40–50 ಮನೆಗಳ ಊರು. ಊರ ಹೊರಗೆ ಹೊಲತೋಟಗಳಲ್ಲಿ ಒಂದು ಹತ್ತು ಹದಿನೈದು ಮನೆಗಳು. ಅವುಗಳಲ್ಲೊಂದು ಲಕ್ಷ್ಮಣನ ಮಾವನ ಮನೆ. ಆ ಪುಟಾಣಿ ಊರಿನ ಮನೆಗಳೆಲ್ಲ ಕೆಂಪು ಹಂಚಿನವು. ಊರಿನ ಪೂರ್ವಕ್ಕೆ ಬೆಟ್ಟಗುಡ್ಡ. ಪಶ್ಚಿಮಕ್ಕೆ ಊರಿನಿಂದ ಸುಮಾರು ಎರಡು ಕೀಲೋ ಮೀಟರ ದೂರದಲ್ಲಿ ದೇಸಾಯಿಪುರದಲ್ಲಿ ಹರಿದ ಘಟಪ್ರಭೆ ಇಲ್ಲಿಯೂ ಹರಿದಿದ್ದಳು. ಬರೀ ನದಿಯಷ್ಟೇ ಅಲ್ಲ ಬೆಟ್ಟಕ್ಕೆ ಹತ್ತಿಕೊಂಡೇ ಎರಡು ಕೆರೆಗಳಿದ್ದವು. ಬಲಭಾಗದ ಕೆರೆ ಊರಿನ

ಹತ್ತಿರವಿತ್ತು. ಎಡಭಾಗದ ಕೆರೆ ಊರಿನಿಂದ ಸ್ವಲ್ಪ ದೂರ ಲಕ್ಷ್ಮಣನ ಸೋದರ ಮಾವನ ತೋಟದ ಮನೆಗೆ ಹತ್ತಿರವಿತ್ತು. ಈ ಕೆರೆಯಲ್ಲಿ ಬಿಳಿ ಕಮಲಗಳು, ಬಾತುಕೋಳಿ, ಮೀನು ಮುಂತಾದ ಜಲಚರಗಳಿದ್ದವು. ಹಾಗೆ ಕೆರೆಯ ದಡದಿ ದೊಡ್ಡದಾದ ಮೂರ್ನಾಲ್ಕು ನೀರಲ ಮರಗಳಿದ್ದುದರಿಂದ ಆ ಕೆರೆಗೆ ನೀರಲಕೆರೆ ಎಂದು ಕರೆಯುತ್ತಿದ್ದರು. ರಾಮ ಹಾಗೂ ಲಕ್ಷ್ಮಣರು ಸುಮಾರು ಹನ್ನೆರಡು ವರ್ಷದವರಾದ ನಂತರ ಅವರ ತಾಯಿ ತನ್ನ ತವರಿಗೆ ಏನಾದರೂ ಹೇಳುವುದು ಕೇಳುವುದಿದ್ದರೆ, ಅಥವಾ ಕೊಡುವುದಿದ್ದರೆ ಮಕ್ಕಳನ್ನೇ ಕಳುಹಿಸುತ್ತಿದ್ದಳು.

ಹಳೆಯ ದೇಸಾಯಿಪುರದಿಂದ ಈ ಊರಿಗೆ ಬರುವಾಗ ಮೊದಲು ಸಿಗುವುದೇ ಈ ನೀರಲಕೆರೆ. ಮೋಟಾರ ರಸ್ತೆಯಿಂದ ನೂರರಿಂದ ಎರಡುನೂರು ಹೆಜ್ಜೆ ಸವೆಸಿದರೆ ಈ ಕೆರೆ ಸಿಗುತ್ತಿತ್ತು. ಬೇಸಿಗೆಯ ಆರಂಭದಲ್ಲಿ ಅಂದರೆ ಕಾರಹುಣ್ಣಿಮೆಯ ಹತ್ತಿರದ ದಿನಗಳಲ್ಲಿ ನೀರಲ ಹಣ್ಣುಗಳ ಸೀಜನ್ ಆ ದಿನಗಳಲ್ಲಂತೂ ರಾಮ ಬರದಿದ್ದರೂ ಲಕ್ಷ್ಮಣ ಯಾವುದಾದರೂ ನೆಪ ಮಾಡಿಕೊಂಡು ಚಂದೂರಿಗೆ ಬರುತ್ತಿದ್ದ. ಬಂದವನು ಮೊದಲು ಸಾಗುವುದೇ ಈ ಕೆರೆಗೆ. ಅಲ್ಲೊಂದಿಷ್ಟು ನೀರಲಹಣ್ಣುಗಳನ್ನು ತಿಂದು ನೀರು ಕುಡಿದು ವಿಶ್ರಾಂತಿಪಡೆದು ಸಮಯವಿದ್ದರೆ ಕೆರೆಯ ಮೇಲಿನ ಗುಡ್ಡ ಹತ್ತಿ ಕಾರಿ, ಬೋರಿ ಹಣ್ಣುಗಳನ್ನು ಸಂಗ್ರಹಿಸಿಕೊಂಡೇ ಮಾವನ ಮನೆ ಸೇರುತ್ತಿದ್ದ. ಮತ್ತೆ ಮರಳಿ ಊರಿಗೆ ಹೋಗುವ ಸಮಯದಲ್ಲಿಯೂ ಹಣ್ಣುಗಳನ್ನು ತಿನ್ನುವುದಲ್ಲದೇ ಸಾಕಷ್ಟು ಹಣ್ಣುಗಳನ್ನು ಸಂಗ್ರಹಿಸಿಕೊಂಡು ಊರು ಸೇರುತ್ತಿದ್ದ.

ರಾಮನೂ ಕೂಡ ಈ ಚಂದೂರಿಗೆ ಬರಲು ಇಷ್ಟಪಡುತ್ತಿದ್ದ. ಆತ ಇಷ್ಟಪಡುತ್ತಿದ್ದ ಕಾರಣವೇ ಈ ನೀರಲಕೆರೆ ಹಾಗೂ ಹತ್ತಿರದಲ್ಲಿಯ ಆಂಜನೇಯನ ದೇವಸ್ಥಾನ. ಲಕ್ಷ್ಮಣನೊಂದಿಗೆ ಮಾವನ ಮನೆಗೆ ಹೋದರೂ ಕೂಡ ಮನೆಯಲ್ಲಿ ಸ್ವಲ್ಪ ಸಮಯ ಕಳೆದು ಊಟ ತಿಂಡಿ ಎಂದೆಲ್ಲ ಮುಗಿಸಿದ ತಕ್ಷಣ ಈ ಕೆರೆಗೆ ತೆರಳುತ್ತಿದ್ದ. ತನ್ನ ದೇಸಾಯಿಪುರದ ಏಕಾಂತ ಸ್ಥಳ ಕರಡಿಪಡಿಯನ್ನು ಕಂಡುಹಿಡಿಯುವ ಮೊದಲೇ ಈ ಸ್ಥಳ ಇಷ್ಟವಾದ ಸ್ಥಳವಾಗಿತ್ತು.

ಮಳೆಗಾಲದ ದಿನಗಳಲ್ಲಿ ಈ ಕೆರೆಯ ಮೇಲಿನ ಗುಡ್ಡದಿಂದ ಸಣ್ಣ ಝರಿಯೊಂದು ಬಿದ್ದು ಕೆರೆಯನ್ನು ಸೇರುತ್ತಿತ್ತು. ಈ ಝರಿ ಮಳೆಗಾಲ ಮುಗಿಯುವವರೆಗೂ ಇರುತ್ತಿತ್ತು. ರಾಮ ಲಕ್ಷ್ಮಣರಿಗಷ್ಟೇ ಏಕೆ ಚಂದೂರಿಗೆ ಬರುವ ಜನರಿಗೆ ಅದೊಂದು ಆಕರ್ಷಣೆಯ ಕೇಂದ್ರವಾಗಿತ್ತು. ಅದಷ್ಟೇ ಅಲ್ಲ ಮುಂದೆ ಸಾಗುತ್ತಲೇ ವಿಶಾಲವಾದ ಆಂಜನೇಯನ ದೇವಾಲಯ. ಆ ದೇವಾಲಯದ ಸುತ್ತ ತೆಂಗು, ಬಾಳೆ ತೋಟಗಳು, ದೇವಾಲಯದ

ಆವರಣದಲ್ಲಿಯೇ ಸಂಪಿಗೆ ಮರಗಳು. ಒಟ್ಟಿನಲ್ಲಿ ಆಹ್ಲಾದಕರ ವಾತಾವರಣವನ್ನು ಹೊಂದಿದ ದೇವಸ್ಥಾನವಾಗಿತ್ತು. ಹಾಗೇ ಊರಿನಲ್ಲಿಯೂ ಕೂಡ ಪ್ರತಿಯೊಬ್ಬರ ಮನೆಗಳ ಮುಂದೆ ಹಿಂದೆ ಗಿಡಮರಗಳಿದ್ದವು. ಆ ಊರಿನ ಗುಡ್ಡದ ಮೇಲೆ ಹತ್ತಿನಿಂತು ನೋಡಿದರೆ ಅಲ್ಲೊಂದು ಇಲ್ಲೊಂದು ಕೆಂಪು ಹಂಚಿನ ಮನೆಗಳು, ಸಾಕಷ್ಟು ತೆಂಗಿನ ಮರಗಳು ಬಹಳ ಸುಂದರವಾಗಿ ಕಾಣಿಸುತ್ತಿದ್ದವು. ಅದರಲ್ಲಿಯೂ ಆ ಊರಿನ ಹತ್ತಿಪ್ಪತ್ತು ಮನೆತನದವರು ಹೂಮಾರುವ ಉದ್ಯೋಗಸ್ಥರಾಗಿದ್ದುದರಿಂದ ಊರಿನ ಪಕ್ಕದಲ್ಲಿಯೇ ಸೇವಂತಿಗೆ, ಚೆಂಡು ಹೂ, ಗಲಾಟೆ ಹೂವು ಮುಂತಾದ ಹೂದೋಟಗಳಂತೂ ಬಹಳ ನಯನ ಮನೋಹರವಾಗಿ ಕಾಣಿಸುತ್ತಿದ್ದವು. ಒಟ್ಟಿನಲ್ಲಿ ಆ ಊರು ನಿಸರ್ಗದತ್ತ ವನಸಿರಿಯಿಂದ ಬಹಳ ಸುಂದರವಾಗಿ ಕಂಗೊಳಿಸುತ್ತಿತ್ತು.

ಸುಂದರವಾಗಿ ಕಂಗೊಳಿಸುತ್ತಿದ್ದ ಅಂದಿನ ಚಂದೂರಿಗೂ ಇಂದಿನ ಕಾಂಕ್ರೀಟಿನ ಕಾಡಿನಂತೆ ತೋರುವ ಚಂದೂರಿಗೂ ಬಹಳ ವ್ಯತ್ಯಾಸವೆನ್ನಿಸಿತು. ಕಾರು ಚಂದೂರಿಗೆ ಬರುತ್ತಲೇ ಇದ್ಯಾವ ಸಿಟಿಯೋ ಎನ್ನಿಸಿ, ತಾನೆಲ್ಲಿ ಬಂದಿರುವೆನೆಂಬುದೇ ತಿಳಿಯಲಿಲ್ಲ. ಮನೆ ಮುಂದೆ ಬಂದಾಗ, ಮಹಾದೇವಿ "ಯಣ್ಣಾ ಬಾ" ಎಂದಾಗ, ಆಶ್ಚರ್ಯದಿಂದ ಒಳಗಡಿ ಇಟ್ಟ, ಸಾಮಾನ್ಯವಾಗಿ ದೊಡ್ಡದಾದದ್ದೇ ಎಂದು ಹೇಳಬಹುದಾದ ಆರ್ ಸಿ ಸಿ ಕಟ್ಟಡ. ಕಾರಿನಲ್ಲಿ ಇಬ್ಬರೂ ಒಬ್ಬರಿಗೊಬ್ಬರು ತಮ್ಮ ಘಟಿಸಿಹೋದ ಬದುಕಿನ ಬಗ್ಗೆ ಹೇಳಲಾಗಲಿ ಕೇಳಲಾಗಲಿ ಆಗಲಿಲ್ಲ. ಅಣ್ಣ ತಂಗಿಯರು ಸೇರಿದ್ದೇ ಒಂದು ಸುಯೋಗವಾಗಿತ್ತು. ಆ ಒಂದು ಆನಂದದಲ್ಲಿ ಏನೂ ಹೇಳಲು ಕೇಳಲು ಆಗಲಿಲ್ಲ. ಆತ ತಂಗಿಯನ್ನು ಕೇಳಬೇಕೆನ್ನುವುದರಲ್ಲಿ ಮನೆ ಮುಂದೆ ಕಾರು ಬಂದು ನಿಂತಿತ್ತು.

ಮಹಾದೇವಿ ಸಂಭ್ರಮದಿಂದ ಏ ದೀಪಾ ನೀರ ತುಗೊಂಡ ಬಾ ಎಂದು ಕೂಗಿದಳು. ಸುಮಾರು 35 ವರ್ಷ ವಯಸ್ಸಿನ ಹೆಣ್ಣು ಮಗಳು ನೀರಿನ ಪಾತ್ರೆಯೊಂದಿಗೆ ಡ್ರಾಯಿಂಗ್ ರೂಮಿಗೆ ಬಂದಳನ್ನು ಉದ್ದೇಶಿಸಿ, "ನನ್ನ ಮಗಾ ಮಹಾಂತೇಶನ ಹೆಂತಿ" ಎನ್ನುತ್ತಾ "ತಂಗಿ ಇವಾ ನಮ್ಮ ಅಣ್ಣಾ" ಎಂದಷ್ಟೇ ಹೇಳಿದಾಗ, ಆಕೆಯ ಸೊಸೆ ಆಶ್ಚರ್ಯದಿಂದ ನೋಡತೊಡಗಿದಳು. ಹಾಗೇ ನಿಂತವಳನ್ನು ಮಹಾದೇವಿ "ಮಾಂತುನ್ನ ಕರಿ" ಎನ್ನುವಷ್ಟರಲ್ಲಿ ಆಕೆಯ ಮಗ ಮಹಾಂತೇಶ ಅಲ್ಲಿಗೆ ಬಂದ. "ನೋಡಪಾ ಇವನ ನಿನ್ನ ಅಳಿಯಾ ಮಹಾಂತೇಶಿ" ಎನ್ನುತ್ತಲೇ "ಓಹ್" ಎಂದು ಉದ್ಗಾರವೆತ್ತಿದ. "ಇವನ ನೋಡಪಾ ನಿಮ್ಮ ಮಾಮಾ, ನಾ ಹೇಳತಿದ್ನೆಲ್ಲ ನಮ್ಮ ಲಕ್ಷ್ಮಣ ಅಣ್ಣಾ ಅಂತ" ಎಂದು ತಾಯಿ ತನ್ನ ಮಾವನನ್ನು ಪರಿಚಯಿಸಿದಾಗ, ಮಹಾಂತೇಶ, ತಾಯಿ ಆಗಾಗ ಹೇಳುತ್ತಿದ್ದ ತನ್ನ ಮಾವನನ್ನು ನೆನಪಿಸಿಕೊಂಡು ಮುಗುಳು ನಗೆ ಹೊಮ್ಮಿಸಿ, "ಆರಾಮರಿ ಮಾಮಾರ?" ಎಂದು ಮಾತಿಗೆ ತೊಡಗಿದ.

ಲಕ್ಷ್ಮಣ ಮತ್ತಿನ್ನೇನನ್ನೊ ಹುಡುಕುತ್ತಲೇ ಇನ್ನೂ "ಮಾ..ವ" ಎಂಬ ಶಬ್ಧ ಹೊರಡುವುದರಲ್ಲಿ ಆತ ಏನನ್ನು ಕೇಳುತ್ತಲಿರುವ ಎಂಬುದನ್ನು ತಕ್ಷಣವೇ ಅರ್ಥ ಮಾಡಿಕೊಂಡ ಮಹಾದೇವಿ, "ಹುಂ, ನೋಡಪಾ ಅಲ್ಲಿ ಅದಾನ ನೋಡ ನಿಮ್ಮ ಮಾವಾ" ಎಂದು ಗೋಡೆಯತ್ತ ಕೈಮಾಡಿ ತೋರಿಸಿದಳು. ಪೋಟೊದಲ್ಲಿ ಹಾರ ಹಾಕಿಸಿಕೊಂಡು ಕಂಗೊಳಿಸುತ್ತಿದ್ದ ತಂಗಿಯ ಗಂಡನನ್ನು ಕಂಡು ಲಕ್ಷ್ಮಣನಿಗೆ ಮಾತೇ ಹೊರಡಲಿಲ್ಲ.

** ** **

ಮಹಾದೇವಿಯ ತಾಯಿ ಸತ್ತ ನಂತರ, ತಾಯಿಯ ನೆನಪಿನಲ್ಲಿ ಸಾಕಷ್ಟು ದುಃಖಿಸಿದಳು ಸೊರಗಿದಳು. ಅಣ್ಣ ಬೇರೆ ಮನೆಬಿಟ್ಟು ಹೋದ. ಇನ್ನು ತನಗೆಲ್ಲಿಯ ತವರು ಎನ್ನುವ ಕೊರಗಿನಲ್ಲಿ ಹಾಸಿಗೆ ಹಿಡಿದಳು. ಅಂತಹ ಸಮಯದಲ್ಲಿ ಆಕೆಯನ್ನು ಕೈಹಿಡಿದದ್ದು ಮಗಳು ನಂದಾಳ ಪ್ರೀತಿ. ತಾಯಿ ಹೋದ ನಂತರ, ಮಹಾದೇವಿ ಒಂದು ಕ್ಷಣವೂ ಮಗಳನ್ನು ಬಿಟ್ಟಿರುತ್ತಿರಲಿಲ್ಲ. ನಾಲ್ಕು ವರ್ಷದ ಮಗಳು ಅಜ್ಜಿ ಗಂಗವ್ವಳ ತದ್ರೂಪದಂತಿದ್ದಳು. ಆಕೆ ಪ್ರೀತಿಯಿಂದ ಮಹಾದೇವಿಯನ್ನು ತಬ್ಬಿಕೊಂಡಾಗ, ಆಕೆಯ ತಾಯಿ ಗಂಗವ್ವಳೇ ತಬ್ಬಿಕೊಂಡಂತಾಗುತ್ತಿತ್ತು. ಬಹಳಷ್ಟು ಜನರು ಮಹಾದೇವಿಯ ಮುಂದೆ "ಅಯ್ಯ ಇಕಿ ನಿಮ್ಮ ಅವ್ವನ ಹಾಂಗ ಅದಾಳಾ" "ಇಕಿ ಸಣ್ಣಗಂಗವ್ವಾ" "ಏನೂ ತಗಿಯೂವಂಗಿಲ್ಲ ಥೇಟ ಗಂಗವ್ವನ" ಎನ್ನುತ್ತಿದ್ದರು. ಬರ ಬರುತ್ತ ಮಹಾದೇವಿ ಆಕೆ ತನ್ನ ತಾಯಿಯೇ ಎಂಬಂತೆ ಭಾವಿಸತೊಡಗಿ ಆಕೆಯನ್ನು "ಯವ್ವಾ" ಎಂದೋ "ಗಂಗಾ" ಎಂದೋ ಕರೆಯತೊಡಗಿದಳು. ಜನರು ಸಹಿತ ಆಕೆಯನ್ನು ಗಂಗೆ ಎಂದೇ ಕರೆಯತೊಡಗಿದಾಗ, ಆಕೆ ನಂದಾ ಹೋಗಿ ಗಂಗಾ ಆಗಿಬಿಟ್ಟಳು.

ಮುಂದೆ ಮಹಾದೇವಿಗೆ, ಮಗಳು ಗಂಗಾಳ ನಂತರ ಒಂದು ಗಂಡು ಮಗು ಹುಟ್ಟಿತು. ಮೊದಲನೆಯ ಬಾಣಂತನವೇನೊ ತಾಯಿ ಗಂಗವ್ವಳ ಆರೈಕೆಯಲ್ಲಿ ಚೆನ್ನಾಗಿಯೇ ಆಗಿತ್ತು. ಗಂಗೆ ಹುಟ್ಟಿದ ನಂತರ ನಾಲ್ಕೈದು ವರ್ಷಗಳ ನಂತರವೇ ಮಹಾದೇವಿ ಗರ್ಭಧರಿಸಿದಾಗ, ಬಹಳ ಸಮಯದ ನಂತರ ಹೆಂಡತಿ ಗರ್ಭವತಿಯಾಗಿ, ಬಸವರಾಜನಿಗೆ ಇತ್ತ ತನ್ನ ತಂದೆ ತಾಯಿಗಳೂ ಇಲ್ಲದೇ ಅತ್ತ ಆಕೆಯ ತಾಯಿಯೂ ಇಲ್ಲದೇ ಹೋಗಿ ಆತನಿಗೆ ಹೆಂಡತಿಯ ಬಾಣಂತನದ ಚಿಂತೆ ಹುಟ್ಟಿಕೊಂಡಿತು. ಆ ಚಿಂತೆ ಮಹಾದೇವಿಗೂ ಇತ್ತು. ತಾಯಿ ಸತ್ತ ನಂತರ, ಆಕೆಗೆ ತವರೇ ಇಲ್ಲದಂತಾಗಿತ್ತು. ಅಣ್ಣ ಏನಾದರೂ ಅಲ್ಲಿ ಅತ್ತಿಗೆ ಭಾರತಿಯೊಂದಿಗೆ ಇದ್ದುಕೊಂಡಿದ್ದರೆ ಅದು ಆಕೆಗೆ ತಂಪಿನ ತವರಾಗುತ್ತಿತ್ತು. ಆದರೆ ಆತನೂ ಕೂಡ ಮನೆಬಿಟ್ಟು ಹೋದ ನಂತರ, ಪಾಪ

ಅತ್ತಿಗೆ ಭಾರತಿ ಒಂಟಿಯಾಗಿಬಿಟ್ಟಳು. ಬುದ್ಧವ್ವಳ ಸಹಾಯದಿಂದ ಹೇಗೋ ಆಕೆ ತಾನಾಗಿಯೇ ಬದುಕಿನ ದಾರಿ ಕಂಡುಕೊಂಡಿದ್ದಳು. ಆಕೆ ಯಾವಾಗಲೂ ಸ್ವತಂತ್ರ ಸಂಗ್ರಾಮ, ಜನಕಲ್ಯಾಣ ಅದು ಇದು ಎಂದು ಸಮಾಜ ಸೇವೆಗೆ ತನ್ನನ್ನು ತಾನು ತೊಡಗಿಸಿಕೊಂಡಿದ್ದಳು.

ಭಾರತಿ ದೇಸಾಯಿಪುರದಲ್ಲಿ ಅತ್ತೆ ತೀರಿಕೊಂಡ ನಂತರ ಹೆಚ್ಚಿಗೆ ಇರಲು ಇಷ್ಟಪಡುತ್ತಿರಲಿಲ್ಲ. ಆಕೆಯ ಜೊತೆಗೆ ತಂದೆಯೂ ಕೂಡ ದೇಸಾಯಿಪುರಕ್ಕೆ ಬಂದು ಅಲ್ಲಿಯೇ ಇರಲು ಒಪ್ಪುತ್ತಿರಲಿಲ್ಲ. ಅಷ್ಟೇ ಅಲ್ಲ, ಆಕೆಯ ಒಬ್ಬಳೇ ಒಬ್ಬಳು ಸಂಬಂಧಿ ಕೂಡ ಅಂದರೆ ಮಹಾದೇವಿ, ಆಕೆಯ ಸಂಸಾರ ಚಂದೂರಿನಲ್ಲಿಯೇ ಇರುವುದರಿಂದ ಆಕೆ ಚಂದೂರಿನಲ್ಲಿಯೇ ಇರಬಯಸುತ್ತಿದ್ದಳು. ಈ ಮಧ್ಯ ವಯಸ್ಸಾದ ಬುದ್ಧವ್ವ ಕೂಡ ಹೆಚ್ಚು ಚಂದೂರಿನ ಭಾರತಿಯ ಮನೆಗೆ ಹೋಗುವುದು ಬರುವುದು ಮಾಡುತ್ತಿದ್ದಳು. ಎಲ್ಲವನ್ನೂ ಎಲ್ಲರನ್ನೂ ಕಳೆದುಕೊಂಡ ಭಾರತಿಗೆ ಬುದ್ಧವ್ವ ಒಂದು ದೊಡ್ಡ ಆಶ್ರಯವಾಗಿದ್ದಳು. ಆಶ್ರಯ ಅನ್ನುವುದಕ್ಕಿಂತ ಸಮಾಜ ಸೇವೆಗೆ ಒಳ್ಳೆಯ ಪ್ರೇರಕಿಯಾಗಿದ್ದಳು. ಅಪ್ಪ ರಾಮಚಂದ್ರಪ್ಪ ತೀರಿಕೊಂಡ ನಂತರವಂತೂ ಭಾರತಿ ಚಂದೂರಿನಲ್ಲಿಯೇ ನೆಲೆಸಿದಳು.

ಧೈರ್ಯವಂತೆ ಭಾರತಿ ಸ್ವಾತಂತ್ರ್ಯಪರ ಕಾರ್ಯಕ್ರಮಗಳಲ್ಲಿ ಸಕ್ರಿಯವಾಗಿ ಭಾಗವಹಿಸುತ್ತಿದ್ದಳು. ಮುಂದೆ ಬುದ್ಧವ್ವಳ ಬದುಕು ಹಾಗೂ ಅವಳ ವ್ಯಕ್ತಿತ್ವದ ಪ್ರಭಾವದಿಂದ ಸ್ವಾತಂತ್ರ್ಯಪರ ಕಾರ್ಯಕ್ರಮಗಳಲ್ಲಷ್ಟೇ ಅಲ್ಲದೇ ಸಮಾಜ ಸೇವೆಗೂ ಧುಮುಕಿದ್ದಳು. ಈ ಕೆಲಸಗಳಲ್ಲಿಯೇ ಆಕೆ ಬದುಕಿನ ನೆಮ್ಮದಿಯನ್ನು ಕಂಡುಕೊಂಡಿದ್ದಳು. ಮೊದಲಾದರೆ ಬರೀ ಮನೆಗೆಲಸದಲ್ಲಿ ಆಕೆಯನ್ನು ಒಂಟಿತನ ಕಾಡುತ್ತಿತ್ತು. ಆದರೆ ಈಗ ಅದಾವುದೂ ಇಲ್ಲ. ದಿನದಿಂದ ದಿನಕ್ಕೆ ಸಮಾಜ ಸೇವೆಗಳಂತಹ ಕಾರ್ಯಗಳಲ್ಲಿ ಉತ್ಸಾಹ ಉಕ್ಕುತ್ತಿದೆ. ಬದುಕಿನಲ್ಲಿ ಅರ್ಥ ಕಾಣಿಸುತ್ತಿದೆ. ಮುಂದೆ ಸಾಗುತ್ತಾ ಸಾಗುತ್ತಾ ದಾರಿ ಸ್ಪಷ್ಟವಾಗುತ್ತಿದೆ. ಬೆಳಕು ದಟ್ಟವಾಗುತ್ತಿದೆ.

ಬುದ್ದವ್ವಳೂ ಕೂಡ ಒಂಟಿ ಹೆಂಗಸೇ ಆದರೂ ಆಕೆಗೆಂದೂ ಒಂಟಿತನ ಕಾಡಿದ್ದಿಲ್ಲ. ಆಕೆ ಬದುಕನ್ನು ನೋಡುವ ಪರಿಯೇ ಅಗಾಧವಾದದ್ದು. ಆಕೆಗೆ ಇಲ್ಲ ಎನ್ನುವ ಪದವೇ ಇಲ್ಲ. ಏಕೆಂದರೆ, ಬುದ್ದವ್ವ ಎಲ್ಲವೂ ಆಗಿದ್ದಾಳೆ.

ಭಾರತಿ ಅತ್ತೆಯನ್ನು ಕಳೆದುಕೊಂಡನಂತರ, ಬುದ್ದವ್ವಳೇ ಆಧಾರವಾಗಿದ್ದಳು. ಆಕೆಗಷ್ಟೇ ಅಲ್ಲ, ಗಂಗವ್ವಳಿಗೂ ಕೂಡ ಆಕೆಯ ಏಳುಬೀಳಿನ ಬದುಕಿಗೆ ಆಧಾರಸ್ತಂಭವಾಗಿದ್ದಳು. ಗಂಗವ್ವ ಹೋದ ನಂತರ, ಸಹಜವಾಗಿಯೇ ಆಕೆಯ ಮಗಳು ಹಾಗೂ ಸೊಸೆ ಬುದ್ಧವ್ವಳನ್ನು ಅವಲಂಬಿಸುವಂತಾಯಿತು. ಭಾರತಿ ಅವಳನ್ನು ಅವಲಂಬಿಸುವುದಷ್ಟೇ ಅಲ್ಲದೇ ಆಕೆಯನ್ನು ಅನುಸರಿಸಿದಳು ಕೂಡ.

ಆಕೆಯ ಪ್ರಭಾವದಿಂದ ನಿಧಾನವಾಗಿ ಗಟ್ಟಿಗೊಳ್ಳುತ್ತಾ ಸಾಗಿದಳು. ತಾನು ಒಂಟಿ ಎಂಬ ಕೊರಗು ನೀಗಿ ತಾನು ಸರ್ವರಿಗೂ ಸರ್ವಸ್ವವಾಗಿ, ಸರ್ವವ್ಯಾಪಿಯಾಗಿ ಗಟ್ಟಿಯಾಗಿ ನೆಲೆಯೂರಿದಳು.

ಆ ಒಂದು ಗಟ್ಟಿತನದಲ್ಲಿಯೇ ತಾಯಿ ಇಲ್ಲ ತವರಿಲ್ಲ ಎಂಬ ಕೊರಗಿನಲ್ಲಿದ್ದ ಮಹಾದೇವಿಗೂ ಆಕೆಯ ಮಕ್ಕಳಿಗೂ ತಾಯಿಯಾದಳು, ತವರಾದಳು. ಮಹಾದೇವಿಗೂ ಆಕೆಯ ಪ್ರೀತಿಯಲ್ಲಿ ತಾಯಿಯನ್ನು ಮರೆಯುವಂತಾಯಿತು. ತವರು ಎಂದರೆ ಭಾರತಿ ಎಂದಾಗಿತ್ತು. ಹಾಗಾಗಿ, ಮಹಾದೇವಿಯ ಬಾಣಂತನ ಚಿಂತೆ ಕರಗಿ ಹೋಗಿ, ಆಕೆಯ ಎರಡನೆಯ ಬಾನಂತಣ ಭಾರತಿಯ ಮಮತೆಯ ಮಡಿಲಲ್ಲಿ ಸುಸೂತ್ರವಾಗಿಯೇ ನೆರವೇರಿತು.

. ಭಾರತಿ ಸ್ವಾತಂತ್ರ್ಯ ನಂತರದ ಆ ದಿನಗಳಲ್ಲಿ ಗಾಂಧೀವಾದಿಯಾಗಿದ್ದ ಆಕೆಗೆ ದೇಶದ ಪ್ರಗತಿಗೆ ದುಡಿಯುತ್ತಿದ್ದ ಮಹಾತ್ಮರೊಟ್ಟಿಗೆ ತಾನೂ ಕೈಜೋಡಿಸಿ ಅಳಿಲು ಸೇವೆ ಮಾಡುತ್ತಿದ್ದಳು. ಸ್ವಾತಂತ್ರ್ಯೋತ್ಸವದ ಸಂಭ್ರಮದ ಆಚರಣೆಗಾಗಿ ಹುಬ್ಬಳ್ಳಿಯ ಭಗಿನಿ ಮಂಡಳಿ ಜೊತೆಗೆ ದೆಹಲಿಗೆ ಗಾಂಧೀಜಿಯವರ ಭೇಟಿಗೆ ಹೋದಳು. ಅಲ್ಲಿ ಗಾಂಧೀಜಿಯವರ ಖಾದಿಕೇಂದ್ರ ಆಕೆಯ ಗಮನಸೆಳೆದಿತ್ತು. ಇಷ್ಟು ದಿನ ಸ್ವಾತಂತ್ರ ಸಂಗ್ರಾಮದ ಕೆಲಸವಾಯಿತು ಇನ್ನು ಅಂತಹ ಚಳುವಳಿ ಕಾರ್ಯಗಳು ಇರುವುದಿಲ್ಲ ಅದಕ್ಕಾಗಿ ಇನ್ನು ತನ್ನದೇ ಆದ ಊರಿನಲ್ಲಿ ಖಾದಿ ಕೇಂದ್ರ ತೆರೆಯಬೇಕೆಂದುಕೊಂಡಳು. ಈಗಾಗಲೇ ಹತ್ತಿರದ ಹುದಲಿ ಖಾದೀಕೇಂದ್ರವನ್ನು ಸಾಕಷ್ಟುಬಾರಿ ಹೋಗಿ ನೋಡಿಕೊಂಡು ಬಂದಿದ್ದಳು. ನೋಡಿಕೊಂಡು ಬರುವುದೇನು ಬಂತು, ಚಿಕ್ಕಂದಿನಲ್ಲಿ ಮಹಾದೇಶಭಕ್ತೆ ಆಕೆಯ ಅಜ್ಜಿ ಹಾಗೂ ಅಪ್ಪನೊಂದಿಗೆ ಹುದಲಿಯ ಖಾದಿಕೇಂದ್ರಕ್ಕೆ ಒಂದು ಮಂದಿರ ಅಥವಾ ಮಠಕ್ಕೆ ಭಕ್ತಿಯಿಂದ ಹೋದಂತೆ ಹೋಗುತ್ತಿದ್ದರು. ಹಾಗಾಗಿ ಆ ಖಾದಿ ಕೇಂದ್ರ ಆಕೆಗೆ ಸಾಕಷ್ಟು ಪರಿಚಿತವಾದದ್ದಾಗಿತ್ತು. ಸ್ವಾತಂತ್ರಪರ ಕಾರ್ಯಗಳಲ್ಲಿ ತೊಡಗಿದ ಮೇಲೆಯಂತೂ ಆಕೆಯ ತಲೆಯಲ್ಲಿ ಮೇಲಿಂದ ಮೇಲೆ ಈ ಖಾದಿಕೇಂದ್ರ ಪ್ರಾರಂಭಿಸುವ ವಿಚಾರ ಹುಟ್ಟುತ್ತಲೇ ಇತ್ತು. ಸ್ವದೇಶಿ ವಸ್ತು, ಸ್ವದೇಶಿ ವಸ್ತ್ರ ಬಳಸುವ ಪ್ರಚಾರದಲ್ಲಿ ಮುಂಚೂಣಿಯಲ್ಲಿರುವ ಗಾಂಧೀ ಭಕ್ತೆ ಖಾದೀ ಬಗ್ಗೆಯೂ ಬಹಳಷ್ಟು ಭಕ್ತಿ ಹೊಂದಿದ್ದಳು.

ಈಗಾಗಲೇ ಭಾರತಿ, ಊರಿನಲ್ಲಿ ಅಷ್ಟೇ ಅಲ್ಲ ಸುತ್ತಮುತ್ತಲಿನ ಹಳ್ಳಿಗಳಲ್ಲಿಯೂ ಸಾಕಷ್ಟು ಗೌರವವನ್ನು ಹೊಂದಿದವಳಾಗಿದ್ದಳು. ಜನರು, ಆಕೆ ಹೇಳಿದ ಕೆಲಸವನ್ನು ಬಹಳ ಗೌರವಪೂರ್ವಕವಾಗಿಯೇ ಮಾಡುತ್ತಿದ್ದರು. ಊರವರ ಸಹಾಯದಿಂದ ಸಣ್ಣದೊಂದು ಖಾದಿಕೇಂದ್ರವನ್ನು ತೆರೆದಳು. ಚಂದೂರಿನಲ್ಲಿ ಸಾಮಾನ್ಯವಾಗಿ ಹೆಚ್ಚು ಜನ ರೈತರಾಗಿದ್ದರು. ಹಾಗಾಗಿ ದೇಸಾಯಿಪುರದಿಂದಲೇ ಒಂದಿಬ್ಬರು ನೇಕಾರರು ನೂಲು ತೆಗೆಯುವುದಕ್ಕೆ

ಬರುತ್ತಿದ್ದರು. ನೂಲು ನೇಯುವ ನುರಿತ ಬುದ್ಧವ್ವ ಅದಕ್ಕೆಲ್ಲ ಅನುವು ಮಾಡಿಕೊಟ್ಟಳು.

ಭಾರತಿಗೆ ಬುದ್ಧವ್ವಳನ್ನು ಚಂದೂರಿಗೆ ಕರೆದುಕೊಂಡು ಇಟ್ಟುಕೊಳ್ಳುವ ಆಸೆ ಆದರೆ ಬುದ್ಧವ್ವ ಇಡೀ ದೇಸಾಯಿಪುರ ಊರಿಗೆ ಯಜಮಾನತಿಯಾಗಿದ್ದಳು. ಆ ಊರಿನವರು ಆಕೆಯನ್ನು ಬಿಟ್ಟುಕೊಡಬೇಕಲ್ಲ? ಅಷ್ಟಕ್ಕೂ ಊರಿಗೆ ಸಮಾಜಕ್ಕೆ ಆಕೆ ಮಾಡಿದ್ದು ಅಷ್ಟಿಷ್ಟಲ್ಲ. ಊರಿನ ಪ್ರತಿಯೊಬ್ಬರನ್ನೂ ತನ್ನವರೆಂದೇ ಬಗೆದಳು. ಹಾಗೇ ಪ್ರತಿಯೊಬ್ಬರೂ ಬುದ್ದವ್ವಳನ್ನು ತಮ್ಮವಳು ಎಂದು ಬಗೆದರು.

ದೇಸಾಯಿಪುರದ ಜನರು ಆಕೆಯನ್ನು ಕಳುಹಿಸದೇ ಹೋದಾಗ, ಬುದ್ಧವ್ವ ಅಲ್ಲಷ್ಟು ದಿನ ಇಲ್ಲಷ್ಟು ದಿನ ಇರತೊಡಗಿದಳು. ಈಗ ಬುದ್ಧವ್ವ ತನ್ನ ಹೊಟ್ಟೆಗಾಗಿ ದುಡಿಯಬೇಕಿರಲಿಲ್ಲ. ಆಳಾಗಿ ದುಡಿದವಳೀಗ ಅರಸಿ. ಆಕೆಯದೇನಿದ್ದರೂ ಈಗ ಉಸ್ತುವಾರಿಯಷ್ಟೇ. ಮೊದಲಾದರೆ ಬಾಣಂತನ, ಸೇವೆ, ಮದುವೆ ಮುಂಜಿಗಳಲ್ಲಿ ಎಲ್ಲರನ್ನೂ ಹುರಿದುಂಬಿಸಿ ತಾನೂ ಕೆಲಸ ಮಾಡುತ್ತಿದ್ದಳು. ಬಾಣಂತನದಲ್ಲಿ ಬಾಣಂತಿಯರಿಗೆ ಹಾಗೂ ಕೂಸುಗಳಿಗೆ ತಾನೇ ಸ್ನಾನ ಮಾಡಿಸುತ್ತಿದ್ದಳು ಆದರೆ ಈಗ ಏನಿದ್ದರೂ ಎಲ್ಲಕಡೆಗೂ ಉಸ್ತುವಾರಿಯನ್ನಷ್ಟೇ ಮಾಡುತ್ತಿದ್ದಳು. ಆಕೆ ಎಲ್ಲ ಕೆಲಸಗಳಿಗೂ ತಾನೇ ಮುಂದಾಗುತ್ತಿದ್ದಳಾದರೂ ಆಕೆಗೆ ಕೆಲಸ ಮಾಡಲು ಬಿಡದೇ ಆಕೆಯ ಕೈಕೆಳಗೆ ಕೆಲವು ಹೆಂಗಳೆಯರು ಪಳಗಿದ್ದರು, ಅವರೆಲ್ಲ ಆ ಕೆಲಸವನ್ನು ಮುಂದುವರೆಸಿದ್ದರು. ಹೀಗಾಗಿ, ಬುದ್ಧವ್ವ ಸ್ವತ: ನಿಂತು ಸಲಹೆಯನ್ನು ಮಾತ್ರ ನೀಡುತ್ತಿದ್ದಳು.

ಬುದ್ದವ್ವ ಬೆಳೆದ ರೀತಿಯೇ ಅಂತಹದ್ದು. ಈಗ ಆಕೆಯನ್ನು ಬಿಟ್ಟುಹೋದ ಗಂಡನೂ ಕೂಡ ತಪ್ಪಾಯಿತೆಂದು ಮರಳಿಬಂದಿದ್ದ. ಬುದ್ದವ್ವಳಿಗೂ ಅರವತ್ತರ ಮೇಲ್ಪಟ್ಟು ವಯಸ್ಸಾಗಿತ್ತು. ಆದರೂ ನಲವತ್ತರ ಹರೆದ ಹೆಂಗಸಿನಂತಿದ್ದಳು. ತನ್ನ ಹತ್ತಿರ ಏನೂ ಇಲ್ಲದಿದ್ದರೂ ಎಲ್ಲವನ್ನೂ ಸೃಷ್ಟಿಸಿ ಬದುಕುವ ಛಾತಿ ಬುದ್ಧವ್ವಳದು ಹಾಗಾಗಿಯೇ ಬುದ್ಧವ್ವಳಿದ್ದ ಕಡೆಗೆ ಎಲ್ಲವೂ ಇರುತ್ತಿತ್ತು. ಬುದ್ದವ್ವಳ ಬದುಕು ಹಾಗೂ ವ್ಯಕ್ತಿತ್ವ ಭಾರತಿಯ ಮೇಲೆ ಸಾಕಷ್ಟು ಪ್ರಭಾವ ಬೀರಿತ್ತು. ಬುದ್ಧವ್ವ ಹಾಗೂ ಆಕೆಯ ಬದುಕು ಭಾರತಿಗೆ ಒಂದು ಬಗೆಯ ಶಕ್ತಿಯನ್ನು ನೀಡಿತ್ತು. ಆಕೆಯ ಕಾರ್ಯಾಚರಣೆಗಳು ಭಾರತಿಗೆ ಬೆಳಕಿನ ಪಥವನ್ನು ತೋರಿಸಿತ್ತು. ಆ ಬೆಳಕಿನ ಪಥದಲ್ಲಿಯೇ ಆಕೆ ಗಟ್ಟಿಯಾದ ಹೆಜ್ಜೆ ಇಡತೊಡಗಿದ್ದಳು. ಸಾಲದ್ದಕ್ಕೆ ಭಾರತಿಗೂ ತವರಿನಿಂದ ಬಳುವಳಿಯಾಗಿ ಬಂದ ದೇಶಭಕ್ತಿ ನಿಷ್ಠೆ ತುಂಬಿತ್ತಲ್ಲ. ಭಾರತಿಯ ಸ್ವಂತ ಬೆಳಕಿನ ಜೊತೆ ಬುದ್ಧವ್ವಳ ಬೆಳಕೂ ಸೇರಿ ಬಂಗಾರಕ್ಕೆ ಮುತ್ತು ರತ್ನ ಹವಳಗಳನ್ನು ಬೆರೆಸಿದಂತಾಗಿ ಭಾರತಿಯೇ ಬೆಲೆಬಾಳುವ ಅಮೂಲ್ಯ ರತ್ನವಾದಂತಾಗಿದ್ದಳು.

ಸ್ವಾತಂತ್ರ ನಂತರದ ದೇಸಾಯಿಪುರ ಸಾಕಷ್ಟು ಬದಲಾವಣೆಗಳನ್ನು ಹೊಂದಿದೆ. ಊರಿಗೆ ಸಾಕಷ್ಟು ಬಸ್ಸುಗಳ ಸೌಲಭ್ಯವಾಗಿದೆ. ಸಾಲದ್ದಕ್ಕೆ ಅಲ್ಲೊಬ್ಬರು ಇಲ್ಲೊಬ್ಬರು ಮೋಟಾರ ಸೈಕಲ್ಲುಗಳನ್ನು ಕಾರುಗಳನ್ನು ಹೊಂದಿದ್ದಾರೆ. ಹಾಗಾಗಿ ದೇಸಾಯಿಪುರ ಹಾಗೂ ಚಂದೂರಿನ ಅಂತರ ಬಹಳಷ್ಟು ಕಡಿಮೆಯಾಗಿದೆ. ಹಾಗಾಗಿ ಬುದ್ದವ್ವ ಚಂದೂರು ಎಂದರೆ ಚಂದೂರು ಇಲ್ಲವೆಂದರೆ ದೇಸಾಯಿಪುರ ಎಂಬಂತೆ ಆಕೆಯನ್ನು ಬಸ್ಸಿನಲ್ಲಿಯೋ ಗಾಡಿಯಲ್ಲಿಯೋ ಕರೆದುಕೊಂಡು ಓಡಾಡುತ್ತಿದ್ದರು.

ಅಧ್ಯಾಯ-9

ಭಾರತಿಯ ಕನಸಿನ ಕೂಸು ಖಾದಿ ಕೇಂದ್ರ ಆಕೆಯ ಪರಿಶ್ರಮದ ಫಲದಿಂದ ಉದಯಿಸಿತು. ಆರಂಭದಲ್ಲಿ 4–5 ಚರಕಗಳಿಂದಲೇ ಆರಂಭಗೊಂಡಿತು. ಆ ಕೇಂದ್ರದ ಕೆಲಸಕ್ಕೆ ವಿಧವೆಯರು, ವಿಚ್ಛೇದಿತೆಯರು ಅಸಹಾಯಕ ಜನರನ್ನು ಗುರುತಿಸಿ ಕೆಲಸ ಒದಗಿಸಲಾಯಿತು. ಆ ಸಣ್ಣದಾದ ಕೇಂದ್ರ ಸಣ್ಣದಾದ ಉತ್ಪಾದನೆಯಲ್ಲಿಯೇ 6–7 ಜನರ ಹೊಟ್ಟೆಹೊರೆಯತೊಡಗಿತು. ಭಾರತಿಯ ಬದುಕೆಂದರೆ, ಮಕ್ಕಳೆಂದರೆ, ಆಕೆ ಹುಟ್ಟಿಸಿದ ಖಾದಿಕೇಂದ್ರ ಹಾಗೂ ಆಕೆಯೊಟ್ಟಿಗೆ ಬೆಳೆಯುತ್ತಿರುವ ಮಹಾದೇವಿಯ ಮಗಳು ಗಂಗೆ.

ಗಂಗೆ ಹುಟ್ಟಿನಿಂದಲೂ ಭಾರತಿಗೆ ಅಕ್ಕರೆಯ ಮಗುವಾಗಿದ್ದಳು. ಆಕೆಯ ರೂಪ ಆಕೆಯ ಹೆಸರು ತನ್ನನ್ನು ಬಲುವಾಗಿ ಪ್ರೀತಿಸುತ್ತಿದ್ದ ಅಳಿದು ಹೋದ ಅತ್ತೆಯನ್ನು ನೆನಪಿಸುತ್ತಿದ್ದುದೇ ಕಾರಣವಾಗಿತ್ತೇನೊ. ಭಾರತಿ ಚಂದೂರಿನ ತೋಟದ ಮನೆಗೆ ಬಂದ ನಂತರವಂತೂ ಗಂಗೆ ಆಕೆಯ ಮನೆಯಲ್ಲಿಯೇ ಇರತೊಡಗಿದ್ದಳು. ಹೀಗಾಗಿ ಆಕೆ ಭಾರತಿಯ ಮನೆಯಲ್ಲಿದ್ದುಕೊಂಡೇ ಆ ಒಂದು ನಿಸ್ವಾರ್ಥ ವಾತಾವರಣದಲ್ಲಿಯೇ ಬೆಳೆಯತೊಡಗಿದಳು. ಭಾರತಿ ಗಂಗೆಯನ್ನು ಓದಿಸಲು ಸಾಕಷ್ಟು ಪ್ರಯತ್ನಿಸಿದಳು. ಆದರೆ ಆಕೆಗೆ ಓದು ಹತ್ತಲೇ ಇಲ್ಲ. ಹಾಗಾಗಿ ಹತ್ತನೇ ತರಗತಿಗೆ ಆಕೆಯ ಓದು ಕೊನೆಗೊಂಡಿತ್ತು. ಆದರೆ ಉಳಿದ ಯಾವ ಕೆಲಸದಲ್ಲಿಯೂ ಆಕೆ ಹಿಂದಿರಲಿಲ್ಲ. ಅತ್ತೆಯ ಮನೆಯಲ್ಲಿಯೇ ಮನೆಗೆಲಸ ಮಾಡುತ್ತ, ಕೆಲಸದಾಳುಗಳ ಉಸ್ತುವಾರಿ ಮಾಡುತ್ತ ಕಣ್ಣಿಗೆ ಹಬ್ಬ ನೀಡುವಂತಹ ಸೌಂದರ್ಯವತಿ ಗಂಗೆ ಭಾರತಿಯ ಮನೆಯ ವಿಶೇಷ ಕಳೆಯಾಗಿದ್ದಳು. ಹೀಗೆ ಗಂಗೆ ಎರಡು ವರ್ಷ ಕಳೆದಳು. ಗಂಗೆಯ ತಾಯಿ ಮಹದೇವಿಗಿಂತ ಭಾರತಿಗೆ ಆಕೆಯ ಭವಿಷ್ಯದ ಚಿಂತೆಯಿತ್ತು.

ಓದಂತೂ ಹತ್ತಲಿಲ್ಲ ಕೊನೆಗೆ ಒಳ್ಳೆಯ ಹುಡುಗನನ್ನು ನೋಡಿ ಮದುವೆ ಮಾಡಿದರಾಯಿತೆಂದುಕೊಂಡಿದ್ದಳು.

ಮನುಷ್ಯ ತಾನು ತನ್ನ ಸಂಸಾರಕ್ಕಾಗಿ ತನ್ನ ಸ್ವಂತ ಸುಖಕ್ಕಾಗಿ ಪರಿಶ್ರಮಪಟ್ಟು ಸಂಸಾರ ಹಾಗೂ ತಾವು ಸಾಕಷ್ಟು ಖುಷಿಯಿಂದಿರಬಹುದು. ಅದಕ್ಕಾಗಿಯೇ ಇನ್ನಷ್ಟು ಮತ್ತಷ್ಟು ದುಡಿಯಬಹುದು ತೊಂದರೆ ತೆಗೆದುಕೊಳ್ಳಬಹುದು. ಆದರೆ ತನಗಾಗಿ ತನ್ನವರಿಗಾಗಿ ಶ್ರಮಪಟ್ಟದ್ದೆಲ್ಲ ಸ್ವಾರ್ಥಪರವಾಗುವುದು. ಆದರೆ ಗಂಡ ಮಕ್ಕಳಿಲ್ಲದೇ ವಿರಾಗಿಣಿ ಭಾರತಿ ಅಬಲೆಯರು ಅನಾಥರಿಗಾಗಿಯೇ ಕಟಿಬದ್ಧಳಾಗಿ ನಿಂತಳು.

ದೇಶವೇನೋ ಸ್ವಾತಂತ್ರ್ಯ ಹೊಂದಿತ್ತು. ಆದರೆ ಬಡತನ ಮಾತ್ರ ಅಳಿದಿರಲಿಲ್ಲ. ಅಲ್ಲಲ್ಲಿ ಭಿಕ್ಷೆ ಬೇಡುತ್ತ ಓಡಾಡುವ ಮಕ್ಕಳನ್ನು ಕಂಡು ಆಕೆಗೆ ವೇದನೆ ಎನ್ನಿಸುತ್ತಿತ್ತು. ಇಷ್ಟೊತ್ತಿಗಾಗಲೇ ಭಾರತಿ ಅನಾಥರಿಗೋಸ್ಕರ ಸಾಕಷ್ಟು ದುಡಿದಿದ್ದಳು. ಅಲ್ಲಿ ಇಲ್ಲಿ ಅನಾಥಾಶ್ರಮಕ್ಕೆ ಮಕ್ಕಳನ್ನು ಸೇರಿಸಿ ಅವರಿಗೊಂದು ದಾರಿದೀಪವಾಗಿದ್ದಳು.

ದೇಶಕ್ಕೆ ಸ್ವಾತಂತ್ರ್ಯ ಬಂದು ಅರಸೊತ್ತಿಗೆ ಅಡಗಿದ್ದರೂ ರಾಜ ಮಾತ್ರ ತನ್ನ ವ್ಯಕ್ತಿತ್ವದಿಂದ ಜನರ ಮನದಲ್ಲಿ ರಾಜನಾಗಿಯೇ ಉಳಿದಿದ್ದ. ಇಡೀ ಸಂಸ್ಥಾನದ ಪ್ರಜೆಗಳೆಲ್ಲರನ್ನೂ ತನ್ನ ಮಕ್ಕಳಂತೆ ತನ್ನ ಸಂಸಾರದಂತೆ ಕಂಡಿದ್ದ ರಾಜನಿಗೆ ಮಕ್ಕಳಿಲ್ಲದ ಕೊರಗು ಜೀವನದುದ್ದಕ್ಕೂ ಬಾಧಿಸಲಿಲ್ಲ. ಸದಾ ಜನರ ಸುಖಕ್ಕಾಗಿಯೇ ಅಭಿವೃದ್ಧಿಗಾಗಿಯೇ ದುಡಿದ ರಾಜ ಇದೇ ಸಮಯದಲ್ಲಿ ಕೊನೆಯುಸಿರೆಳೆದಾಗ, ಅದೆಷ್ಟೋ ಜನರು ಅನಾಥರಾದರು. ಈ ಮೊದಲೇ ಸ್ವಾತಂತ್ರ್ಯಾ ನಂತರದ ದಿನಗಳಲ್ಲಿ ಜನರ ಬದುಕಿನಲ್ಲಿ ಹಲವಾರು ಮಾರ್ಪಾಡುಗಳಾಗಿದ್ದವು. ಮಾರ್ಪಾಡು ಅನ್ನುವುದಕ್ಕಿಂತ ಸಮಸ್ಯೆಗಳೇ ಹುಟ್ಟಿಕೊಂಡಿದ್ದವೇನೋ. ಆ ಸಂಸ್ಥಾನ ಮಾತ್ರವಲ್ಲ, ಇಡೀ ದೇಶದ ಚಿತ್ರಣವೇ ಬದಲಾಗಿತ್ತು

ರಾಜಾ ವೀರನಗೌಡ ದೇಸಾಯಿಪುರದ ತಂದೆಯಾಗಿದ್ದ, ತಾಯಿಯಾಗಿದ್ದ. ಆತನ ಸಾವಿನೊಂದಿಗೆ ಇಡೀ ಸಂಸ್ಥಾನವೇ ಅನಾಥವಾಗಿತ್ತು. ರಾಜನ ಮೇಲೆಯೇ ಅದೆಷ್ಟೋ ಜನರು ಅವಲಂಬಿತರಾಗಿದ್ದರು. ರಾಜನ ಆಸ್ತಿಯ ಗಳಿಕೆಯಲ್ಲಿಯೇ ಅಂದರೆ, ಹೊಲ ತೋಟ, ಆದಾಯ ಎಂದೆಲ್ಲ ಸಂಸ್ಥಾನದ ಆದಾಯಗಳಿಂದಲೇ ಬದುಕುತ್ತಿದ್ದರು. ಆದರೆ ಆತ ತೀರಿಹೋದಮೇಲೆ ಸರಕಾರ ಆತನ ಆಸ್ತಿಯನ್ನೆಲ್ಲವನ್ನೂ ತನ್ನ ವಶಕ್ಕೆ ತೆಗೆದುಕೊಂಡಿತ್ತು. ಹಾಗಾಗಿ ಅದೆಷ್ಟೋ ಜನರು ಬೀದಿಗೆ ಬಿದ್ದಿದ್ದರು. ಈ ಒಂದು ಸಮಸ್ಯೆ ಎಲ್ಲಕ್ಕಿಂತ ಮಿಗಿಲಾಗಿ ಬುದ್ಧವ್ವಳನ್ನು ಮತ್ತು ಭಾರತಿಯನ್ನು ಬಹಳಷ್ಟು ಭಾದಿಸಿತ್ತು.

** ** **

ಘಟಪ್ರಭೆಯ ನದಿಯ ದಡದ ಆಚೆಯ ಹನುಮಂತ ದೇವರ ಗುಡಿಯಲ್ಲಿ ಸುಮಾರು ನಲವತ್ತು ವರ್ಷ ವಯಸ್ಸಿನ ಸಾಧುವೊಬ್ಬ ಬೀಡುಬಿಟ್ಟ ಸುದ್ದಿ ಊರು ತುಂಬಾ ಹಬ್ಬಿತು. ಆತನಿಗೆ ಕನ್ನಡ ಭಾಷೆಯೇ ಬಾರದಿದ್ದುದು ಯಾವುದ್ಯಾವುದೋ ಭಾಷೆಯಲ್ಲಿ ಅದೂ ಅವಶ್ಯಬಿದ್ದಾಗ ಮಾತ್ರ ಮಾತನಾಡುವುದು ಇನ್ನೂ ವಿಶೇಷವೆನ್ನಿಸಿತು. ಹಾಗೇ ಆಚೆ ನದಿ ದಂಡೆಗುಂಟ ಬೆಳೆದ ಕಸವನ್ನು ಸ್ವಚ್ಛಗೊಳಿಸತೊಡಗಿದ. ಆತನ ನಿಸ್ವಾರ್ಥ ಕಾಯಕವನ್ನು ನೋಡಿ ಯಾರೋ ಒಬ್ಬರು ಊಟ ಕೊಟ್ಟರು, ಮತ್ತೊಬ್ಬರು ಹಣ್ಣು ಹಾಲನ್ನು ಹೀಗೆ ಕೊಟ್ಟಾಗ ತಿಂದು ಇಲ್ಲದಾಗ ಹಾಗೇ ಆ ಘಟಪ್ರಭೆಯ ಮಡಿಲಿನಲ್ಲಿ ಹಾಯಾಗಿ ಪವಡಿಸತೊಡಗಿದ. ಸುದ್ದಿ ಬುದ್ಧವ್ವಳವರೆಗೂ ಸಾಗಿದಾಗ, ಆಕೆಯೂ ಆತನನ್ನು ಕಾಣಲು ಧಾವಿಸಿದಳು. "ಯಾರರೆಪಾ ನೀವು? ನೀರಿನ ಮೂಲಾ ಸಾಧುವಿನ ಮೂಲಾ ಕಂಡಹಿಡಿಯಾಕ ಪ್ರಯತ್ನ ಮಾಡಬಾರದಂತ ಆದರೂ ಕೇಳತೀನಿ ತಮಗ ಇಚ್ಛಾ ಇದ್ರ ಹೇಳರಿ ಇರಲೀಕ ಬೀಡ್ರಿ. ಆದ್ರ ಹಿಂಗ ಹೊರಗ ಇರಬ್ಯಾಡ್ರಿ. ನಿಮಗ ಊರ ಮನಿಯಾಗ ಇರಾಕ ಆಗಲೀಕ ಇಲ್ಲೇ ನಿಮಗ ತಾತ್ಕಾಲಿಕ ವ್ಯವಸ್ಥಾ ಮಾಡತೀವಿ. ನಮ್ಮ ಊರಾಗ ನಿಮ್ಮಂಥಾ ಸಾಧು ಸದ್ಗುಣರಿಗೆ ವ್ಯವಸ್ಥೆ ಚೊಲೊತಂಗ ಆಗಬೇಕ. ಯಾಕಂದ್ರ ನಮ್ಮೂರು ಸಾಮಾನ್ಯ ಊರ ಅಲ್ಲಾ. ಸ್ವಾತಂತ್ರ ಪೂರ್ವದೊಳಗ ಭಾಳದೊಡ್ಡ ಸಂಸ್ಥಾನ ಆಗಿ ಮೆರದ ಊರು ಇದ. ನಮ್ಮ ಮಹಾರಾಜರು ಕೈಲಾಸವಾಸ ಆಗಿನ ಈಗ ಬರೇ ಐದ ವರ್ಷ ಆದುವು..." ಎಂದೆಲ್ಲ ಹೇಳತೊಡಗಿದಾಗ, ಆ ಸನ್ಯಾಸಿ ಎಲ್ಲವನ್ನೂ ಅರ್ಥಮಾಡಿಕೊಂಡಂತೆ ತಲೆ ಅಲ್ಲಾಡಿಸಿದ. ನಿಧಾನವಾಗಿ ಬಹಳ ಪ್ರಯಾಸಪಟ್ಟು ಕನ್ನಡದಲ್ಲಿಯೇ ಮಾತನಾಡಲು ಪ್ರಯತ್ನಿಸಿ, ತಾನು ಇಲ್ಲಿಯೇ ಈ ಭೂಮಿಯ ಋಣ ತೀರಿಸಬೇಕಾಗಿದೆ ಅದಕ್ಕಾಗಿ ಊರ ಸೇವೆಗಾಗಿ ಬಂದಿರುವುದಾಗಿಯೂ ಹಾಗೇ ಇಲ್ಲಿಯೇ ಇರುವುದಾಗಿ ತಿಳಿಸಿದಾಗ, ಬುದ್ಧವ್ವ ಮಹಾತ್ಮರನ್ನು ಹೆಚ್ಚು ಕೆಣಕಿ ಕೇಳುವುದು ತರವಲ್ಲವೆಂದು. ಅವರಿಗೆ ಒಂದು ಅಲ್ಲಿಯೆ ವ್ಯವಸ್ಥೆಯಾದಲ್ಲಿ ಒಳ್ಳೆಯದು. ತಾವಾಗಿಯೇ ಇಂತಹ ಸಾಧು ಸಂತರು ಸೇವೆಗಾಗಿ ಬಂದದ್ದು ತಮ್ಮ ಊರ ಪುಣ್ಯವೇ ಎಂದು ನಂಬಿದಳು.

ಮರುದಿನವೇ ಊರಿನ ಹಿರಿಯರೊಂದಿಗೆ ಚರ್ಚಿಸಿ ಅವರ ಸಹಾಯದಿಂದ ಅವರಿಗೊಂದು ಕುಟೀರವನ್ನು ನಿರ್ಮಾಣ ಮಾಡುವುದಾಗಿ ತೀರ್ಮಾಣಿಸಿದರು. ಅಲ್ಲಿಯವರೆಗೆ ಆ ಹನುಮಂತ ದೇವರ ಗುಡಿಯಲ್ಲಿಯೇ ವ್ಯವಸ್ಥೆ ಒದಗಿಸಿದರು. ಆ ಸನ್ಯಾಸಿ, ನದಿಯ ಸುತ್ತಮುತ್ತಲಿನ ಕಸವನ್ನು ಬೇಡವೆಂದರೂ ಸ್ವಚ್ಛಗೊಳಿಸತೊಡಗಿದ. ಅದನ್ನು ಕಂಡು ಉತ್ತೇಜಿತರಾದ ಆ ಊರಿನ ಯುವಕರು ತಾವು ಆತನೊಂದಿಗೆ ಭಾಗಿಯಾಗಿ ನೋಡು ನೋಡುವುದರಲ್ಲಿ ಊರಗುಂಟ ಸುಮಾರು ಎರಡು ಕಿಲೋ ಮೀಟರುಗಳ

ವರೆಗೆ ಹರಿಯುತ್ತಿದ್ದ ನದಿಯು ಹುಲ್ಲು ಆಪು, ಪಾಚಿ ಮುಂತಾದ ಕಸದಿಂದ ಮಲಿನಗೊಂಡಿತ್ತು. ಈಗ ಆ ಘಟಪ್ರಭೆಯ ದಡವೆಲ್ಲ ಸ್ವಚ್ಛಗೊಂಡಿತ್ತು.

ದಿನಗಳೆದಂತೇ ಆ ಸನ್ಯಾಸಿ ಊರಿನ ಯುವಕರಿಗೆ ತನ್ನ ಒಳ್ಳೆಯ ಕಾರ್ಯಗಳಿಂದ ಮಾದರಿಯಾದ. ಮುಂದುವರೆದು ಊರಿನ ಓಣಿ ಓಣಿಯನ್ನು ಸ್ವಚ್ಛಗೊಳಿಸಲು, ಯುವಕರ ಗುಂಪುಕಟ್ಟಿಕೊಂಡು ಓಡಾಡುತ್ತಿದ್ದ. ಸನ್ಯಾಸಿಯ ಆ ನಡೆ ವಿಚಿತ್ರ ಎನ್ನಿಸಿದರೂ ಆತ ಖಂಡಿತವಾಗಿಯೂ ಊರಿನ ಉದ್ಧಾರಕ್ಕೆಂದೇ ಬಂದಂತವನಾಗಿದ್ದ. ಒಟ್ಟಿನಲ್ಲಿ ಆತನಿಂದ ಒಳ್ಳೆಯದೇ ಆಯಿತು. ಎರಡು ಮೂರು ತಿಂಗಳುಗಳಲ್ಲಿ ಆತನಿಗೆ ಇರಲು ಎಲ್ಲ ವ್ಯವಸ್ಥೆಗಳೂ ಆದವು. ಆತನಿಗೆ ಒಂದು ನೆಲೆ ಅಂತ ಆದ ಮೇಲೆ ಆತನ ಕಾರ್ಯಗಳು ಮತ್ತಷ್ಟು ಹೆಚ್ಚಿದವು. ಆತನ ಸೇವೆ ಭಾರತಿಯನ್ನು ಕೂಡ ಆಕರ್ಷಿಸಿತು. ಸನ್ಯಾಸಿಗೆ ತನ್ನ ಮನೆಯವರೆಗೆ ಪಾದಬೆಳೆಸಬೇಕೆಂದು ಕೋರಿಕೊಂಡು ಕರೆದಳು. ಸನ್ಯಾಸಿ ಆಕೆಯ ಆಮಂತ್ರಣವನ್ನು ಸ್ವೀಕರಿಸಿ, ಆಕೆಯ ತೋಟ, ತೋಟದ ಮನೆಗೆ ಕಾಲಿಡುತ್ತಲೇ ಅನನ್ಯ ಭಾವ ಭಕ್ತಿ ಸ್ಫುರಿಸಿ, ಒಳ ಒಳಗೇ ಎಂಥದೋ ಒಂದು ಸಂಚಲನ ಹುಟ್ಟಿಕೊಂಡಿತು. ಆನಂದಭಾವದಿಂದಲೇ ಭಾರತಿ ಮನೆಯಲ್ಲಿ ನೀಡಿದ ಆದರ ಆತಿಥ್ಯವನ್ನು ಸ್ವೀಕರಿಸಿಯಾದ ಮೇಲೆ. ಭಾರತಿ ಒಂದು ಬಾರಿ ಇಡೀ ತೋಟ ಹಾಗೂ ಇನ್ನುಳಿದ ಮನೆಯ ಭಾಗಗಳಲ್ಲಿ ನಡೆದಾಡಿ ಸ್ಥಳವನ್ನು ಪವಿತ್ರ ಮಾಡುವಂತೆ ಕೋರಿದಾಗ, ಆಕೆಯ ಜೊತೆಗೆ ನಡೆದ. ಆ ತೋಟದ ಬಾವಿ, ಬಾವಿ ಹತ್ತಿರವಿರುವ ಭಾರತಿಯ ಅವ್ವ ಅಪ್ಪ, ಅತ್ತೆ ಮಾವರ ಫೋಟೋಗಳನ್ನು ಒಳಗೊಂಡಿರುವ ಗುಡಿಯಂತಿರುವ ಮಂಟಪವನ್ನು ಕಂಡು ಸನ್ಯಾಸಿಗೆ ರಕ್ತ ಸಂಚಲನ ಅಧಿಕಗೊಂಡಿತು.

ಭಾರತಿ, ಆಕೆಯ ತಾಯಿ ಪ್ರಾಣತೆತ್ತ ಬಾವಿಯ ಪಕ್ಕದಲ್ಲಿಯೇ ತಂದೆ ತಾಯಿಯರ ಸ್ಮರಣಾರ್ಥ ಒಂದು ಮಂಟಪ ಕಟ್ಟಿಸಿ ಅದನ್ನು ಒಂದು ದೇವಾಲಯದಂತೆ ಮಾಡಿದ್ದಳು. ತಂದೆ ತಾಯಿಯರ ಜೊತೆಗೆ ಅತ್ತೆ-ಮಾವಂದಿರ ದೊಡ್ಡದೊಡ್ಡದಾದ ಭಾವಚಿತ್ರಗಳನ್ನು ಹಾಕಿದ್ದಳು. ಅಷ್ಟೇ ಅಲ್ಲ, ಪ್ರತಿದಿನ ಬೆಳಿಗ್ಗೆ ಸ್ನಾನ ಮಾಡಿ ಮಡಿಯುಟ್ಟು ಎಲ್ಲ ಹಿರಿಯರನ್ನೂ ಪೂಜಿಸುತ್ತಿದ್ದಳು. ಎಲ್ಲ ಹಿರಿಯರೂ ತನ್ನೊಂದಿಗೆ ಇದ್ದಾರೆ ಎಂಬ ಭಾವನೆಯನ್ನು ಆಕೆ ಮಾತ್ರವಲ್ಲ ಆಕೆಯ ಜೊತೆಗಿದ್ದವರೆಲ್ಲ ಹೊಂದಿದ್ದರು. ಅಷ್ಟೇ ಅಲ್ಲ, ಆ ಮಂಟಪ ಒಂದು ಪವಿತ್ರ ಸ್ಥಳವೆಂದೇ ಭಾವಿಸಿದ್ದರು.

ಆ ಸ್ವಾಮೀಜಿ ಆ ಮಂಟಪದಲ್ಲಿರುವ ಫೋಟೋಗಳನ್ನೇ ತದೇಕಚಿತ್ತದಿಂದ ನೋಡುತ್ತ ದೀರ್ಘದಂಡ ನಮಸ್ಕಾರ ಹಾಕಿದ. ನಂತರ ಮೇಲೆದ್ದು ಬಹಳಹೊತ್ತಿನವರೆಗೆ ಕಣ್ಣುಮುಚ್ಚಿ ಕುಳಿತೇಬಿಟ್ಟ. ಆ ಮುಚ್ಚಿದ ಕಣ್ಣುಗಳಲ್ಲಿ ಎಂಥದೋ ಆನಂದ. ಉಲ್ಲಾಸ ಹುಟ್ಟಿಕೊಂಡಿತು. ಸ್ವಲ್ಪ ಸಮಯದ ನಂತರ,

ತಾನಾಗಿಯೇ ಹತ್ತಿರವಿರುವ ನೀರಲಕೆರೆಗೆ ಧಾವಿಸಿದ. ಉಳಿದವರು ಸುಮ್ಮನೇ ಆತನನ್ನು ಹಿಂಬಾಲಿಸಿದರು.

ಕೆರೆಯನ್ನು ಸನ್ಯಾಸಿ ತದೇಕಚಿತ್ತದಿಂದ ನೋಡುತ್ತಲೇ ನಿಂತ. ಹಾಗೇ ನೋಡುತ್ತ ನೋಡುತ್ತ ಆ ಕೆರೆಗೆ ಹಾರಿ ಈಜತೊಡಗಿದ. ಎಂಥದೋ ಅನನ್ಯ ಆನಂದ. ಕಳೆದುಕೊಂಡದ್ದು ಮರಳಿಪಡೆದ ಭಾವ ಆತನನ್ನು ಆವರಿಸಿತು. ಮನದಣಿಯುವವರೆಗೂ ಈಜಿಯೇ ಈಜಿದ. ಆತನನ್ನು ಹಿಂಬಾಲಿಸಿ ಬಂದವರು ನಿಂತು ನಿಂತು ಕಾಲು ಸೋತು. ಕೆರೆಯ ದಂಡೆಯ ಮೇಲೆ ಕುಳಿತರು. ಈಜುತ್ತಿದ್ದ ಸನ್ಯಾಸಿಗೆ ಮಾತ್ರ ಉತ್ಸಾಹ ಉಕ್ಕುತ್ತಿದೆ.

ಸನ್ಯಾಸಿ ಮರುದಿನವೇ ಅವರ ತೋಟದ ಮನೆಯ ಬಾವಿಯನ್ನು ಹಾಗೂ ಹತ್ತಿರವೇ ಇದ್ದ ನೀರಲ ಕೆರೆಯನ್ನು ಸ್ವಚ್ಛಗೊಳಿಸಲು ಸಿದ್ಧನಾದ. ನಾಲ್ಕೈದು ದಿನಗಳಲ್ಲಿ ಚಂದೂರಿನ ಯುವಕರೊಂದಿಗೆ, ಕೆರೆಯ ಹಾಗೂ ಬಾವಿಯ ಹೂಳೆತ್ತಿ ಕೆರೆ ಹಾಗೂ ಬಾವಿಗಳ ನೀರು ಸ್ಪಟಿಕದಂತೆ ಕಾಣುವಂತೆ ಮಾಡಿದ. ಮುಂದೆ ಕೆರೆಯ ಸುತ್ತಲೂ ಈಗಿರುವ ಮಲ್ಲಿಗೆ ಹಾಗೂ ದಾಸವಾಳಗಿಡಗಳು ಮತ್ತಷ್ಟು ಚಿಗುರಿ ಹೂಬಿಡುವಂತೆ ಮಾಡಿದ. ಒಟ್ಟಿನಲ್ಲಿ ಆ ಕೆರೆಯನ್ನು ಒಂದು ಅಹಲ್ಲಾದಕರ ಸ್ಥಳವನ್ನಾಗಿ ಮಾಡಿದ.

ಸ್ವಚ್ಛಗೊಳಿಸಿದ ಆ ನೀರಲ ಕೆರೆಗೆ ಸನ್ಯಾಸಿ, ದೇಸಾಯಿಪುರದಿಂದ ಬೆಳಿಗ್ಗೆ ಬೇಗ ಸೂರ್ಯೋದಯಕ್ಕೆ ಮುಂಚೆಯೇ ಬಂದು ಈಜುತ್ತಿದ್ದ. ಹಾಗೇ ಒದ್ದೆಬಟ್ಟೆಯಲ್ಲಿಯೇ ಆ ಮಂಟಪದಲ್ಲಿಯ ಹಿರಿಯ ಜೀವಗಳ ಫೋಟೋಗಳಿಗೆ ನಮಸ್ಕರಿಸಿ ತೆರಳುವ ಅಭ್ಯಾಸವಿಟ್ಟುಕೊಂಡ. ಸನ್ಯಾಸಿಯ ಈ ನಡೆ ಕೂಡ ವಿಚಿತ್ರವೆನ್ನಿಸಿದರೂ ಅದು ಒಳ್ಳೆಯದೇ. ಆತ ಬಂದಿರುವುದು ಒಳ್ಳೆಯದಕ್ಕೇ ಎಂದುಕೊಂಡರು.

ಹೀಗೊಂದು ದಿನ ಬೆಳಿಗ್ಗೆ, ಆತ ನಿರಾಯಾಸವಾಗಿ ಈಜುವಾಗ ಗಂಗೆ ಕೆರೆಯ ದಡದಿ ಹಬ್ಬಿದ್ದ ಮಲ್ಲಿಗೆ ದಾಸವಾಳ ಬಳ್ಳಿಯಿಂದ ಹೂವು ಬಿಡಿಸಲು ಬಂದವಳು ಆತ ಈಜುವುದನ್ನು ನೋಡಿದಳು. ಈಜುತ್ತಿದ್ದ ಆತನೂ ಆಕೆಯನ್ನು ಕಂಡು ರೆಪ್ಪೆ ಬಡಿಯದೇ ದೃಷ್ಟಿಬೀರಿದ. ಗಂಗೆ ನಾಚಿ ಅರ್ಧಮರ್ಧ ಹೂವು ಬಿಡಿಸಿ ಮನೆಯತ್ತ ದಾಪುಗಾಲು ಹಾಕಿದಳು.

ಗಂಗೆಗೆ ಸನ್ಯಾಸಿಯಲ್ಲಿ ಏನೋ ಒಂದು ಆಕರ್ಷಣೆ ಹುಟ್ಟಿಕೊಂಡಿತು. ಆ ದಿನದಿಂದ ಆಕೆ ಆ ಸಮಯದಲ್ಲಿಯೇ ಹೂವುಬಿಡಿಸಲು ಸಾಗತೊಡಗಿದಳು. ಮರೆಯಲ್ಲಿ ಅವಿತು ನೋಡುತ್ತಾ ನಿಲ್ಲುತ್ತಿದ್ದಳು. ನಲವತ್ತು ದಾಟಿದ ಆ ಸನ್ಯಾಸಿ ಇನ್ನೂ ಇಪ್ಪತ್ತೈದು ದಾಟದ ಯುವಕನಂತಿದ್ದ. ತಲೆತುಂಬಾ ಹೇರಳವಾದ ಕೂದಲು, ಆ ಕೂದಲುಗಳನ್ನು ಹಿಂಬದಿಗೆ ಕಟ್ಟಿದ ಜುಟ್ಟು ಅಗಲವಾದ ಮುಖ ಹರವಾದ ಎದೆ, ಒಟ್ಟಿನಲ್ಲಿ ಜಗಜಟ್ಟಿಯಂತೆ ದಷ್ಟಪುಷ್ಟ ದೇಹ ಹೊಂದಿದ್ದ ಆತ

ಆಕೆಯನ್ನು ಆಕರ್ಷಿಸಿದ್ದ. ದಾಸವಾಳ ಪೊದೆಯಲ್ಲಿಯೇ ಅಡಗಿ ನೋಡುತ್ತಿದ್ದ ಆ ಬೆಡಗಿ ಒಂದು ಸಲ ಆಚೀಚೆ ಕಣ್ಣು ಹಾಯಿಸಿ, ಅಲ್ಲಿ ಯಾರ ಸುಳಿವೂ ಇಲ್ಲ ಎನ್ನುವುದನ್ನು ಗಮನಿಸಿ, ಆ ಸನ್ಯಾಸಿಯತ್ತ ನೋಡುತ್ತಿದ್ದಳು. ಐದಾರು ನಿಮಿಷ ನೋಡಿ ಆತನೆಲ್ಲಿ ನೋಡುವನೋ ಎಂಬ ಭಯದಿಂದ ಓಡುತ್ತಿದ್ದಳು.

ಪ್ರತಿ ವರ್ಷದಂತೆ, ಈ ವರ್ಷವೂ ಯುಗಾದಿ ಹಬ್ಬದ ವಿಶೇಷ ಪೂಜೆ. ಮಂಟಪವನ್ನು ತಳಿರು ತೋರಣಗಳನ್ನು ಕಟ್ಟಿ ಸಿಂಗರಿಸಲಾಗಿತ್ತು. ಯುಗಾದಿ ಹೊಸವರುಷದ ಹೊಸದಿನ. ಇಡೀ ನಿಸರ್ಗದಲ್ಲಿಯೇ ಹೊಸತನ ಕಂಗೊಳಿಸುತ್ತಿದೆ. ಆ ಹೊಸದಿನದಲ್ಲಿಯೇ ಮಂಟಪ ಪೂಜೆಗೊಳ್ಳಲು ಅಣಿಯಾಗುತ್ತಿದೆ. ಪೂಜೆಯ ತಯಾರಿಗಾಗಿಯೇ ಗಂಗೆ ಹರಿಣಿಯಂತೆ ಅತ್ತಿಂದಿತ್ತ ಓಡಾಡುತ್ತಿದ್ದಾಳೆ. ಭಾರತಿ ಆಕೆಗೆಂದೇ ಕೊಡಿಸಿದ ಕೆಂಪು ಜರತಾರಿ ಸೀರೆಯುಟ್ಟು ಮೊದಲೇ ಸೌಂದರ್ಯದ ಖಣಿ ಮತ್ತಷ್ಟು ಸುಂದರವಾಗಿ ಕಾಣಿಸುತ್ತಿದ್ದಾಳೆ. ಈ ಬಾರಿಯಂತೂ ಸನ್ಯಾಸಿಯೂ ಪೂಜೆಗೆ ಬರುವವರೆಂಬ ವಿಷಯ, ಆಕೆಯಲ್ಲಿ ಉತ್ಸಾಹವನ್ನು ತುಂಬಿ ಆಕೆಯ ಸೌಂದರ್ಯಕ್ಕೆ ಮತ್ತಷ್ಟು ಮೆರಗು ನೀಡಿದೆ. ಆತ ಈ ತೋಟದ ಮನೆಗೆ ಬರತೊಡಗಿ ಹೆಚ್ಚುಕಡಿಮೆ ಒಂದು ತಿಂಗಳಾಯಿತು. ಅಷ್ಟರಲ್ಲಿ ಗಂಗೆಯ ಕಣ್ಣುಗಳು ಆತನ ಕಣ್ಣುಗಳೊಂದಿಗೆ ನಾಲ್ಕೈದು ಬಾರಿ ಸ್ಪಂದಿಸಿವೆ. ಏನೋ ಆತುರ ಕಾತುರ ಹೇಳಲಾಗದ ಅನುಭವ. ಆತನನ್ನು ನೆನಪಿಸಿಕೊಂಡರೇನೆ ಮೈ ಜುಮ್ ಎನ್ನುತ್ತಿದೆ. ಆತ ಕೆರೆಯಲ್ಲಿ ಸ್ನಾನ ಮಾಡುವಾಗ ಕದ್ದು ಮುಚ್ಚಿ ನೋಡುತ್ತಿದ್ದ ಗಂಗೆ ಮುಂದೆ ಆತ ಮಂಟಪಕ್ಕೆ ನಮಸ್ಕರಿಸಲು ಹೋದಾಗ, ಆಕೆ ಯಾವುದಾದರೂ ನೆಪಮಾಡಿಕೊಂಡು ಅಲ್ಲಿಗೆ ಸಾಗುವುದು ಆತ ಆಕೆಯನ್ನು ತದೇಕಚಿತ್ತದಿಂದ ನೋಡುವುದು ಆಕೆ ನಾಚಿ ನೀರಾಗುವುದು ನಡದೇ ಇತ್ತು. ಅವರಲ್ಲಿ ಅದೆಷ್ಟೋ ವರ್ಷಗಳ ಪರಿಚಯದವರು ತೀರಾ ಹತ್ತಿರದವರು ಎಂಬ ಭಾವನೆ ಇತ್ತು. ಆದರೂ ಕೂಡ ಗಂಗೆಗೆ ಆ ಸನ್ಯಾಸಿಯ ಬಗ್ಗೆ ತಾನೇ ಇಲ್ಲದ್ದನ್ನೆಲ್ಲ ಕಲ್ಪಿಸಿಕೊಳ್ಳುತ್ತಿರುವೆನೆ ಎಂಬ ಗೊಂದಲವಿತ್ತು.

ಮಂಟಪದ ಪೂಜೆಗೆ, ಭಾರತಿಯ ಪರಿವಾರದವರೆಲ್ಲರೂ ಬಂದಿದ್ದರು. ಮುಖ್ಯವಾಗಿ ಬುದ್ಧವ್ವ ಹಿಂದಿನದಿನವೇ ಬಂದಿದ್ದಳು. ಆಕೆ ಅದೇ ಸಂಭ್ರಮದಲ್ಲಿ ಬೆಳಿಗ್ಗೆ ಬೇಗ ಎದ್ದು ಬೇಳೆಹಾಕಿ ಹೋಳಿಗೆ ಮಾಡಿದ್ದಳು. ಮಹಾದೇವಿ, ಮತ್ತು ಆಕೆಯ ಕುಟುಂಬದ ಸದಸ್ಯರೆಲ್ಲ ಪೂಜೆಗೆ ಬಂದರು. ಗಂಗೆಯಂತೂ ಇಲ್ಲಿಯವಳೇ. ಪೂಜೆ ಮುಗಿದು ಮಂಗಳಾರತಿ ಮಾಡಬೇಕಾದಾಗ, ಎಂದಿನಂತೆ ಭಾರತಿ ಗಂಗೆಗೆ "ನೀ ಒಂದೆರಡು, ಬುದ್ಧವ್ವ ಚಿಗವ್ವ ಒಂದೆರಡು ಹಾಡಿ ಮುಗಸರಿ" ಎಂದಳು. ಬುದ್ಧವ್ವಾ, "ತಂಗಿ ಗಂಗಾ ನೀ ಮದಲ ಹಾಡ. ಆ ಮ್ಯಾಲೆ ನಾ ಹಾಡತೀನೆಂತ ಎಂದು ಹೇಳಿದಾಗ, ಗಂಗೆ "ದಯತೋರೆ ಜಗನ್ಮಾತೆ

ಶಂಕರಿ..." ಎಂದು ಹಾಡತೊಡಗಿದಳು. ಸುಂದರವಾದ ಚಂದದ ಗೊಂಬೆ ಕೈಯಲ್ಲಿ ಆರತಿ ಹಿಡಿದು ಹಾಡುವಾಗ, ಓರೆನೋಟಬೀರಿ, ಆ ಸನ್ಯಾಸಿ ತನ್ನನ್ನು ನೋಡುತ್ತಿರುವರೇ? ಎಂದು ಆಗಾಗ ಆತನೆಡೆ ಕಣ್ಣು ಹೊರಳಿಸುತ್ತಿದ್ದಳು. ಆ ನಸುಗತ್ತಲಿನ ಮಂಟಪದೊಳಗೆ ಆರತಿಯ ಬೆಳಕು ಆಕೆಯ ಮುಖದ ತುಂಬ ಹರಡಿ ಆಕೆಗೆ ಕಾಂತಿಯನ್ನು ನೀಡಿತ್ತಲ್ಲದೇ ನಾಚಿಕೆಯ ಛಾಯೆ ಆ ಕೆಂಪಾದ ಕೆನ್ನೆಗಳ ಮೇಲೆ ಸ್ಪಷ್ಟವಾಗಿ ಗೋಚರಿಸುತ್ತಿತ್ತು. ಆಕೆಯ ನಂತರ ಬುದ್ಧವ್ವ "ಏ ತಂಗಿ ಭಾರತಿ ನೀ ಗಾಂಧೀಜಿ ಹಾಡು ಹಾಡತಿಯಲ್ಲ ಅದನ್ನ ಹಾಡ" ಎಂದಳು. ಭಾರತಿ ರಾಗಬದ್ಧವಾಗಿ ಗಾಂಧೀಜಿವರ ಅರ್ಥವತ್ತಾದ ಹಾಡನ್ನು ಹಾಡಿದಾಗ ಎಲ್ಲರ ಮನಕ್ಕೆ ಮೆಚ್ಚುಗೆಯಾಯಿತು.

ಪೂಜೆ ಮುಗಿದು, ಎಲ್ಲರೂ ಪೂಜೆಗೆ ಬಂದಿದ್ದ ಸನ್ಯಾಸಿಯ ಕಾಲಿಗೆ ಬೀಳತೊಡಗಿದರು. ಭಾರತಿ ಮೊದಲು ನಮಸ್ಕರಿಸಿ ನಂತರ ಮಹಾದೇವಿ ಅವರ ಕಾಲಿಗೆರಗಿದಾಗ, ಭಾರತಿಯು "ಸ್ವಾಮೀಜಿ ನಮ್ಮ ಗಂಗಾಳ ತಾಯಿ" ಎಂದು ಪರಿಚಯಿಸಿದಾಗ, ಆತ ಒಮ್ಮೆಲೇ ಉದ್ವೇಗಕ್ಕೊಳಗಾದರೂ ತೋರಿಸಿಕೊಡಲಿಲ್ಲ. ಆದರೆ ಮಹಾದೇವಿಯನ್ನು ಮಾತ್ರ ಮತ್ತೆ ಮತ್ತೆ ದಿಟ್ಟಿಸಿದ. ಹಾಗೆ ನೋಡಿದಾಗ, ಮಹಾದೇವಿಯೂ ಕೂಡ ಆತನ ಕಡೆಗೆ ಪ್ರಶ್ನಾರ್ಥವಾಗಿ ನೋಡಿದಳು. ಅದನ್ನು ಅರ್ಥೈಸಿಕೊಂಡ ಭಾರತಿ "ದೇಸಾಯಿಪುರಕ್ಕ ಬಂದಾರಲ್ಲ ಸ್ವಾಮಿಗೂಳು ಅವರ ಇವರು" ಎಂದು ಪರಿಚಯಿಸಿದಳು. ಮಹಾದೇವಿಯೂ ದೇಸಾಯಿಪುರಕ್ಕೆ ಒಬ್ಬ ಸನ್ಯಾಸಿ ಬಂದಿದ್ದಾನೆ ಎಂಬ ವಿಷಯವನ್ನು ಕೇಳಿ ತಿಳಿದಿದ್ದಳು. ಹಾಗೇ ಆತ ದಿನವೂ ನೀರಲಕೆರೆಯಲ್ಲಿ ಸ್ನಾನ ಮಾಡಿ ಮಡಿಯುಟ್ಟು ತಮ್ಮ ಅಪ್ಪ ಅವ್ವ ಅತ್ತೆ ಮಾವಂದಿರ ಫೋಟೋಗಳಿಗೆ ನಮಸ್ಕರಿಸಿ ಹೋಗುವ ವಿಷಯವನ್ನು ಗಂಗೆಯಿಂದ ತಿಳಿದು, ಆತ ನೀರಲಕೆರೆಯಲ್ಲಿ ಧ್ಯಾನಕ್ಕೋಸ್ಕರ ಈಜುವುದೇನೊ ಸರಿ. ಆದರೆ ಆತ ತಮ್ಮ ಹಿರಿಯರ ಫೋಟೋಗಳಿಗೇಕೆ ನಮಸ್ಕರಿಸುತ್ತಾನೆ? ಎಂದು ದಿಗಿಲಿಗೆಬಿದ್ದಳು. ಆ ಮನುಷ್ಯ ಇವನೇ? ಎಂದು ಪ್ರಶ್ನಿಸಿಕೊಂಡು ಆತನನ್ನು ಮತ್ತಷ್ಟು ಅವಲೋಕಿಸಿದಳು. ಖಾದಿ ಧರಿಸಿದ ದಷ್ಟಪುಷ್ಟ ದೇಹ, ಜುಟ್ಟು ಗಡ್ಡ ಬಿಟ್ಟ ಮುಖ ಬಹಳ ತೇಜೋಮಯವಾಗಿತ್ತು.

ಮಹಾದೇವಿಯ ನಂತರ, ಗಂಗೆ, ಆತನ ಕಾಲುಬೀಳಲು ಹೋದಾಗ, ಬಹಳ ಮಮತೆಯಿಂದ, ಆಕೆಯ ತೋಳು ಹಿಡಿದು ಮೇಲಕ್ಕೆಬ್ಬಿಸಿ ಆಶೀರ್ವಾದ ಮಾಡಿದಾಗ, ಆತನ ಆ ಸ್ಪರ್ಶ, ಆಕೆಗೆ ಬಹಳ ಹಿತಕರವೆನ್ನಿಸಿತು. ಆಕೆಗೆ ನಮಸ್ಕರಿಸಿ ಮತ್ತೆ ಮತ್ತೆ ಆತನಿಂದ ಆಶೀರ್ವಾದ ಪಡೆಯಬೇಕೆನ್ನಿಸುತ್ತಿತ್ತು.

ಮಹಾದೇವಿ ಯುಗಾದಿ ಹಬ್ಬದ ಕಾರ್ಯಕ್ರಮದ ನಂತರ ಮಗಳು ಮನೆಗೆ ಬಂದಾಗಲೊಮ್ಮೆ "ಆ ಸ್ವಾಮಿ ಎಲ್ಲಿಂದ ಬಂದಾನಂತ? ಯಾರಂತ? ಮತ್ತ ಅವಾ ಎಲ್ಲಿ ಇರತಾನಂತ? ಮಂಟಪಕ್ಕ ದಿನಾ ಬರತಾನಾ? ಬಂದಾವಾ

ಎಷ್ಟೊತ್ತನಾ ಇರತಾನಾ?" ಎಂದೆಲ್ಲ ಮುಂತಾದ ಪ್ರಶ್ನೆಗಳನ್ನು ಕೇಳತೊಡಗಿದಳು. ಆಗ ಮಾತ್ರ ಗಂಗೆ ಗಾಬರಿಯಾದಳು. ಮೊದಲಿಗೆ ಆತನ ಮೇಲೆ ಆಕೆಗೆ ಅದೆಷ್ಟು ಆಸಕ್ತಿ ಎನ್ನಿಸಿತು. ಮರುಕ್ಷಣವೇ ತಾನು ಆತನನ್ನು ಕದ್ದುಮುಚ್ಚಿ ನೋಡುವುದು ಆತ ನನ್ನನ್ನು ಎವೆಯಿಕ್ಕದೇ ನೋಡುವುದು ಏನಾದರೂ ಗೊತ್ತಾಯಿತಾ? ಎಂದು ಬೆದರಿ "ಹಾಂ.. ಹಾಂ.. ಬರ್ತಿರ್ತಾರಾ..." ಎಂದೊಮ್ಮೆ ಉತ್ತರಿಸಿ "ಇಲ್ಲಾ.. ಇಲ್ಲಾ.." ಎಂದೊಮ್ಮೆ ಕೊನೆಗೆ "ನಂಗೇನು ಗೊತ್ತಿಲ್ಲಾ" ಎಂದು ತಡವರಿಸುತ್ತಲೇ ಉತ್ತರಿಸಿದಳು.

ಮಹಾದೇವಿಯು ಗಂಗೆ, ಹಾಗೇಕೆ ವಿಚಲಿತಳಾಗಿ ಉತ್ತರಿಸುತ್ತಿದ್ದಾಳೆ ಎಂದುಕೊಂಡಳಾದರೂ ಅದರ ಬಗ್ಗೆ ಯೋಚನೆ ಮಾಡಲಿಲ್ಲ. ಬದಲಾಗಿ ಗಂಗೆಯೇ ಯೋಚನೆಗೆ ತೊಡಗಿದಳು. ಅವ್ವನಿಗೆ ಏನಾದರೂ ತನ್ನ ಬಗ್ಗೆ ಸಂಶಯ ಹುಟ್ಟಿದೆಯೆ ಎಂದು ಬೆದರಿದಳು.

ತಾಯಿಯ ಭಯ ಆವರಿಸಿದ ನಂತರ ಗಂಗೆ ಸ್ವಲ್ಪ ಜಾಗರೂಕಳಾಗಿದ್ದಳು. ಆತನನ್ನು ನೋಡಬೇಕೆಂದು ಮನಸ್ಸನ್ನು ಬಿಗಿಹಿಡಿದುಕೊಂಡಷ್ಟು ಆತನನ್ನು ನೋಡುವ ಹಟ ಹಾಗೂ ತವಕ ಹುಟ್ಟಿಕೊಳ್ಳುತ್ತಿತ್ತು. ಅದು ಯಾಕೆ ಹಾಗೆ ಎಂದು ಅರ್ಥವೇ ಆಗುತ್ತಿಲ್ಲ. ಆತ, ಆತನ ಕಣ್ಣುಗಳಲ್ಲಿ ಅದೇನಿದೆಯೋ ಆತನ ಒಂದು ನೋಟದಲ್ಲಿ ಅದೆಂತಹ ಸೆಳೆತ? ಪ್ರೀತಿ? ದಿನ ಬೆಳಿಗ್ಗೆ ಯಾವುದೋ ಒಂದು ಉತ್ಸಾಹ ಯಾವುದೋ ಒಂದು ಸೆಳೆತ ಆಕೆಯನ್ನು ಹಾಸಿಗೆಯಿಂದ ಮೇಲೆಬ್ಬಿಸುತ್ತಿತ್ತು. ಎದ್ದವಳೇ ಮುಖವನ್ನಷ್ಟೇ ತೊಳೆದು, ಹೂ ಬಿಡಿಸಲೆಂದು ಕೆರೆಯ ಕಡೆಗೆ ಓಡುತ್ತಿದ್ದಳು. ಯುಗಾದಿ ಪೂಜೆಯ ನಂತರ ಗಂಗೆ ಸನ್ಯಾಸಿಯ ಪಾದ ಮುಟ್ಟಿ ನಮಸ್ಕರಿಸಿದ ಮೇಲೆಯಂತೂ ಮತ್ತಷ್ಟು ಹತ್ತಿರ ಸರಿದಂತಾಗಿತ್ತು. ಮೊದಲಾದರೆ ಆಕೆ ಕದ್ದು ಮುಚ್ಚಿ ನೋಡುತ್ತಿದ್ದಳು. ಆದರೆ ಈಗ ಆತನಿಗೆ ಕಾಣಿಸದಂತೇ ಹೂ ಹರಿಯುವ ನಾಟಕ ಮಾಡುತ್ತ ನಿಲ್ಲುತ್ತಿದ್ದಳು. ಆತ ನೋಡಿದಾಗ, ಆತನ ನೋಟಕ್ಕೆ ನೋಟ ಬೆರೆಸಿ ಮುಗುಳು ನಗುತ್ತಿದ್ದಳು. ಆತನೂ ಮರಳಿ ನಕ್ಕಾಗ ಮಾತ್ರ ಸರಕ್ಕನೇ ಸರಿದು ದಾಸವಾಳದ ಪೊದೆಯ ಮರೆಗೆ ಸಾಗುತ್ತಿದ್ದಳು.

ಹಾಗೇ ಎರಡು ಮೂರು ತಿಂಗಳು ಸರಿದವು. ಒಂದು ದಿನ ಸನ್ಯಾಸಿ ಕೆರೆಯಲ್ಲಿ ಈಜಿ ಮಂಟಪದ ಹಿರಿಯರಿಗೆ ನಮಸ್ಕರಿಸಲು ಹೋಗುವ ಮೊದಲೇ ಮಂಟಪದಲ್ಲಿ ಸನ್ಯಾಸಿಗಾಗಿಯೇ ಕಾಯ್ದು ನಿಂತಿದ್ದ ಗಂಗೆ ಆತ ಬರುತ್ತಲೇ ಆತನ ಕಾಲಿಗೆರಗಿದಾಗ, ಆತ ಆಕೆಯ ತೋಳನ್ನು ಬಳಸಿ ಮೇಲಕ್ಕೆತ್ತಿದ. ಗಂಗೆಗೆ ಅಷ್ಟೇ ಸಾಕಾಗಿತ್ತು. ಮೇಲೇಳುತ್ತಲೇ ಆತನ ಹರವಾದ ಎದೆಯ ಮೇಲೆ ಕೈಯಿಟ್ಟಳು. ಅಷ್ಟರಲ್ಲಿ ಆತನೂ ತಾನು ಏನು ಎಂಬುದನ್ನೇ ಮರೆತು ಆಕೆಯನ್ನು ಆಲಂಗಿಸಿಬಿಟ್ಟ. ಆಕೆಯೂ ಆತನನ್ನು ತಬ್ಬಿಹಿಡಿದಳು.

ಅದೇನಾಯಿತೋ ಏನೋ ಒಮ್ಮೆಲೇ ಸನ್ಯಾಸಿ ಆಕೆಯಿಂದ ಕೊಸರಿಕೊಂಡು ದೂರ ಸರಿದ. ಗಂಗೆ ನಾಚಿ ಆ ಮಂಟಪದಿಂದ ಹೊರಬಿದ್ದು ಓಡಿಹೋದಳು. ಮತ್ತೆ ಒಂದೆರಡು ಬಾರಿ ಹೀಗೆ ಅವರು ಎಚ್ಚರ ತಪ್ಪಿದ್ದರು.

ಗಂಗೆಗೆ ಹತ್ತನೇ ತರಗತಿ ಮುಗಿದ ಕೂಡಲೇ ವರಗಳು ಬರುತ್ತಿದ್ದವು. ಆದರೆ ಭಾರತಿಯೇ ಇನ್ನೂ ಒಂದು ಎರಡು ವರ್ಷ ಕಳೆಯಲಿ ಎಂದು ಆಕೆಯ ಕನ್ಯಾಪರೀಕ್ಷೆಯನ್ನು ಮುಂದೂಡಿದ್ದಳು. ಆದರೆ ಮಹಾದೇವಿ ಇಲ್ಲಿಯವರೆಗೆ ತಡೆದದ್ದೇ ಹೆಚ್ಚಾಯಿತು. ಈ ಬಾರಿ ಒಂದು ಒಳ್ಳೆಯ ಮುಹೂರ್ತದಂದು ಗಂಗೆಯನ್ನು ತೋರಿಸುವ ವಿಚಾರ ಮುಂದಿಟ್ಟುಕೊಂಡು ಈಗಾಗಲೇ ಹೇಳಿಟ್ಟಿದ್ದಳು. ಹಾಗೇ ಹೊಸದೇಸಾಯಿಪುರದಿಂದ ವೀರಭದ್ರಣ್ಣ ಸಂಬಂಧವೊಂದನ್ನು ತೆಗೆದುಕೊಂಡು ಬಂದ. ಭಾರತಿಯ ತೋಟದ ಮನೆಯಲ್ಲಿಯೇ ಗಂಗೆಯನ್ನು ತೋರಿಸುವ ನಿರ್ಧಾರವಾಯಿತು.

ಆಂದು ಭಾರತಿ ಗಂಗೆಗೆ ಅವಳನ್ನು ನೋಡಲು ವರ ಬರುತ್ತಿದ್ದು ತಯಾರಾಗುವಂತೆ "ಗಂಗಾ ನೀ ಲಗೂಣ ತಯಾರ ಆಗು. ನನ್ನ ಕಪಾಟನಾಗಿದು ನಿನಗ ಯಾವ ಸೀರಿ ಬೇಕ ನೋಡ ಅದನ್ನ ಉಟ್ಟಕೋ. ಇರಲೀಕ ನಿಂದ ನಿನಗ ಇಷ್ಟಾ ಆದ ಸೀರಿ ಚೊಲೋ ಕಂಡದ್ದನ್ನು ಉಟಕೋ" ಎಂದಾಗ, ಗಂಗೆ ಭಾರತಿಯ ತೊಡೆಯ ಮೇಲೆ ಬಿದ್ದು "ಅತ್ತಿ ನಾ ನಾನು ಕುಂಡ್ರೂದಿಲ್ಲಾ" ಎಂದು ಅಳತೊಡಗಿದಳು. ಭಾರತಿ ಗಾಬರಿಯಿಂದ,

"ಅಯ್ಯ ಹುಡುಗಿ ಕುಂಡರಲೀಕ ಅವರ ಹ್ಯಾಂಗ ನೋಡಬೇಕು ನಿನ್ನ ಮದವಿ ಹ್ಯಾಂಗ ಆಗಬೇಕು?"

"ನಾ.. ನಾನು ಮದುವಿ ಮಾಡಕೋದಿಲ್ಲಾ"

"ಅಯ್ಯ ನಿನ್ನ ಹುಚ್ಚಿ ಹಂಗ ಅಂದ್ರ ಹ್ಯಾಂಗ? ಹಂಗ ನೀ ಇಲ್ಲೆ ಎಷ್ಟ ದಿನಾ ಅಂತ ಇರತಿ? ನಿನಗೂ ಗಂಡಾ ಮಕ್ಕಳು ಬ್ಯಾಡಾ?

"ಅತ್ತಿ ನನಗ ಮದುವಿ ಬ್ಯಾಡಾ ನಿನ್ನ ಜೋಡಿನ ನಾ ಹಿಂಗ ಸೇವಾ ಮಾಡಕೊಂತ ಇರತೀನಿ"

"ಹುಂ ಸುದ್ದ ಆತು. ಇರಲಿ ಈಗ ನಿನ್ನ ನೋಡಿದ್ರ ಅವರೇನು ಅಂತರಕಿಲ್ಲದ ಮದುವಿ ಮಾಡಕೊಂಡ ಹೋಗುದಿಲ್ಲಾ. ಸುಮ್ಮನ ತಯಾರಾಗು ಕುಂಡ್ರು" ಎಂದಾಗಲಷ್ಟೇ ಅತ್ತೆ ಅಷ್ಟೇ ಅಲ್ಲ. ಇನ್ನು ಅವ್ವನೂ ಬೈಯುವಳು ಎಂದು ಆ ದಿನ ಮನಸ್ಸಿಲ್ಲದೇ ಒಪ್ಪಿದಳು.

ಮಹಾದೇವಿ ಗಂಡ ಹಾಗೂ ಮಗನ ಜೊತೆಗೆ ತಯಾರಾಗಿ ಬಂದಳು. ಜೊತೆಗೆ ದೇಸಾಯಿಪುರದಿಂದ ಬುದ್ಧವ್ವಳನ್ನು ಕರೆಯಿಸಿಕೊಂಡಳು. ಗಂಗೆ ಸೀರೆಯುಟ್ಟು ತಯಾರಾದರೂ ದುಃಖಿಸತೊಡಗಿದಳು. ಮಹಾದೇವಿ ಗಾಬರಿಯಾಗಿ "ಯಾಕ ಏನಾತ ಕೂಸ? ಅಳತೀಯಾಕ? ಎಂದು

ರಮಿಸತೊಡಗಿದಳು. ಗಂಗೆ ಅತ್ತೆಗೆ ಹೇಳಿದ ಮಾತನ್ನೇ ಹೇಳಿದಾಗ, ಮಹಾದೇವಿ ಅಧೀರಳಾದಳು. ಮಗಳಿದ್ದ ದೇವರ ಮನೆಗೆ ಬುದ್ದವ್ವಳನ್ನು ಕರೆದು "ನೋಡಬೆ ಯತ್ತಿ ಈ ಹುಡುಗಿ ಹಿಂಗ್ಯಾಕ ಅನ್ನಾಕತ್ತೈತಿ?" ಎಂದಳು. ಬುದ್ದವ್ವ "ಯಾಕ ತಂಗಿ? ಅಂಜಾಕತ್ತಿ? ಅಂಜಬ್ಯಾಡಾ ಎಲ್ಲಾ ಚೊಲೊ ಇದ್ದರ ಅಪ್ಪ ನಿನ್ನ ಮದವಿ ಮಾಡತೀವಿ. ಅಲ್ಲ ಹುಡಗಿ ನಿಮ್ಮ ಅವ್ವಾ ನಿನ್ನಷ್ಟ ಇದ್ದಾಗ ಎರಡ ಮಕ್ಕಳಾ ಹಡದಿದ್ದಳ. ಮತ್ತ ನಾ ಹತ್ತ ವರ್ಷಕ್ಕ ಗಂಡನ ಮನಿ ಕಂಡೀನಿ ನಿನ್ನ ನೀ ಇಷ್ಟ ದೊಡ್ಡಾಕಿ ಆದ ಮ್ಯಾಲೆ ತೋರಸಾಕತ್ತೈತಿ ಆದರೂ ನೀ ಹಿಂಗ ಅಳಾಕತ್ತಿ" ಎಂದು ತಿಳುವಳಿಕೆ ನೀಡತೊಡಗಿದಳು. ಭಾರತಿ "ಹು, ನಾನೂ ಆಕಿಗೆ ಅದನ್ನ ಹೇಳಿನಿ" ಎಂದೆಲ್ಲ ಎಲ್ಲರೂ ಗಂಗೆಯನ್ನು ರಮಿಸಿ ಆಕೆ ಕನ್ಯಾ ಪರೀಕ್ಷೆಗೆ ಕುಳಿತುಕೊಳ್ಳುವಂತೆ ಮಾಡಿದರು.

ಕನ್ಯಾ ಪರೀಕ್ಷೆಯಾದಂದಿನಿಂದ ಗಂಗೆಯ ಉತ್ಸಾಹವೇ ಕುಗ್ಗಿಹೋಗಿತ್ತು. ತನ್ನ ನೋಡಿದ ಗಂಡು ಒಪ್ಪಿ ಮದುವೆಯಾದರೇನು ಗತಿ ಎಂದು ಚಿಂತೆ ಹತ್ತಿತು. ಇತ್ತ ಆ ಸನ್ಯಾಸಿಗಾದರೂ ಹೇಗೆ ಹೇಳುವುದೆಂದೇ ತಿಳಿಯಲಿಲ್ಲ. ಸನ್ಯಾಸಿಯ ಜೊತೆಗೆ ಮದುವೆ ಮಾಡಿಕೊಳ್ಳುವ ಹಂಬಲವಿತ್ತು. ಆದರೆ ಆತ ಸನ್ಯಾಸಿ. ಏನೆಂದು ಕೇಳುವುದೆಂದೇ ತೋಚಲಿಲ್ಲ. ಅದರ ಬದಲಿಗೆ ಆಕೆಗೆ ಉಪಾಯ ಹೊಳೆದಿದ್ದೆಂದರೆ ತಾನೂ ಸಹ ಆತನಂತೆ, ಅತ್ತೆ ಭಾರತಿಯಂತೆ ಅವರಿವರ ಸೇವೆ ಮಾಡುತ್ತ ಹೋಗುವುದು ಎಂದು ನಿರ್ಧರಿಸಿ ಮತ್ತೆ ಎಲ್ಲರಿಗೂ ತನ್ನ ವಿಚಾರವನ್ನು ತಿಳಿಸಿದಾಗ, ನಿಜಕ್ಕೂ ಭಾರತಿ ಕಂಗಾಲಾದಳು. ಅಂತಹ ಸಮಯದಲ್ಲಿಯೇ ಆ ಹೊಸದೇಸಾಯಿಪುರದವರು ಗಂಗೆ ಮೆಚ್ಚುಗೆಯಾಗಿದ್ದಾಳೆ. ಅವರ ಮನೆಯವರೂ ಒಪ್ಪಿದಲ್ಲಿ ಮುಂದಿನ ಶುಭಕಾರ್ಯ ನೆರವೇರಿಸಿಕೊಳ್ಳುವಂತೆ ತಿಳಿಸಿದ್ದರು.

ಭಾರತಿ ಈಗ ಬಿಡುವುದನ್ನು ಬಿಟ್ಟು ಗಂಗೆಯ ಮನವೊಲಿಸಲು ಪ್ರಯತ್ನಿಸಿದಳು. ಮೊದಲು ರಮಿಸಿ ನಂತರ ಬೈದರೂ ಸರಿ ಸರಿಯಾದ ದಾರಿಗೆ ತರಲು ಪ್ರಯತ್ನಿಸಿದಳು. ಆದರೆ ಆಕೆ ಎಷ್ಟು ಪ್ರಯತ್ನ ಮಾಡಿದರೂ ಒಪ್ಪದೇ ಹೋದಾಗ, ಮಹಾದೇವಿಗಿಂತ ಹೆಚ್ಚಾಗಿ ಭಾರತಿ ದಿಗಿಲಿಗೆ ಬಿದ್ದಳು. ಮಹಾದೇವಿ ಹಾಗೂ ಭಾರತಿ ಇಬ್ಬರೂ ಒಟ್ಟಾಗಿಯೇ "ಹುಂ, ನೀ ಮದವಿ ವಲ್ಯಾ ಹಂಗಾರ, ಆತು ಯಾಕ ಬ್ಯಾಡಾ? ಅದನ್ನಾರ ಹೇಳು" ಎಂದು ಒತ್ತಾಯಿಸಿದಾಗ, ಗಂಗೆ ಒಮ್ಮೆಲೇ ಗಾಬರಿಯಿಂದ "ಅವರು, ಅವರು ಮದುವಿ ಮಾಡಕೋಬೇಕಲ್ಲ?" ಎಂದು ಬಾಯಿತಪ್ಪಿ ಹೇಳಿಬಿಟ್ಟಳು. ಆಗ ಭಾರತಿ ಹಾಗೂ ಮಹಾದೇವಿ ಇಬ್ಬರಿಗೂ ಆಶ್ಚರ್ಯವಾಗಿ ಇಬ್ಬರೂ ಒಮ್ಮೆಯೇ "ಯಾರ?" ಎಂದು ಕೇಳಿದರು. ಗಂಗೆ ತನ್ನ ತಪ್ಪಿನಿಂದ ನಾಲಿಗೆ ಕಚ್ಚಿದಳು. ತಾನು ಏನು ಹೇಳಬಾರದೆಂದಿದ್ದಳೋ ಅದನ್ನೇ ಅಂದರೆ ತನಗರಿವಿಲ್ಲದೇ ಸತ್ಯದ ಸುಳಿವು

ನೀಡಿದ್ದಳು. ಆಕೆ ನಾಲಿಗೆ ಕಚ್ಚಿಹಿಡಿಯುವುದರೊಂದಿಗೆ ಆಕೆ ಏನೋ ತಮ್ಮಿಂದ ವಿಷಯ ಮುಚ್ಚಿಡುತ್ತಿದ್ದಾಳೆ ಎಂಬ ವಿಷಯವನ್ನು ಮತ್ತಷ್ಟು ಬಿಚ್ಚಿಟ್ಟಿದ್ದಳು! ಆಕೆ ಹಾಗೆ ಮಾಡಿದ್ದೇ ಸಾಕು ಮತ್ತೆ ಇಬ್ಬರೂ ಕೌತುಕದಿಂದ "ಹಾಂ, ಯಾರ ಹುಂ ಅನ್ನೂದಿಲ್ಲಾ?" ಎಂದು ನೇರ ಪ್ರಶ್ನೆ ಕೇಳಿದಾಗ, ಎಚ್ಚೆತ್ತ ಗಂಗೆ ಹೆದರಿದಳು. ಮಾಡಿದ ತಪ್ಪನ್ನು ಮುಚ್ಚಿಡಲು "ಯಾರು?.. ಯಾರೂ... ಇಲ್ಲ..ಲ್ಲ ನಾ ಹಂಗ ಹೇಳಿನಿ ಬಿಡವಾ" ಎಂದಳಾದರೂ ಪಟ್ಟುಬಿಡದ ಮಹಾದೇವಿ "ಇಲ್ಲಾ ನೀ ಏನ ಮುಚ್ಚಿ ಇಡಾಕತ್ತಿ ಹೇಳವಲ್ಲಿ ಅಷ್ಟ. ಏನಂತ ಹೇಳಿದ್ರ ನಾವು ವಿಚಾರಾ ಮಾಡಾಕ ಬರ್ತತಿ. ಇರಲೀಕ ನಾವ ಏನಂತ ತಿಳಕೋಬೇಕು?" ಎಂದು ಕೇಳತೊಡಗಿದಳು. ಹಾಗೇ ಆಕೆ ಬಾಯಿ ಬಿಡದಿದ್ದರೆ, ಒಂದೆರಡು ಪೆಟ್ಟು ಹಾಕಿಯೇಬಿಟ್ಟರಾಯಿತು ಎಂಬಷ್ಟು ಕೋಪದಲ್ಲಿದ್ದಳು. ಆಕೆಯ ಕೋಪವನ್ನರಿತ ಭಾರತಿ, ಇನ್ನೆಲ್ಲಿ ಅನಾಹುತವಾಗುವುದೋ ಎಂದು ಬಗೆದು ಮಹಾದೇವಿಯ ಹತ್ತಿರವಿದ್ದ ಗಂಗೆಯನ್ನು ಬೇರೆಡೆ ಕರೆದೊಯ್ದಳು. ಗಂಗೆಗೂ ತಾಯಿಯ ಸಿಟ್ಟಿನ ಬಿಸಿತಟ್ಟಿತು. ಅತ್ತೆ ಬೇರೆಡೆ ಕರೆದೊಯ್ಯುತ್ತಲೇ ಆಕೆಯೂ ಅತ್ತೆಗಿಂತ ಮುಂದಾಗಿ ಓಡಿಹೋದಳು. ಅಷ್ಟಾದರೂ ಅವರಿಬ್ಬರ ಬೆನ್ನುಹತ್ತಿ ಓಡುತ್ತಿದ್ದ ಮಹಾದೇವಿಯನ್ನು ಕಂಡು ಬೆದರಿ ಜಿಂಕೆಯಂತಾದ ಗಂಗೆ ಅತ್ತೆಯ ಆಸರ ಬಯಸಿ, ಆಕೆಯತ್ತ ಸರಿದು, ಆಕೆಯನ್ನು ತಬ್ಬಿಕೊಂಡು ಅಳತೊಡಗಿದಳು. ಆಕೆಗೆ ಆಶ್ರಯಕೊಟ್ಟ ಅತ್ತೆ ಇನ್ನು ಬಹಳ ಒತ್ತಾಯಪಡಿಸಿದಲ್ಲಿ ಕೆಲಸ ಹಾಳಾಗುವುದೆಂದು ಆ ದೇಸಾಯಿಪುರದವರಿಗೆ ಒಂದೆರಡು ದಿನ ಬಿಟ್ಟು ತಿಳಿಸುವುದಾಗಿ ಹೇಳಿ ಕಳುಹಿಸಿದಳು.

ಭಾರತಿ ಮರುದಿನವೇ ತಾನೊಬ್ಬಳೇ ಶಾಂತವಾಗಿ ಗಂಗೆಯನ್ನು ಕರೆದುಕೊಂಡು "ನೋಡವಾ ನಾ ನಿನಗ ಏನೂ ಮಾಡುದಿಲ್ಲಾ. ನೀ ಯಾಕ ಮದವಿ ಬ್ಯಾಡಾ ಅಂತಿ? ಮತ್ತ ಅವರು ಮದವಿ ಮಾಡಕೊಳ್ಳಾಕ ಹುಂ ಅಂತ ಅನ್ನಬೇಕಲ್ಲ ಅಂತ ಹೇಳಿದೆಲ್ಲ ಯಾರವರು?" ಎಂದು ಪ್ರಶ್ನಿಸಿದಾಗ, ಗಂಗೆ ಮತ್ತೆ ಗಾಬರಿಗೊಳಗಾದಳು. "ಹೇಳ ನಾ ನಿನ್ನ ಏನೂ ಮಾಡೂದಿಲ್ಲಾ ಅಂತ ಅಂದೀನೆಲ್ಲಾ?" ಗಂಗೆಯ ಕಣ್ಣಲ್ಲಿ ನೀರು ಬಂತು. "ಹೇ ಗಂಗಾ, ನಾ ನಿನ್ನ ಹಡದಿಲ್ಲಾ ಆದರೂ ನೀ ನನ್ನ ಕೈಯಾಗನ ಬೆಳದಿ. ನೀ ಎಷ್ಟ ಚೊಲೋ ಹುಡುಗಿ ಅಂತ ನನಗ ಗೊತ್ತ ಐತಿ. ಹೇಳ ನೀ ಏನ ಅಂತ ಧೈರ್ಯಲೇ ಹೇಳ" ಎಂದು ಹೇಳಿದ ಮೇಲೆ ಅಷ್ಟೇ ಗಂಗೆ ನಡುಗುವ ಸ್ವರದಲ್ಲಿ "ಅವರು ಅಂದ್ರ..."

"ಹುಂ ಹೇಳು"

"..."

"ಅಂಜಬ್ಯಾಡಾ ಹೇಳು"

ಗಂಗೆ ಒಣಗಿದ ಗಂಟಲನ್ನು ಸರಿಪಡಿಸಿಕೊಳ್ಳುತ್ತ "ಅದ... ಅದ ಆ ಸಂ..ನ್ಯಾಸಿ..." ಭಾರತಿಯ ಜಂಗಾಬಲವೇ ಉಡುಗಿತಂತಾಗಿ "ಏನು? ಆ ಸನ್ಯಾಸಿ? ಮುಂದ?" ಅವಸರಿಸಿದಳು. ಗಂಗೆ ನೀರಿಗೆ ಬಿದ್ದಾಗಿದೆ ಎಂಬ ಧೈರ್ಯದೊಂದಿಗೆ "ಅದ... ಅದ... ಮತ್ತ... ಅವರು ಮದವಿ ಮಾಡಕೋಬೇಕಲ್ಲ?"

"ಅಯ್ಯ ನಿನ ಹುಚ್ಚಿ? ಅವರ ಯಾಕ ನಿನ್ನ ಮದವಿ ಮಾಡಕೋಬೇಕು?" ಗಂಗೆ ಮತ್ತಷ್ಟು ದುಃಖಿಸತೊಡಗಿದಳು. ಹಾಗೇ ದುಃಖಿಸುತ್ತಲೇ, "ನನಗ, ನನಗ ಅವರು ಬೇಕು. ಅವರು ಮದವಿ ಆಗಲೀಕೂ ನಾ ಅವರ ಸೇವಾ ಮಾಡಕೊಂತ ಇರಬೇಕು" ಭಾರತಿ ಗೊಂದಲಗೊಳಗಾದಳು. ಹಾಗೇ ಮತ್ತೆ "ಅಲ್ಲಾ ಹುಚ್ಚ ಹುಡುಗಿ ಹೋಗಿ ಹೋಗಿ ಆ ಸನ್ಯಾಸಿ ಬೇಕ ಅಂತೀಯಲ್ಲಾ? ಹುಂ ಆತು ನೀ ಏನ ಅವರ ಬೇಕ ಅಂತಿ ಆದ್ರ ಅವರು?" ಒಮ್ಮೆಲೇ "ಅಯ್ಯ ನಾ ಅಂದ್ರ ಅವರಿಗೆ ಭಾಳ ಪ್ರೀತಿ" ಭಾರತಿಯ ಎದೆ 'ಧಸಕ್' ಎಂದಿತು. ಒಂದೆರಡು ನಿಮಿಷಗಳಲ್ಲಿ ಹಾಗೇನೂ ಇರಲಿಕ್ಕಿಲ್ಲ ಎನ್ನಿಸಿ, ಅದನ್ನು ದೃಢಪಡಿಸಿಕೊಳ್ಳಲು "ಅವರು ನಿನ್ನ ಮ್ಯಾಲೆ ಪ್ರೀತಿ ಅದಾರಾ ಅಂತ ನೀ ಹ್ಯಾಂಗ ತಿಳಕೊಂಡಿ?" ಗಂಗೆ ನಿರುತ್ತರಳಾದಳು. ಸಾಯಂಕಾಲದವರೆಗೆ ಅದೆಷ್ಟೋ ಬಾರಿ ಕೇಳಿದಾಗಲೂ ಆಕೆ ಮತ್ತೆ ಮತ್ತೆ ಸನ್ಯಾಸಿ ತನಗೆ ಇಷ್ಟ ಅವರಿಗೂ ತಾನು ಇಷ್ಟ. ತಾನು ಮದುವೆ ಮಾಡಿಕೊಂಡು ಬೇರೆ ಹೋಗಲಾರೆ ಎಂಬ ಅರ್ಥದಲ್ಲಿ ಮಾತನಾಡತೊಡಗಿದಾಗ, ಈ ಸಮಸ್ಯೆಯನ್ನು ಬುದ್ಧವ್ವಳಿಂದಲೇ ಪರಿಹರಿಸಿಕೊಳ್ಳಬೇಕೆಂದು ಭಾರತಿ ಬುದ್ಧವ್ವಳನ್ನು ಕರೆಸಿಕೊಂಡಳು.

ವಿಷಯ ತಿಳಿದ ಬುದ್ಧವ್ವ "ಅಯ್ಯ ಇದರ ಹುಚ್ಚಿ ಇದಕೇನ ಬಂತ ಧಾಡಿ?" ಎಂದು ಗೊಣಗುತ್ತಲೇ ಗಂಗೆಯ ಹತ್ತಿರ ಹೋಗಿ ಯಾಕ ಹುಚ್ಚಿ ಏನಾಗೇತಿ ನಿನಗ? ಮದವಿ ಯಾಕ ಮಾಡಕೋದಿಲ್ಲಾ ಅಂತಿ? ಎಂದು ಕೇಳಿದವಳಿಗೆ ಗಂಗೆ ಅದೇ ಉತ್ತರವನ್ನು ಅಂದರೆ ಮದುವೆ ಬೇಡ ಎಂದಳು. ಬುದ್ಧವ್ವ ಸುಮ್ಮನೇ ಬಿಡಲಿಲ್ಲ. ತನ್ನ ಜಾಣತನದ ಮಾತುಗಳಿಂದ ಆಕೆಯ ಮನಸ್ಸನ್ನು ಗ್ರಹಿಸತೊಡಗಿದಳು. ಹಾಗೇ ರಮಿಸುತ್ತಾ ಆಕೆಯ ಬಾಯಿಬಿಡಿಸಿದಳು. ಗಂಗೆಗೆ ಇನ್ನು ತಾನು ವಿಷಯವನ್ನು ತಿಳಿಸುವುದು ಅನಿವಾರ್ಯ ಎನ್ನಿಸಿದ ಮೇಲಷ್ಟೇ ಅದೂ ಅರ್ಧಮರ್ಧ ಸನ್ಯಾಸಿಯ ವಿಷಯ ತಿಳಿಸಿದಾಗ, ಬುದ್ಧವ್ವಳೂ ಕೂಡ ಒಂದು ಕ್ಷಣ ಗಾಬರಿಯಾದಳು. ಆದರೆ ಮರುಕ್ಷಣವೇ ದೃತಿಗೆಡದೇ ಆ ಸನ್ಯಾಸಿಯನ್ನು ವಿಚಾರಿಸಿದರಾಯಿತೆಂದಳು.

ಸನ್ಯಾಸಿ ಸಾಮಾನ್ಯವಾಗಿ ಯಾರೊಂದಿಗೂ ಮಾತನಾಡುತ್ತಿರಲಿಲ್ಲ. ಆತನದ್ದು ಮಾತಿಗಿಂತ ಕೃತಿಯೇ ಹೆಚ್ಚು. ಮೊದಮೊದಲು ಆತನಿಗೆ ಕನ್ನಡ ಬಾರದೇ ಕೃತಿಯಿಂದಲೇ ಮಾತನಾಡುವುದು ರೂಢಿಯಾಗಿತ್ತು. ಆದರೆ

ಇತ್ತೀಚೆಗೆ ಕನ್ನಡವನ್ನು ಸರಳವಾಗಿಯೇ ಮಾತನಾಡುತ್ತಿದ್ದ. ಆದರೂ ಕೂಡ ಮಾತು ಅಷ್ಟಕ್ಕಷ್ಟೇ

ಬುದ್ಧವ್ವ ಆತನನ್ನು ತೋಟದ ಮನೆಗೆ ಕರೆದು ಗಂಗೆಯ ಎದುರಿನಲ್ಲಿಯೇ "ಇದೇನ್ರಿ ಅಪ್ಪಾರ ಇಕಿ ಏನ ಹೇಳಾಕತ್ತಾಳಾ? ಖರೆ ಏನ್ರಿ?" ಎಂದು ಕೇಳಿದಾಗ, ಆ ಸನ್ಯಾಸಿ ಶಾಂತ ಚಿತ್ತದಿಂದಲೇ ಗಂಗೆ ತನ್ನ ತಾಯಿಯ ತದ್ರೂಪ. ಆ ದೃಷ್ಟಿಯಿಂದಲೇ ಆಕೆಯನ್ನು ಪ್ರೀತಿಯಿಂದ ಕಂಡಾಗ, ಆಕೆ ಹತ್ತಿರ ಸರಿದುದಾಗಿಯೂ, ಮುಂದೆ ತನ್ನ ಅಕ್ಕನ ಮಗಳೇ ಎಂದು ಗೊತ್ತಾದಾಗ, ತಾವೂ ಕೂಡ ಹತ್ತಿರ ಸರಿದುದಾಗಿ ತಿಳಿಸಿದಾಗ, "ಬುದ್ಧವ್ವ ಆಶ್ಚರ್ಯದಿಂದ ಅಂದ್ರ ಅಂದ್ರ ನೀ ನಮ್ಮ ರಾಮಣ್ಣಾ?" ಎಂದು ಉದ್ಗಾರವೆತ್ತಿದಳು. ಆತ ಹೌದು ಎಂದು ಒಪ್ಪುವುದರೊಂದಿಗೆ, ಮುಂದೆ ತಾನು ಗ್ರಹಸ್ಥನಾಗಲೂ ಬಯಸಿದಾಗ, ಬುದ್ಧವ್ವಳಿಗೆ ಬಹಳ ಖುಷಿ ಎನ್ನಿಸಿತು. ಗಂಗೆಗಂತೂ ಮುಗಿಲು ಮೂರೇ ಗೇಣು.

ಭಾರತಿಗೆ ವಿಷಯ ತಿಳಿದಾಗ, ದೊಡ್ಡದಾದ ತಲೆಭಾರವೊಂದು ಕೆಳಗಿಳಿದಂತಾಗಿತ್ತು. ಇನ್ನೇನು ಮದುವೆಗೆ ಸಜ್ಜಾಗಿ ನಿಲ್ಲಬೇಕಷ್ಟೇ ಎಂದುಕೊಂಡಳು.

ಸನ್ಯಾಸಿ ಮದುವೆಯಾಗುತ್ತಾನೆ ಎಂಬ ಸುದ್ದಿ ಎಲ್ಲೆಡೆಯಲ್ಲೆಲ್ಲ ಗುಲ್ಲು ಹಬ್ಬಿತು. ಆದರೆ ಆತ ಗಂಗೆಯ ಸೋದರಮಾವ ರಾಮಣ್ಣ ಎಂದು ಗೊತ್ತಾದಾಗ ಮಾತ್ರ ಆ ಗುಲ್ಲು ಕಡಿಮೆಯಾದಂತೆನ್ನಿಸಿತು. ಆದರೂ ಕೂಡ, "ಅಲ್ಲಾ, ಆ ಸನ್ಯಾಸಿ ಮದುವೀನ ಮಾಡಕೊಳ್ಳುದಾದ್ರ ಹಿಂಗ ಊರಬಿಟ್ಟು ಅಲ್ಲೆ ಇಲ್ಲೆ ಅಲೆದಾಡೂದಾದ್ರೂ ಏನ ಹರ್ಕತ್ ಇತ್ತು?"

"ಹುಂ ಹೌದ ಹೌದ. ಅಲ್ಲಾ ಆಗ ಚೆಂತಂಗ ದುಡದ ಮದವಿ ಮಾಡಕೊಂಡಿದ್ರ ಐದಾರ ಮಕ್ಕಳ ಹುಟ್ಟಿ ಕೈಗೆ ಬರತಿದ್ವು"

"ಏನ ಮಾಡೂದು? ಪರಮಾತ್ಮಾ ಯಾವಾಗ ಯಾರನ್ನ ಏನ ಮಾಡತಾನೋ ಯಾರಿಗೆ ಗೊತ್ತು? ಎಂದೆಲ್ಲ ಮಾತನಾಡಿಕೊಳ್ಳತೊಡಗಿದರು.

ಮಹಾದೇವಿ ಆ ಸನ್ಯಾಸಿ ರಾಮಣ್ಣನೆಂದು ತಿಳಿದು ಮೂಕವಿಸ್ಮಿತಳಾದಳು. ಗೊತ್ತಾದ ಕ್ಷಣವೇ ಆಕೆ ತನ್ನ ತಮ್ಮನನ್ನು ತಬ್ಬಿಕೊಂಡು ಅತ್ತಿದ್ದಳು. ಮುಂದೆ ಎಲ್ಲರೂ ಸೇರಿ ಗಂಗೆ ಹಾಗೂ ರಾಮಣ್ಣರ ಮದುವೆ ಮಾಡಿದರು. ರಾಮಣ್ಣ ಮತ್ತು ಗಂಗೆ ದಂಪತಿಗಳಿಬ್ಬರೂ ತೋಟದ ಮನೆಯಲ್ಲಿಯೇ ನೆಲೆನಿಂತು ಭಾರತಿದೇವಿಯ ಎಲ್ಲ ಸಾಮಾಜಿಕ ಕಾರ್ಯಗಳಲ್ಲಿಯೂ ಕೈಜೋಡಿಸಿ ನಿಂತರು. ಮುಂದೆ ವರುಷದಲ್ಲಿ ಮಗಳು ಹುಟ್ಟಿ ಭಾರತಿ ದೇವಿ ಆಕೆಗೆ 'ಮಹೋನ್ನತಿ' ಎಂಬ ಹೆಸರಿಟ್ಟಳು.

ಅಧ್ಯಾಯ–10

ಗಂಗೆ ಮತ್ತು ರಾಮಣ್ಣನ ಮದುವೆಯಾಗಿ ಹತ್ತು ವರ್ಷಗಳೇ ಸಂದಿವೆ. ಅವರ ಮುದ್ದಾದ ಮಗಳು ಮಹೋನ್ನತಿ ಈಗ ಒಂಭತ್ತು ವರ್ಷದ ಬಾಲೆ. ಅವರ ಆಶ್ರಮದ ಕೆಲಸ ಹಾಗೇ ನಿರಂತರವಾಗಿ ಸಾಗುತ್ತಲೇ ಇದೆ.

ಭಾರತಿಯ ಹೆಸರು ಆಕೆ ಪ್ರಚಾರ ಬಯಸದಿದ್ದರೂ ಆಕೆ ಮಾಡಿದ ಸೇವೆಯಿಂದ ಸಾಕಷ್ಟು ಪ್ರಚಾರಗೊಂಡಿತ್ತು. ಆಕೆ ಬಯಸಿದ್ದರೆ ಯಾವ ತೊಂದರೆ ಇಲ್ಲದೇ ಆ ಭಾಗದ ವಿಧಾನ ಪರಿಷತ್ ಸದಸ್ಯೆ ಅಷ್ಟೇ ಏಕೆ? ಲೋಕಸಭಾ ಸದಸ್ಯೆಯೂ ಆಗಬಹುದಿತ್ತು. ಜನರು ಆಕೆಯ ಹೆಸರನ್ನೂ ಕೂಡ ಸೂಚಿಸಿದ್ದರು. ಆದರೆ ಆಕೆ ಅದಾವುದನ್ನೂ ಒಪ್ಪಿಕೊಳ್ಳದೇ ಯಾವ ಹೆಸರನ್ನೂ ಬಯಸದೇ ಬುದ್ಧವ್ವಳಂತೆ ತನ್ನಷ್ಟಕ್ಕೆ ತಾನು ಸಮಾಜ ಸೇವೆ ಗೈಯುತ್ತಾ ಸಾಗಿದಳು. ಆಕೆಯ ಸೇವೆಯನ್ನು ಕಂಡ ಸರಕಾರ ತಾನೇ ಆಕೆಯ ಖಾದಿಗ್ರಾಮೋದ್ಯೋಗಕ್ಕೆ ಸಹಾಯ ನೀಡಿ ಆ ಗ್ರಾಮೋದ್ಯೋಗದ ಕಟ್ಟಡವನ್ನು ಉನ್ನತೀಕರಿಸಿತು. ಅಷ್ಟೇ ಅಲ್ಲ, ಭಾರತಿ ನಡೆಸಬೇಕೆಂದಿದ್ದ ಅನಾಥಾಲಯಕ್ಕೆ ಸಹಾಯ ಒದಗಿಸಲು ಮುಂದೆ ಬಂತು. ಅದರ ಪರಿಣಾಮವೇ ಆಕೆಯ ತೋಟದ ಮನೆಯ ಹತ್ತಿರವೇ ಸರಕಾರಿ ಜಾಗದಲ್ಲಿ ಒಂದು ಅನಾಥಾಲಯವನ್ನು ಕಟ್ಟಿಕೊಟ್ಟಿತು. ಈಗ ಆಕೆ ಭಾರತಿ ಮಾತ್ರವಲ್ಲ ಆಕೆಯ ಕೈಂಕರ್ಯದಿಂದ ಭಾರತಿದೇವಿಯಾಗಿದ್ದಾಳೆ.

ಇನ್ನು ಬುದ್ಧವ್ವ ದೈಹಿಕವಾಗಿ ಸಾಕಷ್ಟು ಸೋತುಹೋಗಿದ್ದಾಳೆ. ಆದರೆ ಮಾನಸಿಕವಾಗಿ ಇನ್ನೂ ಹರೆಯದವಳೇ. ಆದರೂ ಕೂಡ ಬುದ್ಧವ್ವಳನ್ನು ಎರಡು ವಿಷಯಗಳು ಕುಗ್ಗಿಸಿಬಿಟ್ಟಿದ್ದವು.

ಸ್ವಾತಂತ್ರ್ಯ ನಂತರ ಭಾರತ ಸರಕಾರ ದೇಶದ ಅಭಿವೃದ್ಧಿಗೆ ಸಾಕಷ್ಟು ಮಹತ್ವದ ಕಾರ್ಯಗಳನ್ನು ಕೈಗೆತ್ತಿಕೊಂಡಿತ್ತು. ಬಡತನವನ್ನು ಅಳಿಯುವ ನಿಟ್ಟಿನಲ್ಲಿ ಕೃಷಿಗೆ ಸಾಕಷ್ಟು ಮಹತ್ವ ನೀಡಿತ್ತು. ಅದರ ಫಲವೇ ನೀರಾವರಿ ಯೋಜನೆ. ಈ ಯೋಜನೆಯಡಿ ದೇಸಾಯಿಪುರದ ತಟದಲ್ಲಿ ಹರಿಯುವ ಘಟಪ್ರಭೆಗೆ ಅಣೆಕಟ್ಟು ಕಟ್ಟುವ ಯೋಜನೆಯೊಂದನ್ನು ರೂಪಿಸಿತು. ಸಾವಿರಾರು ಎಕರೆ ಭೂಮಿಯನ್ನು ನೀರಾವರಿ ಮಾಡುವ ಉದ್ದೇಶದಿಂದ ಈ ಯೋಜನೆಯನ್ನು ಕಾರ್ಯಗತಗೊಳಿಸಲು ನಿರ್ಧರಿಸಿತು.

ಜಿಲ್ಲೆಯಾದ್ಯಂತ ರೈತರಿಗೆ ಎಡದಂಡೆ ಹಾಗೂ ಬಲದಂಡೆ ಕಾಲುವೆ ಮೂಲಕ ಬಂಜರು ಭೂಮಿಯನ್ನು ನೀರಾವರಿಗೊಳಪಡಿಸುವುದು ಈ ಯೋಜನೆಯ ಉದ್ದೇಶವಾಗಿತ್ತು. ಈ ಯೋಜನೆಯಿಂದ ಭವ್ಯ ಹಾಗೂ ದಿವ್ಯ ಇತಿಹಾಸವನ್ನು ಹೊಂದಿದ ದೇಸಾಯಿಪುರ ಜಲಸಮಾಧಿಯಾಗಲಿತ್ತು. ಈ ಸುದ್ದಿಯಿಂದ ಜನ ಕಂಗೆಟ್ಟರು. ಸ್ವಚ್ಛಂದವಾಗಿ ಹರಿಯುತ್ತಿದ್ದ ಘಟಪ್ರಭೆಗೆ ಅಣೆಕಟ್ಟು ಕಟ್ಟುವ ವಿಚಾರ ಮಾಡಿದ್ದರಿಂದ ಘಟಪ್ರಭೆಯ ತಟದಲ್ಲಿ ಸುಂದರವಾಗಿ ಬದುಕಿದ್ದ ದೇಸಾಯಿಪುರ ಕಂಗೆಟ್ಟು ಹೋಯಿತು. ಅಲ್ಲಿಯ ಎಲ್ಲ ಜನರೂ ಅಲ್ಲಿಯೇ ಹುಟ್ಟಿ, ಅಲ್ಲಿಯೇ ಬೆಳೆದು ಅಲ್ಲಿಯೇ ಬದುಕನ್ನು ಕಟ್ಟಿಕೊಂಡಂತವರಿಗೆ ಆ ಸುದ್ದಿಯನ್ನು ಅರಗಿಸಿಕೊಳ್ಳಲೇ ಆಗುತ್ತಿಲ್ಲ.

ಮುಳುಗಡೆಯಾಗಲಿರುವ ಈ ಊರಿನ ಜನರಿಗೆ ಸರಕಾರ ಪರಿಹಾರಾರ್ಥವಾಗಿ ಹಣವನ್ನೂ ಹಾಗೂ ಹೊಸ ಊರನ್ನು ಸೃಷ್ಟಿಸಿ ಇಲ್ಲಿರುವ ಜನರಿಗೆಲ್ಲ ಅಲ್ಲಿ ನಿವೇಶನ ಕೊಡುವುದಷ್ಟೇ ಅಲ್ಲದೇ ಮಕ್ಕಳಿಗೆ ಶಾಲೆ-ಕಾಲೇಜುಗಳನ್ನು ನಿರ್ಮಿಸಿಕೊಡುವುದಾಗಿ ಹೇಳಿದರು. ಹಾಗೇ ಮುಂದೊಂದು ದಿನ ಅಡಿಗಲ್ಲು ಸಮಾರಂಭವನ್ನು ಏರ್ಪಡಿಸಿದರು.

ಆ ಬೃಹತ್ ವಾಡೆಯ ಮುಂದೆ ಸುಂದರವಾಗಿ ಪೆಂಡಾಲ್ ಹಾಕಲಾಗಿತ್ತು. ಡ್ಯಾಮ್ ನ ಅಡಿಗಲ್ಲು ಸಮಾರಂಭಕ್ಕೆ ಆಗಮಿಸಿದ ಹಣಕಾಸು ಸಚಿವರು ಭೂಮಿ ಪೂಜೆಯನ್ನು ನೆರವೇರಿಸಿ ಸಮಾರಂಭದಲ್ಲಿ ಮಾತನಾಡುವಾಗ, ಒಮ್ಮೆಲೇ ದಂಗೆ ಎದ್ದಿತು. ಹಲವಾರು ಕಡೆಗಳಿಂದ "ನಾವು ಈ ಊರು ಬಿಡೂದಿಲ್ಲಾ" "ನಮಗ ಯಾವ ಯೋಜನೆನೂ ಬ್ಯಾಡಾ" "ನಮ್ಮೂರು ನಮಗ ಇರಲಿ. ನೀವು ಏನೂ ಕೊಡುದು ನಮಗ ಬ್ಯಾಡಾ" ಎಂದೆಲ್ಲ ಜನರು ಕೂಗಾಡತೊಡಗಿದರು. ಬಹುಶ: ಪೋಲೀಸ್ ಪಡೆ ಇಲ್ಲದಿದ್ದರೆ, ಭೂಮಿ ಪೂಜೆ ಮಾಡಲು ಕೂಡ ಬಿಡುತ್ತಿರಲಿಲ್ಲವೇನೊ. ಭೂಮಿ ಪೂಜೆಯಲ್ಲಿ ಸಾಧ್ಯವಾಗದ ಕೆಲಸವನ್ನು ಈಗ ವೇದಿಕೆಯಲ್ಲಿ ತಮ್ಮ ಅಳಲನ್ನು ದುಃಖವನ್ನು ತೋಡಿಕೊಳ್ಳಲು, ಆಕ್ರೋಶವನ್ನು ಹೊರಹಾಕಲು ಪ್ರಯತ್ನಿಸಿದ್ದರು. ಪೋಲೀಸರು ಗಲಾಟೆಯನ್ನು ಹತ್ತಿಕ್ಕಲು ಲಾಠಿಪ್ರಹಾರ ಮಾಡತೊಡಗಿದರು. ಆದರೆ ಮಂತ್ರಿಗಳು ಅದನ್ನು ತಡೆದರು. ಬರೀ ಬಾಯಿ ಮಾತಿನಿಂದ ಪರಿಸ್ಥಿತಿಯನ್ನು ಹತೋಟಿಗೆ ತರಲು ಪ್ರಯತ್ನಿಸಿದರು. ಸಾಧ್ಯವಾಗಲಿಲ್ಲ. ಆಗ ಆ ಊರಿನ ಹಿರಿಯರು ಬುದ್ಧವ್ವಳನ್ನು ವೇದಿಕೆಗೆ ಕರೆತಂದರು. ಬುದ್ಧವ್ವಳನ್ನು ಕಾಣುತ್ತಲೇ ಇಡೀ ಗದ್ದಲವೆಲ್ಲ ಅಡಗಿ ಸಂಪೂರ್ಣವಾಗಿ ಸ್ತಬ್ಧವಾಯಿತು. ಮಂತ್ರಿಗಳು ಮಂತ್ರಮುಗ್ಧರಾದರು.

ಬುದ್ಧವ್ವಳಿಗೆ ಮೈಕ್ ನೀಡಿದಾಗ, ಆಕೆ ಮಾತನಾಡತೊಡಗಿದಳು. "ನೋಡ್ರಿ ಈ ಸರಕಾರಾ ಮಾಡಿದ ಯೋಜನಾ ಏನ ಐತೆಲಾ ಇದು ನಮ್ಮ ಸಮಂದನ ನಾವು ಅಷ್ಟ ಅಲ್ಲಾ ಮುಂದಿನ ಪೀಳಿಗಿಗೆ ಸಾಕಷ್ಟ ನೆರವು ಆಕೈತಿ.

ಇದರಿಂದ ಸಾಕಷ್ಟ ಜನರಿಗೆ ಕುಡಿಯುವ ನೀರಿನ ಭಾಗ್ಯಾ ಸಿಗತೈತಿ, ಸಾವಿರಾರ ಎಕರೆ ಭೂಮಿಗೆ ನೀರು ಸಿಕ್ಕು ಸಾಕಷ್ಟ ಬೆಳಿ ಬೆಳಿಯುವಂಗ ಆಕ್ಕತಿ. ಒಟ್ಟಿನ್ಯಾಗ ಎಲ್ಲಾ ಚೊಲೋನ ಆಕೈತಿ. ನೋಡ್ರಿ ನಾವು ಹೊಲದಾಗ, ಏನರ ಬೆಳೀಬೇಕು ಅಂದ್ರ ಮೊದಲ ಹೊಲಾ ಹದಾ ಮಾಡಕೊಂಡು ಉತ್ತಿ ಬಿತ್ತಿ ಬೆಳದರನ ಬೆಳಿ ಬರೂದು. ಹಂಗ ಈ ಯೋಜನೆ ಫಲಾ ಕೊಡಬೇಕಾದ್ರ ಸಾಕಷ್ಟ ಸಮಯ ತುಗೊಂತೈತಿ. ಆದರ ನಾವು ಈಗಿಂದನ ಇದಕ ಸಹಕಾರಾ ಕೊಟ್ಟಿವಿ ಅಂದ್ರ ಮುಂದ ನಮಗ ಚೊಲೊ ದಿನಾ ಕಾದಾವು. ನಾವು ಕಾಣಲೀಕು ನಮ್ಮ ಮಕ್ಕಳು ಮೊಮ್ಮಕ್ಕಳು ಇದರ ಸುಖಾ ಉಂತಾರಾ. ನಾವು ನಮ್ಮ ಮಕ್ಕಳು ಮೊಮ್ಮಕ್ಕಳಿಗೆ ಆಸ್ತಿ ಮಾಡೂ ಸಮಂದ ಆಗಲಿ ಅವರು ಸುಖವಾಗಿ ಇರಬೇಕು ಅನ್ನೂ ಸಮಂದ ಆಗಲಿ ನಾವು ಏನೆಲ್ಲಾ ಎಷ್ಟೆಲ್ಲಾ ತ್ಯಾಗಾ ಮಾಡತೀವಿ ಇದೂ ಹಂಗ ನಾವು ಇವತ್ತು ಅವರ ಸಮಂದ ತ್ಯಾಗಾ ಮಾಡಬೇಕು. ನನಗೂ ಈ ನಾವೆಲ್ಲಾ ಬಾಳಿ ಬದುಕಿದ ಈ ಊರ ಬಿಟ್ಟ ಹೋಗುದು ಅಂದ್ರ..." ಎನ್ನುವಷ್ಟರಲ್ಲಿ ಬುದ್ಧವ್ವಾ ಗದ್ಗದಿತಳಾದಳು. ಸ್ವಲ್ಪ ಹೊತ್ತಿನಲ್ಲಿ ತಾನೇ ಸುಧಾರಿಸಿಕೊಂಡು ಭಾಷಣ ಮುಂದುವರೆಸಿ "ನನ್ನ ಎಲ್ಲಾ ಬಂಧು ಬಾಂಧವರ ಕೇಳ್ರಿ ಇಲ್ಲೆ, ನಾವು ಮನಸ ಮಾಡಿದ್ರ ಯಾವುದೂ ಅಸಾಧ್ಯ ಅಂತ ಅನ್ನಸೂದಿಲ್ಲಾ. ಸರಕಾರ ನಮಗ ಸಾಕಷ್ಟ ಅನುಕೂಲಾ ಮಾಡಿ ಕೊಡತೈತಿ. ನಾವೆಲ್ಲಾರೂ ಒಟ್ಟಿಗೆ ಮನಸ್ಸ ಮಾಡಿದ್ವಿ ಅಂದ್ರ ಹಿಂತಾ ಹತ್ತ ದೇಸಾಯಿಪುರಾ ಕಟ್ಟಬಹುದು" ಎನ್ನುತ್ತಲೇ ಎಲ್ಲೆಲ್ಲೂ ಹರ್ಷೋದ್ಗಾರ, ಚಪ್ಪಾಳೆಗಳ ಸದ್ದು. ರಾಜ್ಯದ ಒಬ್ಬ ಮಂತ್ರಿಗೆ ಸಾಧ್ಯವಾಗದ ಕೆಲಸವನ್ನು ಯಾವ ಅಧಿಕಾರಿಯೂ ಅಲ್ಲದ ಯಾವ ರಾಜಕಾರಿಣಿಯೂ ಅಲ್ಲದ ಸಾಮಾನ್ಯ ಮಹಿಳೆ ಮಾಡಿ ಮುಗಿಸಿದ್ದಳು. ಅದೇ ಬುದ್ಧವ್ವಳ ಶಕ್ತಿ, ತಾಕತ್ತು. ಬುದ್ಧವ್ವ ಎಂದರೆ ಎಲ್ಲವೂ ಎನ್ನವುದಕ್ಕೆ ಜ್ವಲಂತ ಸಾಕ್ಷಿಯಾಗಿತ್ತು.

ಮಂತ್ರಿಗಳು ಬೆಕ್ಕಸ ಬೆರಗಾದರು. ಕಾರ್ಯಕ್ರಮ ಮುಗಿದ ನಂತರ, ಮಂತ್ರಿಗಳು ಬುದ್ಧವ್ವಳ ಜೊತೆಗೆ ಕುಳಿತುಕೊಂಡು ಮಾತನಾಡಿ ಆಕೆಯ ವ್ಯಕ್ತಿತ್ವಕ್ಕೆ ಸೋತು ತಲೆ ಬಾಗಿ ನಮಸ್ಕರಿಸಿದರು.

ಅಂತೂ ದೇಸಾಯಿಪುರ ಮುಳುಗಡೆಯಾಗುವುದು ಖಚಿತವಾಯಿತು. ಆದರೆ ಜನರು ಬೇರೆ ಊರುಗಳಲ್ಲಿ ಅಥವಾ ಸರಕಾರ ಕಟ್ಟುವ ನಿವೇಶನಗಳು ತಯಾರು ಆಗುವವರೆಗೆ ಸಾಕಷ್ಟು ಸಮಯವಿತ್ತು. ಆದರೂ ಕೂಡ ಸಾಧ್ಯವಾದಷ್ಟು ಮಟ್ಟಿಗೆ ಬೇರೆ ಊರುಗಳಲ್ಲಿ ನೆಲೆಸಲು ಜನರನ್ನು ಸರಕಾರ ಕೋರಿಕೊಂಡಿತು.

ದೇಸಾಯಿಪುರದೊಂದಿಗೆ, ಚಂದೂರು, ತುರನೂರು, ಹುದಲಿ, ರಂಗದೊಳಿ ಮುಂತಾದ ಊರುಗಳ ನಂಟು ಇತ್ತು. ಈ ಎಲ್ಲ ಸುತ್ತಮುತ್ತಲಿನ

ಊರುಗಳೊಂದಿಗೆ ದೇಸಾಯಿಪುರದವರು ಬೀಗತನ ಮಾಡಿದ್ದರು. ಅಷ್ಟೇ ಅಲ್ಲ ದೇಸಾಯಿಪುರ ಈ ಊರುಗಳ ಜೊತೆಗೆ ವ್ಯಾಪಾರದ ನಂಟನ್ನು ಬೆಳೆಸಿಕೊಂಡಿತ್ತು. ಊರು ಮುಳುಗಡೆಯಾಗುವ ನಿರ್ಧಾರದ ಮೊದಲೇ ಸಾಕಷ್ಟು ಜನ ನೇಕಾರರು ಹುದಲಿ ಗ್ರಾಮ ಸೇರಿ ಖಾದಿ ಗ್ರಾಮೋದ್ಯೋಗದಲ್ಲಿ ದುಡಿಯುತ್ತಿದ್ದರು. ಹೀಗೆ ದುಡಿಯುತ್ತಿದ್ದವರೆಲ್ಲ, ಆಗಾಗ ದೇಸಾಯಿಪುರದ ತಮ್ಮ ಮನೆಗಳಿಗೆ ಬರುವುದು ಹೋಗುವುದು ಎಂದೆಲ್ಲ ನಡೆಯುತ್ತಿತ್ತು. ಯಾವಾಗ ಊರು ಮುಳುಗಡೆಯಾಗುವುದು ಎಂಬುದು ನಿಶ್ಚಯವಾಯಿತೋ ಆವಾಗ ಹುದಲಿಯಲ್ಲಿಯೇ ಮನೆ ಮಾಡಲು ಮುಂದಾದರು. ಅವರಷ್ಟೇ ಅಲ್ಲ ಬೇರೆ ಊರುಗಳಲ್ಲಿ ಬೀಗತನ ಮಾಡಿದವರು ತಮಗೆ ಅನುಕೂಲವಾದಂತೆ ಬೀಗರ ಊರುಗಳಲ್ಲಿ ತಳವೂರುವ ಯೋಚನೆ ಮಾಡಿದರು. ಹಾಗೆ ಬೇರೆ ಊರುಗಳ ವ್ಯಾಪಾರದ ನಂಟಿನಿಂದ ಅವರ ಸಹಾಯ ಪಡೆದು ಅಲ್ಲಿಯೇ ನೆಲೆನಿಲ್ಲಲು ಪ್ರಯತ್ನಿಸಿದರು ಒಟ್ಟಿನಲ್ಲಿ ಸರಕಾರದ ಅನುದಾನಕ್ಕಾಗಲಿ ನಿವೇಶನಕ್ಕಾಗಲಿ ಕಾಯದೇ ಸ್ಥಳಾಂತರಗೊಳ್ಳತೊಡಗಿದರು.

ಮತ್ತೊಂದು ಕಡೆಯಿಂದ ಸರಕಾರ ಹೊಸದೇಸಾಯಿಪುರಕ್ಕಾಗಿ ಸ್ಥಳ ಹುಡುಕತೊಡಗಿತು. ಹೀಗಾಗಿ ದೇಸಾಯಿಪುರ ಒಂದು ಬಗೆಯಲ್ಲಿ ದಿನದಿಂದ ದಿನಕ್ಕೆ ಯಾವ ಚಟುವಟಿಕೆಯೂ ಇಲ್ಲದೇ ಮುಂದೆ ಅದಕ್ಕೆ ಭವಿಷ್ಯವೂ ಇಲ್ಲದೇ ಕಳಾಹೀನ ಊರಾಯಿತು. ಈ ದಿನ ಒಂದು ಕುಟುಂಬ ಸ್ಥಳಾಂತರ, ಮತ್ತೊಂದು ದಿನ ಮತ್ತೊಂದು ಕುಟುಂಬ ಬೇರೆ ಊರಿಗೆ ಸ್ಥಳಾಂತರಗೊಳ್ಳತೊಡಗಿದವು.

ನೇಕಾರ ಓಣಿಯಲ್ಲಿ ಯಾವಾಗಲೂ ಸದ್ದುಗದ್ದಲ ಮಾಡುತ್ತಿದ್ದ ಮಗ್ಗಗಳ ಸದ್ದು ಅಡಗಿ ಬಣಗುಡತೊಡಗಿತ್ತು. ಕುಂಬಾರ ಓಣಿಯಲ್ಲಿ ಯಾವಾಗಲೂ ತಿರುಗುತ್ತಿದ್ದ ತಿರುಗುಣಿಕೆ ಚಕ್ರಗಳು ನಿಂತಿದ್ದವು. ಕಮ್ಮಾರ ಓಣಿ, ಚಮ್ಮಾರ ಓಣಿಯೂ ಇದಕ್ಕೆ ಹೊರತಾಗಲಿಲ್ಲ. ಈ ಬಾರಿ ಹೊಲಗಳಲ್ಲಿ ಸಾಕಷ್ಟು ಉತ್ತಲಿಲ್ಲ ಬಿತ್ತಲಿಲ್ಲ ಬೆಳೆ ಬೆಳೆಯಲಿಲ್ಲ. ಮನೆಬಿಟ್ಟು ಹೋಗುವವರೆಗೆ ಈಗಾಗಲೇ ಬೆಳೆದಿದ್ದುದನ್ನು ಕಾಯ್ದಿರಿಸಿಕೊಂಡರು. ಹಾಗಾಗಿ ಗಳೆತೋಡದ ಹೊಲಗಳೆಲ್ಲ ಒಂದೆರಡು ತಿಂಗಳಿನಲ್ಲಿ ಕಸಕಡ್ಡಿ ಬೆಳೆದು ನಿಂತಿತು. ಒಂದಿಷ್ಟು ಹೊಲಗಳು ಹಸಿರಿಲ್ಲದೇ ಬಂಜರು ಭೂಮಿಯಂತೆ ಕಾಣಿಸತೊಡಗಿದವು. ನದಿಯ ಪಕ್ಕದಲ್ಲಿ ಅಗಸರ ಬಟ್ಟೆಗಳಿಂದ ಕೂಡಿದ ಜಾಗ ಒಣಗಿಸಲು ಹಾಕಿದ ಬಟ್ಟೆಗಳಿಲ್ಲದೇ ಬರಿದಾಗಿತ್ತು. ಊರಿನ ಪ್ರಮುಖ ವ್ಯಾಪಾರ ಬೀದಿಯೂ ವ್ಯಾಪಾರ ವಹಿವಾಟು ಇಲ್ಲದೇ ಬಿಕೋ ಎನ್ನತೊಡಗಿತು.

ಒಟ್ಟಿನಲ್ಲಿ ಆಗಷ್ಟೇ ಸಂಭ್ರಮದ ಜಾತ್ರೆ ಮುಗಿದ ನಂತರ ಎಲ್ಲವೂ ಬಟಾಬಯಲಾದಂತೆ ಅಥವಾ ಆಗಷ್ಟೇ ಸಂತೆ ಮುಗಿದು ಅಳಿದುಳಿದ

ವಸ್ತುಗಳು ಚೆಲ್ಲಾಡಿದಂತಹ ದೃಶ್ಯದಂತೆ ಊರು ತೋರುತ್ತಿತ್ತು. ಜನರಿಗಂತೂ ಯಾವುದರಲ್ಲಿಯೂ ಆಸಕ್ತಿ ಇಲ್ಲ. ಆದಷ್ಟು ಬೇಗ ಬೇರೆ ಊರುಗಳಿಗೆ ನೆಲೆ ಕಾಣಿಸಿಕೊಳ್ಳುವ ಧಾವಂತದಲ್ಲಿದ್ದರು. ಅವರಿವರ ಮನೆಯ ಕೆಲಸ ಮಾಡಿಕೊಂಡು ಎರಡು ಹೊತ್ತಿನ ಊಟ ಸಂಪಾದನೆ ಮಾಡಿಕೊಳ್ಳುತ್ತಿದ್ದ ಜನರು ಬೀದಿಗೆ ಬಿದ್ದರು. ಅವರಷ್ಟೇ ಅಲ್ಲ ಆ ದಿನವೇ ದುಡಿದು ಆ ದಿನವೇ ತಿನ್ನುವ ಕಾರ್ಮಿಕರಿಗಂತೂ ದಿಕ್ಕೇ ತೋಚಲಿಲ್ಲ. ಅದೆಷ್ಟೋ ಜನ ವಯಸ್ಸಾದವರು ಅಸಾಹಯಕರು ಮತ್ತೊಬ್ಬರನ್ನು ಆಶ್ರಯಿಸಿದವರೆಲ್ಲ ಅನಾಥರಾದರು. ಮುಂದಿನ ದಾರಿ ತೋಚುತ್ತಿಲ್ಲ.

ಬುದ್ಧವ್ವಳೇನೊ ಡ್ಯಾಮ್ ಕಟ್ಟುವ ವಿಚಾರವನ್ನು ವಿರೋಧಿಸುವ ಜನರನ್ನು ಸುಮ್ಮನಿರಿಸಿದ್ದಳು ಆದರೆ ಮುಂದಿನ ಪರಿಸ್ಥಿತಿಯನ್ನು ನಿಭಾಯಿಸುವುದು ಬಹಳ ಕಷ್ಟವಾಯಿತು. ಅನಾಥರಾಗಿ ಬೀದಿಗೆ ಬಿದ್ದಂತಹ ಜನರನ್ನು ಎಲ್ಲಿ ಹೇಗೆ ವ್ಯವಸ್ಥೆ ಮಾಡುವುದೆಂದು ತಿಳಿಯಲಿಲ್ಲ. ಆದರೂ ಪ್ರಯತ್ನ ಬಿಡಲಿಲ್ಲ. ಬೇರೆ ಊರುಗಳಲ್ಲಿ ಗೊತ್ತಿದ್ದವರ ಮನೆಗೆ ಈ ಅನಾಥರನ್ನು ಕೆಲಸಕ್ಕೆ ಕಳುಹಿಸಲು ಪ್ರಯತ್ನಿಸಿದಳು. ಅಷ್ಟೊತ್ತಿಗಾಗಲೇ ಭಾರತಿಯ ಖಾದಿ ಗ್ರಾಮೋದ್ಯೋಗ ಸಾಕಷ್ಟು ಬೆಳೆದು ನಿಂತಿತ್ತು. ಅಲ್ಲಿಯೂ ಒಂದಿಷ್ಟು ಜನರನ್ನು ಸೇರಿಸಲಾಯಿತು. ಆದರೂ ಕೂಡ ಯಾವ ಕೆಲಸವನ್ನೂ ಮಾಡದ ಪರಿಸ್ಥಿತಿಯಲ್ಲಿರುವ ಅನಾಥರನ್ನು ಭಾರತಿ ತಮ್ಮ ಅನಾಥ ಆಶ್ರಮಕ್ಕೆ ಸೇರಿಸಿಕೊಂಡು ಅವರಿಗೆ ಊಟ ಹಾಕತೊಡಗಿದಳು. ಸರಕಾರ, ಆಶ್ರಮವನ್ನು ಕಟ್ಟಿಕೊಟ್ಟ ನಂತರ, ಆ ಅನಾಥಾಲಯವನ್ನು ಮುನ್ನಡೆಸಿಕೊಂಡು ಹೋಗಲು ರಾಮಣ್ಣ ಮತ್ತು ಆತನ ಹೆಂಡತಿ ಗಂಗೆ ಸಾಕಷ್ಟು ಶ್ರಮಿಸಿದರು. ರಾಮಣ್ಣನ ಬಲದಿಂದಲೇ ಅಲ್ಲಿಯ ಎಲ್ಲ ಕೆಲಸಗಳು ಸುಸೂತ್ರವಾಗಿ ನಡೆಯುತ್ತಲಿದ್ದವು.

ಬುದ್ಧವ್ವಳಿಗೆ ಇನ್ನೂ ದೇಸಾಯಿಪುರವನ್ನು ಬಿಟ್ಟು ಬರಲಾಗುತ್ತಿಲ್ಲ. ಊರು ಇನ್ನೂ ಸಂಪೂರ್ಣ ಖಾಲಿಯಾಗಿರಲಿಲ್ಲ. ಅಷ್ಟು ಸುಂದರವಾದ ಆ ಒಂದು ಊರು ದೇಸಾಯಿಪುರವನ್ನು ಅಷ್ಟು ಸುಲಭವಾಗಿ ಬಿಟ್ಟು ಬರುವಂತಿರಲಿಲ್ಲ. ಒಂದಿಷ್ಟು ಹಿರಿಯರಂತೂ "ಏನಾರ ಯಾಕ ಆಗಲಿ ನೀರ ಬಂದ ಮ್ಯಾಲೆನ ನಾವು ಊರು ಖಾಲಿ ಮಾಡೂಣಂತೆ. ಈ ಊರು ನಮ್ಮ ಜೀವಾ ನಮ್ಮ ದೈವಾ" ಎನ್ನುತ್ತ ಜಾಗವನ್ನು ಖಾಲಿ ಮಾಡಲಿಲ್ಲ. ಅದೇ ವೇಳೆ ಗೋವಾ ವಿಮೋಚನಾ ಚಳುವಳಿ ಹುಟ್ಟಿಕೊಂಡಿದ್ದರಿಂದ ಆ ದೇಸಾಯಿಪುರದ ಡ್ಯಾಮ್‌ನ ಕಾರ್ಯ ಸ್ಥಗಿತಗೊಂಡಿತು. ಆ ಕಾರ್ಯ ಅನಿರ್ದಿಷ್ಟ ಅವಧಿಗೆ ಎಂದು ಗೊತ್ತಾದಾಗ, ಮತ್ತೆ ಬೇರೆ ಕಡೆಗೆ ಹೋಗಿ ನೆಲೆನಿಂತವರಿಗೆ ಬದುಕು ದುಸ್ತರವೆನ್ನಿಸಿ ಮತ್ತೆ ಮರಳಿ ದೇಸಾಯಿಪುರದ ತಮ್ಮ ಮನೆಗಳಿಗೆ ಬಂದು ಬದುಕು ಸಾಗಿಸತೊಡಗಿದರು. ಹೀಗಾಗಿ ಇತ್ತ ಸಂಪೂರ್ಣ ಖಾಲಿಯೂ ಆಗದ

ಅತ್ತ ಪೂರ್ಣ ಚಟುವಟಿಕೆಗಳಿಂದ ಕೂಡಿದ ಊರು ಆಗದೆ ಒಂದು ಬಗೆಯಲ್ಲಿ ಬದುಕು ಸಾಗುತ್ತಿತ್ತು.

ಹೀಗೆ ಬುದ್ದವ್ವಳನ್ನು ರಾಜ ತೀರಿಹೋದದ್ದು ಹಾಗೂ ಊರು ಬಿಡುವ ಈ ಎರಡು ವಿಷಯಗಳು ಆಕೆಯನ್ನು ಮತ್ತಷ್ಟು ಮುಪ್ಪುಗೊಳಿಸಿದ್ದವು. ಆ ಹಾಳಾಗುತ್ತಿರುವ ಊರನ್ನು ಕಂಡು ಜೀವ ಮಮ್ಮಲ ಮರುಗುತ್ತಿದೆ. ಎಂತಹ ಊರದು ಎಂತಹ ರಾಜನವನು. ಬುದ್ಧವ್ವ ಹತ್ತು ವರ್ಷಕ್ಕೇ ದೇಸಾಯಿಪುರದ ನೇಕಾರ ಹುಡುಗ ದೇವೇಂದ್ರನನ್ನು ಮದುವೆಯಾಗಿ ಆ ಊರಿಗೆ ಕಾಲಿಟ್ಟಿದ್ದಳು.

ಮದುವೆಯಾಗಿ ಗಂಡನ ಮನೆಗೆ ಬಂದನಂತರವೂ ತವರಲ್ಲಿ ಮೂರನೇ ತರಗತಿಯವರೆಗೆ ಓದಿದ ಅವಳಿಗೆ ಮತ್ತೆ ಶಾಲೆಗೆ ಹೋಗಬೇಕು ಮತ್ತಷ್ಟು ಓದಬೇಕು ಎಂಬ ಆಸೆ. ಆದರೆ ಆಕೆಯ ಆಸೆಯನ್ನು ಅತ್ತೆ ಮಾವ ಒಪ್ಪಲಿಲ್ಲ. ಬದಲಾಗಿ "ಸಾಲಿ ಕಲೀತಾಳಂತ ಸಾಲಿ ಲಗ್ನ ಆದ ಮ್ಯಾಲೆ ಇನ್ನೆಂತಾ ಸಾಲಿ? ಚೊಲೋತಂಗ ಬಾಂಡೆ ಒಗ್ಯಾಣಾ, ಕಸಾಗೂಡಸಾಕ ಮತ್ತ ಅಡಗಿ ಮಾಡಾಕ ಕಲಕೋ" ಎಂದು ಅತ್ತೆ ಅಬ್ಬರಿಸಿದ್ದಳು. ಮಾವ ಆ ಮಾತನ್ನು ಅನುಮೋದಿಸಿದ್ದ. ಆದರೆ ಬುದ್ಧವ್ವಳಿಗೆ ಮಾತ್ರ ಶಾಲೆಗೆ ಹೋಗುವ ಆಸೆ ಪಾಠ ಓದುವ ಆಸೆ. ಆಕೆಗೆ ಎಷ್ಟೇ ಕಟ್ಟಳೆಗಳನ್ನು ಹಾಕಿದರೂ ತನ್ನ ಓರಗೆಯ ಮಕ್ಕಳೊಂದಿಗೆ ಆಟ ಆಡಲು ಹೋಗುತ್ತಿದ್ದಳು. ನದಿಗೆ ಹೋಗಿ ಬಟ್ಟೆ ತೊಳೆದುಕೊಂಡು ಬರುವಾಗ, ಇಲ್ಲವೇ ಬಾವಿಗೆ ಹೋಗಿ ನೀರು ತರಲು ಹೋದಾಗ ಅಲ್ಲಿಯೇ ಸ್ವಲ್ಪಹೊತ್ತು ಗೆಳತಿಯರೊಂದಿಗೆ ಆಟವಾಡುತ್ತಿದ್ದಳು. ಹಾಗೇ ಕುಡಿಯುವ ನೀರಿನ ಬಾವಿಗೆ ಹೋಗಬೇಕಾದರೆ ಶಾಲೆಯ ಹಿಂದಿನಿಂದಲೇ ಹೋಗಬೇಕಿತ್ತು. ಆಕೆ ಅದೇ ಅವಕಾಶ ಎಂದು ಶಾಲೆಯ ಹಿಂದಿರುವ ಕಿಟಕಿಗಳ ಮೂಲಕ ಪಾಠ ನಡೆಯುತ್ತಿರುವುದನ್ನು ಮಕ್ಕಳು ಓದುತ್ತಿರುವುದನ್ನು ನೋಡುತ್ತಿದ್ದಳು. ಒಂದೊಂದು ಬಾರಿ ನೀರಿನ ಬಿಂದಿಗೆಯನ್ನು ಹಿಡಿದುಕೊಂಡು ಪಾಠ ಕೇಳುತ್ತ ನಿಂತುಬಿಡುತ್ತಿದ್ದಳು. ಒಂದು ಬಾರಿ ಆಕೆ ಕಿಟಕಿಯ ಮೂಲಕ ಪಾಠ ಕೇಳುವುದನ್ನು ಗಮನಿಸಿದ ಶಾಲೆಯ ಮಾಸ್ತರ ಆಕೆಯ ಬಗ್ಗೆ ವಿಚಾರಿಸಿ ಆಕೆಗೂ ಶಾಲೆ ಸೇರುವಂತೆ ಹೇಳಿದ್ದರು. ಆದರೆ ಆಕೆ ಅತ್ತೆಯ ಮನೆ ಸೊಸೆ ಎಂದು ಗೊತ್ತಾದಾಗ ಮಾತ್ರ ಒತ್ತಾಯಪಡಿಸಲು ಹೋಗಲಿಲ್ಲ. ಆದರೆ ಆಕೆ ಕಿಟಕಿಯ ಮೂಲಕ ಪಾಠ ಕೇಳುವ ಬದಲಿಗೆ ಒಳಗಡೆಯೇ ಬಂದು ಕುಳಿತುಕೊಂಡು ಪಾಠ ಕೇಳುವಂತೆ ಸಲಹೆ ನೀಡಿದರು. ಅವರ ಸಲಹೆಯಂತೆ ಒಂದಿಷ್ಟು ಸಮಯ, ನೀರು ತರುವ ನೆಪದಲ್ಲಿ ಶಾಲೆಗೆ ಹೋಗತೊಡಗಿದಳು. ಪಾಟಿ ಹಾಗೂ ಪೆನ್ಸಿಲ್ ಆ ಮಾಸ್ತರ ಕೊಟ್ಟಿದ್ದರು. ಮನೆಗೆ ತೆಗೆದುಕೊಂಡು ಹೋದರೆಲ್ಲಿ ಬೈಯುವರೆಂದು ಶಾಲೆಯ ಒಂದು ಮೂಲೆಯಲ್ಲಿಯೇ ಪಾಟಿಯನ್ನಿಟ್ಟು ಹೋಗುತ್ತಿದ್ದಳು. ಆದರೆ ಆಕೆ

ಶಾಲೆಗೆ ಹೋಗುವ ವಿಷಯ ಬಹಳ ದಿನ ಗುಟ್ಟಾಗಿ ಉಳಿಯಲಿಲ್ಲ. ಅತ್ತೆ "ನೀ ಸಾಲಿ ಕಲತು ನೋಕರಿ ಮಾಡಿ ನಮ್ಮನ ಏನ ಸಾಕುವಾಕಿ ಅದಿ?" ಎಂದೆಲ್ಲ ಬೈದು ಅದನ್ನೂ ಬಿಡಿಸಿದ್ದರು. ದೇವೇಂದ್ರನಾದರೂ ಓದುತ್ತಿದ್ದರೆ ಅವರು ಸ್ವಲ್ಪವಾದರೂ ಸಹಿಸಿಕೊಳ್ಳುತ್ತಿದ್ದರೇನೊ. ಆದರೆ, ಆತನಿಗೆ ಓದು ಹತ್ತದೆ ಶಾಲೆಬಿಟ್ಟು ಮನೆಗೆಲಸದಲ್ಲಿ ತೊಡಗಿ, ಸೊಸೆ ಓದುವುದನ್ನು ಒಪ್ಪಲಿಲ್ಲ.

ಹಟಬಿಡದ ಬಾಲಕಿ ಬುದ್ಧವ್ವ, ಯಾರೂ ಇಲ್ಲದ ವೇಳೆ ಒಲೆಯ ಇದ್ದಿಲನ್ನು ಉಪಯೋಗಿಸಿಕೊಂಡು ಹಿತ್ತಲಿನಲ್ಲಿ ಬಟ್ಟೆ ಒಗೆಯಲೆಂದು ಹಾಕಿದ ಕಲ್ಲಿನ ಮೇಲೆ ಬರೆದು ಅಳಿಸುತ್ತಿದ್ದಳು. ಎಲ್ಲಿಯಾದರೂ ಪುಸ್ತಕಗಳು ಪೇಪರ್ ಸಿಕ್ಕಲ್ಲಿ ಓದುತ್ತಿದ್ದಳು. ಹಾಗೇ ಅಂಗಳದ ಉಸುಕಿನಲ್ಲಿಯೂ ಬರೆಯುತ್ತಿದ್ದಳು. ಒಟ್ಟಿನಲ್ಲಿ ಆಕೆ ಶಾಲೆಬಿಟ್ಟ ನಂತರವೂ ಮನೆಯಲ್ಲಿ ಆಕೆಗೆ ವಿಧಿಸಿದ ಕಟ್ಟಳೆಗಳ ಮಧ್ಯಯೇ ಬೆಟ್ಟದಲ್ಲಿ ಕಲ್ಲುಬಂಡೆಯನ್ನು ಸೀಳಿ ಬೆಳೆದ ಮರದಂತೆ ಬೆಳೆಯತೊಡಗಿ ಸಂಪೂರ್ಣ ಅಕ್ಷರ ಜ್ಞಾನವನ್ನು ಪಡೆದಳು.

ಬುದ್ಧವ್ವಳ ಬಣ್ಣ ಕಪ್ಪಗಿದ್ದರೂ ಧ್ವನಿ ಬಹಳ ಇಂಪಾಗಿತ್ತು. ಮದುವೆ ಮುಂಜಿ ಕಾರ್ಯಕ್ರಮಗಳಲ್ಲಿ ಕುಬ್ಬಸಗಳಲ್ಲಿ ಹಾಡುವ ಹಾಡುಗಳನ್ನು ಕಲಿತುಕೊಂಡು ಹಾಡತೊಡಗಿದಳು. ಕಸೂತಿ ಹೆಣಿಕೆಗಳನ್ನು ಕಲಿಯತೊಡಗಿದಳು. ಹಾಗೇ ಸುಂದರವಾದ ರಂಗೋಲಿ ಹಾಕಲು ಮುಂದಾಗುತ್ತಿದ್ದಳು. ಒಡಪು ಹಚ್ಚಿ ಗಂಡನ ಹೆಸರು ಹೇಳುವುದು, ಗೆಳತಿಯರೊಂದಿಗೆ ಒಗಟಿನ ಆಟ ಹೀಗೆ ಗಂಡನಮನೆಯಲ್ಲಿಯೂ ಕೂಡ ಉತ್ಸಾಹದಿಂದಲೇ ಬದುಕತೊಡಗಿದಳು. ಅಷ್ಟೇ ಅಲ್ಲ, ಸರ್ವವಿದ್ಯಗಳನ್ನೂ ಕಲಿಯತೊಡಗಿದಳು.

ಅಂದಿನ ರಾಜ ವೀರನಗೌಡರ ತಂದೆಯೂ ಕೂಡ ಸಾಂಸ್ಕೃತಿಕ ಕಾರ್ಯಕ್ರಮಗಳಿಗೆ ಸಾಕಷ್ಟು ಪ್ರೋತ್ಸಾಹ ನೀಡುತ್ತಿದ್ದರು. ಪ್ರತಿ ಬಾರಿ ಸಂಭ್ರಮದ ನವರಾತ್ರಿಯಲ್ಲಿ ಹಾಡು ನೃತ್ಯದಂತಹ ಕಾರ್ಯಕ್ರಮಗಳನ್ನು ಹಮ್ಮಿಕೊಳ್ಳುತ್ತಿದ್ದರು. ಬುದ್ದವ್ವ ಆ ಕಾರ್ಯಕ್ರಮಗಳಲ್ಲಿ ಹಾಡಿ ಹೌದು ಎನ್ನಿಸಿಕೊಂಡಳು. ರಾಜ ಶಹಬಾಶಗಿರಿ ಕೊಟ್ಟಾಗ ಆಕೆಯ ಮನೆಯವರು ಖುಷಿಗೊಂಡರು.

ಬುದ್ಧವ್ವ ಮೈನೆರೆದ ಮೇಲೆ ಸಂಸಾರ ಸಾಗರಕ್ಕೆ ಧುಮುಕಿದಳು. ಗಂಡ ದೇವೇಂದ್ರ ಆಕೆಯನ್ನು ಸಾಕಷ್ಟು ಪ್ರೀತಿಸಿದ. ಅತ್ತೆ ಮಾವಂದಿರು ಅಕಾಲಮರಣಕ್ಕೀಡಾದರು. ನಾದಿನಿಯರೆಲ್ಲ ಮದುವೆಯಾಗಿ ಗಂಡನ ಮನೆ ಸೇರಿದ್ದರು. ಈಗ ಮನೆಯಲ್ಲಿ ಬುದ್ದವ್ವ ಹಾಗೂ ದೇವಂದ್ರ ಕೂಲಿದುಡಿದು ಊಟಮಾಡಿದರೂ ರಾಜ ರಾಣಿಯರಂತೆ ಬದುಕತೊಡಗಿದರು.

ಸರ್ವ ವಿದ್ಯೆ ಪರಿಣಿತೆ ಬುದ್ಧವ್ವಳಿಗೆ ಮಕ್ಕಳಾಗದೇ ಹೋದದ್ದು ದುರ್ದೈವದ ಸಂಗತಿ. ಆದರೂ ಆಕೆ ಧೃತಿಗೆಡದೇ, ಬಂದ ಬದುಕನ್ನು ಅತ್ಯಂತ ಪ್ರೀತಿಯಿಂದ ಸ್ವೀಕರಿಸಿ ಉತ್ಸಾಹದಿಂದಲೇ ಬದುಕತೊಡಗಿದಳು.

ರಾಜಾ ದೇವೇಗೌಡರು ಪಟ್ಟಕ್ಕೆ ಬಂದ ನಂತರ ಆ ದೇಸಾಯಿಪುರ ಮತ್ತಷ್ಟು ಕಳೆಗಟ್ಟಿತ್ತು. ಅರಮನೆಯ ವೈಭವ ಎಂಥಹದ್ದು! ಯುವರಾಜರ ಮದುವೆಯಲ್ಲಂತೂ ಜನರು ಒಂದು ವಾರದ ವರೆಗೆ ಒಲೆಯಲ್ಲಿ ಬೆಂಕಿ ಹಾಕಲಿಲ್ಲ. ತರತರಹದ ಭಕ್ಷ್ಯಭೋಜ್ಯಗಳು. ಬಹಳ ಅದ್ದೂರಿಯಿಂದ ನಡೆದ ಆ ಮದುವೆಗೆ ಪೂರ್ವತಯಾರಿಗಾಗಿ ವಾಡೆಗೆ ಹೋಗಿದ್ದೇ ಹೋಗಿದ್ದು. ಅಡುಗೆ ಮಾಡುವಾಗ ಬುದ್ಧವ್ವಳ ಒಡಪಿನ, ಜನಪದ ಹಾಡಿನ ಕಾರ್ಯಕ್ರಮ ಜೋರಾಗಿ ನಡೆಯುತ್ತಿತ್ತು. ಬುದ್ಧವ್ವಳ ಚಾಕಚಕ್ಯತೆ, ಪ್ರತಿಭೆಯನ್ನು ತಿಳಿದುಕೊಂಡ ದೊಡ್ಡ ರಾಜರು ಆಕೆಗೆ ರೇಷ್ಮೆ ಸೀರೆಯನ್ನು ಉಡುಗೊರೆಯನ್ನಾಗಿ ನೀಡಿದ್ದರು.

ಎಂತೆಂತಹ ಉತ್ಸವಗಳು, ಆನೆ ಅಂಬಾರಿಯ ಮೆರವಣಿಗೆಗಳು ಒಂದೇ ಎರಡೇ? ಗತವೈಭವದ ಚಿತ್ರಣ ಎಲ್ಲವೂ ಬುದ್ಧವ್ವಳ ಮನಃಪಟಲದಲ್ಲಿ ಹಾಯ್ದುಹೋಗಿ ಅರಿಯದೇ ಕಣ್ಣೀರು ಜಾರತೊಡಗಿತ್ತು.

ಯಾವ ಕಷ್ಟಕ್ಕೂ ಜಗ್ಗದ ಎಂಟೆದೆಯ ಬಂಟೆ ಬುದ್ದವ್ವಳನ್ನು ಊರುಬಿಡುವ ಈ ವಿಷಯ ಮಾತ್ರ ಬಹಳಷ್ಟು ಕುಗ್ಗಿಸಿತ್ತು. ಗೋವಾ ವಿಮೋಚನಾ ಸಮಸ್ಯೆ ಪರಿಹಾರವಾದ ನಂತರ, ಮತ್ತೆ ನೀರಾವರಿ ಯೋಜನೆಯನ್ನು ಕೈಗೆತ್ತಿಕೊಂಡ ಪರಿಣಾಮವಾಗಿ ಮತ್ತೆ ಊರನ್ನು ಖಾಲಿ ಮಾಡುವಂತಹ ಪರಿಸ್ಥಿತಿ ಬಂತು. ಇಷ್ಟೊತ್ತಿಗಾಗಲೇ ಎಲ್ಲ ಜನರೂ ಬೇರೆ ಊರಿನಲ್ಲಿ ವ್ಯವಸ್ಥೆ ಮಾಡಿಕೊಂಡಿದ್ದರು. ಬೆಳಗಾವಿ ಹತ್ತಿರ ಹೊಸದೇಸಾಯಿಪುರವನ್ನೂ ಸೃಷ್ಟಿಸಿ ಸರಕಾರ ಅಲ್ಲಿಯ ರಹವಾಸಿಗಳಿಗಾಗಿ ನಿವೇಶನಗಳನ್ನೂ ತಯಾರು ಮಾಡಿ ಇಟ್ಟಿದ್ದರು. ಹಾಗಾಗಿ ಊರು ಬಿಡಲು ತೊಂದರೆ ಏನೂ ಇರಲಿಲ್ಲ. ಆದರೆ ಅಂತಹ ಊರನ್ನು ಬಿಟ್ಟು ಹೋಗುವ ಹಳಹಳಿ, ನೋವು ಸಂಕಟ ಎಲ್ಲರನ್ನೂ ಬಾಧಿಸಿತು.

ಇನ್ನೇನು ನೀರು ಬರುವುದು ಒಂದು ತಿಂಗಳಿದೆ ಊರನ್ನು ಖಾಲಿ ಮಾಡಲು 15 ದಿನಗಳ ಗಡುವು. ಊರು ಬಿಡುವ ಮುಂಚೆ ಊರ ಹಿರಿಯರು ಊರ ಜನರ ಸಭೆ ಕರೆದರು. ಸಭೆ ಅನ್ನುವುದಕ್ಕಿಂತ ಅಂತಿಮವಾಗಿ ಬೆಟ್ಟಿಯಾಗುವ ಕಾರ್ಯಕ್ರಮ ಎನ್ನಬಹುದಿತ್ತೇನೋ. ಹಾಗಾಗಿ ಸ್ಥಳಾಂತರಗೊಂಡವರನ್ನೆಲ್ಲಾ ಮತ್ತೊಮ್ಮೆ ಎಲ್ಲರೂ ಒಟ್ಟಾಗಿ ಸೇರಲು ಆಗುವುದೋ ಇಲ್ಲವೋ ಎಂದು ಕರೆಯಿಸಿದರು. ಮುಖ್ಯವಾಗಿ ಚಂದೂರಿಗೆ ಸ್ಥಳಾಂತರಗೊಂಡ ಗಾನಗಂಧರ್ವ ಶಿವಪ್ಪನ ತಂದೆ ತಾಯಿಯರಾದ ವಿರೂಪಾಕ್ಷಪ್ಪ ಚೆನ್ನವ್ವರು ದೂರದ ಮುಂಬೈಯಲ್ಲಿ ವಾಸವಾದ ಮಗ ಶಿವಪ್ಪನನ್ನು ಸಂಸಾರ ಸಮೇತ ಕರೆಸಿಕೊಂಡು ಬಂದರು. ಅದೇ ಚೆಂದೂರಿನಲ್ಲಿ ಮೊದಲಿನಿಂದಲೂ ನೆಲೆನಿಂತ ಮಹಾದೇವಿ ಆಕೆಯ ಗಂಡ ಮತ್ತು ಮಕ್ಕಳೊಟ್ಟಿಗೆ ಬಂದಳು. ಭಾರತಿದೇವಿ ಆಕೆಯ ಸಂಸಾರವಾದ ಅನಾಥಾಶ್ರಮದ ಜನರೊಂದಿಗೆ ಮುಖ್ಯವಾಗಿ ಅದನ್ನು ಮುನ್ನಡೆಸಿಕೊಂಡು ಬಂದ ರಾಮಣ್ಣ ಹಾಗೂ ಗಂಗೆ ಅವರ ಮಗಳು

ಮಹೋನ್ನತಿ ಎಲ್ಲರೊಂದಿಗೆ ಬಂದಿದ್ದಳು. ಹಾಗೇ ಹೊಸದೇಸಾಯಿಪುರದಲ್ಲಿ ವಾಸವಾದ ವೀರಭದ್ರ, ಕುಂಬಾರ ಕಾಶಪ್ಪ ಹಾಗೂ ಅವರ ಗೆಳೆಯರ ಬಳಗ ಸಂಸಾರ ಸಮೇತ ಆಗಮಿಸಿದರು. ಮುಖ್ಯವಾಗಿ, ಆ ಸಭೆಗೆ ಬೇರೆ ಊರಿಗೆ ಬಿಡಾರ ಹೂಡಿದವರನ್ನೆಲ್ಲ ಕರೆಸಲು ರಾಮಣ್ಣ ರಾಯಭಾರಿ ಕೆಲಸ ಮಾಡಿದ್ದ.

ದೇಸಾಯಿಪುರದ ಅಂತಿಮ ಕಾರ್ಯಕ್ರಮ. ಕೊನೆಯಬಾರಿಗೆ ತಳಿರು ತೋರಣಗಳಿಂದ ಸಿಂಗರಿಸಿಕೊಂಡು ಸಿದ್ಧವಾಗಿದೆ. ಇಂತಹ ಸಾವಿರಾರು ಕಾರ್ಯಕ್ರಮಗಳನ್ನು ಕಂಡಂತಹ ಊರು ಇನ್ನೇನು ಅದೃಶ್ಯವಾಗಲಿದೆ! ಮತ್ತೆ ಕೊನೆಯಬಾರಿಗೆ ಊರು ತುಂಬಿತುಳುಕಿತು. ಸಂಬಂಧಿಗಳು, ಕಳ್ಳುಬಳ್ಳಿಗಳು, ಸ್ನೇಹಿತರು, ಒಟ್ಟಿನಲ್ಲಿ ಇಡೀ ಊರಿನ ಜನರು ಕೊನೆಯ ಬಾರಿ ಉಭಯ ಕುಶಲೋಪರಿ ವಿಚಾರಿಸಿಕೊಂಡರು. ಆತ್ಮೀಯವಾಗಿ ಸುಖದುಃಖಗಳನ್ನು ಹಂಚಿಕೊಂಡರು. ಒಬ್ಬರನ್ನೊಬ್ಬರು ತೊರೆದ ಬಗ್ಗೆ ಹಳಹಳಿಸಿದರು. ತಾವು ಈಗಾಗಲೇ ಬೇರೆ ಕಡೆಗೆ ಬದುಕು ಕಟ್ಟಿಕೊಂಡಿದ್ದನ್ನು ಮತ್ತು ಇನ್ನು ಮೇಲೆ ಕಟ್ಟಿಕೊಳ್ಳುವುದನ್ನು ಒಟ್ಟಿನಲ್ಲಿ ತಾವು ನೆಲೆಸಿದ ನೆಲೆಸುವ ಊರಿನ ಬಗ್ಗೆ ತಿಳಿಸಿ ಅಲ್ಲಿಗೆ ಬರಲು ಹೋಗಲು ಮಾತನಾಡಿಕೊಂಡರು. ಒಂದು ಕಡೆಗೆ ಬಂದುಬಾಂಧವರೆಲ್ಲ ಒಟ್ಟಾಗಿ ಸೇರಿದ ಸಂಭ್ರಮ. ಮತ್ತೊಂದೆಡೆ ಊರನ್ನೇ ಬಿಟ್ಟು ತೆರಳುವ ನೋವು.

ಅಂತೂ ಕುದುರಿ ಬಯಲಿನಲ್ಲಿ ದೊಡ್ಡದಾದ ಸಭೆ ಸೇರಿತು. ವೇದಿಕೆ ಮೇಲೆ ಬುದ್ದವ್ವ, ಭಾರತಿದೇವಿ, ಗಾನಗಂಧರ್ವರು ಕಂಗೊಳಿಸಿದರು. ಬುದ್ಧವ್ವ ಮಾತನಾಡತೊಡಗಿದಳು. "ನನ್ನ ಮಕ್ಕಳೇ, ನಾವು ಈಗ ಊರ ಬಿಡಾಕತ್ತೀವಿ. ನಿಮ್ಮಂಗ ನನಗೂ ಸಾಕಷ್ಟ ಕಷ್ಟ ಆಗೇತಿ" ಎನ್ನುವಷ್ಟರಲ್ಲಿ ಬುದ್ಧವ್ವಳಂತೆ ಎಲ್ಲರ ಕಣ್ಣು ಹನಿಗೂಡಿದವು. ಒಂದೆರಡು ನಿಮಿಷಗಳ ಕಾಲ ಸಭೆ ಸಂಪೂರ್ಣ ಸ್ತಬ್ಧವಾಯಿತು. "ಆದ್ರ ನಮ್ಮ ನಾಡಿಗೆ ಚೊಲೋ ಆಗಬೇಕು ಅನ್ನೊ ಉದ್ದೇಶಕ್ಕ ನಾವು ಈ ಊರು ತ್ಯಾಗಾ ಮಾಡಾಕತ್ತೀವಿ. ಈ ದೇಸಾಯಿಪುರದೊಳಗ ನಾವು ಹುಟ್ಟೀವಿ, ಬೆಳದೀವಿ ಬಾಳಿ ಬದುಕಿದವಿ. ಇಂತಾ ಪುಣ್ಯ ಭೂಮಿಯೊಳಗ ನಾವು ಬದುಕ ಸಾಗಸೀವಿ ಅಂದ್ರ ನಮ್ಮಂಥಾ ಪುಣ್ಯವಂತರ ಮತ್ತ ಯಾರೂ ಇಲ್ಲಾ. ಸಾಕಷ್ಟು ಉಂಡೀವಿ ತಿಂದೀವಿ, ಅನುಭವಿಸಿದಿವಿ, ಅನುಭೋಗಿಸಿವಿ. ಎಂತೆಂಥಾ ಸಂಭ್ರಮಾ ಕಂಡೀವಿ. ಹಂಗ ಎಂತೆಂಥಾ ಕಷ್ಟಾ ದಾಟಿ ಬಂದೀವಿ. ನಮ್ಮದೇನು ಮುಗೀತು. ಆದ್ರ ಇನ್ನ ಮುಂದ ಬಾಳಿ ಬದುಕೂ ಜನಾಂಗಕ್ಕ ಚೊಲೋ ಆಗಲಿ. ನೀವೆಲ್ಲಾ ಬ್ಯಾರೆ ಬ್ಯಾರೆ ಊರಿಗೆ ಹೋದರೂ ಸೈತ ಚೊಲೋತಂಗ ಬದಕಬೇಕು. ಇಲ್ಲೆ ಇಷ್ಟದಿನಾ ಹ್ಯಾಂಗ ಅಣ್ಣತಮ್ಮರಗತೆ ಬಾಳೀರಿ ಹಂಗ ಇನ್ನ ಮುಂದನೂ ಬಾಳಬೇಕು. ಒಟ್ಟಿನ್ಯಾಗ ದೇಸಾಯಿಪುರದ ಮಂದಿ ಬ್ಯಾರೆ ಊರಾಗ ಅದಾರಾ ಅಂದ್ರ ಅಲ್ಲಿ ಶಾಂತಿ ಸೌಹಾರ್ದತೆ ಇರಾಕಬೇಕು. ನನಗ

ಗೊತ್ತ ಐತಿ ನೀವೆಲ್ಲಾ ಹಂಗ ಬದಕಿ ತೋರಸ್ತೀರಿ ಅಂತ. ಹಂಗ ಆದಾಗ, ಎಲ್ಲಿ ಹೋದಲ್ಲೆಲ್ಲಾ ಒಂದ ದೇಸಾಯಿಪುರಾ ಹುಟ್ಟಕೊಂತೈತಿ. ಇನ್ನ ನಿಮಗ ಗೊತ್ತ ಇದ್ದಾಂಗ ಹೊಸಾ ದೇಸಾಯಿಪುರದಾಗ, ವೀರಭದ್ರಪ್ಪ, ರಾಮಣ್ಣಾ ನಮ್ಮ ಭಾರತಿ ಇವರೆಲ್ಲಾರ ಶ್ರಮದಿಂದ ಸಣ್ಣ ವಾಡೆ ಹುಟ್ಟಗೊಂತು. ನಾವು ನಾಳೆನ ಆ ವಾಡೆಕ್ಕ ಅದಕ್ಕ ಸಂಬಂಧಪಟ್ಟ ಸಾಮಾನಾ. ಊರೊಳಗ ಉಳದ ಮೂರ್ತಿ, ಗುಡಿ ಸಾಮಾನು ಎಲ್ಲಾ ಹೊಸಾದೇಸಾಯಿಪುರಕ್ಕ ಸಾಗಸಬೇಕು.

ಇಷ್ಟೊತ್ತನಾ ನಾ ಮಾತಾಡಿದ್ದು ನಿಮ್ಮೆಲ್ಲರ ಸಮಂದ. ಈಗ ನಾ ಪ್ರಮುಖರ ಬಗ್ಗೆ ಹೇಳತೀನಿ ಕೇಳ್ರಿ" ಎಂದು ಭಾರತಿದೇವಿಯನ್ನು ತೋರಿಸುತ್ತ "ನೋಡ್ರಿ ಈ ತಾಯಿ ನಡೆದು ಬಂದ ದಾರಿ ಸಾಮಾನ್ಯದ್ದಲ್ಲ. ಅವರ ಬಗ್ಗೆ ಅವರ ವ್ಯಕ್ತಿತ್ವದ್ದ ಬಗ್ಗೆ ನಿಮಗೂ ಗೊತ್ತ ಐತಿ. ಕಷ್ಟಕೋಟಲೆಗೆ ಜಗ್ಗದ ಬಗ್ಗದ ಎಂತೆಂಥಾ ಸಾಧನೆ ಮಾಡಿದ್ರು. ಅದನ್ನ ನಾ ಏನ ಹೇಳಬೇಕಾಗಿಲ್ಲಾ..." ಬುದ್ಧವ್ವ ಮಾತನಾಡುತ್ತಲೇ ಇದ್ದಳು. ಭಾರತಿಯ ವಿಷಯ ಬಂದಾಗ, ನಾಲ್ಕೈದು ಜನ ಹೆಂಗಳೆಯರು ಭಾರತಿದೇವಿಯ ಗುಣಗಾಣವನ್ನು ತಮ್ಮ ತಮ್ಮೊಳಗೆ ಶುರು ಮಾಡಿದ್ದರು. "ಅಯ್ಯ ತಂಗಿ ಈಗ ಅನಾಥಾಶ್ರಮ ಮತ್ತಟ ಬೆಳದೈತಿ. ಅದನ್ನ ಅನಾಥಾಶ್ರಮ ಅನ್ನೂಕಿಂತ ಮಠಾ, ಧರ್ಮ ಸಂಸ್ಥಾ ಅನ್ನೂದು ಚೊಲೊ.."

"ಆಕಿ ಹೆಂತಾ ನಿಸ್ವಾರ್ಥ ಹೆಣಮಗಳವಾ ದಿಕ್ಕ ಇಲ್ಲದಾರಿಗೆ ದಿಕ್ಕ ಆದಳು. ಬಡಬಗ್ಗರಿಗೆ ಅಂತೂ ದೊಡ್ಡ ಆಸರಾ ಕೊಟ್ಟಾಳಾ"

"ಆಶ್ರಮಾ ಅಂತೂ ಭಾಳ ಬೆಳದೈತಿ ತಂಗಿ..."

ನಿಜಕ್ಕೂ ಭಾರತಿಯ ಸಾಧನೆ ಅಗಾಧವಾದದ್ದು. ಒಂಟಿಯಾಗಿಯೇ ಆಕೆ ಹೋರಾಡಿ ಬಾಳಿದ ಬದುಕು ಅನನ್ಯವಾದದ್ದು. ಮೊದಲು ಸ್ವಾತಂತ್ರ್ಯಕ್ಕೆ ಹೋರಾಟದಲ್ಲಿ ಮುಂದಾಳತ್ವವಹಿಸಿ, ಮಹಿಳಾ ನಾಯಕಿಯಾಗಿ ಕಾರ್ಯಾರಂಭ ಮಾಡಿ, ಇಡೀ ನಾಡನ್ನು ಅಷ್ಟೇ ಏಕೆ ಮಹಿಳಾ ಮುಖಂಡರ ಜೊತೆಗೆ ದೆಹಲಿಯವರೆಗೂ ಹೋಗಿ ಗಾಂಧೀಜಿ ದರುಶನ ಪಡೆದು ಬಂದಿದ್ದಳು.

ಸ್ವಾತಂತ್ರ್ಯಾನಂತರವೂ ಭಾರತಿ ಕೈಕಟ್ಟಿ ಕುಳಿತುಕೊಳ್ಳಲಿಲ್ಲ. ದಿಕ್ಕಿಲ್ಲದವರ, ಅನಾಥರ ಸೇವೆಗೈಯ್ಯತೊಡಗಿದಳು. ಆಕೆ ಮಾಡಿದ ಸಮಾಜ ಸೇವೆ ಅಷ್ಟಿಷ್ಟಲ್ಲ. ಅದರ ಫಲವೇ ಈಗ ಚಂದೂರಿನಲ್ಲಿ ದೊಡ್ಡದಾಗಿ ಎದ್ದು ನಿಂತ ಅನಾಥಾಶ್ರಮ ಹಾಗೂ ಖಾದಿಕೇಂದ್ರಗಳು.

ಆನಂದ ಅನಾಥಾಶ್ರಮ ಒಂದು ಧರ್ಮ ಸಂಸ್ಥಾನ. ಅದನ್ನು ನಡೆಸುತ್ತಿದ್ದವಳು ಧರ್ಮದೇವತೆ. ಯಾವ ಸ್ವಾರ್ಥವೂ ಇಲ್ಲದೇ ಅನಾಥರ ರಕ್ಷಣೆಗಾಗಿ ಹುಟ್ಟುಹಾಕಿದ ಅದು ಧರ್ಮದ ಪಥದತ್ತ ಹೆಜ್ಜೆಹಾಕಿತ್ತು.

ಆಕೆಯ ಹೊಲಗದ್ದೆಗಳನ್ನು ನೋಡಿಕೊಳ್ಳುವ ರೈತಮಹಿಳೆಯರು ಆಕೆಯ ತೋಟದಲ್ಲಿಯೇ ವಾಸಿಸುತ್ತಿದ್ದರು. ಆಶ್ರಮ ಹುಟ್ಟುವುದಕ್ಕಿಂತ

ಮೊದಲು ನಿರ್ಗತಿಕರಿಗೆ ಜಾಗವಿಲ್ಲವಾದಾಗ, ಭಾರತಿ ತನ್ನ ಮನೆಯನ್ನೇ ಅನಾಥಾಲಯವನ್ನಾಗಿ ಮಾಡಿ, ಆ ರೈತ ಮಹಿಳೆಯರ ಜೊತೆಗೆ ಅನಾಥ ಹೆಣ್ಣುಮಕ್ಕಳನ್ನು ಸೇರಿಸಿದಳು. ಆ ರೈತ ಮಹಿಳೆಯರೇ ಎಲ್ಲರಿಗೂ ಅಡುಗೆ ಮಾಡಿ ಹಾಕುತ್ತಿದ್ದರು. ಮುಂದೆ ಸರಕಾರ ಆ ಅನಾಥಾಶ್ರಮವನ್ನು ಕಟ್ಟಿಕೊಡುವುದಲ್ಲದೇ ಬೇಕಾದ ಸಹಾಯವನ್ನು ಒದಗಿಸಿ ಅವರ ತೋಟದ ಪಕ್ಕದ ದೊಡ್ಡದಾದ ಸಾರ್ವಜನಿಕ ಕೆರೆಯನ್ನು ಕೂಡ ಅನಾಥಾಶ್ರಮಕ್ಕೆ ಧಾರೆ ಎರೆಯಿತು. ಹೀಗಾಗಿ ಅನಾಥಾಶ್ರಮಕ್ಕೆ ಸಾಕಷ್ಟು ಅನುಕೂಲವಾಯಿತು. ಅಷ್ಟೇ ಅಲ್ಲ, ಆ ಆಶ್ರಮಕ್ಕಾಗಿ ಸದಾ ಶ್ರಮಿಸುತ್ತಿದ್ದ ಆಶ್ರಮದ ಎಂಟೆದೆಯ ಬಂಟ ರಾಮಣ್ಣ ಹಾಗೂ ಆತನ ಹೆಂಡತಿ ಗಂಗೆಯ ಸೇವೆಯ ಫಲದಿಂದ ಆಶ್ರಮ ಮತ್ತಷ್ಟು ದೊಡ್ಡದಾಗಿ ಬೆಳೆಯಿತು. ಆನಂದಾಶ್ರಮವೆಂಬ ನಾಮಧೇಯವನ್ನು ಹೊಂದಿ ನಾಡಿನ ತುಂಬ ಹೆಸರುವಾಸಿಯಾಯಿತು.

ಆ ಆಶ್ರಮವಾಸಿಗಳಲ್ಲಿ ಶಾಲೆಗೆ ಹೋಗುವ ಮಕ್ಕಳು, ವೃದ್ಧರೂ ತಮ್ಮ ಕೈಲಾದ ಕೆಲಸವನ್ನು ಮಾಡುತ್ತಿದ್ದರು. ಆಶ್ರಮದ ಹೆಣ್ಣುಮಕ್ಕಳು ಬೆಳಿಗ್ಗೆ ಬೇಗ ಎದ್ದು, ಆಶ್ರಮ, ಮನೆ, ಮಂಟಪ ಎಲ್ಲವನ್ನೂ ಶುಚಿಗೊಳಿಸಿ ರಂಗವಲ್ಲಿ ಹಾಕಿ ಶೋಭೆಗೊಳಿಸುತ್ತಿದ್ದರು.

ಭಾರತಿಯ ತೋಟದ ಮನೆ ಈ ಮೊದಲೇ ಸುಂದರವಾಗಿತ್ತು. ಆ ಮನೆಗೆ ಬರುತ್ತಿದ್ದವರೆಲ್ಲ ಸ್ವಾತಂತ್ರ ಯೋಧರಂತಹ ಪುಣ್ಯಾತ್ಮರೇ, ನಾಡಿನ ಹಿತಚಿಂತಕರೇ. ಆ ಮನೆಯಲ್ಲಿ ಬಾಳಿಬದುಕಿದವರು ಕೂಡ ದೇಶಭಕ್ತರು. ಹೀಗಾಗಿ ಆ ಸ್ಥಳಮಹಿಮೆಯಿಂದ ಆ ಮನೆ ಶಕ್ತಿಕೇಂದ್ರವಾಗಿತ್ತು. ಜೊತೆಗೆ ಅಲ್ಲಿ ಸ್ವಚ್ಛತೆ ಶಾಂತತೆಯೂ ನೆಲೆಯೂರಿತ್ತು.

ಆ ಮನೆಯ ಸುತ್ತಲೂ ಹೊಲಗದ್ದೆಗಳು, ಮನೆಯ ಮುಂದೆ ತರತರಹದ ಹೂವಿನ ಗಿಡಗಳು. ಹಿರಿಯರ ಭಾವಚಿತ್ರಗಳನ್ನೊಳಗೊಂಡ ಆ ಆಶ್ರಮದ ದೇವಸ್ಥಾನದಂತಿದ್ದ ಮಂಟಪವಂತೂ ಪವಿತ್ರ ನೆಲೆಯಾಗಿತ್ತು.

ಪ್ರತಿದಿನವೂ ಬೆಳಿಗ್ಗೆ ಎಲ್ಲರ ಸ್ನಾನವಾದನಂತರ ಮಂಟಪದಲ್ಲಿ ಪ್ರಾರ್ಥನೆ ನಡೆಯುತ್ತಿತ್ತು. ಆಶ್ರಮ ಹುಟ್ಟುವ ಮೊದಲೂ ದಿನವೂ ಭಾರತಿ ಮಂಟಪಕ್ಕೆ ಪೂಜೆಗೈಯುತ್ತಿದ್ದಳು. ರಾಮಣ್ಣ ಸಂಸಾರಿಯಾದ ನಂತರ, ಹಾಗೂ ಅನಾಥಾಶ್ರಮ ಬೆಳೆದ ಮೇಲೆ, ಪೂಜೆಯ ನಂತರ ಸಾಮೂಹಿಕ ಪ್ರಾರ್ಥನೆ ನಡೆಯುತ್ತಿತ್ತು.

ಈಗಂತೂ ಅನಾಥಾಶ್ರಮದ ಪ್ರತಿಯೊಬ್ಬರೂ ಹೊಲಗದ್ದೆಯ ಕೆಲಸ, ಗಾರ್ಡನ್ ಕೆಲಸ ಮಾಡುತ್ತಿದ್ದರು. ಈ ಮೊದಲೇ ರಾಮಣ್ಣನ ಆರೈಕೆಯಲ್ಲಿ ಸ್ವಚ್ಛಗೊಂಡ ಸಾರ್ವಜನಿಕ ನೀರಲ ಕೆರೆ ಆಶ್ರಮದ ಮಡಿಲಿಗೆ ಬಿದ್ದ ನಂತರವಂತೂ ಮತ್ತಷ್ಟು ಅಭಿವೃದ್ಧಿಗೊಂಡಿತು. ಅದರ ಸುತ್ತಲೂ ಈಗಿರುವ

ನೀರಲ ಮರಗಳು ಹಾಗೂ ಮಲ್ಲಿಗೆ ದಾಸವಾಳ ಗಿಡಗಳ ಜೊತೆಗೆ ತೆಂಗು, ಮಾವು, ಬೇವಿನ ಮರಗಳನ್ನು ನೆಡಲಾಗಿತ್ತು. ಹಾಗೇ ಈಗಿರುವ ಮಲ್ಲಿಗೆಬಳ್ಳಿಗಳನ್ನೂ ಮರಗಳಿಗೆ ಹಬ್ಬಿಸಿದ್ದರು. ಕೆರೆಯಲ್ಲಿ ಕೂಡ ಬಿಳಿ, ಕೆಂಪು ಹಾಗೂ ಗುಲಾಬಿ ಬಣ್ಣಗಳ ಕಮಲಗಳನ್ನು ಬೆಳೆಸಿದರು. ವರುಷದಲ್ಲಿ ಹೂವಿನ ಗಿಡಮರಗಳೆಲ್ಲ ಬೆಳೆದು ನಿಂತು ಹೂವುಗಳನ್ನರಳಿಸಿ ಪರಿಮಳ ಬೀರತೊಡಗಿದವು. ತೆಂಗು ಬಾಗಿ ಬೆಳೆದು ಫಲನೀಡತೊಡಗಿತು. ಒಟ್ಟಿನಲ್ಲಿ 2–3 ವರ್ಷಗಳಲ್ಲಿ ಆ ಕೆರೆಯ ಫಲವತ್ತಾದ ಮಣ್ಣಿನಲ್ಲಿ ಎಲ್ಲವೂ ಬಲುಬೇಗ ಬೆಳೆದು ನಿಂತವು. ಅನಾಥಾಶ್ರಮದಲ್ಲಿ ಇರುವವರೆಗೂ ಹಾಗೂ ಆಶ್ರಮಕ್ಕೆ ಭೇಟಿ ನೀಡುವವರಿಗೂ ಆ ಕೆರೆ ಬಹಳಷ್ಟು ಆಹ್ಲಾದಕತೆಯನ್ನು ನೀಡುತ್ತಿತ್ತು. ಕೆರೆಯಷ್ಟೇ ಅಲ್ಲ, ಭಾರತಿದೇವಿಯ ಕುಟೀರ, ದೇವಸ್ಥಾನದಂತಿರುವ ಮಂಟಪ, ಬಾವಿ, ಬಾವಿಯಲ್ಲಿ ಆಟವಾಡುವ ಆಮೆ ಮೀನುಗಳು ಮನಸ್ಸಿಗೆ ಮುದ ನೀಡುತ್ತಿದ್ದವು. ಲಿಂಬೆ ದಾಳಿಂಬೆ, ಬಾಳೆ ಬನಗಳು ಯಾವಾಗಲೂ ಬಾವಿಯ ಹಾಗೂ ಕೆರೆಯ ನೀರನ್ನುಂಡು ಹಚ್ಚಹಸಿರಾಗಿ ನಳನಳಿಸುವ ಪ್ರತಿಯೊಂದು ಬೆಳೆ ಆಶ್ರಮಕ್ಕೆ ಶೋಭೆ ನೀಡುವುದಲ್ಲದೇ ಆಶ್ರಮಕ್ಕೆ ಆಶ್ರಯವಾಗಿದ್ದವು.

ಮೊದಮೊದಲು ದಾನಿಗಳು ನೀಡಿದ ದಾನದಲ್ಲಿ ಹಾಗೂ ಭಾರತಿದೇವಿಯ ಸ್ವಂತ ಹೊಲತೋಟಗಳ ಅಲ್ಪ ಸ್ವಲ್ಪ ಆದಾಯದಲ್ಲಿ ನಡೆಯುತ್ತಿದ್ದ ಆಶ್ರಮವೀಗ ತಾನೇ ಸ್ವತ: ಎಲ್ಲ ಬೆಳೆಗಳನ್ನು ಬೆಳೆದು ಮಾರಾಟ ಮಾಡಿ ಬಂದ ಹಣದಿಂದ ತನ್ನ ಖರ್ಚನ್ನು ನಿಭಾಯಿಸತೊಡಗಿತು.

ಕಾಲಚಕ್ರ ಉರುಳಿದಂತೇ ಆ ಆಶ್ರಮ ಆ ಭಾಗದ ಒಂದು ಪವಿತ್ರ ಸ್ಥಳವಾಯಿತು. ಪುಣ್ಯಕ್ಷೇತ್ರವಾಯಿತು. ಭಾರತಿದೇವಿಯ ಹೆಸರು ಆಕೆ ಬಯಸದಿದ್ದರೂ ಎಲ್ಲೆಡೆ ಜನಜನಿತವಾಯಿತು. ಸಮಾಜ, ಊರು, ರಾಜ್ಯ ಅಷ್ಟೇ ಏಕೆ ಇಡೀ ರಾಷ್ಟ್ರಕ್ಕೆ ಆಕೆ ಗಣ್ಯ ವ್ಯಕ್ತಿಯಾದಳು. ಆಕೆ ಅದೆಷ್ಟೇ ಸರಳ ಬದುಕು ನಡೆಸುತ್ತಿದ್ದರೂ ಆಕೆಯ ವ್ಯಕ್ತಿತ್ವ ಉನ್ನತವಾಗಿತ್ತು. ನಾಡಿನ ನಾನಾ ಮೂಲೆಗಳಿಂದ ಸಾಮಾಜಿಕ, ಸಾಹಿತ್ಯಿಕ ಹಾಗೂ ಸಾಂಸ್ಕೃತಿಕ ಕಾರ್ಯಕ್ರಮಗಳಿಗೆ ಕರೆ ಬರುತ್ತಿದ್ದವು. ಬರಬರುತ್ತ ಅವರ ಮಾತು ಕೇಳಲು ಜನ ಉತ್ಸುಕರಾಗುತ್ತಿದ್ದರು. ಅವರು ಕಾರ್ಯಕ್ರಮಕ್ಕೆ ಬರುವರು ಎಂದರೆ ಸಾಕು ಜನ ಕಾರ್ಯಕ್ರಮಕ್ಕೆ ಮುಗಿಬೀಳುತ್ತಿದ್ದರು. ಭಾರತಿದೇವಿ ಈಗಂತೂ ನಿಶ್ಚಿಂತೆಯಿಂದ ರಾಮಣ್ಣ ಹಾಗೂ ಗಂಗೆಗೆ ಆಶ್ರಮದ ಜವಾಬ್ದಾರಿ ಹೊರೆಸಿ ನಾಡಿನ ಮೂಲೆ ಮೂಲೆಗೂ ಸಂಚರಿಸುತ್ತಿದ್ದಳು.

ಭಾರತಿದೇವಿಯ ನಿಸ್ವಾರ್ಥ ಸೇವೆಗೆ ಫಲವೂ ಸಾಕಷ್ಟು ಸಂದಿತ್ತು. ಅಖಿಲ ಭಾರತೀಯ ಸರ್ವಧರ್ಮ ಸಮ್ಮೇಳನದ ಅಧ್ಯಕ್ಷರಾಗಿಯೂ ಆಯ್ಕೆಯಾಗಿ ಅಲಹಾಬಾದನಲ್ಲಿ ನಡೆದ ಕಾರ್ಯಕ್ರಮವನ್ನು ಯಶಸ್ವಿಗೊಳಿಸಿದ್ದಳು.

ಹಲವಾರು ಮಾನ ಸಮ್ಮಾನಗಳಿಗೆ ಭಾಜನಳಾದಳು. ಮಾನ ಸಮ್ಮಾನಗಳಿಗಿಂತ ಮಿಗಿಲಾಗಿ ಸಾವಿರಾರು ಜನರಿಗೆ ದಾರಿದೀಪವಾಗಿದ್ದಳು. ಒಟ್ಟಿನಲ್ಲಿ ಭಾರತಿದೇವಿ ಅಮೂಲ್ಯ ರತ್ನವಾದಳು.

ಬುದ್ಧವ್ವ ಮಾತನಾಡಿ ಮುಗಿಸಿದಾಗ, ಚಪ್ಪಾಳೆಗಳ ಸದ್ದು ಮುಗಿಲು ಮುಟ್ಟಿತು. ಗಾನಗಂಧರ್ವರು ಹಿಂದಿನ ದಿನವೇ ಆಶ್ರಮವನ್ನು ನೋಡಿ ಕೇಳಿ ಭಾರತಿದೇವಿಯ ಅಗಾಧ ಸಾಧನೆಯನ್ನು ಈ ಮೊದಲೇ ಅರಿತಿದ್ದರು. ಅವರೂ ಕೂಡ ಬುದ್ಧವ್ವಳ ಮಾತಿಗೆ ತಲೆದೂಗಿದರು. ಹಾಗೇ ಅವರ ಮಾತನಾಡುವ ಸರದಿ ಬಂದಾಗ, ಎದ್ದು ನಿಂತು "ಇದು ಪುಣ್ಯದ ಭೂಮಿ. ಇಂತಾ ಭೂಮಿಯೊಳಗ ಹುಟ್ಟಿದಾರು ನಾವು ನಿಜಕ್ಕೂ ಧನ್ಯರು. ಅಷ್ಟ ಅಲ್ಲಾ ನಾವು ಎಂತೆಂಥಾ ಬಂಧು ಬಾಂಧವರ ಜೋಡಿ ಬೆಳದೀವಿ. ಅವ್ವಾ ಬುದ್ಧವ್ವಾ, ತಂಗಿ ಭಾರತಿ, ಗೆಳೆಯ ವೀರಭದ್ರಾ, ರಾಮಣ್ಣಾ ಎಂತೆಂಥಾ ದೊಡ್ಡ ದೊಡ್ಡ ವ್ಯಕ್ತಿತ್ವದಾರು. ನಾ ಏನು ಬ್ಯಾರೆ ಕಡೆಗೆ ಹೋಗಿ ಸಾಧನೆ ಮಾಡಿರಬಹುದು ಆದ್ರ ನನಗಿಂತ ಇಲ್ಲೇ ಇದ ನೆಲದಾಗ ನಿಂತ ಊರಿಗೆ ಉಪಕಾರಿ ಆದಾರು ನೀವು ಭಾಳ ದೊಡ್ಡಾರು. ಮತ್ತ ಅವ್ವಾ, ಹೇಳಿದಂಗ ಹೊಸಾದೇಸಾಯಿಪುರದಾಗ ವಾಡೆ ಕಟ್ಟಿದ್ದು ಭಾಳ ಚೊಲೋ ಆತು. ನಾನಂತೂ ಆ ಶ್ರಮದೊಳಗ ಭಾಗ ತುಗೋಲಿಲ್ಲಾ. ಈಗಾದ್ರೂ ನನಗ ಅಳಿಲು ಸೇವಾಕ್ಕ ಅವಕಾಶ ಕೊಡ್ರಿ. ಮತ್ತ ನಾ ಆ ಕೆಲಸಕ್ಕ ಹನ್ನೊಂದು ಸಾವಿರ ರೂಪಾಯಿ ದೇಣಿಗಿ ಕೊಡತೀನಿ" ಎನ್ನುವುದರಲ್ಲಿ ಜೋರಾದ ಚಪ್ಪಾಳೆಗಳ ಸುರಿಮಳೆ. ಜನರು ಹರ್ಷೋದ್ಗಾರದಲ್ಲಿ ತೇಲಿದರು.

ಬುದ್ದವ್ವ ಮತ್ತೊಮ್ಮೆ ಎದ್ದು ನಿಂತು ನಮ್ಮೂರ ಜಾಣರಿಗೆ ನಮ್ಮ ಊರಿನ ಪರವಾಗಿ ಒಂದು ಸನ್ಮಾನ" ಎಂಬ ಮಾತು ಮುಗಿಯುವ ಮುನ್ನವೇ ಭಾರತೀದೇವಿ ಎದ್ದು ನಿಂತು, "ಇಷ್ಟೊತ್ತನಾ ಅವ್ವಾ ಭಾಳ ಚೆಂದ ಮಾತಾಡಿಳು. ಅವ್ವಾ ಹೇಳಿದ್ದೆಲ್ಲಾ ನಾವು ಪಾಲಸಬೇಕು. ಇನ್ನ ನನ್ನ ಬಗ್ಗೆ ಆಕಿ ಹೇಳಿದ್ದು ಮತ್ತ ನನಗ ಮಾಡಬೇಕಾದ ಮಾನಾ ಸನ್ಮಾನಾ ಎಲ್ಲಾನೂ ಆಕಿಗೆ ಸಲ್ಲಬೇಕು. ಯಾಕಂದ್ರ ಇವತ್ತ ನಾ ಏನಾರ ನಾಕ ಮಂದಿಗೆ ನೆರವಾಗೀನಿ ಅಂದ್ರ ಅದು ಆಕಿಲಿಂದ ಪಡೆದ ಶಕ್ತಿ. ಅಷ್ಟ ಅಲ್ಲಾ ಆಕೆ ನನ್ನ ಪೊರೆದ ತಾಯಿ. ವಿದ್ಯ ಕಲಿಸಿದ ಗುರುವು ಒಟ್ಟಿನ್ಯಾಗ ಇಂದ ನಾ ಏನಾಗಿನೊ ಅದಕ್ಕ ಕಾರಣ ಈ ಮಹಾಮಾತೆ. ಹಂಗ, ಅಣ್ಣಾ ನಮ್ಮೂರ ಕೀರ್ತಿ ಬೆಳಸಿದರು. ಅವರಿಗೂ ನನ್ನ ಕೃತಜ್ಞತೆಗಳು. ಮತ್ತ ಏನ ಸನ್ಮಾನ ಸಲ್ಲುದಿದ್ರೂ ಅದು ಇವರಿಬ್ಬರಿಗೂ" ಎನ್ನುವುದರಲ್ಲಿ ಜನ ಹರ್ಷೋಧ್ಗಾರಗಳಿಂದ ಕೂಗಿದರು. ಕೊನೆಗೆ ವೇದಿಕೆ ಮೇಲಿನ ಎಲ್ಲ ಗಣ್ಯರನ್ನೂ ಸನ್ಮಾನಿಲಾಯಿತು.

ಅಧ್ಯಾಯ–11

ಕಾರ್ಯಕ್ರಮದ ಪ್ರಾರಂಭದಲ್ಲಿಯೇ ತನ್ನ ಪ್ರಾರ್ಥನಾಗೀತೆಯಿಂದ, ಮಹೋನ್ನತಿ ಗಾನಗಂಧರ್ವರ ಗಮನಸೆಳೆದಳು. ಇನ್ನೇನು ಕಾರ್ಯಕ್ರಮ ಮುಗಿಯಲಿದೆ ಎನ್ನುವಾಗ, ಭಾರತಿದೇವಿಯ ಹತ್ತಿರ ಬಂದು ನಿಂತ ಆ ಹುಡುಗಿಯನ್ನು ದಿಟ್ಟಿಸಿದಾಗ, ಅರ್ಥಮಾಡಿಕೊಂಡ ಭಾರತಿದೇವಿ "ಅಣ್ಣಾ ಇಕಿ ನಮ್ಮ ಗಂಗಾನ ಮಗಳ. ಚೆಂದ ಹಾಡತಾಳಾ. ಸಂಗೀತ ಕಲಿಯಾಕತ್ತಾಳಾ." ಎಂದು ಹೇಳುತ್ತಲೇ, "ಕೂಸ, ಅಜ್ಜಾರಿಗೆ ನಮಸ್ಕಾರ ಮಾಡು" ಎಂದು ಹೇಳುವುದರಲ್ಲಿ ಪುಟಾಣಿ ಮಹೋನ್ನತಿ ಗಂಧರ್ವರ ಪಾದಕ್ಕೆರಗಿದಳು. ಹಾಗೆ ಪಾದಕ್ಕೆರಗಿದವಳನ್ನು ಬಲಹಸ್ತದಿಂದ ಆಶೀರ್ವದಿಸಿ, ಪ್ರೀತಿಯಿಂದ "ಭಾಳ ಚೆಂದ ಹಾಡೀದಿ. ಮುಂದವರಸು" ಎಂದು ಹರಸಿದರು. ಅಷ್ಟರಲ್ಲಿ ಕಾರ್ಯಕ್ರಮ ಮುಗಿದು ಜನರು ಗಾನಗಂಧರ್ವರನ್ನು ಮಾತನಾಡಿಸಲು ದುಂಬಾಲುಬಿದ್ದರು.

ಸ್ವಲ್ಪ ಹೊತ್ತಿನಲ್ಲಿ ಗುಂಪು ಚದುರಿದ ನಂತರ, ಹೊಸದೇಸಾಯಿಪುರದಿಂದ ಬಂದ ವೀರಭದ್ರ ತನ್ನ ಗೆಳೆಯರ ಜೊತೆಗೆ ಒಂದು ಹೂವಿನ ಹಾರ ಹಾಗೂ ಶಾಲು ತಂದು ಗಾನಗಂಧರ್ವರಿಗೆ ಹೊದಿಸಿ ಆನಂದಿಸಿದರು. ಬಹಳ ವರ್ಷಗಳ ನಂತರ ದೊರೆತ ಗೆಳೆಯರ ತಂಡದೊಂದಿಗೆ ಗಾನಗಂಧರ್ವ ಮಾತಿಗೆ ತೊಡಗಿದರು. "ಅಲ್ಲೊ ಶಿವಪ್ಪ ಎಷ್ಟ ದಿನಾ ಆತಪಾ ನಿನ್ನ ನೋಡಿ, ನೀ ಬಂದದ್ದು ಭಾಳ ಖುಷಿ ಆತ ನೋಡಪಾ. ನೀ ದೇಣಿಗಿ ಕೊಟ್ಟದ್ದು ಭಾಳ ಚೊಲೊ ಆತು. ನಮ್ಮ ಜೋಡಿ ಹೊಸಾದೇಸಾಯಿಪುರಕ್ಕ ಹೋಗುಣಂತ ನಡಿ" ಎಂದು ಒತ್ತಾಯಪಡಿಸಿದರು. ಹಾಗೆ ಕುಂಬಾರ ಕೇಶಪ್ಪ "ಶಿವಪ್ಪಾ ನೀ ನಮ್ಮ ಹೊಸಾದೇಸಾಯಿಪುರದ ವಾಡೆ ನೋಡಾಕಾದ್ರೂ ಬರಬೇಕಪಾ. ನಮ್ಮ

ವೀರಭದ್ರ ಹೊಸಾದೇಸಾಯಿಪುರ ಕಟ್ಟಾಕ ಭಾಳ ಮುತವರ್ಜಿ ವಹಿಸ್ಯಾನ ಹಂಗ ನಮ್ಮ ಗೆಳೆಯಾರೆಲ್ಲಾರೂ ಭಾಳಷ್ಟ ಕಷ್ಟಾಪಟ್ಟಾರ. ಬುದ್ದವ್ವ ತಾಯಿ, ಭಾರತಿ ತಾಯಿ ಆ ಹೊಸಾ ಊರ ಕಟ್ಟಾಕ ಭಾಳಷ್ಟ ಶ್ರಮಾ ಹಾಕ್ಯಾರಾ. ಹಂಗ ಗುಡಿಗೆ ಕಳಸಾ ಇಟ್ಟಂಗ ನಿಂದೂ ದೊಡ್ಡ ಸಹಾಯನ ಅದನ್ನೊಮ್ಮೆ ನೀ ನೋಡಬೇಕು ಹೋಗುಣ ನಡಿ" ಎಂದಾಗ ಗಾನಗಂಧರ್ವರಿಗೆ ಇಲ್ಲವೆನ್ನಲಾಗಲಿಲ್ಲ.

ಅಲ್ಲಲ್ಲಿ ಜನರ ಗುಂಪುಗಳು ಹುಟ್ಟಿಕೊಂಡವು. ಆಪ್ತವಾಗಿ ಆತ್ಮೀಯವಾಗಿ ಖುಷಿಯ ಸಮ್ಮಿಲನ. ವೇದಿಕೆಯ ಮೇಲೆ ಗಾನಗಂಧರ್ವರನ್ನು ಹಾಗೂ ಬುದ್ಧವ್ವ ಭಾರತಿದೇವಿಯರನ್ನು ಮಾತನಾಡಿಸುವ ಜನರ ಗುಂಪು ಇನ್ನೂ ತಗ್ಗುತ್ತಿಲ್ಲ. ವೇದಿಕೆ ಮೇಲಿನ ಖುರ್ಚಿಗಳೊಟ್ಟಿಗೆ ಮತ್ತಷ್ಟು ಖುರ್ಚಿಗಳು ಸೇರಿಕೊಂಡವು. ಹೊಸದೇಸಾಯಿಪುರದ ಹಾಗೂ ಹಳೆಯ ದೇಸಾಯಿಪುರದ ಹಿರಿಯರು ವೇದಿಕೆ ಮೇಲಿನ ಗಣ್ಯರೊಂದಿಗೆ ಮಾತನಾಡತೊಡಗಿದರು. ಗಾನ ಗಂಧರ್ವ ತನ್ನ ಹೆಂಡತಿ ಸರಸ್ವತಿ ಹಾಗೂ ಮಕ್ಕಳಾದ ಭೈರವ ಹಾಗೂ ಮೃಣಾಲಿನಿಯರನ್ನು ಕರೆಯಿಸಿ ಅವರೆಲ್ಲರಿಗೂ ಪರಿಚಯಿಸತೊಡಗಿದರು. ಸರಸ್ವತಿ ಮಕ್ಕಳನ್ನು ಕರೆದುಕೊಂಡು ಬುದ್ಧವ್ವಳ ಕಾಲಿಗೆ ಬಿದ್ದು ನಮಸ್ಕರಿಸಿದಳು. ಬುದ್ಧವ್ವ ಖುಷಿಯಿಂದ ಅವರನ್ನು ತಬ್ಬಿಕೊಂಡಳು.

ಹೊಸದೇಸಾಯಿಪುರದಲ್ಲಿ ಸರಕಾರ ಜನರಿಗಾಗಿ ನಿವೇಶನಗಳನ್ನು ಹಾಕುವ ಮೊದಲು ರಾಜರ ಅಥವಾ ವಾಡೆಗೆ ಸಂಬಂಧಿಸಿದಂತಹ ವಸ್ತುಗಳ ಸಂಗ್ರಹಣೆಗಾಗಿ, ಒಂದು ವಾಡೆಯನ್ನು ಕಟ್ಟಿ, ಅದರಲ್ಲಿ ಅರಮನೆಯ ಕುರ್ಚಿ ಟೇಬಲ್, ರಾಜ ಮನೆತನದವರ ಫೋಟೋಗಳು, ಉಡುಪುಗಳು, ಒಂದಿಷ್ಟು ಖಡ್ಗ, ತಲವಾರ, ನಿಂತುಹೋದ ದೊಡ್ಡದಾದ ಕಲ್ಲಿನ ಗಡಿಯಾರ, ಅವರು ಬಳಸುತ್ತಿದ್ದ ಪಾತ್ರೆ ಪಡಗ, ಪಗಡೆಯಾಟದ ಕವಡೆ, ಆಟದ ಮನೆ, ಒಂದಿಷ್ಟು ಗ್ರಂಥಗಳು ಮುಂತಾದ ವಸ್ತುಗಳನ್ನು ಸಂಗ್ರಹಿಸಿಟ್ಟು. ಸಂಗ್ರಹಣಾಲಯ ಮಾಡಿದರು. ಅದರ ಪಕ್ಕದಲ್ಲಿಯೇ ಊರಿನ ಹಿರಿಯರೆಲ್ಲ ಸೇರಿ ಹಳೆಯ ದೇಸಾಯಿಪುರದಲ್ಲಿರುವಂತೆ ಜೋಡುಲಿಂಗಗಳ ದೇವಸ್ಥಾನವನ್ನು ನಿರ್ಮಾಣ ಮಾಡಿದ್ದರು. ಪಕ್ಕದಲ್ಲಿ ಆ ದೇವಸ್ಥಾನದಲ್ಲಿ ಜೋಡುಲಿಂಗಗಳನ್ನು ಪ್ರತಿಷ್ಠಾಪಿಸಿದ್ದರು. ಗುಡಿಯ ಒಂದು ಬದಿ ಹಳೆಯ ದೇಸಾಯಿಪುರದಲ್ಲಿದ್ದಂತೇ ಬಾವಿಯನ್ನೂ ತೋಡಿದ್ದರು. ಅಷ್ಟೇ ಅಲ್ಲ, ಅಲ್ಲಿಯಂತೆಯೇ ಆವರಣದಲ್ಲಿ ಹುಣಸೆ ಬೇವು ಮರಗಳನ್ನುಕೂಡ ಬೆಳೆಸಲಾಗಿತ್ತು.

ಹಳೆಯ ದೇಸಾಯಿಪುರದ ಕಾರ್ಯಕ್ರಮ ಮುಗಿದ ಮರುದಿನವೇ, ಈಗಿರುವ ಆ ಜೋಡುಲಿಂಗಗಳ ಗುಡಿ ಹಾಗೂ ವಾಡೆಯ ಸಂಗ್ರಹಾಲಯಕ್ಕೆ ಮತ್ತಷ್ಟು ಹಳೆಯ ದೇಸಾಯಿಪುರದ ಆಸ್ತಿಗಳು ಸೇರಿಕೊಂಡವು. ಹಳೆಯ ವಾಡೇದ ಕೆಂಪು ಮುಖದ ಗಣಪತಿ ಮೂರ್ತಿಯನ್ನೂ

ಹೊಸದೇಸಾಯಿಪುರದಲ್ಲಿಯ ಜೋಡುಲಿಂಗಗಳ ದೇವಸ್ಥಾನದಲ್ಲಿಯೇ ಪ್ರತಿಷ್ಠಾಪಿಸಲಾಯಿತು. ಆ ಕಾರ್ಯಕ್ರಮದಲ್ಲಿ ಮತ್ತೆ ಪ್ರಮುಖರೆಲ್ಲರೂ ಒಟ್ಟಾಗಿ ಕಲೆತರು. ಕಾರ್ಯಕ್ರಮ ಮುಗಿದ ನಂತರ, ವೀರಭದ್ರ "ಹುಂ, ನಮ್ಮ ಮನೀಗೆ ಬರ್ರಿ ಎಲ್ಲಾರೂ. ಅನ್ನ ಪ್ರಸಾದಾ ಮಾಡಕೊಂಡ ಬರೀರೆಂತ" ಎಂದು ತನ್ನ ಮನೆಗೆ ಕರೆದೊಯ್ದ. ಗಂಧರ್ವರು ವೀರಭದ್ರನ ಮನೆ ನೋಡಿ "ಅಬಬ" ಎಂದು ಉದ್ಗಾರವೆತ್ತಿದರು. ಕೇಶಪ್ಪ ಆತನ ಸಾಧನೆಯನ್ನು ಅರಹುತ್ತಾ, "ನೋಡ್ರೆಪಾ, ಇವಾ ನೇಕಾರಿಕೆಗೆ ಅಂತ ಇಲ್ಲಿ ಬಂದಾ. ನಿಮಗ ತಿಳದಂಗ, ಹಳೆದೇಸಾಯಿಪುರದಾಗ, ಇವರು ಚೊಲೊ ವ್ಯಾಪಾರಸ್ಥರನ ಆಗಿದ್ರು. ಇಲ್ಲಿಗೆ ಬಂದ ಮತ್ತಷ್ಟ ವಾಡಾಯಿಸಿದರು. ನೇಕಾರ ಸಮಾಜದಾಗ ಹೇಳಕೊಳ್ಳುವಂಗ ಬೆಳದಾ. ತಾನಷ್ಟ ಅಲ್ಲಾ. ಸಮಾಜಾ ಬೆಳಸೀದಾ. ಮತ್ತ ನಮ್ಮ ದೇಸಾಯಿಪುರಾ ನೀರಾಗ ಮುನಗತೈತಿ ಅಂದಾಗ, ಹೊಸಾ ದೇಸಾಯಿಪುರಾ ಕಟ್ಟಾಕ ಸಾಕಷ್ಟ ಶ್ರಮಾಪಟ್ಟಾನಾ. ಸರಕಾರಾ ಹೆದ್ದೂರಿನ ಬಾಜುಕನ ಹೊಸಾದೇಸಾಯಿಪುರಾ ಅಂತ ಕರದು ಮಂದಿಗೆ ನಿವೇಶನ ಹಾಕಿಕೊಟ್ಟತು. ಆದ್ರ ವೀರಭದ್ರಾ ಮಂದಿ ಇಲ್ಲಿ ಬಂದ ಮನೀ ಕಟ್ಟಕೊಳ್ಳಾಕ ಸಾಕಷ್ಟ ಸಹಾಯ ಮಾಡ್ಯಾಣ. ಹಂಗ ಆದಾಲ್ಲಿನ ಅವಗ ದೇವರಾ ಇಷ್ಟೆಲ್ಲಾ ಕೊಟ್ಟಾನಾ..." ಎಂದೆಲ್ಲ ಹೇಳತೊಡಗಿದ. ಮುಂದೆ "ನಮ್ಮ ರಾಮಣ್ಣ ಗೊತ್ತೈತಿ ಇಲ್ಲೊ? ಅವನೂ ಇಲ್ಲಿಗೆ ಬಂದ ಮ್ಯಾಲೆ ಹಳೆದೇಸಾಯಿಪುರಾ ಸುಧಾರಿಸಿದಾ. ಹೊಸಾ ದೇಸಾಯಿಪುರಾ ಹುಟ್ಟುಮುಂದ ಸೈತ ಸಾಕಷ್ಟ ಓಡ್ಯಾಡೆ ಕೆಲಸಾ ಮಾಡ್ಯಾನಾ. ಒಂದು ಹೊಸಾ ಊರು ಹುಟ್ಟೂದು ಅಂದ್ರ ಸುಮ್ಮನ ಅಲ್ಲಾ..." ಎಂದೆಲ್ಲ ರಾಮಣ್ಣ ಕೂಡ ಹೊಸದೇಸಾಯಿಪುರಕ್ಕೆ ಶ್ರಮಿಸಿದ ಪರಿಯನ್ನು ಸಾರಿ ಸಾರಿ ಹೇಳತೊಡಗಿದ.

ಕಾಶಪ್ಪ ಹೇಳಿದಂತೆ ವೀರಭದ್ರ ನೀರಾವರಿ ಯೋಜನೆ ಜಾರಿಗೆ ಬರುವ ಮೊದಲು ಹಾಗೂ ಹೊಸದೇಸಾಯಿಪುರ ಹುಟ್ಟುವ ಮೊದಲೇ ಹೆದ್ದೂರಿನ ಹೊಸಬಡಾವಣೆಯಲ್ಲಿ ಅಂದರೆ ಈಗಿರುವ ಹೊಸದೇಸಾಯಿಪುರದಲ್ಲಿಯೇ ನೇಕಾರಿಕೆಗಾಗಿ ಹೋದವ ಅಲ್ಲಿಯೇ ಮನೆಕಟ್ಟಿ ನೆಲೆನಿಂತಿದ್ದ. ಹಾಗಾಗಿ ನಂತರ ಬಂದ ಜನರಿಗೆ ಆಶ್ರಯದಾತನಾಗಿದ್ದ. ಒಟ್ಟಿನಲ್ಲಿ ಹೊಸದೇಸಾಯಿಪುರಕ್ಕೆ ಹೆಮ್ಮರದ ನೆರಳಾದ.

ಬುದ್ಧವ್ವ ಭಾರತಿದೇವಿ ಈ ಮೊದಲು ವೀರಭದ್ರನ ಮನೆಗೆ ಬಂದು ಹೋಗಿದ್ದರು. ಈಗ ಮತ್ತಷ್ಟು ಮನೆ ಹಾಗೂ ಮಗ್ಗಗಳ ಕಾರ್ಖಾನೆ ಬೆಳೆದಿದ್ದುದನ್ನು ಕಂಡು ಹರ್ಷಪಟ್ಟರು. ಆತನ ಮನೆಯಿಂದ ಪ್ರಮುಖರೆಲ್ಲರೂ ಹೊಸದೇಸಾಯಿಪುರದ ಮನೆ ಮನೆಗೆ ಭೇಟಿ ನೀಡಿ ಅವರೆಲ್ಲರೂ ಈಗ ಆರಾಮವಾಗಿ ನೆಲೆನಿಂತಿದ್ದನ್ನು ಗಮನಿಸಿ ಬುದ್ಧವ್ವಳಂತೂ ನೆಮ್ಮದಿಯ ನಿಟ್ಟುಸಿರು ಬಿಟ್ಟಳು. ಹಳೆಯ ದೇಸಾಯಿಪುರದ ಇನ್ನೂ ಹತ್ತು ಹನ್ನೆರಡು

ಮನೆತನಗಳು ಸಂಪೂರ್ಣ ಮನೆಬಿಟ್ಟು ಬಂದಿರಲಿಲ್ಲ. ಅಂತವರಿಗೂ ಕೂಡ ಈಗ ನೆಲೆ ಒದಗಿಸಲಾಗಿತ್ತು. ಅಂತವರು ಈಗ ನೆಲೆ ಕಂಡದ್ದು ಬುದ್ಧವ್ವಳಿಗೆ ಮತ್ತಷ್ಟು ನೆಮ್ಮದಿ ಎನ್ನಿಸಿತು. ಒಟ್ಟಿನಲ್ಲಿ ಹಳೆಯ ದೇಸಾಯಿಪುರದಂತೇ ಹೊಸ ದೇಸಾಯಿಪುರದಲ್ಲಿಯೂ ಎಲ್ಲ ಜನರೂ ಸಹೋದರರಂತೇ ಒಗ್ಗಟ್ಟಾಗಿ ಬಾಳುತ್ತಿರುವುದು ಸಾಕಷ್ಟು ಸಂತಸವನ್ನು ನೀಡಿತು.

** ** **

ಬುದ್ಧವ್ವ ಊರು ಕಿತ್ತುಹೋದಾಗ, ಸಾಕಷ್ಟು ಪ್ರಲಾಪಿಸಿದ್ದಳು. ಜನರಿಗೆ ಧೈರ್ಯತುಂಬುತ್ತಿದ್ದಳಾದರೂ ತಾನು ಮಾತ್ರ ಕೊರಗುತ್ತಿದ್ದಳು. ಹಾಗೆ ನೋಡಿದರೆ, ಊರು ಬಿಡುವುದು ಆಕೆಗೆ ಇಷ್ಟವಿರಲಿಲ್ಲ. ಆದರೆ ಲಕ್ಷಾಂತರ ಜನರ ಬದುಕು ಆ ಯೋಜನೆಯಿಂದ ಬೆಳಗುವುದೆಂದು ತಿಳಿದಾಗ, ಮಾತ್ರ ತಾವು ತಮ್ಮ ಊರನ್ನು ತ್ಯಾಗ ಮಾಡುವುದು ಒಂದು ಒಳ್ಳೆಯ ಕಾರ್ಯಕ್ಕೆ ಎಂಬುದನ್ನರಿತು ಸುಮ್ಮನಿರಬೇಕಾಯಿತು. ಆದರೆ ಒಳಗೊಳಗೇ ಅಪಾರವಾದ ನೋವು ಸಂಕಟಗಳು ಆಕೆಯನ್ನು ಮಾನಸಿಕವಾಗಿಯೂ ದೈಹಿಕವಾಗಿಯೂ ಕುಗ್ಗಿಸಿದ್ದವು.

ಊರು ಬಿಡುವುದು ಹತ್ತಿರ ಬಂದಂತೇ ಬುದ್ಧವ್ವ ಮಾನಸಿಕವಾಗಿ ಕೃಶಳಾಗುತ್ತಲೇ ಸಾಗಿದಳು. ಅಂತಿಮವಾಗಿ ಸಾಕಷ್ಟು ಜನರನ್ನು ಪೊರೆದ ಭಾರತಿಗೆ ಒಂದು ಸನ್ಮಾನ ಮಾಡುವ ಆಸೆಹೊತ್ತಿದ್ದಳು. ಅದನ್ನೂ ಕೂಡ ಅಂತಿಮ ಕಾರ್ಯಕ್ರಮದಲ್ಲಿ ತೀರಿಸಿಕೊಂಡಳು. ಊರಿನ ಜನರೆಲ್ಲ ಅಣ್ಣತಮ್ಮಂದಿರಂತೆ ಬಾಳಿಬದುಕುವ ಮಂತ್ರವನ್ನೂ ಕೂಡ ಹೇಳಿಯಾಗಿದೆ. ಹಾಗೇ ತನ್ನ ಊರ ಜನರ ಹಿತ ಕಾಯುವುದು ಊರಿಗೇ ಹಿರಿಯಳಾದ ತನ್ನ ಧರ್ಮ. ಹಾಗಾಗಿ ಇಡೀ ಊರನ್ನೇ ಮತ್ತೊಂದು ಕಡೆಗೆ ಸ್ಥಳಾಂತರಿಸಿದ ನೆಮ್ಮದಿ ಕೂಡ ಹುಟ್ಟಿಕೊಂಡಿತು. ತನ್ನ ಜವಾಬ್ದಾರಿ ತೀರಿದ ನಂತರ ಒಂದು ಬಗೆಯಲ್ಲಿ ಆಕೆ ಈಗ ಸಂತೃಪ್ತಳು. ಹೆಗಲ ಮೇಲಿನ ಭಾರ ಇಳಿದಂತಹ ಅನುಭವವಾಗಿ ಮತ್ತೊಂದು ಬಾರಿ ನೆಮ್ಮದಿಯ ನಿಟ್ಟುಸಿರು ಬಿಟ್ಟಳು.

ಬುದ್ಧವ್ವ ಸಾಮಾನ್ಯ ಹೆಣ್ಣುಮಗಳಲ್ಲ. ಭೋಗವಿಲ್ಲದ ಯೋಗಿ, ವೈರಾಗಿ ಸದಾ ಮತ್ತೊಬ್ಬರ ಹಿತಕ್ಕಾಗಿ ದುಡಿಯುವ ಸಾಧು ಸಂತಳು. ಬದುಕಿನ ಮರ್ಮವನ್ನು ಅರಿತ ಮಹಾತ್ಮಳು. ತನ್ನ ದೇಹ ತ್ಯಾಗದ ಅರಿವೂ ಕೂಡ ಆಕೆಗೆ ಮೂಡಿದೆ. ಹಾಗಾಗಿ ತನ್ನ ಜವಾಬ್ದಾರಿಗಳನ್ನೆಲ್ಲ ಬೇಗ ಬೇಗ ಮುಗಿಸಿಬಿಟ್ಟಳು.

ಹಳೆಯ ದೇಸಾಯಿಪುರದಲ್ಲಿ ಕಾರ್ಯಕ್ರಮ ಮುಗಿದು ಹೊಸ ದೇಸಾಯಿಪುರದ ವೀಕ್ಷಣೆಯೂ ಮುಗಿದ ಮೂರು ದಿನಗಳಲ್ಲಿ ಬುದ್ದವ್ವ ಕೊನೆಯುಸಿರೆಳೆದಳು. ಭಾರತಿದೇವಿ, ಬುದ್ಧವ್ವಳನ್ನು ಊರು ಬಿಟ್ಟು ಬರುವಂತೆ

ಮೇಲಿಂದ ಮೇಲೆ ಒತ್ತಾಯಿಸುತ್ತಲೇ ಇದ್ದಳು. ಹಾಗೆ ಆಕೆಗೆ ಚಂದೂರಿನಲ್ಲಿಯೆ ತನ್ನ ಮನೆಯಲ್ಲಿ ಇಲ್ಲದಿದ್ದರೆ ಆಕೆಗೆಂದೇ ಬೇರೆ ಮನೆ ಮಾಡಿಕೊಡುವುದಾಗಿ ಒತ್ತಾಯಿಸಿದ್ದಳು. ಆದರೆ, ಬುದ್ಧವ್ವ ತಾನು ಆಕೆಯ ಮನೆಯಲ್ಲಿಯೇ ಇರುವುದಾಗಿ ಹೇಳಿದಾಗ, ಆಕೆಯ ಬರುವನ್ನು ಭಾರತಿ ಕಾಯ್ದಳು. ಕಾಯುತ್ತಲೇ ಹೋದಳು. ಬುದ್ಧವ್ವಳನ್ನು ಕರೆದಾಗಲೊಮ್ಮೆ ತನ್ನ ಜವಾಬ್ದಾರಿಗಳು ಮುಗಿಯಲಿ ಎನ್ನುತ್ತಿದ್ದಳು. ಅಂತಿಮವಾಗಿ ಎಲ್ಲ ಕಾರ್ಯಕ್ರಮಗಳು ಮುಗಿದ ನಂತರವೂ ಇಂದು ನಾಳೆ ಎನ್ನುತ್ತಲೇ ಬಂದಳು.

ಆ ದಿನ ಬೆಳಿಗ್ಗೆ ಬುದ್ಧವ್ವಳ ಸದ್ದು ಇಲ್ಲದೇ ಹೋದಾಗ, ಆಕೆಯನ್ನು ನೋಡಿಕೊಳ್ಳಲು ಆಕೆಯ ಮನೆಯಲ್ಲಿಯೇ ಇದ್ದ ಸಂಕವ್ವ, ಆಕೆಯ ರೂಮಿನ ಬಾಗಿಲು ತೆರೆದು "ಚಿಗವ್ವಾ ಏ ಬುದ್ಧವ್ವ ಚಿಗವ್ವಾ" ಎಂದು ಎಬ್ಬಿಸಲು ಹೋದಾಗ ಮಂಚದ ಮೇಲೆ ನಿಶ್ಚಿಂತೆಯಾಗಿ ಮಲಗಿದಂತೆ ತೋರಿದಳು. ಎರಡು ಮೂರು ಬಾರಿ ಕೂಗಿ ಕರೆದಾಗಲೂ ಕಣ್ಣು ತೆರೆಯದ ಬುದ್ಧವ್ವಳ ಮೈ ಮುಟ್ಟಿ "ಚಿಗವ್ವಾ ಏ ಚಿಗವ್ವಾ" ಎಂದು ಅಲುಗಾಡಿಸಿದಾಗ, ತಣ್ಣಗೆ ತಗುಲಿದ ಚರ್ಮದಿಂದಾಗಿ ಬೆಚ್ಚಿ ಭಯಭೀತಳಾಗಿ ಸಂಕವ್ವಾ "ಚಿಗವ್ವಾ" ಎಂದು ಚೀರಿದಳು.

ದೇಸಾಯಿಪುರದಲ್ಲಿ ಬುದ್ಧವ್ವಳ ಅಂತಿಮ ಮೆರವಣಿಗೆ ಹೊರಟಿತು. ಬುದ್ಧವ್ವಳ ಅಂತಿಮ ಮಾತ್ರವಲ್ಲ ಅದು ಆ ಊರಿನ ಅಂತಿಮ ಮೆರವಣಿಗೆಯೂ ಹೌದು. ಆ ಮೆರವಣಿಗೆ ಊರು ತುಂಬಾ ಸಾಗಿ ಅಂತಿಮವಾಗಿ ಸ್ಮಶಾನ ಸೇರಿದಾಗ, ಒಂದು ದೊಡ್ಡ ಲಾರಿ ತುಂಬಾ ಹೂವಿನ ಹಾರಗಳು ಒಗ್ಗೂಡಿ ಆಕೆಯ ಶವಕ್ಕೆ ಅರ್ಪಿತವಾಗಿದ್ದವು. ಭಾರತಿದೇವಿ ಆಕೆಯ ಸಾವಿನಿಂದ ಜರ್ಜರಿತಳಾದಳು. ಗಂಧರ್ವರು, ಸುತ್ತಮುತ್ತಲಿನ ಗಣ್ಯಾತಿಗಣ್ಯರು ಬುದ್ಧವ್ವಳ ಅಂತಿಮ ಯಾತ್ರೆಯಲ್ಲಿ ಭಾಗಿಯಾದರು. ಮುಳುಗಡೆಯಾಗಲಿರುವ ಊರಿನಲ್ಲಿ ಬುದ್ಧವ್ವ ಲೀನವಾದಳು. ಆದರೆ ಆಕೆಯ ಪ್ರಭಾವ ಮಾತ್ರ ಅಜರಾಮರವಾಯಿತು.

ಹಳೆಯ ದೇಸಾಯಿಪುರದ ಜನರು ಅಷ್ಟೇ ಅಲ್ಲ, ಅಲ್ಲಿಯ ಮನೆ, ಗುಡಿ ಗುಂಡಾರಗಳೆಲ್ಲ ಖಾಲಿಯಾಗಿ ಬಿಕೋ ಎನ್ನುತ್ತಿತ್ತು. ಸಾಮಾನ್ಯವಾಗಿ ಎಲ್ಲರೂ ತಮ್ಮ ಮನೆಗಳ ಕಿಟಕಿ ಬಾಗಿಲುಗಳನ್ನು ಕೂಡ ಕಿತ್ತುಕೊಂಡು ಹೋಗಿದ್ದರು. ಹೀಗಾಗಿ ಎಲ್ಲ ಕಡೆಗೂ ಅರ್ಧಂಬರ್ಧ ಬಿದ್ದ ಮನೆಗಳು. ಕಲ್ಲು ಮಣ್ಣು ಧೂಳು ಒಟ್ಟಿನಲ್ಲಿ ಹಾಳೂರು ಆಗಿ ಹೋಯಿತು. ಜನರು ತಮ್ಮೊಂದಿಗೆ ದನಕರುಗಳನ್ನೂ ನಾಯಿ ಬೆಕ್ಕುಗಳನ್ನೂ ಕೂಡ ತೆಗೆದುಕೊಂಡು ಹೋದರು. ಆದರೆ ಪಾಪ ಬೀದಿ ನಾಯಿಗಳು ಮಾತ್ರ ಆ ಅರ್ಧಂಬರ್ಧ ಬಿದ್ದ ಮನೆಗಳಲ್ಲೆಲ್ಲಾ ಓಡಾಡಿ ಜನರಿಗಾಗಿ ಮತ್ತು ತಮ್ಮ ಆಹಾರಕ್ಕಾಗಿ ಹುಡುಕಾಡತೊಡಗಿ ಯಾವ ಮನೆಯಲ್ಲಿಯೂ ಒಂದು ನರಪಿಳ್ಳೆಯೂ ಕಾಣಿಸದೇ ಕಂಗಾಲಾದವು. ಹಾಗೆ ಹುಡುಕಿ ಹುಡುಕಿ ಜೋರಾಗಿ "ಬೌ ಬೌ" ಎಂದು ಅಳತೊಡಗಿದವು. ಈ

ಊರಿಗೆ ಏನಾಯಿತೆಂದು ಪ್ರಲಾಪಿಸಿದವು. ಕೊನೆಗೆ ಅವು ಕೂಡ ಕಾಲಕಿತ್ತವು. ಎಲ್ಲಿದ್ದವೋ ಎಲ್ಲಿಲ್ಲವೋ ವಿಷಜಂತುಗಳಾದ ಹಾವು ಚೇಳುಗಳು ಹಾಳು ಮನೆಗಳಲ್ಲಿ ವಾಸಮಾಡತೊಡಗಿದವು. ಮುಂದೊಂದು ದಿನ ಆ ಹಾಳೂರು ನೀರುಪಾಲಾಯಿತು.

ದೇಸಾಯಿಪುರ ನೀರುಪಾಲಾದ ನಂತರ, ಭಾರತಿದೇವಿ ದೇಸಾಯಿಪುರದ ಎತ್ತರಪ್ರದೇಶದಲ್ಲಿ ಬುದ್ಧವ್ವಳ ಸ್ಮರಣಾರ್ಥವಾಗಿ ಮಂಟಪವೊಂದನ್ನು ಕಟ್ಟಿಸಿದಳು. ಹಾಗೆ ನೋಡಿದರೆ ಬುದ್ಧವ್ವ ದೇಸಾಯಿಪುರದ ಸಾಂಸ್ಕೃತಿಯ ಸಂಕೇತವಾಗಿದ್ದಳು. ಆಕೆಯ ಸ್ಮರಣಾರ್ಥವಾಗಿ ಹುಟ್ಟಿಕೊಂಡ ಭವನ ದೇಸಾಯಿಪುರದ ಸಾಮ್ರಾಜ್ಯ ಸಂಸ್ಕೃತಿ ಗತವೈಭವವನ್ನು ಸಾರುವಂತಿತ್ತು.

ಅಧ್ಯಾಯ-12

ಇಲ್ಲಿಯವರೆಗಿನ ಕತೆ ಕೇಳಿ ದಂಗಾದ ಲಕ್ಷ್ಮಣ ಮೊದಲು ಆಶ್ರಮ ನೋಡಲು ಅವಸರಿಸಿದ. ಆದರೆ ಅಷ್ಟೊತ್ತಿಗಾಗಲೇ ಕತ್ತಲಾಗಿದ್ದರಿಂದ ಮರುದಿನವೇ ಹೋಗುವುದೆಂದು ನಿರ್ಧರಿಸಿದರು.

ಲಕ್ಷ್ಮಣನಿಗೆ ರಾತ್ರಿ ಏನು ಮಾಡಿದರೂ ನಿದ್ರೆ ಹತ್ತುತ್ತಲೇ ಇಲ್ಲ. ತಾನು ಏನು ಊಹೆ ಮಾಡಿದ್ದನೋ ಅದು ಯಾವುದೂ ಇಲ್ಲ. ಬದಲಾಗಿ ಏನೆಲ್ಲ ಆಗಿ ಹೋಗಿದೆ. ಏನೇ ಆದರೂ ತಾನು ತನ್ನ ಹಣಗಳಿಕೆಯ ಉತ್ಸಾಹದಲ್ಲಿ ಬಂಧು ಮಿತ್ರರನ್ನು ಮರೆಯಬಾರದಿತ್ತು. ತಾನಷ್ಟೇ ಬಲು ಶ್ರೇಷ್ಠ, ಇತರರು ಇನ್ನೂ ಕೆಳಗಡೆಯೇ ಇದ್ದಾರೆ ಎನ್ನುವ ಭ್ರಮೆಯ ಪೊರೆ ಹರಿದು ಆತನ ಹತ್ತಿರದವರು ಊಹೆಗೂ ನಿಲುಕದ ಸ್ಥಾನದಲ್ಲಿ ನಿಂತಿದ್ದವರನ್ನು ನೋಡಿ ನಲುಗಿಹೋದ, ಪಶ್ಚಾತ್ತಾಪಪಟ್ಟ. ಏನೆಲ್ಲ ಅಂದುಕೊಂಡು ಬಂದಿದ್ದ ಆದರೆ ಯಾವುದೂ ಹಾಗಾಗಿರಲಿಲ್ಲ. ಮುಖ್ಯವಾಗಿ ಆತನ ಕನಸಿನ ಊರೇ ಮಾಯ!

ಒಂದರ ನಂತರ ಒಂದು ಆಲೋಚನೆಗಳ ಮಡುವಿನಲ್ಲಿ ಬಿದ್ದು ಹೊರಳಾಡಿದ. ಆ ಹೊರಳಾಟ ನರಳಾಟದಲ್ಲಿ ನಿದ್ದೆ ಯಾವಾಗ ಬಂದಿತ್ತೋ ಗೊತ್ತಾಗಲೇ ಇಲ್ಲ.

ಲಕ್ಷ್ಮಣ ಬೆಳಿಗ್ಗೆ ಏಳುತ್ತಲೇ ಲಗುಬಗೆಯಿಂದ ಸ್ನಾನ ಮಾಡಿ ತಯಾರಾಗಿ ನಿಂತ. ಹಾಗೇ ಆತನಿಗಿಂತಲೂ ಆತುರವಾಗಿ ಮಹಾದೇವಿ ತಯಾರಾಗಿ "ಹುಂ, ಬಾ ಯಣ್ಣಾ ಹೋಗೂಣ" ಎಂದು ಕರೆದುಕೊಂಡು ಹೋದಳು. ಮೊದಲಿದ್ದ ಆ ತೋಟದ ಮನೆ ಸಂಪೂರ್ಣ ಬದಲಾಗಿ ಹೋಗಿ ಲಕ್ಷ್ಮಣನಿಗೆ ಗುರುತೇ ಸಿಗದಂತಾಗಿತ್ತು. ಆ ತೋಟದಲ್ಲಿಯೇ 'ಆನಂದಾಶ್ರಮ' ಎಂಬ ವಿಶಾಲವಾದ ಕಟ್ಟಡವೊಂದು ಕಂಗೊಳಿಸುತ್ತಿರುವುದನ್ನು ಕಂಡು ಇದೇ

ಆಶ್ರಮವಿರಬಹುದೆಂದುಕೊಂಡ. ಮೊದಲು, ಮಹಾದೇವಿ, ನೇರವಾಗಿ ತೋಟದ ಮನೆಗೆ ಕರೆದೊಯ್ದಳು. ಅಲ್ಲಿ ಬರೀ ಆಳುಕಾಳುಗಳೇ ಕಾಣಿಸಿದರು. ತೋಟದ ಮನೆಯ ಪಕ್ಕದಲ್ಲಿಯೇ ಮತ್ತೊಂದು ಮನೆ. ಆ ಮನೆಗೆ ಕರೆದೊಯ್ದು "ಗಂಗಾ ಹೇ ಗಂಗಾ, ಯಾರ ಬಂದಾರ ನೋಡಿಲ್ಲೆ ಎಂದಾಗ, ಅಡುಗೆ ಮನೆಯಲ್ಲಿ ಏನೋ ಮಾಡುತ್ತಿದ್ದ ಗಂಗೆ, ಅಚ್ಚರಿಯಿಂದ ತಾಯಿಯೊಂದಿಗೆ ಬಂದ ವ್ಯಕ್ತಿಯನ್ನು ನೋಡಿದಳು. ಆಕೆಯೊಂದಿಗೆ ಆಕೆಯ ಎತ್ತರವನ್ನು ಮೀರಿ ಬೆಳೆದ ಮಗಳು ಮಹೋನ್ನತಿಯೂ ಆ ಅಪರಿಚಿತನನ್ನು ನೋಡತೊಡಗಿದಳು. ಮಹಾದೇವಿ ಪರಸ್ಪರ ಪರಿಚಯಿಸಿದಾಗ, ಗಂಗೆ ಹಾಗೂ ಮಹೋನ್ನತಿ ಆತನ ಕಾಲಿಗೆರಗಿದರು.

ಮಹಾದೇವಿ ಸಂಭ್ರಮದಿಂದ ಎಲ್ಲ ಕಡೆಗೂ ಓಡಾಡಿ, ಎಲ್ಲ ಸ್ಥಳಗಳನ್ನೂ ತೋರಿಸತೊಡಗಿದಳು. ಬಾವಿಯ ಪಕ್ಕದ ಮಂಟಪಕ್ಕೆ ಕರೆದೊಯ್ಯುತ್ತಲೇ ತಂದೆ-ತಾಯಿಯರ ಫೋಟೋ ಹಾಗೂ ಅತ್ತೆ-ಮಾವರ ಫೋಟೋ ನೋಡಿ ಉದ್ವೇಗಕ್ಕೊಳಗಾದ. ಅದರಲ್ಲಿಯೂ ತಾಯಿಯ ಫೋಟೋದ ಮುಂದೆ ನಿಂತು ಕಂಬನಿಮಿಡಿದ. ಮುಂದೆ ಆನಂದಾಶ್ರಮದ ಒಳಹೊಕ್ಕಾಗ, ಅಲ್ಲಿನ ಶಿಸ್ತುಬದ್ಧ ಊಟದ ಹಾಲು, ಅಡುಗೆ ಮನೆ ಹಾಗೂ ಮೂರ್ನಾಲ್ಕು ದೊಡ್ಡ ಕೋಣೆಗಳನ್ನು ಹೊಂದಿದ ಆಶ್ರಮದ ಕಟ್ಟಡ ಆತನ ಗಮನಸೆಳೆಯಿತು.

ಆತ ಎಲ್ಲವನ್ನೂ ನೋಡುತ್ತಲೇ ಇದ್ದ. ಆದರೆ ಆತ ಕಾಣಲು ಬಯಸುತ್ತಿದ್ದ ಭಾರತಿಯಾಗಲಿ, ರಾಮಣ್ಣನಾಗಲಿ ಕಾಣಿಸದೇ ನಿರಾಸೆ ಹುಟ್ಟಿಕೊಂಡಿತು. ತಂಗಿಯನ್ನು ಅವರು ಎಲ್ಲಿ ಎಂದು ಕೇಳಲೂ ಆಗದೇ ಸುಮ್ಮನಿರಲೂ ಆಗದೇ ಚಡಪಡಿಸಿದ. ಆದರೆ ಮಹಾದೇವಿ ಮಾತ್ರ ಒಳ್ಳೆಯ ಉತ್ಸಾಹದಿಂದ "ಹುಂ ಇದ ನೋಡಪಾ ಆಶ್ರಮಾ" "ಇದ ನೋಡ ಇದು ನೀವು ಈಜಾಡತಿದ್ರೆಲಾ ಅದ ನೀರಲ ಕೆರಿ. ಇದನ್ನ ಇಷ್ಟ ಚೆಂದಂಗೆ ನಮ್ಮ ರಾಮಣ್ಣನ ಮಾಡ್ಯಾಣಾ" ಎಂದೆಲ್ಲ ಅಷ್ಟೊತ್ತಿನವರೆಗೂ ಒಂದೇ ಸವನೇ ಮಾತನಾಡುತ್ತಿದ್ದಳು. ಆತ ಮಾತನಾಡಿದ್ದಕ್ಕೆಲ್ಲ "ಹೌದಾ?" "ಹುಂ" "ಹಾಂ" ಎಂದು ನೀರಸವಾಗಿಯೇ ಉತ್ತರಿಸುತ್ತಿದ್ದ ಅಣ್ಣನನ್ನು ಕೊನೆಗೂ ಅರ್ಥೈಸಿಕೊಂಡ ಆಕೆ "ಅಯ್ಯ ವೈಣಿ ಮತ್ತ ರಾಮಣ್ಣಾ ಅದೆಲ್ಲೆ ಕಾರ್ಯಕ್ರಮಕ್ಕ ಭಾಷಣ ಮಾಡಾಕ ಹೋಗ್ಯಾರಾ. ತಂಗಿ ಅದೆಲ್ಲೆ ಅಂತ ಹೇಳಿರಲ್ಲಾ" ಎಂದು ಮಗಳನ್ನುದ್ದೇಶಿಸಿ ಕೇಳಿದಾಗ, ಗಂಗೆ "ಹುಂ, ಅವರು ಮೈಸೂರ ಹತ್ತರ ಒಂದು ಮಠಕ್ಕ ಹೋಗ್ಯಾರಾ. ಅವರು ಬರೂದು ಎರಡ ಮೂರ ದಿನಾನ ಆಕೈತಿ" ಎಂದಾಗ, ಲಕ್ಷ್ಮಣನಲ್ಲಿ ಮತ್ತಷ್ಟು ನಿರಾಶೆ ಹುಟ್ಟಿಕೊಂಡಿತು.

ತನ್ನ ದೊಡ್ಡ ಮಾವ ಬಂದಿದ್ದು ಗಂಗೆ ಹಾಗೂ ಆಕೆಯ ಮಗಳು ಮಹೋನ್ನತಿಗೆ ಸಾಕಷ್ಟು ಸಂತಸ ನೀಡಿತ್ತು. ಮಹಾದೇವಿಯನ್ನಂತೂ

ಹಿಡಿಯುವವರೇ ಇಲ್ಲ ಎಂಬಂತಾಗಿತ್ತು. ಗಂಗೆ ತಾಯಿಯ ಸಹಾಯದಿಂದ ಬಗೆ ಬಗೆಯ ಭಕ್ಷ್ಯಗಳನ್ನು ಮಾಡಿ ಬಡಿಸಿದಳು. ಆದರೂ ಯಾಕೋ ಲಕ್ಷ್ಮಣ ಮಾತ್ರ ವ್ಯಾಕುಲನಾಗಿಯೇ ಇದ್ದ.

ಮಹಾದೇವಿಯ ಮನೆಗೆ ಬಂದ ನಂತರವೂ ಬದಲಾಗಲಿಲ್ಲ. ಸಾಲದ್ದಕ್ಕೆ ಮತ್ತೆ ಹೊಸ ದೇಸಾಯಿಪುರಕ್ಕೆ ಆ ದಿನವೇ ಮರುಳುವೆನೆಂದವನನ್ನು ಮಹಾದೇವಿ ತಡೆದು ಮತ್ತೊಂದು ದಿನ ತನ್ನಲ್ಲಿಯೇ ಉಳಿಸಿಕೊಂಡು ನಂತರ ಅದೂ ಕೂಡ ಆತನಿಂದ ಆತ ಮತ್ತೊಮ್ಮೆ ಮರಳಿ ಬರುವೆನೆಂಬ ಮಾತನ್ನು ನೀಡಿದ ಮೇಲಷ್ಟೇ ಕಳುಹಿಸಿಕೊಟ್ಟಳು.

ವೀರಭದ್ರನ ಮನೆಗೆ ಬಂದ ನಂತರ, ಗೆಳೆಯ ಲಕ್ಷ್ಮಣ ಯಾಕೋ ಮೊದಲಿನಂತೆ ಗೆಲುವಾಗಿಲ್ಲ ಎನ್ನಿಸಿತು. ವೀರಭದ್ರ "ಯಾಕಪಾ ಎಲ್ಲಾರೂ ಭೆಟ್ಟಿ ಆದ್ರನ ಇಲ್ಲೊ?" ಎಂದು ಕೌತುಕದಿಂದ ಕೇಳಿದಾಗ, "ಹುಂ" ಎಂದಷ್ಟೇ ನುಡಿದವನನ್ನು ಮುಂದೆ ಏನನ್ನೂ ಕೇಳಲಾಗಲಿಲ್ಲ.

ಅದೇಕೋ ಲಕ್ಷ್ಮಣ ಮತ್ತೊಮ್ಮೆ ಹಳೆಯ ದೇಸಾಯಿಪುರಕ್ಕೆ ಹೋಗೋಣವೆಂದಾಗ, ವೀರಭದ್ರ ಆತನೊಂದಿಗೆ ತಯಾರಾಗಿ ನಡೆದ. ಲಕ್ಷ್ಮಣ ಕಳೆದ ಒಂದು ವಾರದ ಹಿಂದೆಯಷ್ಟೇ ಒಬ್ಬನೇ ಬಂದು ಎಲ್ಲವನ್ನೂ ಹುಡುಕುತ್ತ ಅಲೆದಾಡಿ ಬಂದಿದ್ದ. ಮತ್ತೆ ಈಗ ಅದೇ ಜಾಗಕ್ಕೆ ಗೆಳೆಯನೊಂದಿಗೆ ಬಂದಿದ್ದ.

ಆ ಹಾಳೂರು ಹಳೆಯ ದೇಸಾಯಿಪುರದ ನದಿಯ ಈಚೆ ದಡದಲ್ಲಿ ಸ್ನೇಹಿತರಿಬ್ಬರೂ, ಒಂದು ಒಳ್ಳೆಯ ಜಾಗದಲ್ಲಿ ಆರಾಮವಾಗಿ ಕುಳಿತುಕೊಂಡು, ಆ ನೀರು ತನ್ನ ಒಡಲೊಳಗೆ ಏನೆಲ್ಲ ಸೇರಿಸಿಕೊಂಡಿದೆ ಎಂದೆಲ್ಲ ಚರ್ಚಿಸತೊಡಗಿದರು. ಹಾಗೇ ಮುಂದೆ ಬೇಸಿಗೆಕಾಲವಾಗಿದ್ದರಿಂದ ಊರಿನ ಅರ್ಧಕ್ಕೂ ಹೆಚ್ಚು ಭಾಗ, ನೀರಿನಿಂದ ಮುಕ್ತವಾಗಿತ್ತು. ಹಾಗಾಗಿ ಸಾಕಷ್ಟು ಮನೆಗಳ ಕುರುಹುಗಳಾಗಿ ಕಲ್ಲು ಮಣ್ಣು ಹಾಗೂ ಹೆಂಚುಗಳು ಕಾಣಿಸುತ್ತಿದ್ದವು. ಅದು ಅವರ ಮನೆ, ಇದು ಇವರ ಮನೆ, ಎಂದು ಗುರುತಿಸುತ್ತ ಅಲ್ಲೆಲ್ಲ ಓಡಾಡತೊಡಗಿದರು. ವೀರಭದ್ರ ನದಿಯ ಆಚೆ ಇರುವ ಅಳಿದುಳಿದ ಹನುಮಂತನ ದೇವಸ್ಥಾನವನ್ನು ತೋರಿಸುತ್ತ, "ನೋಡಪಾ, ಹನುಮಂತನ ಗುಡಿ ನಿಮ್ಮ ರಾಮಣ್ಣ ಮೊದಲ ಆ ಹನಮಂತನ ಗುಡಿಯಾಗ ಬಂದ ಇದ್ದಾ. ನಾವಂತೂ ಯಾರಪಾ ಅವಾ ಅಂತ ಅನ್ನಕೊಂಡಿದ್ವಿ" ಎಂದೆಲ್ಲ ಹೇಳಿದ.

ಮತ್ತೆ ಆ ನದಿಯಾಚಿಗಿನ ಎತ್ತರದ ಜಾಗ ತೋರಿಸುತ್ತ, "ನೋಡಲ್ಲೆ ಎತ್ತರದಾಗ ಗುಡಿಗತೆ ಐತೆಲ ಅದು ಬುದ್ಧವ್ವನ ಗುಡಿ" ಎಂದು ತೋರಿಸಿದಾಗ, "ಹುಂ ಹೌದು. ನಾ ಮೊನ್ನೆ ಹೋಗಿದ್ದೆನಲ್ಲಾ ಎಲ್ಲಾ ನೋಡಿನಿ. ಅದಿರಲಿ ಆ ಕರಡಿಪಡಿ?" ಎಂದು ಕೇಳಿದ. ಓ! ಅದಾ, ಇತ್ತಾಗ ಐತಿನೋಡ. ಊರು

ಮುನಗಿದ ಮ್ಯಾಲೆ ಅಲ್ಲೆ ಯಾರ ಓಡಾಟ ಇಲ್ಲದಂಗ ಆತು. ಮೊದಲ ಆದ್ರ ದನಾಕಾಯುವಾರು, ಕುರಿಕಾಯುವಾರು ಅಲ್ಲೆ ಓಡಾಡತಿದ್ರ. ದನಾ ಕುರಿ ಹುಲ್ಲು ಗಿಡಾಗಂಟಿ ಮೇಯತಿದ್ವು, ಅಷ್ಟ ಅಲ್ಲಾ, ಕಟ್ಟಿಗಿ ಮಾರುವಾರು ಗುಡ್ಡದ ಮ್ಯಾಲಿನ ಗಿಡಾ ಮರಾ ಎಲ್ಲಾನೂ ಕಡದ ಮಾರತಿದ್ರು. ಹಂಗಾಗಿ ಅಲ್ಲೆ ಹತ್ತಾಕ ಬರತಿತ್ತು. ಈಗ ಅಲ್ಲೆ ಮನಷ್ಯಾರ ಸುಳಿವ ಇಲ್ಲಾ. ಹಂಗಾಗಿ ಆ ಗುಡ್ಡಾ ಹತ್ತಾಕ ಬರೂದಿಲ್ಲಾ. ನಾ ಅಂತೂ ಹೋಗಿಲ್ಲಾ ಆದ್ರ ಕರಡಿಪಡಿ ಈಗ ಕಾಡಿನ್ಯಾಗ ಮುಚ್ಚಿಹೋಗೇತಿ ಅನ್ನು ಸುದ್ದಿ ಕೇಳಿನಿ" ಎಂದ ಮೇಲೆ ಲಕ್ಷ್ಮಣನ ಉತ್ಸಾಹವೇ ಅಡಗಿದಂತಾಯಿತು. ಅಷ್ಟು ದೂರದಿಂದಲೇ ಆತ ಅದನ್ನು ವೀಕ್ಷಿಸಿದಾಗ, ಆತನಿಗೂ ಕೂಡ ಹೌದು ಅದು ದಟ್ಟವಾದ ಕಾಡು ಎನ್ನಿಸಿತು. ಬೆಟ್ಟ ಹತ್ತಿ ಹೋಗಿ ಆ ಕರಡಿಪಡಿಯನ್ನು ನೋಡುವ ಆಶೆಗೆ ನೀರೆರಚಿದಂತಾಯಿತು. ಆದರೂ ಕೂಡ "ಹಂಗಾರ ನಮಗ ಹೋಗಾಕ ಆಗೂದನ ಇಲ್ಲಾ?" ಎಂದು ಪ್ರಶ್ನಿಸಿದ. "ಅಲ್ಲೋ ನೀನ ನೋಡಾಕತ್ತೀಯಲ್ಲ? ಅದೆಂಗ ಹೋಗಾಕ ಬರತೈತಿ?" ಎಂದಾಗ ತೆಪ್ಪಗಾದ. ಆದರೆ ಆ ಕರಡಿಪಡಿಯ ನೆನಪುಗಳ ಝರಿ ಮಾತ್ರ ಚಿಲ್ಲನೇ ಚಿಮ್ಮಿತ್ತು.

ಆ ಕರಡಿಪಡಿ, ಆ ಕರಡಿಪಡಿಯಲ್ಲಿಯ ಮಧುರ ನೆನಪುಗಳು ಉಕ್ಕಿಹರಿದವು. ಆತನನ್ನು ರಂಜಿಸಿದ ರಜನಿಯ ನೆನಪು ಕಾಡಿತು. ಕೇಳಲೋ ಬೇಡವೋ ಎನ್ನುತ್ತಲೇ ಆಕೆಯ ಬಗ್ಗೆ ಗೆಳೆಯನ ಹತ್ತಿರ "ಹುಂ, ಮತ್ತ.. ಮತ್ತ ರಜನಿ ಅಂತ ಕೊಲ್ಲಾಪೂರ ಹುಡಗಿ ಇದ್ದಳಲ್ಲಾ? ನಿನಗ ನೆನಪ ಐತಿ?"

"ಇರದ ಏನೋ ಮಾರಾಯಾ?" ಎಂದು ನಕ್ಕ. "ಮತ್ತ ಆಕಿ ಈಗ ಎಲ್ಲೆ ಅದಾಳಾ? ಗೊತ್ತ ಐತಿ?"

"ಹುಂ. ಆಕಿ ಈಗನೂ ಕೊಲ್ಲಾಪುರದಾಗ ಇರಬೇಕ. ಹಿಂದಕ ಅದೂ ಹತ್ತ ವರ್ಷದ ಕೆಳಗ ನಾ ಎಲ್ಲಾರನ್ನೂ ಕರಕೊಂಡ ಮಹಾಲಕ್ಷ್ಮಿ ಗುಡಿಗೆ ಹೋದಾಗ ಸಿಕ್ಕಿದ್ದಳು. ಆಕಿಗೂ ನಾಕ ಮಕ್ಕಳು..."

"ಹಂಗಾರ ಅಲ್ಲಿಗೆ ಒಂದು ದಿನಾ ಹೋಗುಣಲ್ಲ?"

"ಹೇ ನಾ ಆಕಿನ್ನ ಭೆಟ್ಟಿ ಆಗಿ ಭಾಳ ದಿನಾ ಆತು. ಅಷ್ಟ ಅಲ್ಲಾ, ಈಗ ಆಕಿ ಎಲ್ಲಿ ಇರತಾಳಾ ಅಂತ ಏನ ಗೊತ್ತು? ಅಷ್ಟ ದೊಡ್ಡ ಸಿಟಿಯೊಳಗ ಆಕಿನ್ನ ಹ್ಯಾಂಗ ಹುಡುಕುದು?" ಎಂದಾಗ, ಲಕ್ಷ್ಮಣನ ಆತುರ ಸರ್ರನೇ ಇಳಿದುಹೋಯಿತು. ಮತ್ತೆ ಇನ್ನೂ ಹೇಗೆ ಆಕೆಯನ್ನು ಹುಡುಕಲು ಒತ್ತಾಯಪಡಿಸುವುದು ಎನ್ನಿಸಿತು. ಒತ್ತಾಯಪಡಿಸಿದರೂ ಆಕೆ ಸಿಗಬೇಕಲ್ಲ? ಇಷ್ಟು ದಿನ ಎಲ್ಲವನ್ನೂ ಎಲ್ಲರನ್ನೂ ಮರೆತು ನಿಶ್ಚಿಂತನಾದವನಿಗೆ ಆಕೆಯನ್ನು ನೋಡುವ ಬಯಕೆ ಎಂಥಹದ್ದು ಎನ್ನಿಸಿ ಆ ಆಶೆಯನ್ನು ಬಯಕೆಯನ್ನು ಹತ್ತಿಕ್ಕಿಕೊಂಡು ಸುಮ್ಮನಾದ.

ಗೆಳೆಯರಿಬ್ಬರೂ ಮತ್ತೊಂದಿಷ್ಟು ಹೊತ್ತು ನದಿದಡದಲ್ಲಿ ಅಡ್ಡಾಡಿ ಮತ್ತಷ್ಟು ಮೊಗದಷ್ಟು ಬಾಲ್ಯದ ಸಿಹಿನೆನಪಿನ ಬುತ್ತಿಗಂಟನ್ನು ಬಿಚ್ಚಿ ಉಂಡು ಸುಖ ಅನುಭವಿಸಿದಾಗಲಷ್ಟೇ ಲಕ್ಷ್ಮಣ ಗೆಲುವಾದ.

** ** **

ಲಕ್ಷ್ಮಣನಿಗೆ, ಇಲ್ಲಿಗೆ ಬಂದ ಮೇಲೆ ತಾನು ಅಂದುಕೊಂಡದ್ದು ಸ್ವಲ್ಪವೂ ಹೊಂದಿಕೆಯಾಗದೇ ಹೋದಾಗ, ಇಲ್ಲಿ ತಳವೂರುವುದೋ ಬೇಡವೋ ಎಂಬ ಜಿಜ್ಞಾಸೆ ಹುಟ್ಟಿತ್ತು. ಮುಂದೆ ಎರಡು ದಿನಗಳ ನಂತರ, ಹೊಸದೇಸಾಯಿಪುರದ ವಾಡೇದ ವಾರ್ಷಿಕೋತ್ಸವದ ಅಂಗವಾಗಿ, ಆಹ್ವಾನ ಪತ್ರಿಕೆಗಳು ಅಚ್ಚಾಗಿ ಬಂದವು. ಆ ಸುಂದರವಾದ ಆಹ್ವಾನ ಪತ್ರಿಕೆಯನ್ನು ವೀರಭದ್ರ ಗೆಳೆಯನ ಕೈಗಿಡುತ್ತಲೇ "ಹುಂ. ನೋಡಪಾ, ನಾ ನಿನಗ ಮೊನ್ನೆ ಹೇಳಿದ್ನೆಲ, ಕಾರ್ಯಕ್ರಮ ಐತಿ, ನೀ ಬಂದದ್ದು ಭಾಳ ಚೊಲೊ ಆತು ಅಂತ. ಈಗ ಕಾರ್ಡು ರೆಡಿಯಾಗಿ ಬಂದಾವು ನೋಡು ಎನ್ನುತ್ತ, ಆ ಆಹ್ವಾನ ಪತ್ರಿಕೆಯನ್ನು ಗೆಳೆಯನ ಕೈಗಿಟ್ಟ. ಲಕ್ಷ್ಮಣ ಆಶ್ಚರ್ಯದಿಂದ ಆಹ್ವಾನ ಪತ್ರಿಕೆಯನ್ನು ಎತ್ತಿಕೊಂಡು ನೋಡತೊಡಗಿದ. ಆ ಕಾರ್ಯಕ್ರಮದ ಉದ್ಘಾಟಕರು ರಾಜ್ಯದ ಮುಖ್ಯಮಂತ್ರಿಗಳು. ಭಾರತೀದೇವಿ ಅಧ್ಯಕ್ಷೆ. ಗಾನಗಂಧರ್ವ ಮುಖ್ಯ ಅತಿಥಿ. ಮತ್ತೊಬ್ಬ ಅತಿಥಿ ವಿದೂಷಿ ನಾಗರತ್ನ! ಆಹ್ವಾನ ಪತ್ರಿಕೆಯ ಕೆಳಗೆ ತಮ್ಮ ಆಗಮನಾಭಿಲಾಷಿ ರಾಮಣ್ಣ, ವೀರಭದ್ರ ಮುಂತಾದವರ ಹೆಸರಿತ್ತು.

ಆ ಪತ್ರಿಕೆಯನ್ನು ಇಡಿಯಾಗಿ ಜಾಲಾಡಿಸಿದಾಗ, ಅಲ್ಲಿ ತನ್ನವರೆನ್ನುವವರೆಲ್ಲರ ಹೆಸರುಗಳಿವೆ. ಅದನ್ನು ಯಾಕೋ ಅರಗಿಸಿಕೊಳ್ಳಲಾಗುತ್ತಿಲ್ಲ. ಮುಖ್ಯವಾಗಿ ತನ್ನ ಹೆಂಡತಿ ಭಾರತಿ, ಮುಖ್ಯ ಸ್ಥಾನದಲ್ಲಿ? ಹೋಗಲಿ ತನ್ನ ಹೆಸರಾದರೂ ಒಂದು ಮೂಲೆಯಲ್ಲಿದ್ದಿದ್ದರೆ? ಎಂದುಕೊಂಡ ಅಲ್ಲಿ ತನ್ನ ಹೆಸರಿರಲು ಅದ್ಹೇಗೆ ಸಾಧ್ಯ? ಎಂಬುದನ್ನು ಅರ್ಥ ಮಾಡಿಕೊಂಡ ಆದರೂ ಕೂಡ ಆ ಆಹ್ವಾನ ಪತ್ರಿಕೆಯಿಂದ ತಾನು ಇಲ್ಲಿ ಏನೂ ಅಲ್ಲ. ತನಗಿಲ್ಲಿ ಯಾವ ಪಾತ್ರವೂ ಇಲ್ಲ. ಯಾಕೋ ತಾನು ಹೊರಗಿನವ. ಅನಗತ್ಯವಾಗಿ ಹಾಗೂ ಅನವಶ್ಯಕವಾಗಿ ತಾನಿಲ್ಲಿದ್ದೇನೆ ಎಂದೆನ್ನಿಸತೊಡಗಿತು. ಇನ್ನು ತಾನಿಲ್ಲಿ ನಿಲ್ಲಬಾರದು ಎನ್ನಿಸಿತು. ಗೆಳೆಯನ ಮುಖ ನೋಡಿ ವೀರಭದ್ರ, "ನೀ ಬರೂದು ಮೊದಲ ಗೊತ್ತ ಇತ್ತು ಅಂದ್ರ, ನಿನ್ನ ಹೆಸರೂ ಹಾಕಾಕ ಬರತಿತ್ತು"

"ಇರಲಿ ಬಿಡಪಾ, ನಾ ಹಂತಾ ಏನ ಘನಂದಾರಿ ಕೆಲಸಾ ಮಾಡೀನಿ? ಅಷ್ಟಕ್ಕೂ ಹೆಸರ ಹಾಕಾಕ ನಾ ಯಾರು?" ಎಂದ ವಿಷಾದದಿಂದ.

ಸಂಜೆ ಹೊತ್ತು, ಒಮ್ಮಿಂದೊಮ್ಮೆಯೇ ತನ್ನ ಲಗ್ಗೇಜ್ ಜೊತೆಗೆ ತಯಾರಾದ ಲಕ್ಷ್ಮಣನ್ನು ಕಂಡು ಗಾಬರಿಯಾದ ವೀರಭದ್ರ, "ಯಾಕೋ? ಏನಾತು? ಎಲ್ಲಿಗೆ

ಹೊಂಟಿ?" ಎಂದು ಕೇಳಿದಾಗ, ಇಲ್ಲಾ ನಾ ಬೆಳಗಾವಿಗೆ ಹೋಗಿ ಬರತೀನಿ. ಒಂದೀಟು ಕೆಲಸ ಐತಿ"

"ಮತ್ತ ಲಗ್ಗೇಜ್ ಇಲ್ಲೆ ಇಟ್ಟ ಹೋಗು. ಎಲ್ಲಾ ಯಾಕ ಹೊತಿಕ್ಕೊಂಡ ಹೊಕ್ಕಿ? ಆ ಕೆಲಸಕ್ಕ ಮುಂಜಾನೆ ಹೋಗು. ಇರಲೀಕ ಇನ್ನ ಎರಡ ದಿನಾ ತಡಿ, ಕಾರ್ಯಕ್ರಮಾ ಮುಗೀಲಿ. ಇಬ್ಬರೂ ಕೂಡಿನ ಹೋಗೂಣ"

"ಇಲ್ಲಾ ಒಂದೀಟು ಅರ್ಜೆಂಟ್ ಐತಿ" ಎಂದವನೇ ಎಷ್ಟು ಹೇಳಿದರೂ ಕೇಳದೇ ತಾನು ತಂದ ಎಲ್ಲ ವಸ್ತುಗಳನ್ನೂ ಎತ್ತಿಕೊಂಡು ನಡೆದ.

ಮರುದಿನ ಸಾಯಂಕಾಲದ ಹೊತ್ತಿನವರೆಗೂ, ವೀರಭದ್ರ ಗೆಳೆಯ ಬರುವುದನ್ನು ಕಾಯ್ದ. ಆತನಷ್ಟೇ ಅಲ್ಲ, ಆತನ ನಂಬರಿಗೆ ಸಾಕಷ್ಟು ಬಾರಿ ಕರೆ ಮಾಡಿ ಸೋತುಹೋದ. ಮಹಾದೇವಿ, ಮೈಸೂರಿನಿಂದ ಮರಳಿ ಬಂದ ತಮ್ಮ ರಾಮಣ್ಣನೊಂದಿಗೆ,ವೀರಭದ್ರನ ಮನೆಗೆ ಬಂದಾಗ, ಆತ ಬೆಳಗಾವಿಗೆ ಹೋದ ವಿಷಯ ತಿಳಿದು ಮಂಕಾದಳು. ವೀರಭದ್ರನೂ ಸಹ ಈಗಾಗಲೇ ಸಾಕಷ್ಟು ಬಾರಿ ಕರೆಮಾಡಿದ್ದ. ಆತನ ಕರೆಯನ್ನೂ ಕೂಡ ಲಕ್ಷ್ಮಣ ತೆಗೆದುಕೊಂಡಿರಲಿಲ್ಲ. ಹಾಗಾಗಿ ಆತ ಏಕೆ ಹೋದ? ಮತ್ತೆ ಮರಳಿ ಯಾವಾಗ ಬರುವ? ಒಂದೂ ತಿಳಿಯಲಿಲ್ಲ. ಆದರೆ, ಕಾರ್ಯಕ್ರಮದ ಗದ್ದಲಲ್ಲಿ ಲಕ್ಷ್ಮಣನನ್ನು ಮರೆತುಹೋದ.

** ** **

ಹೊಸದೇಸಾಯಿಪುರದಲ್ಲಿ ಅರಮನೆಯ ನೆನಪಿಗಾಗಿ ಕಟ್ಟಿಸಿದ್ದ ರಾಜವಾಡೆಯ ಹಾಗೂ ಜೋಡು ಲಿಂಗ ದೇವಸ್ಥಾನಗಳಿಗೆ ಇಪ್ಪತ್ತೈದರ ಸಂಭ್ರಮ. ದೇಸಾಯಿಪುರದ ಸಮೃದ್ಧಿ ಅಥವಾ ಗತವೈಭವವನ್ನು ಸಾರುವ ಸಂಕೇತವಾದ ಆ ವಾಡೆಯ ಬೆಳ್ಳಿ ಮಹೋತ್ಸವ ಸಾಕಷ್ಟು ಸಂಭ್ರಮ ಸಡಗರದಲ್ಲಿ ನಡೆಯುತ್ತಿದೆ. ಹಿಂದಿನ ದಿನವೇ ಕಾರ್ಯಕ್ರಮದ ದೊಡ್ಡದಾದ ವೇದಿಕೆ ಸಿದ್ಧವಾಗಿತ್ತು. ರಾಜ್ಯದ ಮುಖ್ಯಮಂತ್ರಿಗಳು ಕಾರ್ಯಕ್ರಮದ ಉದ್ಘಾಟನೆ ಮಾಡಲಿದ್ದರು. ಸುಮಾರು ಎರಡು ಸಾವಿರ ಜನರು ಸೇರುವ ಅಂದಾಜಿತ್ತು. ಹಾಗಾಗಿ ಕಾರ್ಯಕ್ರಮಕ್ಕೆ ಬಹಳ ಅದ್ದೂರಿ ಪ್ರಚಾರವೇ ಆಗಿತ್ತಲ್ಲದೇ ಕಾರ್ಯಕ್ರಮವನ್ನು ಬಹಳಷ್ಟು ಮುತುವರ್ಜಿವಹಿಸಿ ಮಾಡುತ್ತಿದ್ದರು. ರಾಮಣ್ಣ ಹಾಗೂ ವೀರಭದ್ರರು ಅಷ್ಟು ದೊಡ್ಡ ಕಾರ್ಯಕ್ರಮದ ಉಸ್ತುವಾರಿಯನ್ನು ಹೊತ್ತಿದ್ದರು.

ಆ ದಿನ, ಕಾರ್ಯಕ್ರಮಕ್ಕೆ ಕಿಕ್ಕಿರಿದು ಜನ ಸೇರಿದೆ. ಭಾರತಿದೇವಿ, ಗಾನಗಂಧರ್ವರು ವಿಶೇಷವಾಗಿ ವಿದೂಷಿ ನಾಗರತ್ನ ಎಲ್ಲರೂ ಬಂದಿದ್ದಾರೆ. ಬಹಳ ದೊಡ್ಡದಾದ ಹಾಗೂ ಸುಸಜ್ಜಿತವಾದ ವೇದಿಕೆ ಅಲಂಕೃತಗೊಂಡಿದೆ. ತನ್ನ ಸುತ್ತಲೂ ಹೂಮಾಲೆ ಸುತ್ತಿಕೊಂಡು ಸಿಂಗಾರವಾದ ಎತ್ತರವಾದ ಬೆಳ್ಳಿಯ

ದೀವಿಗೆ ಜ್ಯೋತಿ ಬೆಳಗಿಸಿಕೊಳ್ಳಲು ಸಜ್ಜಾಗಿದೆ. ಸಿಂಹಾಸನದಂತಹ ಆರು ಕುರ್ಚಿಗಳು ಅತಿಥಿ ಅಭ್ಯಾಗತರಿಗಾಗಿ ಕಾಯ್ದು ಕುಳಿತಿದ್ದವು. ರಾಮಣ್ಣ ಮತ್ತು ವೀರಭದ್ರರು ಪುರಸೊತ್ತು ಇಲ್ಲದಂತೇ ಓಡಾಡುತ್ತಿದ್ದಾರೆ. ಕಾರ್ಯಕ್ರಮಕ್ಕೆ ಬರುವವರೆಲ್ಲರೂ ಬಂದಿದ್ದರು. ಎಲ್ಲರೂ ಮಂತ್ರಿಮಹೋದಯರ ನಿರೀಕ್ಷೆಯಲ್ಲಿರುವಾಗಲೇ ಅವರು ವೇದಿಕೆಯತ್ತ ಆಗಮಿಸಿ ಅವರನ್ನು ನೋಡಲು ಸಭಿಕರಲ್ಲಿ ಸಾಕಷ್ಟು ಸದ್ದುಗದ್ದಲವಾಯಿತು. ಕೂಡಲೇ ಸ್ವಯಂ ಸೇವಕರು ಸದ್ದುಗದ್ದಲವನ್ನು ಅಡಗಿಸಿದರು.

ವೇದಿಕೆಯ ಮೇಲೆ ಭಾರತಿದೇವಿ, ಗಾನಗಂಧರ್ವ, ವಿದೂಷಿ ನಾಗರತ್ನ ಆಸೀನರಾಗಿದ್ದರು. ಮಂತ್ರಿಗಳು ಬಂದ ನಂತರ, ಅವರು ಅಲ್ಲಿ ಸೇರಿಕೊಂಡರು. ವೇದಿಕೆಯ ಬಲಭಾಗದಲ್ಲಿ ಬುದ್ಧವ್ವ ಹಾಗೂ ರಾಜರ ಭಾವಚಿತ್ರಗಳನ್ನಿಟ್ಟು ಅವುಗಳಿಗೆ ಹೂವಿನ ಹಾರಗಳಿಂದ ಅಲಂಕರಿಸಿ ಇಟ್ಟಿದ್ದರು.

ಇಪ್ಪತ್ತರ ಹರೆಯದ ಮಹೋನ್ನತಿ ಸುಮಧುರವಾಗಿ ಪ್ರಾರ್ಥನಾ ಗೀತೆಯನ್ನು ಹಾಡಿ ಮುಗಿಸಿದ ನಂತರ, ಮಂತ್ರಿಗಳು ಜ್ಯೋತಿ ಬೆಳಗಿಸಿದರು. ಮುಂದೆ ವೇದಿಕೆ ಮೇಲಿರುವ ಭಾವಚಿತ್ರಗಳಿಗೆ ಭಾರತಿದೇವಿಯವರಿಂದ ಪೂಜೆ ನೆರವೇರಿತು. ಮಂತ್ರಿಗಳು ಕಾರ್ಯಕ್ರಮದ ಬಗ್ಗೆಯೂ ಹೊಸದೇಸಾಯಿಪುರದಲ್ಲಿ ರಾಜವಾಡೆಯ ಸಂಸ್ಕೃತಿಯನ್ನು ಹಾಗೂ ಸಂಭ್ರಮವನ್ನು ಮುಂದುವರೆಸಿಕೊಂಡು ಬಂದುದನ್ನು ಶ್ಲಾಘಿಸಿದರು. ಮುಂದೆ ಭಾರತಿದೇವಿ ಎದ್ದು ನಿಂತು ಮಾತನಾಡತೊಡಗಿದಳು. "ನಮ್ಮ ದೇಶಕ್ಕೆ ಸ್ವಾತಂತ್ರ್ಯ ಬಂದು ನಲವತ್ತು ವರ್ಷಗಳೇ ಸಂದಿವೆ. ಸ್ವಾತಂತ್ರ ಪೂರ್ವದಲ್ಲಿ ಏನೆಲ್ಲಾ ಎಷ್ಟೆಲ್ಲಾ ಕಷ್ಟ ಕಾರ್ಪಣ್ಯಗಳನ್ನು ದಾಟಿ ಬಂದಿದ್ದೇವೆ..." ಇನ್ನೂ ಸಂಪೂರ್ಣವಾಗಿ ಮಾತು ಮುಗಿಯುವ ಮುನ್ನವೇ ಚಪ್ಪಾಳೆಗಳ ಸುರಿಮಳೆ.

ವೀರಭದ್ರ ಯಾವುದೋ ಕಾರ್ಯಕ್ಕೋಸ್ಕರ ಆ ಎತ್ತರವಾದ ವೇದಿಕೆ ಹತ್ತಿದಾಗ, ಆಕಸ್ಮಿಕವಾಗಿ ಸಭಿಕರ ಸ್ಥಳದಲ್ಲಿ ತನಗೆ ಬಹಳ ಬೇಕಾದ ವ್ಯಕ್ತಿಯನ್ನು ಕಂಡು ಬಹಳ ಆಶ್ಚರ್ಯ ಹಾಗೂ ಆನಂದದಿಂದ ಆ ವ್ಯಕ್ತಿಯ ಹತ್ತಿರ ಸಾಗಲು ಅವಸರಿಸಿ ಕೆಳಗಿಳಿದು ಆ ಜನಸ್ತೋಮವನ್ನು ದಾಟಿ ಹೋಗುವುದರಲ್ಲಿ ಆ ವ್ಯಕ್ತಿ ಮಾಯವಾಗಿದ್ದ! ವೀರಭದ್ರ ನಿರಾಸೆಯಿಂದ ಮರಳಿದ. ಕಾರ್ಯಕ್ರಮ ಅಂದುಕೊಂಡದ್ದಕ್ಕಿಂತ ಬಹಳ ಚೆನ್ನಾಗಿ ನಡೆದು ಎಲ್ಲರೂ ಸಂತಸದಿಂದ ಬೀಗಿದರೂ ವೀರಭದ್ರನಿಗೆ ಮಾತ್ರ ನಿರಾಶೆ ಹೆಪ್ಪುಗಟ್ಟಿತು.

** ** **

ಬೆಳಗಾವಿಯ ಸಾಂಬ್ರಾ ವಿಮಾನ ನಿಲ್ದಾಣದಲ್ಲಿ ಅಹ್ಮದಾಬಾದ್‌ನ ವಿಮಾನ ಹತ್ತಿ ತನ್ನ ಸೀಟಿನಲ್ಲಿ ಕುಳಿತವನ ಕಣ್ಣಮುಂದೆ ಬರೀ ಆ ಕಾರ್ಯಕ್ರಮದ

ಚಿತ್ರಗಳೇ ಬರುತ್ತಿವೆ. ಅದರಲ್ಲಿಯೂ ಭಾರತಿದೇವಿಯ ಮಾತುಗಳು ಈಗ ಕೇಳುತ್ತಿರುವಂತೆ ಕಿವಿಗಳಲ್ಲಿ ಮೊಳಗುತ್ತಿವೆ., ಆಕೆಗೆ ದೊರೆತ ಸ್ಥಾನಮಾನ, ಮರ್ಯಾದೆ ಅವನಲ್ಲಿ ಮಿಶ್ರಭಾವನೆಗಳನ್ನು ಹೊತ್ತಿಸಿದೆ. ಇಲ್ಲೇ ನೆಲೆನಿಂತು ಬದುಕು ಕಟ್ಟಿಕೊಂಡ, ಇತರರಿಗೂ ಆಸರೆಯಾದ ಆಕೆ: ಇಲ್ಲಿರಲಾರೆನೆಂದು ಎಲ್ಲೋ ಹೋಗಿ; ಇಲ್ಲಿಂದ ಪೂರ್ಣವಾಗಿ ಕಳಚಿಕೊಳ್ಳಲೂ ಆಗದೇ, ಅಲ್ಲಿ ಇಡಿಯಾಗಿ ಬೇರೂ ಬಿಡಲೂ ಆಗದೇ ತೊಳಲಾಡುತ್ತಿರುವ ತಾನು...! ಎಲ್ಲಿಯ ಹೋಲಿಕೆ? ಯೋಚನೆಗಳ ಭಾರ ತಾಳಲಾರದೇ ಕಣ್ಣುಗಳನ್ನು ಬಿಗಿಯಾಗಿ ಮುಚ್ಚಿದ. "ಝುಂಯ್" ನಾದ ಕಿವಿಗಳಲ್ಲಿ ತುಂಬಿತು.

ಅದು ವಿಮಾನದ ಯಂತ್ರದ ಮೊರೆತವೋ, ದೇಸಾಯಿಪುರವನ್ನು ನುಂಗುತ್ತಿದ್ದ ಜಲಾಶಯದ ನೀರಿನ ರಭಸವೋ ಅರ್ಥವಾಗದೇ ಕಿವಿಗಳನ್ನು ಮುಚ್ಚಿಕೊಂಡ. ಕಣ್ಣುಗಳು ತಾವಾಗಿಯೇ ಇನ್ನಷ್ಟು ಬಿಗಿಯಾಗಿ ಮುಚ್ಚಿಕೊಂಡವು.

ವೀರಲೋಕದ ಪ್ರಕಟಣೆಗಳು

1. ಕೈ ಹಿಡಿದು ನೀ ನಡೆಸು ತಂದೆ–ವಿಶ್ವೇಶ್ವರ ಭಟ್ 250/–
2. ವಿಶ್ವಸುಂದರಿ–ಕುಂ. ವೀರಭದ್ರಪ್ಪ....................160/–
3. ನಿಮಗೆಷ್ಟು ಹಣ ಬೇಕು?–ಅನಂತ ಹುದೆಂಗಜೆ....................250/–
4. ಆರ್ಟ್ ಆಫ್ ಸಕ್ಸಸ್–ರಮೇಶ್ ಅರವಿಂದ್ 120/–
5. ಮನಿ ಮನಿ ಎಕಾನಮಿ–ರಂಗಸ್ವಾಮಿ ಮೂಕನಹಳ್ಳಿ....................160/–
6. ಇವರು ಅವರು ದೇವರು–ಜೋಗಿ....................200/–
7. ಲಾಸ್ಟ್ ಡೇಸ್ ಆಫ್ ಲೆಜೆಂಡ್ಸ್–ಗಣೇಶ್ ಕಾಸರಗೋಡು 225/–
8. ಒಳ್ಳೆಯ ಬದುಕಿನ ಸೂತ್ರಗಳು–ರವಿ ಕೃಷ್ಣಾರೆಡ್ಡಿ....................150/–
9. ಸೋಲೆಂಬ ಗೆಲುವು–ದೀಪಾ ಹಿರೇಗುತ್ತಿ....................150/–
10. ಬೆಳ್ಳಿತೆರೆಯ ಬಂಗಾರದ ಗೆರೆ–ಗಣೇಶ್ ಕಾಸರಗೋಡು 150/–
11. ನಟನ ಕಥೆ–ಮಂಡ್ಯ ರಮೇಶ್–ಎನ್. ಧನಂಜಯ 250/–
12. ತ್ಯಾಗಕ್ಕಿಲ್ಲ ನೂಕುನುಗ್ಗಲು–ಡಾ. ಗವಿಸ್ವಾಮಿ ಎನ್. 150/–
13. ಬದುಕೇ ಭಗವಂತ–ಡಾ. ಡಿ.ಎಸ್. ಶ್ರೀನಿವಾಸ ಪ್ರಸಾದ್ 170/–
14. ಮಾದಕ ದೊರೆ–ಸಂತೋಷಕುಮಾರ ಮೆಹೆಂದಳೆ....................375/–
15. ದ್ವೈತ–ರಾಘವ್ 140/–
16. ಹೃದಯದ ಮಾತು ಕೇಳಿ–ಮಂಜುನಾಥ್ ಚಾಂದ್....................160/–
17. ಹಿಂದಿನ ನಿಲ್ದಾಣ–ಶುಭಶ್ರೀ ಭಟ್ಟ....................120/–
18. ಪ್ರೀತ್‌ಸು–ರಾಜೀವ ನಾರಾಯಣ ನಾಯಕ 170/–
19. ಕೃಷಿ ಯಾಕೆ ಖುಷಿ?–ನರೇಂದ್ರ ರೈ ದೇರ್ಲ....................140/–
20. ಕ್ಷಯ–ಡಾ. ವಾಸುದೇವ ಶೆಟ್ಟಿ....................120/–
21. ಅರ್ಧ ಬಿಸಿಲು ಅರ್ಧ ಮಳೆ...–ಸದಾಶಿವ ಸೊರಟೂರು....................120/–
22. ಯಾರೂ ಹೇಳದ ಕಥೆಗಳು–(ಸಂ.) ಸುದರ್ಶನ ಚೆನ್ನಂಗಿಹಳ್ಳಿ....................150/–
23. ಕಥಾ ಸಾಗರಿ–ನಾಗವೇಣಿ ವೆಂ. ಹೆಗಡೆ ಹೆಗ್ಗರ್ಸಿಮನೆ....................125/–
24. ಮೆಮರೀಸ್ ಆಫ್ ಬಾರ್ಸಾ–ರಂಗಸ್ವಾಮಿ ಮೂಕನಹಳ್ಳಿ....................160/–
25. ಮೇರುನಟ–ಡಾ. ಶರಣು ಹುಲ್ಲೂರು....................240/–
26. ನಾ ಸೆರೆಹಿಡಿದ ಕನ್ಯಾಸ್ತ್ರೀ–ಶಶಿಧರ ಹಾಲಾಡಿ 200/–
27. ಟ್ರಾಯ್–ಗಾಯಿತ್ರಿ ರಾಜ್....................200/–
28. ಫಾರೆಸ್ಟರ್ ಪೊನ್ನಪ್ಪ–ನೌಶಾದ್ ಜನ್ನತ್ತ್....................300/–
29. ವಿಶ್ವಯಾನಕ್ಕೆ ಗಣಿತವಾಹನ–ಎಸ್.ವಿ. ಶ್ರೀನಿವಾಸಮೂರ್ತಿ 200/–
30. ಲೆಟ್ಸ್ ಮೇಕ್ ಎ ಶಾರ್ಟ್ ಫಿಲಂ–ಜಯರಾಮಾಚಾರಿ 120/–
31. ಕುಣಿಗಲ್ ಟು ಕಂದಹಾರ್–ಮಂಜುನಾಥ್ ಕುಣಿಗಲ್ 260/–
32. ಗದಾಯುದ್ಧಂ–ಡಾ. ಎಂ.ಎ. ಜಯರಾಮ್ ರಾವ್....................350/–
33. ಫೀನಿಕ್ಸ್–ದೀಪಾ ಹಿರೇಗುತ್ತಿ....................120/–
34. ಹಿಟ್ಲರ್ ಲವ್ ಪಾಲಿಟಿಕ್ಸ್–ಸತೀಶ ಬಳೆಗಾರ 170/–
35. ಭಾನುಮತಿಯ ಪರಿವಾರ–ಕುಮಾರಸ್ವಾಮಿ ತೆಕ್ಕುಂಜ....................140/–

36. ನೀ ದೂರ ಹೋದಾಗ–ಫೌಝಿಯ ಸಲೀಂ..220/–
37. ವ್ಯಗ್ರ ಮತ್ತು ಇತರ ಕಾದಂಬರಿಗಳು–ಕುಮಾರ ಬೇಂದ್ರೆ....................................180/–
38. ಸತ್ಯದ ಅನಾವರಣ–ಕೆ.ಎಸ್. ರಮಾಸುಂದರಿ 100/–
39. ಅಂತಾರಾಷ್ಟ್ರೀಯ ಕುಂಬಳಕಾಯಿ ಮತ್ತು ಇತರ ಕಥೆಗಳು–ಅಬ್ದುಲ್ ರಶೀದ್.......120/–
40. ಅನಾಥ ಪ್ರೀತಿಯ ಅನುಬಂಧ–ಬಿ. ಮಂಜುನಾಥ್ ಕಾಮತ್ ಹಾಲಾಡಿ.................140/–
41. ಹಕ್ಕಿ ಮತ್ತು ಹುಡುಗಿ (ಕವನ ಸಂಕಲನ)–(ಸಂ.) ಪ್ರಜಾವಾಣಿ ಬಳಗ 150/–
42. ಹಾವಿನ ಮನೆ–ಅನು ಬೆಳ್ಳೆ (ರಾಘವೇಂದ್ರ ಬಿ. ರಾವ್)..250/–
43. ಈಗಲ್ಸ್ ಲೈನ್–ರಾಜೇಶ್ ಕುಮಾರ್ ಕಲ್ಯಾ..220/–
44. ನಂಬಿಕೆಯೆಂಬ ಗಾಳಿಕೊಡೆ–ಡಾ. ಪ್ರೇಮಲತ ಬಿ. 180/–
45. 10 ಕುಟುಂಬ 18 ಗೋತ್ರದ ಗೌಡ ಪರಂಪರೆ–ಮುತ್ತೂರು ಅನಂತರಾಜ ಗೌಡ......300/–
46. ಗಿಳಿಯು ಬಾರದೆ ಇರದು (ಕಥಾಸಂಕಲನ)–ಪಿ.ಎಸ್. ಶ್ರೀಧರನ್ ಪಿಳ್ಳ
(ಅನುವಾದ: ಮೇರಿ ಜೋಸೆಫ್)..85/–
47. ಒಂದು ಆದಿಮ ಪ್ರೇಮ (ಕವನ ಸಂಕಲನ)–ನಂದಿನಿ ಹೆದ್ದುರ್ಗ.............................150/–
48. ಮಣ್ಣೇ ಮೊದಲು... (ಕವನ ಸಂಕಲನ)–ಪಾಪುಗುರು...120/–
49. ಬಿಂಜೆಮುಳ್ಳು (ಕವನ ಸಂಕಲನ)–ಫಾಲ್ಗುಣ ಗೌಡ ಅಚವೆ..................................120/–
50. ಅಮೋಘವರ್ಷ–ಡಾ. ಲಕ್ಷ್ಮಣ ಕೌಂಟೆ...420/–
51. ಗಾಯಗೊಂಡ ಸಾಲುಗಳು (ಕವನ ಸಂಕಲನ)–ಸದಾಶಿವ ಸೊರಟೂರು 110/–
52. ನಿನ್ನ ಧ್ಯಾನದ ನೂರೊಂದು ಹಣತೆ (ಕವನ ಸಂಕಲನ)–ವಾಸುದೇವ ನಾಡಿಗ್ 170/–
53. ಕ್ರಿಕೆಟಾಯಣ–ಎಚ್. ಪ್ರೇಮಾನಂದ ಕಾಮತ್ 230/–
54. ಹೂವಿನಕೊಲ್ಲಿ–ಅಬ್ದುಲ್ ರಶೀದ್ 270/–
55. ಕನಸುಗಳ ಶ್ರಾದ್ಧ–(ಅನುವಾದ) ಡಾ. ಗೀತಾ ಸುನಿಲ್ ಕಶ್ಯಪ್..................................200/–
56. ವೀರ ಸಿಂಧೂರ ಲಕ್ಷ್ಮಣ–ಕೌಂಡಿನ್ಯ..190/–
57. ಸಹಭಾಷಿಕರ ಕನ್ನಡ ಪ್ರೇಮ–ಡಾ. ಡಿ.ಎಸ್. ಶ್ರೀನಿವಾಸ ಪ್ರಸಾದ್.............................400/–
58. ಚಿತ್ರ–ವಿಚಿತ್ರ–ರವೀಂದ್ರ ವೆಂಶಿ...220/–
59. ಜನಮಿತ್ರ ಅರಸು–ಡಾ. ಡಿ.ಎಸ್. ಚೌಗಲೆ 80/–
60. ಹಂಸಾಕ್ಷರ–ಜಯರಾಮಾಚಾರಿ 160/–
61. ನದಿಯೊಂದು ಕಡಲ ಹುಡುಕುತ್ತಾ–ಸಂತೆಬೆನ್ನೂರು ಫೈಜ್ನಟ್ರಾಜ್ 180/–
62. ನೀಲಿ ಮತ್ತು ಸೇಬು–ಸುಧಾ ಆಡುಕಳ...180/–
63. ಕಾಗೆ ಮೇಷ್ಟ್ರು–ವಿಕ್ರಮ ಹತ್ವಾರ..125/–
64. ಪರಿಮಳದ ಪಡಸಾಲೆ (ಎಸ್. ದಿವಾಕರ್ ಪ್ರಪಂಚಕ್ಕೊಂದು ಪ್ರವೇಶಿಕೆ)..................190/–
65. ಈ ಹೊತ್ತಿನ ಕಥೆಗಳು–(ಸಂ) ವಿಜಯ ಕರ್ನಾಟಕ..250/–
66. ನಿಶ್ಚಲವ ಕಲಕಿದ ಹಕ್ಕಿ–ವಿಕ್ರಮ ಹತ್ವಾರ...100/–
67. ಹರಿವ ಕನ್ನಡಿ–ಸ್ವಯಂಪ್ರಭಾ ಮಹೇಶ...120/–
68. ನರಕದ ಕೆನ್ನಾಲಿಗೆಯಂಥ ನಿನ್ನ ಬೆನ್ನಹುರಿ–ಅಬ್ದುಲ್ ರಶೀದ್ 130/–
69. ಚಿಕ್ಕಪುಟ್ಟಮ್ಮನವರ ಗೃಹನ್ಯಾಯ–ಕೆ. ಸತ್ಯನಾರಾಯಣ 140/–
70. ಹಕ್ಕಿ ಅಟೆಂಡೆನ್ಸ್–ಡಾ. ಲೀಲಾ ಅಪ್ಪಾಜಿ...595/–
71. ದಡ ಸೇರದ ದೋಣಿಗಳು–ಬೇಲೂರು ರಾಮಮೂರ್ತಿ...275/–

72. ನಿಷಿತೆ–ಪ್ರೀತಿನಿ ಧನಂಜಯ 250/–
73. ಮಲೆನಾಡ ಅಜ್ಜಿ–ಶೋಭಾ ರಾವ್ 175/–
74. ಮಲ್ಲಿಮಲ್ಲಿಗಿ–ಎಂ.ಎಲ್. ಪ್ರಸನ್ನ 210/–
75. ಬೆಳವಡಿ ಮಲ್ಲಮ್ಮ–ಕೌಂಡಿನ್ಯ....................200/–
76. ಆರೋಹಣ–ವಿವೇಕಾನಂದ ಕಾಮತ್ 190/–
77. ಕಂದಕ–ಭಾರದ್ವಾಜ ಕೆ. ಆನಂದತೀರ್ಥ 265/–
78. ಕ್ರಮಣ–ಭಾರದ್ವಾಜ ಕೆ. ಆನಂದತೀರ್ಥ....................375/–
79. ವ್ಯಾಘ್ರಹತ್ಯೆಯ ನಿಗೂಢಗಳು–ಡಾ. ಟಿ.ಎಸ್. ವಿವೇಕಾನಂದ 200/–
80. ಹಿಮಾಲಯದ ನರಭಕ್ಷಕಗಳು–ಡಾ. ಟಿ.ಎಸ್. ವಿವೇಕಾನಂದ 675/–
81. ಪರಿಸರ ನಿಘಂಟು–ಡಾ. ಟಿ.ಎಸ್. ವಿವೇಕಾನಂದ 625/–
82. ಪ್ರೀತಿಯೆನುವ ಮಾಯೆ–ಬಿ.ಆರ್. ಲಕ್ಷ್ಮಣರಾವ್ 320/–
83. ಸಹಜ ಜೀವನ–ರವಿ ಕೃಷ್ಣಾರೆಡ್ಡಿ 160/–
84. ಬಿಂಬ–ಬಿಂಬನ–ಗೋಪಾಲಕೃಷ್ಣ ಪೈ & ಗಿರೀಶ್ ಕಾಸರವಳ್ಳಿ.................... 385/–
85. ಕಥಾ ಸಂಕ್ರಾಂತಿ (ಕನ್ನಡ)–(ಸಂ) ಕೇಶವ ಮಳಗಿ....................185/–
86. ಕುಸುರೆಳ್ಳು–(ಸಂ) ಕೇಶವ ಮಳಗಿ....................320/–
87. ಕಥಾ ಸಂಕ್ರಾಂತಿ (ತೆಲುಗು)–(ಸಂ) ಕೇಶವ ಮಳಗಿ 220/–
88. **Festive (English)–(Ed) Keshava Malagi**....................249/–
89. ಕಥಾ ಸಂಕ್ರಾಂತಿ (ಮಲಯಾಳಂ)–(ಸಂ) ಕೇಶವ ಮಳಗಿ....................
90. ಕಗ್ಗಕ್ಕೊಂದು ನ್ಯಾನೋ ಕತೆ–ವಿ. ಗೋಪಕುಮಾರ್ 130/–
91. ಪುನರುತ್ಥಾನ–ಪಾರ್ವತಿ ಪಿಟಗಿ 200/–
92. ಮಹಾವಿನಾಶ–ಡಾ. ಲಕ್ಷ್ಮಣ ಕೌಂಟೆ 450/–
93. ಮಿಸ್ಸಿನ ಡೈರಿ–ಮೇದಿನಿ ಕೆಸವಿನಮನೆ 200/–
94. ನೀಲಿ ಶಾಯಿಯ ಕಡಲು–ಗೀತಾ ದೊಡ್ಮನೆ....................120/–
95. ಬಹುತ್ವ ಭಾರತ ಕಟ್ಟಿದವರು–ರಾಘವೇಂದ್ರ ಪ್ರಭು ಎಂ. 350/–

www.ingramcontent.com/pod-product-compliance
Lightning Source LLC
LaVergne TN
LVHW090357051026
849518LV00006B/2159